சீனப் பெண்கள்
சொல்லப்படாத கதை

சீனப் பெண்கள்

சொல்லப்படாத கதை

சின்ரன்

தமிழில்: ஜி. விஜயபத்மா

எதிர்
வெளியீடு

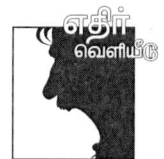

சீனப் பெண்கள்
சொல்லப்படாத கதை
சின்ரன்
தமிழில்: ஜி. விஜயபத்மா

முதல் பதிப்பு: டிசம்பர் 2016
இரண்டாம் பதிப்பு: ஜூலை 2023

எதிர் வெளியீடு,
96, நியூ ஸ்கீம் ரோடு, பொள்ளாச்சி – 642002
தொலைபேசி: 04259 – 226012, 99425 11302

விலை: ரூ. 399

The Good Women of China
Xinran

Copyright © Xinran Xue, 2002

Published by arrangement with David Higham Associates Limited, England
Translated by G. Vijayapadma

First Edition: December 2016
Second Edition: July 2023

Published by
Ethir Veliyeedu, 96, New Scheme Road, Pollachi - 2
email: ethirveliyedu@gmail.com
www.ethirveliyeedu.com

ISBN: 978-93-84646-85-1
Cover Design: Vijayan
Printed at Jothy Enterprises, Chennai.

All rights reserved. No part of this book may be reprinted or reproduced or utilised in any form or by any electronic, mechanical or other means, now known or hereafter invented, including photocopying and recording, or in any information storage or retrieval system, without permission in writing from the Publisher.

சின்ரன்

1989 முதல் 1997 வரையில் சீனாவின் மிகப் பிரபலமான வானொலி தொகுப்பாளினி சின்ரன். அவர் தனது வானொலி நிகழ்ச்சியின் மூலம் பெற்ற அனுபவங்களையும், சந்தித்த பெண்களின் உண்மை வாக்கு மூலங்களையும் மனக் குமுறல்களையும், ஆதாரத்துடன் தைரியமாகத் தொகுத்து எழுதிய புத்தகம்தான் *The Good Women of China: Hidden Voices.* இந்தப் புத்தகம், சீனாவில் பெண்களின் ஒடுக்குமுறை பற்றியும், நவீன பெண்களின் புதிய வாய்ப்புகள் பற்றியும் வெளிப்படையான உண்மைக் கருத்துகளை வெளிப்படுத்தியது.

அனைத்து தரப்பு பெண்களையும் நேரிடையாக சந்தித்து பேட்டி கண்டு, உண்மைச் சம்பவங்களின் தொகுப்பாக சீனாவின் அரசியல் மாற்றமும் அதனால் பெண்கள் மேல் ஏவப்பட்ட பாலியல் வன்முறைகளை யும், பெண்குழந்தைகள் தொடர்பான பாலியல் வன்முறைகள், ஆண்குழந்தைகளுக்கு சீனாவில் கொடுக்கப்படும் முன்னுரிமைகள், சீனாவில் பேசவே தடை செய்யப்பட லெஸ்பியன், ஹோமோசெக்ஸ், சீன சமூகத்திலும், கலாச்சாரத்திலும் பாலியலின் பங்கு குறித்தும் கருத்துக்களை முன்வைத்த முதல் புத்தகமும் இதுதான்.

இதனால் சின்ரனுக்கு சமூகத்தில் இருந்தும், சீன அரசாங்கத்தில் இருந்தும் பெரிய எதிர்ப்பு கிளம்பியது. தொடர்ந்த அச்சுறுத்தல்களினால் அவர் சீனாவை விட்டே வெளியேற வேண்டிய கட்டாயம் ஏற்பட்டு லண் டனில் குடியேறிவிட்டார். 2002இல் இந்தப் புத்தகம் உலக அளவில் பெரும் வரவேற்பைப் பெற்ற புத்தகம்

என்றால் மிகையாகாது. சீன மொழியில் எழுதப்பட்ட இந்தப் புத்தகத்தை எஸ்தர் *(Esther Tyldesley)* என்பவர் ஆங்கிலத்தில் மொழிபெயர்த்தார். தற்பொழுது லண்டனில் வசிக்கும் சின்ரன் *The Guardian* என்ற பிரிட்டிஷ் பத்திரிகையில் எழுதிக் கொண்டிருக்கிறார்.

ஆசிரியரின் நூல்கள்

Sky Burial (2005)

China Witness (2010)

Message from an Unknown Chinese Mother: Stories of Love and Loss (2011)

ஜி. விஜயபத்மா

பத்திரிகையாளராக வேண்டும் என்ற ஆர்வத்தில் தான் பார்த்து வந்த தமிழ்நாடு மருத்துவமனையின் நிர்வாகச் செயலாளர் வேலையை ராஜினாமா செய்து விட்டு *ஆனந்த விகடன், குமுதம், குங்குமம்* போன்ற வெகுஜனப் பத்திரிகையில் பகுதிநேர நிருபராகப் பணியாற்றினார்.

காற்றின் மொழி, கவிதைப் பெண்கள், அகத் தனிமை, முல்லைப் பெரியாறு பிறந்த கதை, மற்றும் மொழிபெயர்ப்பு நாவல் *மணற்குன்று பெண்.*

அ எழுத்துக்கள், இதிகாசப் பெண்கள், மேக தேவதை போன்ற புத்தகங்களும், ஆங்கிலத்தில் *இன்சைட் இந்தியா* என்ற புத்தகத்தையும் எழுதி யுள்ளார்.

ஆங்கிலத் தொலைக்காட்சி BBCயில் சிறப்பு தேர்தல் செய்தியாளராகப் பணியாற்றியுள்ளார். குழந்தைகளுக்கெதிரான பாலியல் வன்முறை குறித்த ஆவணப்படம் *Broken Blossoms* மற்றும் "குறை யொன்றும் இல்லை" என்ற சிறப்புக் குழந்தைகள் பற்றிய ஆவணப் படங்களை இயக்கி பல விருதுகளைப் பெற்றுள்ளார்.

தமிழ்ச் சூழலில் திருநங்கைகளுக்கு உள்ள சமூக சங்கடங்களை களைந்து அவர்களையும் இச்சமூகம் அங்கீகரிக்க வேண்டும் என்ற தொலைநோக்குப் பார்வையுடன் "நர்த்தகி" என்ற முழுநேர திரைப் படத்தை 70 சதவிகிதம் திருநங்கைகளையே நடிக்க வைத்து இயக்கினார். இத்திரைப்படம் ஏழு உலக நாடுகளில் திரையிடப்பட்டு பெரும் வரவேற்பையும் பல விருதுகளையும் பெற்றது.

1

1989ஆம் வருடம்! சீனாவில் வசந்தத்தின் முதல் விடியல். வசந்தம் தன் வருகையை, மரங்களில் பச்சைநிறம் போர்த்தி பறைசாற்றிக் கொண்டிருந்தது. சப்தமில்லாது இறங்கிய வான் மேகம், சாலையோரத்து மனிதர்களை போர்த்தி மறைத்து கண்ணாமூச்சி விளையாடியது. அவசரமாய் வண்டிகளில் விரைந்து கொண்டிருக்கும் பெண்களின் துப்பட்டாக்கள் விட்டுப் பறக்கத்துடிக்கும் பறவைகள் போல, காற்றில் படபடத்துக் கொண்டிருந்தன. என்னைச் சுற்றி நடப்பவைகள் அனைத்தும் ஏதோ காட்சிப்பதிவுகளாக கண்முன்னே வலம் வந்தன. இதில் எதிலும் அக்கறை இல்லாது இயந்திரம் போல் சைக்கிளை மிதித்துக் கொண்டிருந்தேன். மனம் முழுக்க என் மகனின் நினைவுகளே ஆக்கிரமித்துக் கொண்டிருந்தன. சுமைகளை சுமந்து கொண்டு, ஓடும் இந்த வாழ்க்கைப் பயணத்தில், நான் இளைப்பாற எனக்கான ஒரே ஆறுதல் என் மகன்தான். என்னுடைய உத்வேகத்துக்கும், தைரியத்துக்கும் மகனின் அன்பு மட்டுமே பிரதான சக்தியாக இருக்கிறது. எனக்குள்ளே சதா சர்வகாலமும் வலம் வரும் அவனைப் பற்றிய நினைவுகளும், கனவு களும்தான் என்னை சோர்வில்லாமல் இயங்க வைக்கிறது. கணவனின் பங்களிப்போ, ஈடுபாடோ எதுவுமில்லாமல் தனியொரு பெண்ணாக, அத்தனை பொருளாதார பிரச்சனைகளையும் எதிர்கொண்டு மகனையும் வளர்த்து ஆளாக்குவது அத்தனை

எளிதான காரியமல்ல. ஆனாலும் வாழ்க்கை அப்படித்தான் விதிக்கப்பட்டிருக்கிறது என்றால், அதை வெற்றி கொண்டு வாழ்ந்துதானே ஆகவேண்டும்?

நினைவுகளுக்குள் தொலைந்துகொண்டிருந்த என்னை யதார்த்தம் இழுத்து தடுத்து நிறுத்தியது.

"ஏய், என்னம்மா தொகுப்பாளினி... எங்க வேகமா போறீங்க? பார்த்து போங்க" என்றார் நான் பணிபுரியும் வானொலி மற்றும் தொலைக்காட்சி நிறுவனத்தின் சக ஊழிய நண்பர்.

அப்பொழுதுதான் கவனித்தேன் வழக்கம் போல் இல்லாது, புதிதாக இரண்டு ஆயுதமேந்திய போலீசார் எங்கள் நிறுவனத்தின் வாயிலில் நின்று என்னைத் தடுத்தனர். அவர்களிடம் என் அடையாள அட்டையைக் காட்டிவிட்டு உள்ளே நுழைந்தேன். அங்கு மட்டுமல்லாது, வரவேற்பாளர் அறையிலும் எங்கள் ஸ்டுடியோவின் வாயிலிலும் ஆயுதமேந்திய போலீசார் நின்று கொண்டிருந்தனர். ஒலிபரப்பு அறையின் வாயிலில் பலத்த காவல் காணப்பட்டது. எல்லா ஊழியர்களும் மிகுந்த எச்சரிக்கையுடன் நடத்தப்பட்டனர். என்ன திடீரென்று அலுவலகத்திற்குள் இத்தனைக் கெடுபிடி என்று சக ஊழியரிடம் கேட்டதற்கு அவர் ஒரு கதை சொன்னார். யாரோ இரவு வேலை பார்த்த ஊழியர் ஒருவர் தூங்கி விட்டதாகவும், அவரை எழுப்பிய தோழர் ஒருவரை அவர் கொலை செய்து விட்டதாகவும் கூறினார். இது உண்மையா இல்லை வதந்தியா என்று புரியவில்லை. ஆனால் இது குறித்து எனக்கு எந்த அக்கறையும் இல்லை.

இருபத்தியோரு மாடிகளைக்கொண்ட அதிநவீன கட்டடத் தின் பதினாறாவது மாடியில் என் அலுவலகம் இயங்கி வந்தது. அங்கு லிஃப்ட் எப்பொழுதும் சரியாகவே இயங்காது. அடிக்கடி பழுதாகிவிடும் அல்லது அறுந்து விழுந்து விடும். அதனால் நான் பெரும்பாலும் படிகளையே உபயோகிப்பது வழக்கம். உடற்பயிற்சி செய்ய நேரமில்லாத எனக்கு அது நல்ல பயிற்சியாகவும் இருக்கிறது.

என் இருக்கையில் வந்து அமர்கையில்தான், சைக்கிளின் சாவியை அதிலேயே விட்டுவிட்டது என் நினைவுக்கு வந்தது. மீண்டும் படிகளில் இறங்கி வாசல் வரை செல்ல ஆயாசமாக இருந்தது. எங்கள் அலுவலகத்தில் கீழ்மட்ட ஊழியர்களுக்கென பிரத்யேகமான தொலைபேசி இணைப்புகள் கிடையாது. தொலைபேசியில் பேச வேண்டுமென்றால் எங்கள் தலைமை அதிகாரியின் அறைக்குள் சென்று அவரிடம் அனுமதி வாங்கித் தான் பேசவேண்டும். என் மீது இரக்கப்பட்டு என் சக ஊழிய

நண்பர் ஒருவர், கீழே இருக்கும் காவலாளியிடம் தொலைபேசியில் அழைத்து சொல்வதாகக் கூறினார். ஆனால் நல்லவேளையாக அலுவலக உதவியாளர் எனக்கு வந்த கடிதங்களை என் மேசைக்கு எடுத்து வரும்போது அதனுடன் என் சைக்கிள் சாவியையும் சேர்த்து எடுத்து வந்துவிட்டார்.

கட்டுக்கட்டாக அடுக்கி எடுத்து வரப்பட்ட கடிதக் குவியலின் மத்தியில் ஒரு கடித மேலுறை என் கவனத்தை ஈர்த்தது. அக்கடித மேலுறை, ஏதோவொரு புத்தகத்தின் மேலட்டையால் செய்யப்பட்டு, அதன் மேல் ஒரு கோழி இறகும் ஒட்டப்பட்டிருந்தது. சீன மரபில் கோழி இறகு ஒரு அவசர துயர செய்தியின் சமிக்ஞை ஆகும். நான் வசிக்கும் “நின்ஜாங்” என்ற ஊரில் இருந்து 150 மைல் தொலைவில் உள்ள சிறிய கிராமத்திலிருந்து அந்தக் கடிதம் வந்திருந்தது.

பெருமதிப்பிற்குரிய சின்ரன் மேடம் அவர்களுக்கு,

தங்களது நிகழ்ச்சியினை தொடர்ந்து கேட்டு வருபவன் நான். நான் மட்டுமல்ல எங்களது கிராமத்து மக்களும் உங்களது வானொலி நிகழ்ச்சியினை விரும்பிக் கேட்பார்கள். ஆனால் நான் இப்பொழுது உங்களுக்கு இக்கடிதம் எழுதிய காரணம் உங்களது நிகழ்ச்சியினைப் பற்றி புகழ்ந்து சொல்வதற்கு அல்ல. உங்களுக்கு ஒரு ரகசியத்தகவல் சொல்வதற்காக. ஊரறிந்த விசயம் ரகசியமாக கருதப்படாது என்றால் இதுவும் ரகசியம் அல்ல. ஏனென்றால் நான் சொல்ல வரும் செய்தி என் கிராமத்தின் மொத்த மக்களும் அறிந்த ஒரு செய்திதான்.

எங்களது கிராமத்தில் வசிக்கும் அறுபது வயதுக் கிழவர் ஒருவர் சமீபத்தில் சிறு வயது பெண் ஒருத்தியைக் கூட்டி வந்து இருக்கிறார். வயதில் சிறுமி போன்ற தோற்றத்தில் இருக்கும் அவளை, ஒருவேளை இவர் கடத்தி வந்து இருப்பாரோ என்று சந்தேகிக்கிறேன். இது எங்கள் கிராமத்திற்கு ஒன்றும் புதிது இல்லை தான். எங்கள் பகுதியில் அடிக்கடி நடப்பதுதான். யாராவது இப்படிப் பெண்களை அழைத்து வருவதும், சரியான சமயம் பார்த்து அப்பெண்கள் தப்பித்து ஓடிப்போவதும் வழக்கமாக நடக்கும் விசயங்கள்தான். எங்கே மற்ற பெண்களைப்போல் தன் இளம் மனைவியும், ஓடிப்போய் விடுவாளோ என்று அவளது கிழக்கணவன் அவளை இரும்பு சங்கிலிகளால் பிணைத்து வைத்திருக்கிறான். அந்த இரும்புக் கம்பிகள் அவளது மணிக்கட்டினை சுற்றி இறுக்கி புண்ணாக்கி ரத்தப் பெருக்கு ஏற்பட்டுள்ளது. அவளது உடைகளை நனைக்கும் அளவிற்கு

ரத்தம் அவளது கைகளில் இருந்து வழிந்துகொண்டே இருக்கிறது. இதே நிலைமை நீடித்தால் அவள் விரைவில் இறந்து போகும் அபாயம் இருக்கிறது. மிருகம்போல அவளை சங்கிலிகளில் கட்டி வைத்து இருப்பதை பார்க்க பரிதாபமாக இருக்கிறது. தயவு செய்து விரைந்து ஏதாவது செய்து அந்த சின்னப் பெண்ணைக் காப்பாற்றுங்கள். இந்த விசயத்தை நான்தான் வெளியில் சொன்னேன் என்று எங்கள் கிராமத்து மக்களுக்கு தெரிந்து விட்டால் என்னையும் என் குடும்பத்தினரையும் ஊரைவிட்டு விரட்டி விடுவார்கள். அதனால் நீங்கள், தயவுசெய்து என் பெயரை உங்கள் நிகழ்ச்சியில் கூறிவிடாதீர்கள். உங்கள் நிகழ்ச்சி மென்மேலும் வளர்ந்து சிறப்படைய வாழ்த்துகள்.

இப்படிக்கு தங்கள் விசுவாசமுள்ள நேயர்

ஜ்கங் ஜியோசுவான்

இந்தக் கடிதத்தின் எழுத்துகளை பார்க்கும்போது, இது ஏதோ சிறுவன் எழுதியதுபோல், கிறுக்கலாக இருக்கிறது. ஆனாலும் இக்கடிதத்தை என்னால் அலட்சியம் செய்ய இயலவில்லை. நான் வானொலியில் தொகுப்பாளிளனியாக ஆன பின்பு, எனக்கு எத்தனையோ நேயர் கடிதம் வந்திருக்கிறது. அந்தக் கடிதங்களில் இல்லாத ஏதோ ஓர் உண்மையும், அக்கறையும், இக்கடிதத்தின் குழந்தை எழுத்துகளில் இருந்தது. அந்த முகம் தெரியாத சிறுமி எந்த அளவு பரிதாபமான சூழலில் இருந்தால், இன்னொரு சிறுவன் இவ்வளவு அக்கறை எடுத்துக் கடிதம் எழுதியிருப்பான் என்று இக்கடிதத்தின் பின்புலத்தை யோசித்துப் பார்த்தேன். பகீரென்றது.

என் ஒவ்வொரு நிகழ்ச்சியை துவக்குமுன்பும், நான் உங்கள் சின்ரன் பேசுகிறேன் என்று சொல்வேன். சீன மொழியில் சின்ரன் என்றால் "உங்கள் மகிழ்ச்சிக்காக" என்று அர்த்தம்.

வசந்த காலத்தின் துவக்கத்தை பற்றிய ஓர் அரிய கவிதையில் சூ சிகிங் *"Xin Xin ran zhang kai le yan"* என்று எழுதியிருந்தார். அதாவது,

"இயற்கை தன் கண்களைத் திறக்கும்போதே, உங்கள் மகிழ்ச் சிக்கான புதிய வாசல்களையும் திறக்கிறது" என்பது அதன் அர்த்தம்.

என் வானொலி நிகழ்ச்சி, அதைக் கேட்கும் நேயர்களுக்கு, புதிய செய்திகளை சொல்லிக் கொடுத்து, புதிய வாசல்களையும் திறக்கிறது என்று என்னால் பெருமையுடன் சொல்லிக் கொள்ள

இயலும். நேயர்களுக்கு மட்டுமல்ல எனக்கும்கூட என்னுடைய இந்த நிகழ்ச்சியின் வாயிலாக புதிய அனுபவங்கள் கிடைக்கின்றன. ஊடகம் என்பது பிரச்சார பீரங்கி மட்டுமே என்ற எண்ணத்தில் மற்ற பத்திரிக்கையாளர்கள் இதை வேலையாக மட்டுமே செய்து வருகின்றனர். இந்த சூழலில், நான் அதையும் தாண்டி, இந்த "பொதுஜனத் தொடர்பு சாதனத்தை" சமூக விழிப்புணர்வுக்கான கருவியாக மாற்ற இயலுமா என்று முயற்சி செய்துகொண்டு இருக்கிறேன். நான்கு மாதங்களுக்கு முன் ஒருநாள், "வாழ்வின் மிகுந்த கடினமான சவால்களை சமாளித்து முன்னேறுவது எப்படி" என்ற தன்னம்பிக்கை வளர்க்கும் விசயங்கள் பற்றி என் நிகழ்ச்சியில் விவாதித்தேன். அதற்கு மிகுந்த வரவேற்பு இருந்தது. சீனாவில் மக்கள் இப்பொழுதுதான் அரசியல் குழப்பங்களைத் தாண்டி, வாழ்க்கையைப் பற்றி யோசிக்க ஆரம்பித்து உள்ளனர். இப்பொழுது அவர்களுக்கு ஊக்கமும், நம்பிக்கையும் கொடுக்கும் விசயங்கள் குறித்த தேடல் அதிகரித்து உள்ளது. அப்படித் தேடு பவர்களுக்கு இளைப்பாறுதல் தரும் நிகழ்ச்சியாக என் நிகழ்ச்சி தன்னைதானே செதுக்கிக்கொண்டு வளர்ந்து வருகிறது.

1949களில் சீனாவில் ஊடகம் என்பது அரசியல் கட்சிகளின் எழுதப்படாத பிரச்சார பீரங்கியாக மட்டுமே இயங்கி வந்தது. மாநிலங்களுக்கான வானொலி, பத்திரிக்கை அதன் பிறகு மாநிலங்களுக்கான தொலைக்காட்சி என்று அரசாங்கத் தகவல்களை மக்களுக்குத் தெரியப்படுத்தும் தகவல் ஒலிபரப்பு சாதனமாகத்தான் அவை செயல்பட்டு வந்தன.

நாட்டின் எல்லா ஊடகங்களும், சீன மக்களை ஒருமித்த குரலில் அணுகி ஒரே செய்திகளைத் தெரிவித்தன. வெளிநாட்டுச் செய்திகள், நம்ப இயலாத, விசித்திர தேவதைக் கதைகளில் வருவதைப் போன்று அபூர்வமானதாக இருந்தது.

1983களில் ஒரு பூ மலர்வதைப் போன்ற லாவகத்துடன், கொஞ்சம் கொஞ்சமாக இந்த சூழலை "டெங் சியோபிங்" மாற்றினார். இந்த மாற்றம் பத்திரிக்கையாளர்களுக்கு ஒரு சவா லானதாக இருந்தது. தன்னம்பிக்கையும், சவால்களை எதிர் கொள்ளும் தைரியமும் உள்ள பத்திரிகையாளர்களுக்கு, அவர்கள் செய்திகளை புதிய வடிவில், மக்களிடையே மாற்றத்தை உருவாக்கும் விதமாகக் கொண்டு செல்வதற்கு, நல்லதொரு வாய்ப்பாக இந்தக் காலகட்டம் இருந்தது. சாக்குப் பைக்குள் திணித்து, மூச்சு முட்ட கட்டி வைக்கப்பட்ட ஊடகத்தின் கட்டுகளை தளர்த்தி, மூட்டை யில் இருந்து எட்டிப் பார்க்க அனுமதி அளித்த காலம் இது. மக்களிடம் ஊடகம் நெருங்கிச் செல்லும் அதே சமயம், தனி மனிதக் கதைகளை விரிவாக செய்திகளில் அலசுவது என்பது,

மிகவும் கொடூரமான விளைவுகளை சமூகத்தில் ஏற்படுத்தும் அபாயத்திற்கும் வாய்ப்பு இருந்தது. என்னுடைய "தென்றல் இரவில் ஒரு வார்த்தை" நிகழ்ச்சியின் மூலம் மக்களுக்கும் எனக்கு மான நெருக்கத்தை அதிகரித்து, கடந்த நாற்பது வருட சமூக வாழ்க்கையில் போராட்டங்களையும், அடக்குமுறைகளையும், துப்பாக்கியின் புகைகளையும் மட்டுமே சுவாசித்த மக்களுக்கு மனம்விட்டுப் பேசவும், தங்களிடம் மறைந்துள்ள திறமைகளை வெளிக்கொணரவும் ஒரு சின்ன வாய்ப்பை ஏற்படுத்திக் கொடுத்தேன்.

சீனத்தின் மிகப் பெரிய எழுத்தாளரும், தத்துவ மேதையுமான லூ சூன் ஒரு முறை குறிப்பிட்டார், "நண்டை சாப்பிடும் முதல் மனிதன் சிலந்தியையும் சாப்பிட்டுப் பார்த்துவிட்டு, நண்டே அருமையான உணவு என்று முடிவுக்கு வருவான். நேயர்கள் இது போன்றதொரு நிகழ்ச்சியை முதன் முதலாகக் கேட்பதனால் இதை நண்டு உணவைப் போன்றதென்று உணர்வார்களா, இல்லை சிலந்தி உணவினைப் போல் தகுதியில்லாதது என்று ஒதுக்குவார்களா என நான் தெரிந்துகொள்ள ஆர்வமாக இருந்தேன்... ஆனால், என்ன ஆச்சர்யம். ஏராளமான நேயர்கள்... நண்டு போன்றதொரு நல்ல உணவு என்ற முடிவினையே தங்கள் கருத்தாக கடிதம் வாயிலாக எழுதிக் குவித்து விட்டார்கள்."

சாதாரணமாக கடிதங்கள் நிகழ்ச்சியைப் பாராட்டியோ இல்லை விமர்சித்தோ வருமே தவிர, உதவி கேட்டு இதுவரை ஒரு கடிதம்கூட வந்ததில்லை. அந்தக் கிராமத்து சிறுவன் எழுதிய கடிதம்தான் முதன் முதலில் என்னை களத்தில் இறங்கி வேலை செய்யச் சொல்லி வேண்டுகோளுடன் வந்தது. அந்தக் கோரிக்கை நியாயமாகப்பட்டாலும், இதைச் செய்வதா வேண்டாமா என்று எனக்குக் குழப்பமாக இருந்தது. இது என் தகுதிக்கு மீறிய ஒரு கோரிக்கை என்று பட்டதால் நான் என்னுடைய நிகழ்ச்சி மேலாளரை அணுகி விவரங்களைத் தெரிவித்தேன். அவர் இதுகுறித்து நடவடிக்கையாக எதைச் சொன்னாலும் அதை மட்டுமே செய்ய வேண்டும் என்று எனக்குள் முடிவு செய்து கொண்டு அவரை அணுகினேன். ஆனால் அவரோ நான் எதிர் பாராத விதமாக, உடனடியாக அந்தப் பகுதியைச் சேர்ந்த உள்ளூர் காவல் நிலைய அதிகாரியைத் தொடர்பு கொண்டு வேண்டிய நடவடிக்கைகளை எடுக்கச் சொல்லி எனக்கு முழு உரிமையும் கொடுத்தார். அவருடைய அனுமதி கிடைத்ததும், அளவில்லா உற்சாகத்துடன், கிராமத்து சிறுவனின் கோரிக்கையை நிறைவேற்ற அசுர பலத்துடன் களம் இறங்கினேன்.

ஆனால், நான் தொடர்புகொண்ட காவல் நிலைய அதிகாரியோ, மிகவும் நிதானமாக, இந்த விசயத்தில் நீங்கள்

கொஞ்சம் அவசரப்படாமல் நிதானமாக இருக்கிறீர்களா என்று சொல்லி என் ஆர்வத்தை உடனடியாகக் கொலை செய்தார். "அம்மா, இதுபோன்ற விசயங்கள் நாடு முழுவதும் நிறைய நடந்துகொண்டு இருக்கிறது. உங்களைப் போல ஒவ்வொருவரும், கொந்தளிக்க ஆரம்பித்தார்கள் என்றால், நாங்கள் இறக்கும் வரையிலும் இந்த வேலையைத் தவிர வேறு எதுவும் செய்ய முடியாது. சரி எதுவானாலும், இது ஒரு தடாலடியாக இறங்கக் கூடிய முக்கிய வழக்கு கிடையாது. இருந்தாலும் நீங்கள் பத்திரிக்கையாளர் என்பதால், நான் உங்கள் புகாரை பதிவு செய்கிறேன். எங்கள் பகுதியில் போலீசில் ஆள்பலமும் குறைவு, வேலை செய்ய தேவையான பணமும் குறிப்பிட்ட அளவுதான் அரசாங்கத்தால் வழங்கப்பட்டு இருக்கிறது. அதுமட்டுமல்ல இந்த விசயத்தில் நான் உங்களுடன் இணைந்து செயல்பட வேண்டுமானால் நான் மிகவும் எச்சரிக்கையாக இருக்க வேண்டியதிருக்கும். இப்பகுதி கிராமத்து மனிதர்கள் எதற்கும் பயப்படாத முரடர்கள். நாம் அந்த கிராமத்துக்குள் செல்லும் போது ஆத்திரத்தில் நம் காரை அடித்து நொறுக்கி, நம்மைத் தாக்கவும் தயங்க மாட்டார்கள். அவர்கள் காலம் காலமாக பின்பற்றி வரும் சில விசயங்களைப் பாதுகாக்க, தங்களது குலப் பாரம்பரியத்தை, கவுரவத்தைக் குலைக்கும் செயல் எனக் கருதும் எவற்றையும் தகர்க்க, நாம் நம்ப முடியாத எல்லை வரை சென்று மூர்க்கமாக செயல்படுவார்கள். பழி வாங்கும் நடவடிக்கையில், பாட்டனால், முப்பாட்டனால் முடியவில்லை என்றால் அதை "குலப்பலி கொள்கை"யாக எண்ணி, அவர்களின் வாரிசுகள் தொடர்ந்து வெறித்தனமாக செயல்பட்டு, இரத்தப் பழி வாங்கி தங்களது குடும்பப் பாரம்பரியத்தை நிலைநாட்டிய செயல்கள் இப்பகுதியில் நிறைய நடந்து இருக்கிறது."

அவருடைய அந்த நீண்ட பேச்சு எனக்கு சலிப்பைத் தந்தது. "சரி, அதற்காக.. என்ன சொல்ல வருகிறீர்கள்?... என்னால் நீ கூறும் இந்த விசயத்தில் எந்த நடவடிக்கையும் எடுக்க முடியாது. அந்தப் பெண்ணைக் காப்பாற்ற முடியாது என்று சொல்ல வருகிறீர்களா?" என்று கேட்டேன்.

"இல்லை... என்னால் முடியாது என்று சொல்ல வரவில்லை. ஆனால்..." என்று அந்தக் காவல் நிலைய அதிகாரி முடிக்கும் முன் நான் குறுக்கிட்டேன்.

"ஆனால், என்றால்....?"

"அவசரமாக இன்றே ஓடி செய்ய வேண்டியது இதில் எதுவுமில்லை. நிதானமாக ஒவ்வொரு அடியாக யோசித்து

செயல்பட வேண்டும் என்று சொல்ல வருகிறேன்" என்று அந்த காவலதிகாரி முடித்தவுடன் எனக்குக் கோபம் தலைக்கேறியது.

"அப்படியெல்லாம் ஓர் உயிரை அணு அணுவாக சாகக் கொடுக்க முடியாது ஆபிசர்" என்றேன் கடுமையாக.

அந்த அதிகாரி நக்கலாகச் சிரித்தார்.

"காவலதிகாரிகள் நெருப்புடன் போராடுவார்கள். பத்திரிக்கையாளர்கள் நெருப்பைப் பற்ற வைப்பார்கள் என்ற சொலவடையில் ஆச்சரியம் எதுவுமில்லை. அது சரி, உங்கள் பெயர் என்ன?. திரும்ப சொல்லுங்கள்…" என்றார், அந்த அதிகாரி மேலும் கிண்டலுடன்.

"சின்ரன்." பல்லைக் கடித்தபடி கோபத்துடன் சொன்னேன்.

"ஆமாம்… ஆமாம்… சின்ரன் நல்ல பெயர்… ஓகே. சின்ரன் எங்கள் அலுவலகத்துக்கு வாருங்கள். நான் இந்த விசயத்தில் உங்களுக்கு உதவி செய்கிறேன்." அவர் பதிலளித்த விதமும், அந்தக் குரலின் பாவனையும், அவர் தன் கடமையை செய்கிறேன் என்பதைவிட எனக்கு உதவி செய்வதற்காகவே இந்த வேலையில் இறங்குகிறார் என்றே தோன்றியது.

நான் அவரது அலுவலகத்துக்கு சென்றேன். ஒரு சீனக்கார போலீசின் இலக்கணங்களுக்கு எந்த மாற்றமும் இல்லாத தோரணையும், உடல் வலுவும், திமிர் கொண்ட பார்வையுடனும் விறைப்பாக இருந்தார் அந்த அதிகாரி.

கிராமங்களில் அரசர்கள்கூட தொடுவானம் போல நெருங்க இயலாத தொலைவில் இருப்பார்கள் என்றார். இந்த வார்த்தைகளை அவர் என்னிடம் கூறியதன் மூலம் எனக்கு அவர் உணர்த்தும் உட்பொருள், கிராமங்களில் சட்டமும், அதிகாரமும் செல்லுபடியாகாது என்பதே.

"அந்தப்பகுதி கிராமத்து விவசாயிகள் அச்சமடைவது அவர்கள் விவசாயத்துக்கு தேவையான விதை நெல், உரங்கள், பூச்சி தெளிப்பான்கள் மற்றும் விவசாயக் கருவிகளை கொடுக்கும் அதிகாரத்தில் இருக்கும் உள்ளூர் விவசாய அதிகாரிகளுக்கு மட்டுமே" என்று மேலும் தான் முன்பு சொன்ன விசயங்களையே வேறு வார்த்தைகளில் சொன்னார்.

முதலில் அந்தக் காவலதிகாரியின் வார்த்தைகள் என்னை எரிச்சலூட்டினாலும், களத்தில் இறங்கி செயல்படும்போதுதான் தெரிந்தது அவர் கூறியது அத்தனையும் அனுபவத்தில் இருந்து சொல்லப்பட்ட வார்த்தைகளென்று.

என்னை மூன்று போலீஸ் கான்ஸ்டபிள்கள் தங்களது போலீஸ் வேனில் அந்தக் கிராமத்துக்குக் கூட்டிச் சென்றனர். நாங்கள் அந்தக் கிராமத்திற்குள் நுழையும்போதே, அங்குள்ள கிராமத்து மக்கள் எங்கள் வேனை சூழ்ந்துகொண்டு தங்களது முஷ்டிகளை உயர்த்தியும், வசவு வார்த்தைகளால் எங்களை கோஷமிட்டு திட்டவும் செய்தார்கள். எங்கள் வேன் ஒரு அங்குலம்கூட முன்னேற முடியாமல் தவித்தபோது அந்த கிராமத்து அதிகாரியே தலையிட்டு வேனின் அருகில் வந்து மூர்க்கமான அந்தக் கூட்டத்தை கட்டுப்படுத்தி எங்களுக்கு வழி ஏற்படுத்திக் கொடுத்தார். அதுமட்டுமல்லாமல் அத்தனை போலிஸூம் அதிகாரிகளும் சென்றும், அவர்களால் கிராமத்து மக்களை எதிர்த்து எதுவும் செய்ய இயலவில்லை. கடைசியில், “அந்தப் பெண்ணை விடுவிக்கவில்லையென்றால், இந்த வருடம் மொத்தமாக எவருக்கும் உரமோ மற்ற விவசாயப் பொருட்களோ தரமாட்டேன்” என்ற அப்பகுதி கிராமத்து அதிகாரியின் மிரட்டலே அங்கு அதிகாரமாய் செயல்பட்டது.

அந்தப் பெண்ணிற்கு ஒரு பன்னிரண்டு வயதுதான் இருக்கும். கைகளில் இரும்பு சங்கிலிகளை விலங்காக மாட்டிக்கொண்டு, கேவலமான அடிமை போல் நின்ற அந்த சிறுமியைப் பார்க்க மனம் வெடித்துச் சிதறியது. முதலில் அவளை அனுப்ப மாட்டேன் என்று திமிராகக் கூறிய அந்தக் கிழவன், அதன் பிறகு அவளைப் பிரிந்து என்னால் இருக்க இயலாது என்று அழுது ஆர்ப்பாட்டம் செய்ய ஆரம்பித்தான். பின் அதிகாரியின் மிரட்டலுக்குப் பயந்து, வேண்டா வெறுப்பாக அவளை எங்களுடன் அனுப்பி வைத்தான். எனக்கு முதன்முதலில் கடிதம் எழுதிய சிறுவனைப் பற்றி நான் ஒருவரிடமும் கேட்கவில்லை. எனக்கு உள்ளூர அவனை சந்தித்து நன்றி சொல்லவே ஆசை. ஆனால் அந்த காவலதிகாரி அதற்கு எனக்கு அனுமதி தர மறுத்து விட்டார். அந்தச் சிறுவன் யார் என்று தெரிந்து, அவன் கடிதம் மூலம் தகவல் சொன்ன விவரங்கள் அவர்களுக்குத் தெரிந்துவிட்டால், ஆத்திரத்தில் அவனையும் அவன் குடும்பத்தினரையும் கொலைகூட செய்யத் தயங்க மாட்டார்கள் என்று எனக்கு தெளிவுபடுத்தினார்.

கண்ணெதிரே கிராமத்து விவசாயிகளின் வலிமையையும், வீரியத்தையும் கண்டவுடன்தான் எனக்குப் புரிபட்டது. சியாங் கை ஷேக் மற்றும் அவரது அதி நவீன ஆயுதங்களைக் கொண்ட அமெரிக்க மற்றும் பிரிட்டிஷ் ராணுவங்களை மாவோயிஸ்ட்டுகள், எப்படி விவசாயிகளின் துணையுடன் வென்றார்களென்று.

அந்தச் சிறுமி ஒரு போலிஸ் அதிகாரி மற்றும் எங்கள் வானொலி ஊழியர் ஒருவர் பாதுகாப்புடன் அவளது சொந்த

ஊரான சின்னிங்கிற்கு அனுப்பி வைக்கப்பட்டாள். அங்கு போன பிறகுதான் தெரிந்தது, அவளது பெற்றோர்கள் அவளைக் காணாமல் தவித்து, தேடுவதற்காக கிட்டத்தட்ட 10,000 யேன் கடன் வாங்கி செலவழித்துள்ளார்களென்று. பெரும் போராட்டத் திற்குப் பின்தான் அந்தப் பெண்ணை காப்பாற்ற முடிந்ததென்று தெரிந்தும், என் நிறுவனத்தில் எனக்கு எந்தப் பாராட்டுப் பத்திரமும் கொடுக்கப்படவில்லை. ஆனால் அதற்கு பதில் இது நமக்கு தேவையில்லாத வேலையென்றும், இதற்காக நிறுவனத்தின் பணத்தையும் நேரத்தையும் நான் விரயம் செய்து விட்டதாக குற்றச்சாட்டையே பரிசாகக் கொடுத்தனர். இந்த குற்றச்சாட்டினை நான் பொருட்படுத்தவேயில்லை. ஆனால் ஒரு சிறுமி பாலியல் வன்கொடுமையில் இருந்து காப்பாற்றப்பட்ட விசயம் இவர்களுக்கு தேவையில்லாத பண விரயம் மற்றும் வேலைப்பளு என்றும் தோன்றுகிறது. அந்தக் கிராமத்து மக்களோ பாவப்பட்ட பெண்ணிற்காக பேசாமல், கிழவன் பாவம் என்று அவனுக்காகத்தான் அனுதாபப்பட்டார்கள்.

அப்படியானால், இந்த சீன சமூகத்தில் பெண்களைக் குறித்த மதிப்பீடு என்னவாக இருக்கிறது?

இந்தக் கேள்வி ஒவ்வொரு கணமும் என் சிந்தனைக்குள் ஊர்ந்து என்னை சித்திரவதை செய்தது. என் நிகழ்ச்சியைப் பார்த்துவிட்டு கடிதம் எழுதுவதில் பெரும்பாலானோர் பெண்கள். அந்தக் கடிதங்களில் அவர்கள் தங்கள் பெயர்களை குறிப்பிடாமல் மர்மக் கடிதமாகவோ, இல்லை ஏதாவது புனைப் பெயரிலோ தான் எழுதுவார்கள். ஆனால் அக்கடிதங்கள் தாங்கி வரும் விசயம் என்னை அதிர்ச்சிக்குள்ளாக்குவதாகவே இருக்கும். நான் சீனாவின் பெண்களை நன்கு புரிந்து வைத்து இருப்பதான கற்பனையில் இருந்தேன். அந்தக் கடிதங்களைப் படித்த பின்தான் புரிந்தது என்னுடைய கணிப்பு அவ்வளவும் தவறென்று. என்னைப் போன்ற சக பெண்கள் தாங்கள் வாழ்வதற்காக போராடும் போராட்டம் இவ்வளவு வலி மிகுந்தது என்ற உண்மை நான் கனவில்கூட நினைத்துப் பார்க்காத ஒன்று.

எனக்கு வரும் கடிதங்களில் பெண்கள் குறிப்பிட்டு எழுதும் கேள்விகளில் பாதிக்கு மேல், அவர்களின் பாலியல் உறவு சார்ந்த பிரச்சனைகள் குறித்தே இருக்கிறது. எனக்கு ஒரு பெண் எழுதுகிறாள், பேருந்தில் பயணிக்கும்போது, சக ஆண் பயணியின் உடல் என் மேல் மோதும்போது, என் இருதயம் படபடவென்று வேகமாக துடிக்கிறதே, அதன் காரணம் என்ன? இன்னொரு பெண் எழுதுகிறாள், ஒரு ஆண் என் கைகளைப் பிடித்தால் எனக்கு ஏன் வேர்க்கிறது?

சீனாவில் நீண்ட காலமாக, பாலியல் தொடர்பான வெளிப் படையான விவாதங்களுக்கு தடை விதிக்கப்பட்டுள்ளது. அது மட்டுமல்ல திருமணமாகாத ஆண் பெண்ணிற்கு இடையேயான உடலுறவு என்பது சமூகத்தில் கண்டனத்துக்குரியதாகவும், அதற்கு எதிரான போராட்டங்களும், ஒருசில சிறைத் தண்டனைக்குரிய குற்றமாகவும்கூட பார்க்கப்படுகிறது. கணவன் மனைவிக்குள் நடக்கும் அந்தரங்க விசயங்களின் பிரச்சனைகள்கூட குற்றத்துக்குரிய தண்டனைக்கு முக்கிய தடயமாக எடுத்துக்கொள்ளப்படுகிறது. குடும்ப சண்டைகளில் ஒருவருக்கொருவர், போலீசில் இதைச் சொல்லி விடுவேன் என்று பகிரங்கமாக மிரட்டுவதுகூட வாடிக்கையான நிகழ்வுகளே. கிட்டத்தட்ட இரண்டு தலைமுறைகளாக சீனத்து மக்கள் தங்களது இயற்கையான பாலியல் உணர்வின் விசயங்களில் ஒரு குழப்பத்துடனேயே வாழ்ந்து வந்திருக்கின்றனர். அதுவும் குறிப்பாக பெண்களுக்கு பாலியல் குறித்த விழிப்புணர்ச்சி அறவே மறுக்கப்பட்டது.

அப்பொழுது எனக்கு 22 வயதிருக்கும். எங்கள் கல்லூரி யின் விழா ஒன்றின்போது எங்களுடைய துறையின் ஆண் பேராசிரியரின் கைகளைக் கோர்த்து நடக்க நான் மறுத்து விட்டேன். அவர் கரங்களை கோர்த்து நடந்தால் நான் கர்ப்பமாகி விடுவேன் என்ற அச்சமே காரணம். அந்த அளவுக்குத்தான் பாலியல் குறித்த புரிதல் எனக்கிருந்தது. “அவர்கள் இருவரும் நிலவின் ஒளியில் தங்களது கரங்களைக் கோர்த்துக் கொண்டனர். அந்த வசந்த காலத்தின் மத்தியில் அவர்கள் ஓர் அழகிய ஆண் மகனைப் பெற்றார்கள்” என்ற வரிகளை நான் ஒரு புத்தகத்தில் படித்துள்ளேன். இவை யெல்லாம் என் மனதில் கேள்விகளை எழுப்பிவிட்டன.

உடலுறவு என்றால் என்ன என்று தெரியாத சீனப் பெண் களின் அந்தரங்க வாழ்வு எப்படி நிறைவாக இருக்க முடியும்? சீனப் பெண்களின் யோனிகள், அவர்களின் உணர்வுகளின் தேடலுக்கு வடிகாலாக இல்லாது, ஆண்களின் பாலியல் இச்சை தீர்க்கும் கருவிகளாக மட்டுமே பயன்படுகிறதோ என்ற சந்தேகம் எனக்கு வலுத்தது. சீனப் பெண்களின் அந்தரங்க வாழ்க்கை குறித்து மேலும் தெரிந்து கொள்ளும் ஆவல் எனக்குள் பிறந்தது. சீனப் பெண்களின் வெவ்வேறு கலாச்சாரப் பின்னணியையும், அவர்களின் வாழ்வையும் ஆராய்வது என்று தீர்மானம் செய்து கொண்டேன்.

ஒல்டு சென் ஒரு மூத்த பத்திரிக்கையாளர், சமூகத்தில் பெரிய மனிதராக மதிக்கப்படுபவர். எனக்கு நல்ல நண்பர்.

நான்ஜிங் மாவட்டத்தின் மேயரே அவரைத் தேடி வந்து பார்த்துச் செல்லும் அளவிற்கு செல்வாக்கு உள்ளவர். அவரிடம்தான் முதலில் என் ஆராய்ச்சி பற்றிய தீர்மானத்தைக் கூறினேன். அவர் மேல் எனக்கு மிகுந்த மதிப்பும் மரியாதையும் இருந்தது. அதனால் என்னுடைய ஒவ்வொரு முயற்சியையும் குறித்து அவரிடம் விவாதித்து அவருடைய கருத்துகளை கேட்டபின்பே அதில் ஈடுபடுவேன். எனக்கும் அவருக்குமான வயது வித்தியாசங்களைத் தாண்டி, என்னால் எந்த ஒரு விசயத்தையும் அவரிடம் எளிதாக விவாதிக்க முடியும்... எந்த விசயம் குறித்தும் ஆழ்ந்த அறிவும் அனுபவமும், உள்ள அவர் சொன்னால் அது சரியாகவே இருக்கும் என்று எனக்கு அசைக்க இயலாத நம்பிக்கையுண்டு.

சீனத்தில் வழுக்கை என்பது அதீத ஞானத்தின் மறு உருவாக மதிக்கப்பட்டது. ஓல்டு சென்னுக்கு, தலை முழுவதும் வழுக்கையாகி, தலை எங்கு முடிகிறது முகம் எங்கு ஆரம்பிக்கிறது என்று தெரியாத அளவு எல்லாம் ஒன்றிணைந்து காணப்படும். நான் சீனப் பெண்கள் குறித்து ஆராயலாம் என்று இருக்கிறேன் என்றவுடன், அவர் தன் தலையை வேகமாக ஆட்டி, "நீ உலகம் புரியாத அப்பாவி" என்றார். அவரிடமிருந்து இந்த எதிர்வினையான பதிலை நான் எதிர்பார்க்கவில்லை. உற்சாகமிழந்த நான் சிறிது நம்பிக்கையிழந்தேன். நான் எதுவும் தவறாக சொல்லி விட்டேனா? சீனப் பெண்களை பற்றி நான் ஆராய வேண்டும் என்று சொன்னதில் என்ன அப்பாவித்தனம் இருக்கிறது? எனக்கு ஒன்றும் புரியவில்லை. சென் ஏன் அப்படி சொன்னார்? எனக்கு ஒரே குழப்பமாக இருக்கிறது என்று பல்கலைக்கழகத்தில் வேலை பார்க்கும் நண்பன் ஒருவனிடம் புலம்பினேன்.

அவனோ நான் கேட்ட கேள்விகளுக்கு பதிலளிக்காமல், "நீ கேக்குகள் செய்யும் இடத்திற்கு சென்று பார்த்து இருக்கிறாயா?" என்று கேட்டான்.

இதென்ன, இவன் வேறு எதையோ பேசுகிறானே? என்ற குழப்பத்தினூடே, "இல்லை" என்று தலையாட்டினேன்.

"நான் சென்று இருக்கிறேன். அன்றில் இருந்து நான் கேக்குகள் சாப்பிடுவதையே விட்டுவிட்டேன். நீ ஒருமுறை ஏதாவது கேக்குகள் செய்யும் பேக்கரிக்கு சென்று வா. நாம் மறுபடி இதைக் குறித்துப் பேசலாம்" என்றான். எனக்குக் குழப்பம் அதிகரித்தது. இருந்தாலும், அவன் என்ன சொல்ல வருகிறான் என்பதைப் புரிந்துகொள்ளவாவது ஒரு பேக்கரிக்கு செல்வது என்று முடிவெடுத்தேன்.

சுபாவத்திலேயே நான் ஒரு விசயத்தில் ஈடுபட்டு விட்டேன் என்றால் அதன் முடிவு தெரியும்வரை, என்னால் அமைதியாக இருக்க முடியாது. எனக்குப் பொறுமை கிடையாது. மனம் முழுக்க அது குறித்த தீர்வு கிடைக்கும் வரை உள்ளுக்குள் பரபர வென்று இருக்கும்.

மறுநாள் விடியற்காலை 5 மணிக்கே பேக்கரிக்கு சென்று விட்டேன். நான் வருவதாக முன்கூட்டியே அந்த பேக்கரி முதலாளியிடம் தெரிவிக்கவில்லை. ஆனாலும், நான் அங்கு போனதும் எனக்கு பெரிய எதிர்ப்பு ஒன்றுமில்லை. மாறாக என்னை மிகவும் மரியாதையாக அங்கு வரவேற்றனர். சீனாவைப் பொருத்தவரை, பத்திரிக்கையாளர்கள் மணிமுடி தரிக்காத அரசர்கள் போன்றவர்கள். அவர்கள் எந்த நேரமும், எந்த நிறுவனத்திற்குள்ளும் முன்னறிவிப்பின்றி செல்லலாம். அந்த பேக்கரியின் மேனேஜர் என்னை எதிர்பார்க்கவில்லை. எனினும், என் வேலையின் மேலுள்ள அக்கறை கண்டு அவருக்கு என்னை மிகவும் பிடித்துவிட்டது. இதுவரை, இவ்வளவு அதிகாலையில், விவரங்கள் சேகரிக்க ஆர்வத்துடன் ஓடிவரும் பத்திரிக்கையாளரை நான் வாழ்வில் சந்தித்ததே இல்லை. உங்களை நினைத்து எனக்கு பெருமையாக இருக்கிறது என்று சிலாகித்துக் கூறினார்.

பேக்கரியினுள், மங்கலான பல்புகளின் ஒளியில், ஏழு அல்லது எட்டுப் பெண்கள் ஒரு பெரிய அகன்ற குவளையில், முட்டைகளை உடைத்துப் போட்டுக்கொண்டு இருந்தார்கள். அவர்கள் அனைவரும், தொண்டையை செருமிக் கொண்டும், கர் கர்ரென்று காரிக் கொண்டும், இடைவிட்டு, இடைவிட்டு எச்சிலை காறித் துப்புவது போல் சப்தமிட்டுக் கொண்டும் வேலை பார்த்துகொண்டு இருந்தனர். எனக்கு அந்த சூழலும், அந்தக் கலவையான சப்தங்களும் அருவெறுப்பாக இருந்தன.

அவர்களில் ஒரு பெண்ணின் முகம் முழுக்க முட்டையின் மஞ்சள் கரு தெளித்து இருந்தது. ஒரு கைக்குட்டையால் அதை அவள் முகத்தில் தேய்த்து விட்டால், பெரும்பாலும் அவளுக்கு வேறெந்த அழகு சாதனமும் தேவைப்படாது. அங்கு இரண்டு ஆண் ஊழியர்கள், கேக்குகளுக்கான கலரையும், மேல் இடவேண்டிய கலவையையும் கலக்கிக்கொண்டு இருந்தார்கள். அது ஒரு நாள் முன்னரே செய்யப்பட்டு தயார் நிலையில் வைக்கப்பட்டிருந்தது. அந்தக் கலவையினுள் இப்பெண்கள் உடைத்துப் போடும் முட்டை கலக்கப்பட்டு, அருகில் உள்ள தானியங்கும் இயந்திரத் தில் வரிசையாக அடுக்கி வைக்கப்பட்டிருந்த டின்களில் நிரப்பப்பட்டது. கேக் பதப்படுத்தும் அடுப்பினுள் சென்று, கேக்கை நிறைத்துக்கொண்டு வெளிவரும் டின்களை சுமார்

பன்னிரெண்டு பெண்கள் எடுத்து அட்டைப் பெட்டிகளில் அடைத்துகொண்டிருந்தார்கள். அவர்களில் ஒரு சிலரின் வாய் ஓரத்தில் கேக்கின் துணுக்குகள் ஒட்டிக் கொண்டிருந்தன. அந்த பேக்கரியைவிட்டு வெளியே வரும்போது என்னுடைய சக பத்திரிக்கையாளர் ஒருவர் என்னிடம் ஒருமுறை சொன்னது நினைவிற்கு வந்தது. "உலகிலேயே அருவெறுப்பான இடம் எது என்றால், கழிவுநீர் தொட்டிகளோ, கழிவறைகளோ இல்லை. உணவு விடுதிகளின் சமையலறைகளும், உணவு பதப்படுத்தும் தொழிற்சாலைகளும்தான்."

பேக்கரியைப் பார்த்ததும், இனி என் வாழ்நாளில் ஒருபோதும் கேக்குகளை தின்பதில்லை என்ற முடிவுக்கு என்னால் உடனே வர முடிந்தது. ஆனால் இதையும், சீனப் பெண்கள் குறித்த ஆராய்ச்சியையும் எப்படி ஒன்றிணைக்கிறார்கள் என்பது மட்டும் எனக்குப் புரியவில்லை. ஒன்றும் புரியாமல் என் பல்கலைக்கழக நண்பனைத் தொலைபேசியில் அழைத்துப் பேசினேன்.

"அந்த அருமையான, சுவைமிக்க கேக்குகள் எப்படி தயாரிக்கப்படுகின்றன என்று நீ பார்த்தாயே அதுதான் பெண்களின் நிலை. அந்தக் கேக்குகளை நீ கடைகளில் மட்டுமே பார்த்தால் உனக்கு வேறு எந்த சிந்தனையும் வராது. ஆனால் இந்தக் கேக்குகள் இப்படித்தான் தயார் செய்யப்படுகிறது, இவ்வளவு மோசமான சுகாதாரக் குறைவான விசயங்கள் இந்தத் தயாரிப்பின் பின்னணியில் உள்ளது என்பதை பொது வெளியில் நீ சொன்னால் அதன் விளைவு என்னவாக இருக்கும் என்று நீ நினைக்கிறாய்? மக்கள் உடனே கொதித்து எழுந்து கேக்குகள் சாப்பிடுவதை நிறுத்தி விடுவார்கள் என்றா? இதேதான் நடக்கும் சீனப் பெண்களை குறித்து நீ ஆராய்ந்து உண்மைகளை வெளிப்படுத்தினாலும், நீ எளிதாக பெண்களை அணுகலாம். அவர்களின் வாழ்வில் புதைந்துள்ள ரகசியங்களைக் கண்டுபிடிக்கலாம். ஆனால், அதனால் என்ன பெரிய மாற்றம் நிகழ்ந்து விடும்? உன்னால் இப்பெண்களின் வாழ்வு குறித்து என்ன தீர்மானத்திற்கு வர இயலும்? அல்லது இந்த சமூகத்தின் கட்டமைப்பில் பெண்களின் நிலை குறித்த சட்டங்களை மாற்றி ஒரு சமூகப் புரட்சி செய்ய இயலுமா? எத்தனைப் பெண்கள் மனம் திறந்து உன்னிடம் பேசுவார்கள் என்று நினைக்கிறாய்? உன்னுடைய முயற்சிக்கு எத்தனை பெண்கள் ஆதரவு தருவார்கள் என்று எதிர்பார்க்கிறாய்? நீ இதை செய்யக்கூடாது என்று சொன்ன உன் சக பத்திரிக்கை நண்பர் உண்மையில் மிகவும் அறிவாளி என்று எண்ணுகிறேன். அவர் உனக்கு சரியாகத்தான் சொல்லியிருக்கிறார். நீ உன் முடிவை மறுபரிசீலனை செய்தால் நன்றாக இருக்கும்" என்பது அவன் பதிலாக இருந்தது.

2

ஒல்டு சென்னும், என்னுடைய பல்கலைக்கழக நண்பனும், சரியாகவே சொல்லியிருக்கிறார்கள். ஒரு பெண்ணை இந்த நாட்டில் மனம்விட்டுப் பேச வைப்பது என்பது பெரும்பாடாகவே இருக்கிறது. சீனாவில் பெண்கள் நிர்வாணமாக அடுத்தவர் முன் காட்சியளிப்பது என்பது மிகவும் அவமானகரமான செயலாகக் கருதப்படுகிறது. அது அழகியல் என்று கருதப்படுவதில்லை. உடல் முழுவதையும் மூடி இருப்பதே இங்கு பெண்களுக்கு விதிக்கப்பட்டதாக இருக்கிறது. அல்லது அது அவர்களுக்கும் பிடித்ததாக இருக்கிறது. ஒரு பெண்ணை அணுகி அவளை மனம் விட்டுப் பேச வைத்து பேட்டி எடுப்பதென்பது பெண்களை அவர்களின் உடைகளைக் களைந்து நிர்வாணமாக நிற்கச் சொல்லி கேட்பதைப் போல. இதனால், சீனப் பெண்களைக் குறித்த என் ஆராய்ச் சிக்கு, பலவித நுட்பமான வழிமுறைகளை கையாள வேண்டிய தேவையிருந்தது. சரி, இந்த முயற்சியை விட்டுவிடலாம் என்று நினைத்தால் எனக்கு வந்த பெண்களின் கடிதங்கள் பெரும்பாலும் நிறைய ஏக்கங்களையும், நம்பிக்கைகளையும் தாங்கியே வந்தன. என்னுடைய நிகழ்ச்சியின் இயக்குனரிடம், நிகழ்ச்சியின் முடிவில், பெண்களுக்கான பிரத்யேக தபால் பெட்டி பகுதியை இணைக்கலாமா என்று கேட்டேன். அப்படி இணைக்கப்பட்டால் எனக்கு வந்த கடிதங்களில் முக்கிய விசயங்கள் தாங்கி வந்த கடிதங்களை நேயர்களுக்குப் படித்துக் காட்டி,

அது குறித்து அவர்களுடன் விவாதித்து பிரச்சனைக்கு தீர்வு காணலாமே என்று தோன்றியது. அவர் என்னுடைய இந்த வேண்டுகோளை எதிர்க்கவில்லை. அவருக்குமே உள்ளூர சீனப் பெண்களின் சிந்தனைகள் குறித்து தெரிந்துகொள்ளும் ஆர்வம் இருந்தது. அதைத் தெரிந்துகொள்வதில் அவருக்கு இன்னொரு பயனும் இருந்தது. அவருக்கும் அவர் மனைவிக்குமிடையேயான புரிதல் இல்லாத வாழ்வை எப்படி எதிர்கொள்வது என்பதற்கான பதிலும் கிடைக்கலாமல்லவா? ஆனால் அவர் நிகழ்ச்சியில் மாறுதல் எதையும் தானே செய்துவிட முடியாது. அதனால் நான் இதனை வேண்டுகோளாக எங்களது தலைமை அலுவலகத்துக்கு எழுதி அதற்கான தேவைகளையும் விளக்கிக்கூறி அனுமதி வாங்க வேண்டும். இது போன்ற அனுமதி வாங்குவதில் எனக்கு மட்டுமே சிறிது அனுபவம் இருந்தது. எங்கள் அலுவலகத்தில் உள்ள மற்றவர்கள் யாவரும் எந்தவொரு விசயத்தையும் தெரிந்து, எடுத்துக் கையாளுவதில் ஒரு திறமையும் இல்லாதவர்களாகவே இருந்தார்கள். எதுவானாலும் மேலிடம் சொல்வதே இறுதித் தீர்ப்பு.

ஆறு வாரங்களுக்குப் பிறகு நான் அனுப்பிய விண்ணப்பக் கடிதம், நான்கு சிவப்பு நிற முத்திரைகளை தாங்கி அலுவலகத்துக்கு திரும்பி வந்தது. ஏற்கெனவே எனக்கு ஒதுக்கப்பட்ட நேரத்தில் இன்னமும் பத்து நிமிடத்தை அதிகரிக்கச் சொல்லி... அப்படியே நான் வானத்தில் இருந்து மிதந்து கீழே விழுவது போல் பரவசமாக உணர்ந்தேன். என் எதிர்பார்ப்பையும் தாண்டி, பெண்களின் பிரத்யேக பத்து நிமிட தபால்பெட்டி நேரத்திற்கு மிகப் பெரிய வரவேற்பு இருந்தது. வாசகர்களின் கடித எண்ணிக்கை அதிகரிக்க துவங்கியது. கிட்டத்தட்ட ஒரு நாளைக்கு 100 கடிதங்களுக்கும் மேல் வரத் துவங்கியது. ஆறு பல்கலைக்கழக மாணவர்கள் இக்கடிதங்களை;ரீ படித்து, தேர்வு செய்ய எனக்கு உதவினார்கள். கடிதங்களும் பல விசயங்களை தாங்கி வந்தன.

வெவ்வேறு தளங்களில், வெவ்வேறு கலாச்சாரப் பின்னணி யில் இயங்கும் படித்த, வேலை பார்க்கும் பெண்கள், சமூக அக்கறைகொண்ட பெண்கள், மற்றும் இல்லத்தரசிகள் என பல்வேறு தரப்பினரிடமிருந்தும் நிகழ்ச்சிக்கு நல்ல வரவேற்பு நாளுக்கு நாள் அதிகரித்துக்கொண்டே சென்றது. விவரம் புரிந்தவர்கள் கடந்த 70 ஆண்டுகளில் நடந்த அத்தனை விசயங் களையும் என் நிகழ்ச்சி வெளிப்படுத்துவதாக கூறியதுதான் ஆச்சர்யம்.

சீனாவின் பல்வேறு அரசியல் குழப்பங்களும், பண்பாட்டு புரட்சிகளும் மக்களின் வாழ்வை மட்டும் புரட்டிப் போடவில்லை.

அவர்களின் சிந்தனையையும் மழுங்கடித்து விட்டன. புரட்சியின் பின்விளைவுகளில், ஏராளமான விசயங்களை அரசு, மக்களின் பார்வையிலிருந்து மறைத்து விட்டது என்பதான உணர்வையே நேயர்கள் அனைவரும் வெளிப்படுத்தினர். என் உணர்வும் அதுவாகவே இருந்தது. என் நிகழ்ச்சி அவர்கள் மனதை கவர்ந்து விட்டதன் அடையாளமாக தங்கள் கைகளால் செய்த கைவினைப் பொருட்கள், பூக்கள், பாடம் செய்யப்பட்ட இலைகள் என விதவிதமான பொருட்களை எனக்கு நினைவுப் பரிசாக நேயர்கள் அனுப்பி வைத்தனர். ஒருநாள் மதிய நேரம் நான் அலுவலகத்துக்கு திரும்பி வரும்போது காவலாளி என் அலுவலக மேஜையில் ஒரு பார்சலையும், ஒரு சின்னக் காகிதத்தில் சில குறிப்புகளும் வைத்து இருந்தார். நாற்பது வயது மதிக்கத்தக்க ஒரு பெண்மணி அதை என்னிடம் சேர்ப்பிக்கச் சொன்னதாக அவர் தகவல் கூறினார். ஆனால் அப்பெண்மணி தன் பெயரையோ, வேறு எந்த விவரங்களோ கூறிச் செல்லவில்லை. என் அலுவலக நண்பர்கள் விவரங்கள் இல்லாத அந்தப் பார்சலைப் பிரிப்பது அபாயகரமானது. எனவே அலுவலக பாதுகாப்பு ஊழியர்களிடம் ஒப்படைத்துவிடலாம் என்றே அபிப்ராயப்பட்டனர். ஆனால் நான் அதற்கு உடன்படவில்லை. விதியை யூகங்களினால் மதிப்பிட முடியாது. எதுவோ ஓர் உள்ளுணர்வு அந்தப் பார்சலை உடனடியாகத் திறக்கச் சொல்லி உணர்த்தியது. பார்சலைத் திறந்தால், அதனுள் செருப்பு வைக்கும் பெட்டி ஒன்றும். அதன் மேலே ஒரு மனிதன் ஒரு ஈயை ரசித்துப் பார்ப்பது போன்றதொரு ஓவியமும் வரையப்பட்டிருந்தது. அந்த ஓவியம் மேலிருந்த வண்ணங்கள் அதனுடைய நிறங்களை இழந்து மங்கலாகியிருந்தது. அந்தப் பெட்டியின் ஓரத்தில் இப்படி எழுதப்பட்டிருந்தது,

"வசந்தம் வராமல் பூக்கள் பூப்பதில்லை. உரிமையாளர் இல்லாமல் இந்தக் கதவுகளை திறக்க இயலாது:"

அந்தப் பெட்டி பூட்டப்பட்டிருந்தது. இப்படி எழுதப்பட்ட பெட்டியை நான் எப்படி திறப்பதென்று எனக்குத் தயக்கமாக இருந்தது. பின்புதான் கவனித்தேன், "சின்ரன் தயவு செய்து நீ இதைத் திறக்கவும்" என்று எழுதி ஓர் ஓரத்தில் ஒட்டப்பட்டிருந்தது. அந்தப் பெட்டி முழுவதும் மஞ்சள் நிற துண்டுக் காகிதங்களால் நிரப்பப்பட்டிருந்தது. அந்தக் காகிதங்களும் ஓர் ஒழுங்கான ஒரே அளவில் இல்லை. அது மருத்துவமனைகளில் நோயாளிகள் எழுத உபயோகிக்கும் காகிதங்கள் போலத் தோன்றியது. ஒரு சில மங்கலாக, நிறங்களை இழந்த பழைய காகிதங்களாகவும்

காணப்பட்டன. அவை பார்ப்பதற்கு டைரிக் குறிப்புகள்போலத் தோன்றின. அக்காகித குவியலினுள் இன்னொரு கடிதமும் வைக்கப்பட்டிருந்தது. அந்தக்கடிதம் 1975ஆம் வருடம் ஆகஸ்டு 24 என்று தேதி குறிப்பிடப்பட்டிருந்தது. இத்துடன் அந்தப் பெண் தன் முகவரியாக ஒரு மருத்துவமனையின் பெயரையே குறிப்பிட்டிருந்தார். அது ஹெனான் என்ற இடத்தில் அமைந்திருக்கும் மருத்துவமனை. அவற்றுடன் இப்படி குறிப்பிடப்பட்டிருந்தது,

“சின்ரன் தயவு செய்து இவற்றில் உள்ள அனைத்து நாட் குறிப்புகளையும் படிக்கவும்,

இப்படிக்கு உன்னுடைய உண்மையான நேயர்.”

அந்தக் கடிதங்களை முழுவதும் படிக்காமல் இந்த விசயங்களை என்னுடைய நிகழ்ச்சியில் படிக்க எனக்கு விருப்பமில்லை. முதலில் அனைத்துக் குறிப்புகளையும் படிப்பதென்று முடிவு செய்தேன்.

அன்பான யூ லாங்,

நீ எப்படி இருக்கிறாய்? நான் உடனடியாக கடிதம் எழுதாததற்கு மன்னிக்கவும், எழுதக்கூடாது என்று எந்தக் காரணமும் கிடையாது. உன்னிடம் கூற எனக்கு நிறைய விசயங்கள் இருக்கின்றன. ஆனால் எங்கு துவங்குவது என்று புரியாத குழப்பத்தில் தான் நான் உடனடியாக கடிதம் எழுதவில்லை. தயவுசெய்து என்னை மன்னிக்கவும்!

காலம் கடந்து, நான் செய்த மன்னிக்க இயலாத மோசமான தவறுக்கு மன்னிப்பைக் கோருவது எவ்வளவு தவறு என்று எனக்கு தெரியும். ஆனாலும், உன்னிடம் மன்னிப்பை யாசிக்கிறேன்.. தயவுசெய்து என்னை மன்னித்து விடு யூ லாங்.

நீ உன் கடிதத்தில் என்னிடம் இரண்டு கேள்விகளை கேட்டிருந்தாய். அதில் ஒன்று நீ உன் தந்தையை காண ஏன் விரும்புவதில்லை. இன்னொன்று ஒரு ஈயின் படத்தை இவ்வளவு அழகாக உன்னை வரைய வைத்தது எது என்று. அன்பான யூ லாங் உன்னுடைய இந்த இரு கேள்விகளுமே எனக்கு மிகுந்த வலி தரும் கேள்விகள். இருந்தாலும் நான் உனக்குப் பதிலளிக்கிறேன். எந்தப் பெண்ணிற்கு அப்பாவைப் பிடிக்காது? அப்பா என்பவர் ஒரு குடும்பத்திற்கு அடைக்கலம் தரும் மரம் போன்றவர். அவரது வலிமையான கிளைகள் வீட்டைப் பாதுகாக்கும் தூண்கள். அவரே குழந்தைகளையும்,

மனைவியையும் பாதுகாக்கும் காவலன் என்பது உலகத்தின் கணிப்பு. ஆனால் எனக்கு அப்படிப்பட்ட அன்பான அப்பா கிடைக்கவில்லை. எனக்கு என் அப்பா என்றாலே வெறுப்பாக இருக்கிறது. என் வாழ்வில் நான் ஒரு போதும் பார்க்க விரும்பாத நபர் என் அப்பா மட்டும்தான்.

ஒரு புது வருடப் பிறப்பன்று எனக்கு பதினோரு வயது பூர்த்தியானது. அன்று அதிகாலையில் படுக்கையை விட்டு நான் எழுந்திருக்கும்போது என் பிறப்புறுப்பிலிருந்து இரத்தம் வெளியாவதைப் பார்த்தேன். எனக்கு பயத்தில் அழுகை வந்தது. என் அழுகை சப்தம் கேட்டு என் அம்மா என் அருகில் வந்து, "பயப்படாதே, நீ பெரியவளாகி விட்டாய்" என்று கூறினார். நான் வளர ஆரம்பித்ததும், விரைவில் நீ பெரியவளாவாய் என்று அம்மா எனக்கு சொல்லி புரிய வைக்கவில்லை. பெரியவளான பின்பும்கூட, "இந்தப் பெரியவளாகும் விசயத்தினால்" என் உடலில் என்ன மாறுதல்கள் ஏற்படும். இது எதற்காக பெண் வாழ்வில் நடைபெறுகிறது என்ற எந்த விசயத்தையும் அம்மா எனக்கு விளக்கமாக சொல்லித் தரவில்லை. "மாதாமாதம் இனி உனக்கு இதேபோல் உதிரப் போக்கு ஏற்படும். அதற்கு இப்படி சானிடரி நாப்கின்களை வைத்துக் கொள்ள வேண்டும்" என்று மட்டுமே சொல்லிக் கொடுத்தாள். இதைப் பள்ளியில் பேசித் தெரிந்து கொள்ளும் மனதைரியமும் எனக்கில்லை. அதைத் தவிர அவள் வேறு எதுவும் எனக்கு சொல்லவில்லை. எதுவோ தெரியவில்லை. நான் பெரியவளாகி விட்டேன் என்று அம்மா மகிழ்வுடன் சொன்னதும், இது மகிழ்ச்சியானதொரு தருணம் என்று நானும் உற்சாகமானேன். ஆனந்தத்தில் குதிக்க வேண்டும் போல் இருந்தது. என் வீட்டைச் சுற்றி ஓடினேன், ஆடினேன், குதித்தேன். உணவைக்கூட மறந்து மகிழ்ந்து இருந்தேன்.

அந்த வருடம் பிப்ரவரி மாதத்தில் பனிப்பொழிவு எப்பொழுதையும்விட கடுமையாக இருந்தது. அம்மா, ஏதோ வேலையாக உறவினர் ஒருவர் வீட்டிற்கு சென்று இருந்தார். என் அப்பா ராணுவத்தில் வேலைபார்ப்பவர். அத்திபூத்தாற்போல் எப்பொழுதாவது எங்களைப் பார்க்க வருவார். அன்று அம்மா இல்லாத நேரத்தில் அவர் வீட்டிற்கு வந்தார். என்னை அன்புடன் அருகில் அழைத்து, அம்மா சொன்னாள். "நீ பெரியவளாகி விட்டாய் என்று. எங்கே உன் துணிகளைக் கழட்டு. அம்மா சொன்னது உண்மையான்னு நான் பார்க்கிறேன்" என்றார்.

அப்பா என் ஆடைகளைக் களைந்து நிர்வாணமாக பார்க்க விரும்புகிறார். எனக்கு இது சரியா தவறா என்று புரியவில்லை. ஆனால் பனிக்காலமாதலால் குளிர் அதிகமாக இருந்தது.

குளிருக்குப் பயந்து எனக்கு ஆடைகளைக் களைய தயக்கமாக இருந்தது. "சீக்கிரம் கழட்டு. அப்பா உனக்கு உதவி செய்கிறேன்" என்று நயமாக பேசிக்கொண்டே அவர் என்னை அருகில் இழுத்து அவரே என் ஆடைகளை அவிழ்க்கத் துவங்கினார். எனக்கு அவர் செய்கைகளைப் பார்க்க, அவர் வழக்கமான அப்பாவாக இல்லாமல், வித்தியாசமாகத் தோன்றினார். அவர் கண்கள் ஆர்வத்துடன் என் அந்தரங்க பிரதேசங்களைப் பார்த்தது. அவர் என் நிர்வாண உடலில் தன் கைகளை தேய்க்க ஆரம்பித்தார். என் மார்பில் விரல்களை வைத்து, இந்த சின்ன முலைகள் பெரியவளானதும் வீங்கத் துவங்கி விட்டதா? என்று கேட்டபடி என் பிறப்புறுப்பில் கை வைத்து இந்த சின்ன துவாரத்தில் இருந்தா இரத்தம் வந்தது? என்று கேட்டார். எனக்கு வாயிலிருந்து வார்த்தைகளே வரவில்லை. என் முகபாவங்களின் கலவரம் பார்த்துக்கூட தன் செயல்களை அவர் நிறுத்தாமல், "அப்பா இப்படி உன்னைத் தடவுவது உனக்குப் பிடித்திருக்கிறதா? அப்பா உன் சின்ன உதட்டில் அன்பாக முத்தமிடவா?" என்று கேட்டார். எனக்கு அவர் கேள்விக்கு பிடித்திருக்கு, அல்லது பிடிக்கவில்லை என்று எந்தப் பதிலும் சொல்லத் தெரியவில்லை. ஏனெனில் எனக்கும் அந்தக் கலவர உணர்வினை விளக்கிச் சொல்லத் தெரியவில்லை. உள்ளூர பயமாகவும், கலக்கமாகவும் இருந்தது. இதற்கு முன்பு நான் தனியாக குளிக்கும்போது குளியலறைத் தவிர வேறு எங்கும் யார் முன்பும் நிர்வாணமாக நின்றதேயில்லை. பயத்திலும், இனம்புரியா உணர்ச்சியிலும் என் உடல் நடுங்கத் துவங்கியது. என் நடுக்கத்தைப் பார்த்த அப்பா, இதில் பயப்பட ஒன்றுமில்லை. தைரியமாக இரு. ஆனால் அம்மாவிடம் அப்பா உன்மேல் இதுபோல் அன்பாக இருக்கிறேன் என்று சொல்லாதே. அது அவளுக்குப் பிடிக்காது. நான் உன் மேல் இப்படி பாசமாக இருப்பது தெரிந்தால் அவள் உன்மேல் அன்பாக இருக்க மாட்டாள் என்று கூறினார். என்னைக் கட்டிலில் தூக்கிப் படுக்க வைத்து என் கால்களை விரிக்கச் சொல்லி பிறப்புறுப்பை உற்று நோக்கினார்.

என் பெண்மையின் முதல் அனுபவம், என்னைப் புணர்ந்த முதல் ஆண் என் அப்பாதான். பெண்களுக்கு மிகவும் முக்கியமான அந்த இன்பக் கலவி, என் சுய விருப்பமில்லாமல், வன்புணர்வாக என் அப்பாவின் மூலமே நடந்தது. இந்த அப்பாவை நான் எப்படி நேசிக்க முடியும் யூ லாங்?. இந்த சம்பவத்திற்குப் பிறகு என் மனமும், உடலும் வேதனையடைந்து, நான் நோய்வாய்ப்பட்டவள் போலாகி விட்டேன். மீண்டும், மீண்டும் அப்பா என்னைத் தடவியதும், புணர்ந்ததுமே சிந்தனையில்

சுழன்று என் அன்றாட நாட்களை நான் மகிழ்ச்சியாகக் கடக்க இயலாமல் ரணமாக்கியது.

அதன் பிறகும், அவர் என்னை விடவில்லை. அம்மா சமையலறையில் வேலையாய் இருக்கும்போதும், அவள் குளிக்கப் போகும்போதும், எப்பொழுதெல்லாம் நாங்கள் தனியாக இருக்கும் சந்தர்ப்பம் வாய்க்கிறதோ அப்பொழுதெல்லாம் அப்பா என்னைக் கதவின் பின்புறம் தள்ளிச் சென்று என் உடலைத் தடவுவதை வழக்கமாக்கிக்கொண்டார். அப்பாவின் இந்த அளவில்லாத அன்பைக் கண்டு என் நடுக்கம் அதிகமானது.

என் அப்பாவிற்கு வேறு இடத்திற்கு மாற்றலாகி விட்டது என்று அம்மாவும் அப்பாவும் பேசிக் கொண்டார்கள். எனக்கு நிம்மதியாக இருந்தது. அப்பா போய் விடுவார் நாம் தப்பித்தோம் என்று மிகவும் மகிழ்ச்சியாக இருந்தது. அம்மா அவளது வேலையில் உடனடியாக மாற்றல் கிடைக்காது என்று அவருடன் என்னையும் என் சின்னத் தம்பியையும் அப்பாவின் பணியிடக் குடியிருப்பில் வசிக்க அனுப்பி விட்டாள். எந்த ஓநாயைக் கண்டு பயந்தேனோ அதே ஓநாயின் குகைக்குள் நான் தள்ளப்பட்டேன்.

ஒவ்வொரு நாளும் வேலைக்கு சென்று திரும்பி வந்து, மதிய வேளையில் அப்பா நான் படுத்திருக்கும் படுக்கையில் ஏறி என்னுடன் படுத்துக் கொள்வதை வழக்கமாக்கிக்கொண்டார். என் தம்பி மதிய வேளையில் தூங்குவதை விரும்பாதது அவருக்கு மிகவும் வசதியாகயிருந்தது. அவனை அறைக்கு வெளியில் விட்டு விட்டு அவர் சுதந்திரமாக என்னை அனுபவிக்கத் துவங்கினார்.

முதலில் கைகளால் என் உடலைத் தடவ ஆரம்பித்தவர், இந்தப் புதிய குடியிருப்பில் மேலும் சுதந்திரம் கிடைத்தவுடன் தன் நாக்கை என் வாயினுள் வலுக்கட்டாயமாக செலுத்துவது, அவரது இடுப்பின் கீழ் பாகத்தை என்மேல் தேய்த்து என்னை கட்டாய உடலுறவிற்கு ஆட் படுத்துவது என இரவுபகல் பாராமல் சதா சர்வகாலமும், எப்பொழுதெல்லாம் அவருக்கு மோகம் தலைக்கேறுகிறதோ அப்பொழுதெல்லாம் என்னை பாலியல் வன்புணர்வுக்கு ஆளாக்கினார். தன் விரல்களை என் பிறப்புறுப்பில் செலுத்தி சுகம் காணவும் துவங்கினார்.

நான் சிறுமி என்பதும், அவர் மகள் என்பதும் மறந்து போய், என்னை பாலியல் தொழிலாளி போல் பாவித்து, உடலுற வின் அத்தனை நுணுக்கங்களையும், மிருகத்தனமாக என்னில் அரங்கேற்றினார். எனக்குத் தெரியாத விசயங்களை கட்டாயமாக சொல்லிக் கொடுத்து, என்னை செய்ய சொல்லும்

நிமிடங்களில் சாவு வராதா என்று நான் கதறி இருக்கிறேன். அவர் தன் முழு மோகத்தையும் என்னில் கொட்டிவிட்டு அகலும் வரை என் கண்ணில் வழியும் கண்ணீர் நிற்கவே நிற்காது. அந்த உறவு முற்றுப்பெற்ற பின்பும் என் மனம் களைத்துப்போகும் வரை நான் அழுதுகொண்டே தூங்கி விடுவது வாடிக்கையானது. நான் அழுகிறேன் என்று தெரிந்தாலும் அவர் அதை பொருட்படுத்துவதே இல்லை. அவர் தன் செயலில் மட்டுமே குறியாக இருப்பார்.

என்னுடன் சுதந்திரமாக உடலுறவில் ஈடுபடத் துவங்கிய பின் இது அப்பாவின் அன்பு என்று சொல்வதை நிறுத்திவிட்டு என்னை வேறு விதமாக மிரட்டத் துவங்கினார். "இனி இந்த விசயத்தை நீ வெளியில் சொன்னால், உனக்குத்தான் அவமானம். நீ கெட்டுப் போனவளாகி விட்டாய். நீ இனி பிய்ந்த செருப்பு போல் எதற்கும் உதவாதவள். இந்த விசயம் வெளியில் தெரிந்தால், உன் தலையில் துடைப்ப குச்சிகளை செருகி ரோட்டில் நடக்க விட்டு அவமானப்படுத்துவார்கள்" என்று கூறினார்.

நாளாக ஆக என் உடலில் இளமையின் வனப்பு அதிக மானது. அது அவருக்கு என் மேல் ஆர்வத்தை இன்னமும் அதிகமாக்கியது. அவர் தொந்தரவு தாளாமல் நான் என் அறையை உட்புறமாக பூட்டிக்கொண்டு தூங்க ஆரம்பித்தேன். ஆனால் அவரோ அடுத்த வீட்டில் என்ன நினைப்பார்கள் என்றுகூட சிந்திக்காமல் வெறித்தனமாக என் அறைக்கதவை இடித்து நான் திறக்கும் வரை ஓய்வதில்லை. சமயங்களில், அக்கம் பக்கத்தில் உள்ளவர்களின் உதவியைக்கூட கதவைத் திறக்க அவர் பயன்படுத்திக் கொண்டார். நான் மிகவும் அசந்து தூங்குவதாகவும், அதனால் அவசரமாக சில பொருட்களை எடுக்க கூரையில் ஏறி என் அறைக்குள் நுழைய வேண்டியதாயிருக்கிறது என்று கூறவும் துணிந்து விட்டார். சில சமயம் என் தம்பியும் அவர் உள்ளே வருவதற்கு உதவியாக கதவைத் திறந்து விடுவான். நான் அறையை பூட்டினாலும் சரி, பூட்டாவிட்டாலும் சரி எல்லோரும் பார்க்க என் அறைக்குள் மிகவும் சுவாதீனமாக நுழைவதை அவர் தன் வழக்கமாக்கிக்கொண்டார். எப்பொழுதெல்லாம் கதவு தட்டும் சப்தம் கேட்கிறதோ அப்பொழுதெல்லாம் பயத்தில் உறைந்து அசைவற்ற நிலைக்கு போய்விடுவேன். என் உடல் நடுங்கத் துவங்கி விடும். போர்வைக்குள் சுருண்டு முடங்கிக் கொள்வேன். என் உடலையே நான் வெறுக்கும் அளவுக்கு அவரது மோகவெறி என்னைத் துவளச் செய்தது.

என் அக்கம்பக்கத்து மனிதர்கள் எல்லோரும் என்னிடம், "என்ன பிணம்போல் தூங்குகிறாய். ஒவ்வொரு நாளும் உன்

அப்பா பொருட்களை எடுக்க வீட்டிற்குள் வர மிகவும் கஷ்டப்படுகிறார். பாவம் அவர்" என்று என்னை இகழ்வாக பேசத் துவங்கினார்கள்.

எனக்கு வீட்டில் இருக்கவே பிடிக்கவில்லை. என் அறைக்குள் தூங்கவும் விருப்பமே இல்லை. நான் வீட்டில் தனியாக இருக்கும் சமயங்களை வெறுக்கத் துவங்கினேன். வீட்டைவிட்டு வெளியில் இருப்பதற்கு நான் சொல்லும் சாக்குகள் அவருக்கு புரிபடத் துவங்கின. எங்கு சென்றாலும் மதியம் சரியாக வீட்டிற்கு வந்துவிட வேண்டும் என்று நிபந்தனைகள் விதிக்கத் துவங்கினார். ஆனால் நான் வீட்டிற்குள் நுழைந்து சாப்பிடும் முன்பே அவர் என்னை வீழ்த்தத் துவங்கி விடுவார். சில நேரங்களில் நான் மூர்க்கமாக எதிர்த்துப் போராடுவதால் என் எதிர்ப்பை சமாளிக்க எனக்கு சாப்பாட்டில் தூக்க மாத்திரை கலந்து கொடுத்து, அவர் தன் விருப்பத்தை நிறைவேற்றிக்கொள்ளத் துவங்கினார். எந்த வகை யிலும் என்னால் அவருடைய பிடியிலிருந்து தப்பிக்கவே முடிய வில்லை. என்னைப் பாதுகாத்துக் கொள்ள எந்த வழியும் இல்லாது போய்விட்டது. பல நேரங்களில் தற்கொலை எண்ணம் எனக்குத் தோன்றியதுண்டு. ஆனால் என் தம்பியை அப்படியே கைவிட்டு இறந்து போவது குறித்து எனக்குத் தயக்கமிருந்தது. நான் இல்லையென்றால் அவனை யார் பார்த்துக் கொள்வார்கள் என்று கவலையுற்றேன். நாளுக்கு நாள் என் உடல் மெலிந்து கொண்டே வந்தது. என்ன வியாதி என்றே தெரியாமல் நான் நோயாளியாகி விட்டேன்.

நான் முதன் முதலில் மிலிட்டரி மருத்துவமனையில் அனுமதிக்கப்பட்டேன். அப்பொழுது என்னை கவனித்துக் கொண்ட நர்ஸ், டாக்டர் ஷொங்க்கிடம் நான் சரியாகவே தூங்குவ தில்லை என்றும், சின்ன சப்தத்திற்குக்கூட திடுக்கிட்டு விழித்துக் கொள்வதாகவும் கூறினாள். ஆனால் உண்மை தெரியாத டாக்டர், "கடுமையான ஜுரம் அடிப்பதால் அப்படித்தான் இருக்கும்" என்று கூறி விட்டார். எது எப்படி இருந்தாலும், நான் அத்தனை மோசமாக நோய்வாய்ப்பட்டு, என் கைகளில் குளுகோஸ் ஏறிக்கொண்டிருக்கும் சூழலிலும் என் அப்பா மருத்துவமனை அறையிலேயும்கூட தன் செயல்களை நிறுத்தவில்லை. ஒருமுறை அவர் என் அறையை நோக்கி வருவதை தூரத்தில் இருந்தே கவனித்துவிட்டு, வெறி பிடித்தவள் போல் கட்டுப்பாடு இல்லாமல் கத்தத் துவங்கினேன். என் குரலைக் கேட்டு ஓடிவந்த நர்சிடம், அப்பா மிகவும் நிதானமாக அவள் எப்பவும் இப்படித்தான் நிதானத்தை இழந்து விடுவாள் என்று கூறி சமாளித்து விட்டார். முதல் முறை நான் இரண்டு வாரம் மட்டுமே மருத்துவமனையில்

இருந்தேன். நான் வீட்டிற்கு திரும்பி வந்ததும், அதிர்ந்து விட்டேன். தம்பியின் தலையில் பலத்த காயம் ஏற்பட்டிருந்தது. அவனது சின்ன கோட் முழுவதும் இரத்த கறைகளாக இருந்தன. நான் மருத்துவமனையில் இருக்கும்போது அப்பா கவலையில் நிதானம் இழந்து அவனை அடித்து விட்டதாக ஒரு போலி காரணத்தை சொன்னான். அன்றிரவு ஒரு மிருகம்போல என் தந்தை என்மேல் விழுந்தார். மிகவும் பலவீனமாகவும், சோர்வாகவும் இருந்தது. அவர் என்மேல் இயங்கிய வேகத்தில், என்னை மரணத்தின் விளிம்பிற்கே கொண்டு சென்று விட்டார். அவரது வெறித்தனமான பாலியல் வன்முறையை என் சின்ன உடல் தாங்கவில்லை. என் அழுகையை என்னால் கட்டுப்படுத்தவே இயலவில்லை. இவர் என் தந்தைதானா? இவருடைய மிருகத்தனமான இச்சையை தணித்துக் கொள்ளத்தான் குழந்தைகளா? இவர் எதிர்காலத்தில் எனக்கு என்னவிதமான வாழ்க்கையை அமைத்துக் கொடுக்கப் போகிறார்?

என்னுடைய மருத்துவமனை அனுபவம் வாழ்க்கையில் நான் எப்படி வாழ வேண்டுமென்பதை கற்றுக்கொடுத்தது. என்னைப் பொருத்தவரை மாத்திரைகளும், ஊசிகளும், இரத்த பரிசோதனைகளும், என் அப்பாவுடன் நான் வாழ்வதற்காக ஏற்படுத்தப்பட்டவை என்று நம்பினேன். இதனால் என்னை நானே சிதைத்துக் கொள்ள தயாரானேன். மேலும் மேலும் என்னை நானே சித்திரவதை செய்து கொண்டேன். பனிக்காலத்தில் குளிர்ந்த தண்ணீரில் மூழ்கி நனைந்து, கொட்டும் பனி மழையில், ஐஸ் கட்டிகளில் சென்று நின்று கொண்டேன். இலையுதிர் காலத்தில் வீணாகப் போன உணவுகளைத் தின்றேன். கீழே விழும் இரும்புக் கம்பியைப் பிடிக்கிறேன் என்று வலிய என் இடது கை மணிக்கட்டை வெட்டிக் கொண்டேன்.

இந்த முறை, என்னை நானே சித்திரவதை செய்து கொள்கிறேன். எனக்கு மனநிலை பாதிக்கப்பட்டு உள்ளது என்று 60 நாட்கள் தனிமையில் வைத்து சிகிச்சை செய்தார்கள். நான் வலியுடன், மெலிந்து கொண்டே வளர்ந்தேன். இரண்டு வருடம் கழித்து என் அம்மாவிற்கு நாங்கள் வசிக்கும் இடத்திற்கே மாற்றல் கிடைத்தது. அம்மா எங்களுடன் வசிக்கப் போகிறாள் என்றதும் கொஞ்சம் ஆறுதலாக இருந்தது. அவளுடன் இருக்கும்போது அப்பாவின் வெறி சிறிது அடங்கி இருக்கும். என்னை ரொம்பவும் தொந்தரவு செய்ய மாட்டார் என்று நம்பினேன். ஆனால் அம்மா வந்தாலும் அப்பாவிற்கு என் மேலிருந்த மோகம் கொஞ்சம் கூட குறையவே இல்லை.

அம்மா வந்ததும் அவளையும் என்னையும் ஒப்பிட்டுப்

பார்த்து, அவரது மோக வேகம் அதிகமானதே தவிர குறையவில்லை. அவர் என்னிடம், "உன் அம்மாவிற்கு வயதாகி விட்டது. அவள் உடல் வாடி வதங்கிப் போய்விட்டது. அதனால் என் ஆசை நாயகி நீதான்" என்று ஏகபோக உரிமையுடன் பேசத் துவங்கிவிட்டார் அம்மாவிற்கு அப்பாவின் எந்த நடவடிக்கைகளும் தெரியவில்லை.

ஒருநாள் அப்பா வாங்கி வரச்சொன்ன பொருட்களை நான் வாங்கி வராமல் வந்து விட்டேன் என்று என்னை அடித்தார். என்னால் தாங்க இயலாமல் அழுகையும், ஆத்திரமுமாகி, "நீ யார்? உனக்குத் தேவையென்றால் யாரை வேண்டுமானாலும் உன் இஷ்டத்துக்கு அடிப்பாயா? எப்படி வேண்டுமானாலும் சீரழிப்பாயா?" என்று கத்தினேன்.

நான் கத்திப் பேசுவதை என் அம்மா பின்னால் இருந்து கேட்டுக்கொண்டே வந்து, நான் சொன்னதன் அர்த்தம் என்ன வென்று கேட்டாள். நான் அம்மாவிற்கு பதில் சொல்லுமுன், அப்பா முந்திக்கொண்டு கடுமையாக என்னை முறைத்து, "முட்டாள்தனமாக பேசாதே" என்றார்

என்ன செய்வதென்று தெரியாத சூழலில் அம்மாவிடம் தனிமையில் நடந்த உண்மைகள் எல்லாவற்றையும் கூறி அழுதேன். அம்மாவிடமிருந்து எனக்கு ஆறுதல் கிடைக்கும் என்று நம்பினேன். உடைந்து போய் நான் பேசப் பேச வெகுளியான என் அம்மா மிகவும் வருத்தமடைந்து, வேதனையுடன் என்னிடம், "நீ இதை எனக்கு சொன்னதுடன் விட்டுவிடு. நம் குடும்ப கவுரவத்திற்காகவும், நல்லதுக்காகவும்தான் சொல்கிறேன். அப்பா இல்லாவிட்டால் நாம் என்ன செய்ய இயலும்? அப்பா சொல்படி நீ கேட்டு நடப்பதுதான் நம் குடும்பத்துக்கு நல்லது. அவரை எதிர்த்துக்கொண்டு நாம் எதுவும் செய்ய இயலாது" என்று விரக்தியுடன் சொல்லி விட்டாள்.

என்னுடைய எல்லா நம்பிக்கைகளையும் நான் இழந்து விட்டேன். என் தாயே தன் கணவனும், என் தந்தையுமானவனுக்கு இணங்கிப் போ என்று என்னை சீரழிக்கும் தவறான விசயத்திற்கு தயாராகி விட்டாள் என்றால், வேறு எங்கே எனக்கு நியாயம் கிடைக்கும்?

அந்த இரவு எனக்கு காய்ச்சல் உச்சத்தைத் தொட்டது. மறுபடியும் என்னை மருத்துவமனைக்குக் கொண்டு போய் சேர்த்தனர். இந்த முறை என் நோயை அதிகரிக்கும் எந்த ஒரு முயற்சியும் செய்ய நான் விரும்பவில்லை. இருந்தும் முற்றிலுமாக துவண்டு போனேன். என் இருதயம் பலவீனமாகிவிட்டது. நான்

மறுபடி வீடு என்று சொல்லப்படும் அந்த நரகத்திற்கு திரும்பிப் போக விரும்பவில்லை. அன்றிலிருந்து இன்று வரை, மருத்துவ மனையே என் இருப்பிடமாகி விட்டது.

என்ன மாதிரியான அப்பா அவர்? என் தம்பிக்காகவும், என் அம்மா அவளுக்கு என்னை பிடிக்காவிடினும் அவள் என் அம்மா என்பதால் அவளுக்காகவும், நடந்தவைகளை விழுங்கிக் கொண்டு நடைபிணமாக வாழ்கிறேன். நான் அவர்களுடன் வசிக்கவில்லையெனினும் அவர்கள் ஒற்றுமையாக மகிழ்ச்சியாக ஒரே குடும்பமாக இருக்கிறார்கள். நான் அவர்களுடன் இல்லாதது அவர்களுக்கு ஒரு குறையாகவே தெரியவில்லை. அன்பான யூ லாங், இந்தக் காரணங்களால்தான் நான் என் அப்பாவைப் பார்க்க விரும்பவில்லை. நீயே சொல். இந்த உண்மைகளை தெரிந்துகொண்ட பின்பும் உனக்கு என் அப்பாவை இனி பிடிக்குமா?

நான் ஏன் 'ஈ'யின் படத்தை வரைந்தேன்? அதை ஏன் மிக அழகாக கற்பனை செய்து மெருகூட்டினேன்? இந்தக் கேள்விக்கு நான் ஒரு நீண்ட விளக்கத்தினை உனக்குப் பதிலாகத் தரவேண்டும்

பெற்றோரின் அரவணைப்புக்காக நான் ஏங்கித் தவிக்கிறேன். சின்னக் குழந்தை போல குடும்பத்துடன் வாழும் சந்தோசம் எனக்கு வேண்டும் என மனம் துடிக்கிறது. என் சின்னச் சின்ன கவலைகளைச் சொல்லி என் பெற்றோரின் தோளில் சாய்ந்து அழவேண்டும், சின்ன சப்தத்துக்குக்கூட விழிக்காமல் என் வீட்டில் நான் தூங்க வேண்டும். கனவு கண்டு பயத்தில் என் தந்தையைக் கட்டிக்கொள்ள வேண்டும். அவர் அன்பாக என் தலையைக் கோதி எனக்கு ஆறுதல் தர வேண்டும். சின்ன வயதில் இருந்தே என் தந்தையைப் பிரிந்தே நான் வாழ்ந்தேன். பெற்றோரின் பாசம் என்றால் என்ன என்று எனக்கு அறிமுகமே இல்லை. என்றோ ஒரு நாள் என் பெற்றோர்கள் என்னை உச்சி முகர்ந்து பாசத்துடன் அணைத்துக் கொள்வார்கள் என்று எண்ணி னேன். ஆனால் அப்படி ஒரு சந்தர்ப்பம் எனக்கு வாய்க்கவே இல்லை. இனியும் வாய்க்கப்போவதில்லை. நான் குடும்பத்திற்கு தேவையில்லாதவளாகி விட்டேன். எல்லோருக்கும் ஒரு தாய் தந்தை தான் இருக்க முடியும். இருவரில் யாரோ ஒருவர் தவறாக இருந்தாலும் இன்னொருவரின் அன்பு அதை ஈடுகட்டி விடும். எனக்கு இருவருமே தவறாக அமைந்துவிட்டார்கள். இனி என் வாழ்வில் பாசம், அரவணைப்பு இதெல்லாம் நான் அனுபவிக்க வாய்ப்பே இல்லை.

சின்ன ஈ ஒன்று என் கரங்களில் உட்காரும்போது, மெல்லிய கரங்களின் தொடு உணர்ச்சியை நான் உணர்ந்தேன். அந்த உணர்வின் சிலிர்ப்பு எனக்குப் பிடித்திருந்தது.

அன்பான யூ லாங், எனக்குப் புரியவில்லை. இனி என் வாழ்வில் என்ன இருக்கிறது? நான் என்ன செய்யப் போகிறேன். எதுவுமே எனக்குத் தெளிவாக இல்லை. ஒருவேளை நான் உன்னை வந்து பார்த்து உனக்கு ஏதாவது வகையில் உதவலாம். என்னால் எந்த வேலையையும் செய்ய இயலும். துன்பங்கள், வலிகள் குறித்தெல்லாம் எனக்கு பெரிய அச்சம் எதுவுமில்லை. நான் நன்றாக ஒரு தொந்தரவும் இல்லாமல் தூங்கினால் போதும். நான் உன்னைப் பார்க்க வருவதில் உனக்கு எதுவும் தொந்தரவு இருக்கிறதா? தயவுசெய்து எனக்கு கடிதம் எழுதி, உன் வசதியைக் குறித்துத் தெரிவிக்கவும்.

உண்மையாகவே நீ எப்படி இருக்கிறாய் என்று தெரிந்து கொள்ளும் ஆர்வம் எனக்கு இருக்கிறது. இன்னமும் நீ ரஷ்ய மொழி பேச கற்றுக் கொண்டிருக்கிறாயா? உடல் நலத்திற்கு ஏதாவது மாத்திரைகள் சாப்பிடுகிறாயா? மழைக்காலம் வருகிறது உன் உடல் நிலையை பார்த்துக் கொள்ளவும். உன்னை கவனித்துக் கொள்ளவும் உனக்கு உதவியாக இருப்பதற்கும் எனக்கு ஒரு வாய்ப்பு தருவாய் என்று நம்புகிறேன். எனக்கென்று ஒரு குடும்பம் கிடையாது. ஆனால் உன்னுடைய அன்பான தங்கையாக நான் இருக்க முடியும் என்று கருதுகிறேன்.

உன் மகிழ்ச்சிக்காகவும், நலத்திற்காகவும் வாழ்த்துகிறேன்., நிஜமாகவே உன்னை இழந்ததாகத் தவிக்கிறேன்.

ஹாங்க்சூ
23 ஆகஸ்ட், 1975

இந்தக் கடிதம் என்னை நிலைகுலையைச் செய்துவிட்டது. சொல்லொணா துயரத்தில் மனம் ஆழ்ந்தது. என்னால் வழக்கம் போல் நிகழ்ச்சியில் பேச இயலவில்லை. என் நிகழ்ச்சியைக் கேட்ட நேயர்கள், எனக்கு உடல் நிலை சரியில்லையா என்று கடிதம் எழுதுமளவுக்கு, என்னுடைய துயரம் எல்லோருக்கும் வெளிப்படையாகவே தெரிந்தது. மனநோய் பிடித்தவள் போலாகிவிட்டேன். அலுவலகத்தில் வேலை முடிந்து அனை வரும் வீட்டிற்குச் சென்று விட்டனர். என்னுடைய நிகழ்ச்சி முடிந்தவுடன் நான் நிதானமாக அந்தக் குட்டிக் குட்டி காகிதங்

களை ஒழுங்குபடுத்தத் துவங்கினேன். இப்படியாக நான் ஹாங்க்சூவின் டைரிக் குறிப்புகளை படிக்கத் துவங்கினேன்.

27 பிப்ரவரி, கடுமையான பனி

நான் இன்று மிகவும் மகிழ்ச்சியாக இருக்கிறேன். மறுபடியும் என் விருப்பம் நிறைவேறி இருக்கிறது. மருத்துவமனைக்கு திரும்பவும் வந்துவிட்டேன். இந்த முறை நான் கடினமாக நடந்து கொள்ளவில்லை. என் உடல் ஆரோக்கியம் கெட்டுப் போய் நான் ஏற்கெனவே மிகவும் வேதனையில் இருந்தேன்.

நான் எதையும் பெரிதாக யோசிக்க விரும்பவில்லை. "நான் யார்? நான் என்னவாக இருக்கிறேன்? இதுபோன்ற கேள்விகள் எல்லாம் என்னை பொறுத்தவரையில் பயனில்லாதவைகள். இப்பொழுது என் தேவை எல்லாம் தொந்தரவு இல்லாமல் தூங்க வேண்டும். அவ்வளவுதான்.

மருத்துவமனையில் டாக்டர்களும், நர்சுகளும் கொஞ்சம் சுறு சுறுப்பு இல்லாதவர்கள். இன்று மாலை அவர்கள் வார்டுகளை சுற்றி வருவதைக் காணவில்லை. மருத்துவமனையில் என் அறை கதகதப்பாக இருப்பதால் எழுதுவதற்கு வசதியாக இருக்கிறது.

2 மார்ச், வெயில்

நேற்று காலையில் எங்கும் வெண்மையாக இருந்தது. நான் மருத்துவமனையின் வெளியில் சுற்றும்போது, ஆங்காங்கே கொஞ் சமாக பனியைக் காண நேர்ந்தது. பனி மிகவும் விரைவாக உருகி, அழுக்கான மஞ்சள் நிறத்தில், என்னுடைய பக்கத்து அறை பாட்டியின் சிகரெட் குடித்து பழுப்பேறிய விரல்கள் போல உருமாறி இருந்தது. எனக்கு பனிக்காலம் மிகவும் பிடிக்கும். ஊர் முழுவதும் வெண்ணிற பனி நிறைந்து அழகாக இருக்கும்போது ஊரே சுத்தமாக இருப்பதுபோல் ஒரு பிரமை ஏற்படும். காற்று பனியின் மேல் வரி வரியாக கோடுகளை போட்டு அழகிய கோலம் வரைந்திருக்கும். தத்தி செல்லும் பறவைகளும், நடந்து செல்லும் மனிதர்களும் தாங்கள் அறியாமலே படர்ந்திருக்கும் பனியின்மேல் தங்கள் பங்குக்கு கோடுகளையும், புள்ளிகளையும் போட்டு அதை ஓர் ஓவியமாக்கி விட்டுச் செல்வார்கள். நேற்று பலமுறை பதுங்கிப் பதுங்கி வெளியில் சென்று விட்டேன். டாக்டர் லியூவும், தலைமை நர்சும் என்னைக் "கடுமையான ஜுரத்துடன் நீ இப்படி அடிக்கடி பனியில் போய் உன்னை நீயே கொன்றுவிட நினைக்கிறாயா?" என்று கடுமையாகத்

திட்டினார்கள். அவர்கள் என்ன சொன்னாலும் அது குறித்து எனக்குக் கவலை ஏதுமில்லை. அவர்கள் வார்த்தைகள் வேண்டு மானால் கடுமையாக இருக்கலாம். ஆனால் எனக்குத் தெரியும் அவர்கள் உள்ளே மிகவும் மென்மையான மனம் படைத்தவர்கள்.

என்னிடம் ஒரு கேமரா இல்லாதது மிகப் பெரிய சோகம். அது இருந்திருந்தால், அந்தப் பிரதேசம் முழுவதும் வெண்ணிற கம்பளி போர்த்தியது போன்ற பனியின் அழகை நான் புகைப்படமாக எடுத்து இருப்பேன்.

17 ஏப்ரல், சூரிய ஒளி (தென்றல் இனி தான் வருமோ?)

முடக்குவாதத்தால் பாதிக்கப்பட்டு மருத்துவமனைக்கு அடிக்கடி சிகிச்சைக்கு வரும் பெண்ணின் பெயர் யூ லாங். அவள் மருத்துவமனைக்கு வரும் போதெல்லாம் கேயோ நர்ஸ் தான் அவளைப் பார்த்துக்கொள்வாள். யூ லாங் மிகவும் அழகு. நிறைய படித்து இருக்கிறாள். மிகவும் அறிவானவள்.

யூ லாங் அழகில் பாதியாவது எனக்கு இருந்திருக்கக் கூடாதா என்று நான் அடிக்கடி நினைத்துகொள்வதுண்டு. யூ லாங்கிடம் எல்லோரும் மிகவும் அன்பாக பழகுவார்கள். அவளுக்கு உதவி செய்ய மருத்துவமனையில் போட்டியே நடக்கும். ஆனால் யூ லாங்கிற்கு என்னை மிகவும் பிடிக்கும். அவள் மருத்துவமனையில் இருக்கும்போதெல்லாம், வராந்தாவிற்கு செல்ல எனக்கு துணை அவள்தான். ஒருவருடைய வியாதி இன்னொருவருக்கு தொற்றிக்கொள்ளக் கூடும் என்ற பயத்தினால் மருத்துவமனையில் நோயாளிகள் அடுத்த நோயாளியின் வார்டுக்கு செல்ல அனுமதி கிடையாது. ஆனால் நாங்கள் அதையெல்லாம் பொருட்படுத்துவதே இல்லை. நான் எப்பொழுதெல்லாம் என் அறையை விட்டு வெளியில் வருகிறேனோ அப்பொழுதெல்லாம் அவளும் என்னுடன் இணைந்து கொள்வாள். நாங்கள் இருவரும் வாலிபால், பாட்மிட்டன், செஸ் என ஏதாவது விளையாடுவோம். அல்லது பேசிக்கொண்டிருப்போம். அவள் ஒருபோதும் என்னை தனிமையில் விட்டதேயில்லை. ஏதாவது சாப்பிடுவதானாலும் என்னுடன் பகிர்ந்தே சாப்பிடுவாள்.

மற்றவர்களைப் போலல்லாது அவளுக்கென்று பிரத்யேகமான சலுகைகள் மருத்துவமனையில் இருந்தது. அவளுக்கு பார்வை யாளர்கள் அனுமதிக்கப்பட்டனர். பதினைந்து நாட் களுக்கு ஒருமுறை மற்றவர்களுக்கு போர்வைகள், தலையணை உறைகள் மாற்றினால், யூ லாங்கிற்கு வாரம் இருமுறை மாற்றுவார்கள். அவள் ஒருபோதும் நர்சுகள் வருவதற்காக காத்திருக்கத் தேவையில்லை.

எல்லோரும் அவளுக்கு போட்டி போட்டுக்கொண்டு வேலை செய்வார்கள். அதிலும் ஆண் நர்சுகள் எப்பொழுது யூ லாங் அறைக்கு சென்று சேவை செய்யலாம் என்று காத்துக் கிடப்பார்கள். உணவுகூட யூ லாங்கிற்கு தனியாக சமைத்துக்கொடுப்பார்கள்.

அவளைப் பார்த்து எனக்குப் பொறாமையாக இருக்கும். எங்கள் மருத்துவமனையில் இருந்த இன்னொரு பாட்டி வேங். வேங் பாட்டிக்கு யூ லாங்கை அறவே பிடிக்காது. அவள் சொல்வாள், "யூ லாங் புனைவு கதைகளில் வரும் நரிகளின் தேவதை போன்றவள். அவள் ஆண்களை தன் அழகால் வீழ்த்தி சாகடிப்பாள்."

நான் யாருக்கும் தெரியாமல் இரவில் என் டைரியை எழுதுவேன். ஆனால் பெண் டாக்டர் யூ இரவு நேரத்தில் மருத்துவ மனையை ரோந்து வரும்போது நான் எழுதுவதைக் கண்டுபிடித்து விட்டார். அவள் அக்கறையுடன், "இரவு நேரங்களில் பசித்தால், என்னிடம் சொல். நான் உனக்கு ஏதாவது சாப்பிடத் தருகிறேன். வயிறு நிறைந்திருந்தால்தான் இரவில் தூக்கம் வரும்" என்று அன்புடன் கூறினார்.

இன்று நர்சுகளின் ஓய்வறையில், சிறிய அடுப்பு ஒன்றை வைத்து நர்ஸ் கேயோ, நூடுல்ஸ் உடன் எண்ணெயில் பொறித்த வெங்காயங்களும் சேர்த்து சமைக்க ஆரம்பித்தாள். திடீரென்று மருத்துவமனையில் மின்சார இணைப்பு துண்டிக்கப்பட்டது. அடுப்பில் இருந்த ஒளி மட்டுமே அந்த அறையை வெளிச்சமாக்கியது. இருட்டிலேயே நர்ஸ் கேயோ தன் சமையல் வேலையைத் தொடர்ந்து கொண்டிருந்தாள். வெங்காயம் பொரியும் வாசம் காற்றில் பரவியது. எனக்கு பொரித்த வெங்காயம் என்றால் மிகவும் இஷ்டம். அன்பான கேயோ சுடச்சுட பொரித்த வெங்காயம் இரண்டு கரண்டி எடுத்து என் வாயில் போட்டாள். துண்டிக்கப்பட்ட மின்சாரம் வந்தது. நானும் கேயோவும், டாக்டர் யூவும் சாப்பிட உட்கார்ந்தோம். நான் ஆர்வத்துடன் சாப்பிட ஆரம்பித்தேன். நான் என் இரண்டாவது கரண்டி உணவை வாயில் வைத்து மென்றுகொண்டே டாக்டரிடம், "கேயோ சமைக்கும்போதே வெங்காயத்தை ஊட்டிவிட்டு எனக்கு செல்லம் கொடுத்துக்கெடுக்கிறாள்" என்றேன்.

சட்டென்று என் கையில் உள்ள உணவை தட்டிவிட்டு, டாக்டர் யூ அவசரமாக, "நீ உணவை விழுங்கி விட்டாயா?" என்று பதட்டத்துடன் கேட்டார். எனக்கு ஒன்றும் புரியவில்லை, குழப்பத்துடனே, "இது இரண்டாவது கரண்டி உண்கிறேன்"

என்றேன். கேயோ ஒன்றும் புரியாமல் விழித்தபடி, "ஏன் என்னாச்சு டாக்டர், ஏன் இப்படி எங்களை பயமுறுத்துகிறீர்கள்?" என்று கேட்டாள்.

டாக்டர் யூ தரையில் சிதறியிருந்த பொரித்த வெங்காய சிதறல்களை, பதட்டத்துடன் விரல்களை நீட்டிக் காட்டினாள். வெங்காயத்துடன் நிறைய ஈக்களும் சேர்ந்து பொரிந்து சிதறிக் கிடந்தன. அடுப்பின் அருகில் இருந்த பாத்திரத்தினுள் குளிர் காலத்தில் கதகதப்பிற்காக மறைந்திருந்த ஈக்கள், பாத்திரத்தை வைத்து அடுப்பை பற்ற வைத்ததும் வெளியில் வந்திருக்கின்றன. மின்சாரம் இல்லாததால் ஒருவரும் அதைக் கவனிக்கவில்லை. அவை வெங்காயத்துடன் சேர்ந்து பொரிந்து இருக்கிறது.

டாக்டர் யூவும் நர்ஸ் கேயோவும் உடனடியாக ஓடிப்போய் ஏதோ மருந்தை எடுத்து வந்தனர். என் வாயில் ஆளுக்கு இரு மாத்திரைகளை போட்டு விழுங்கச் சொல்லி, தரையை மருந்து போட்டு கழுவி விட்டனர். நூடுல்ஸ் வாசமே அருமையாக பசியைத் தூண்டுவதாக இருந்தது. என் உடம்புக்கு எதுவும் வந்து விடக்கூடாதே என்று அக்கறையுடன் நூடுல்ஸைக்கொண்டு போய் குப்பைத்தொட்டியில் கொட்டிவிட்டனர். ஆனால் என் சிந்தனை முழுக்க அந்த ஈக்களே ஆக்ரமித்துக் கொண்டன. பாவம் அதன் குட்டி குட்டி இறகுகளையும், அதன் சின்ன உடலையும், எலும்பையும் நான் மென்று தின்று விட்டேனோ..? இல்லை, அப்படியே விழுங்கி விட்டேனோ? அடக் கடவுளே. என்ன ஆனது என்று தெரியாது. ஆனால் இன்று எழுதுவதற்கு எனக்கு ஒரு நல்ல வேடிக்கையான கதை கிடைத்தது.

21 ஏப்ரல், மழைத் தூறல்

சென்ற வாரம் எனக்கு கை நரம்புகளில் மருந்து ஏற்றவில்லை. நான் நன்றாகத் தூங்கிவிட்டேன். மென்மையாக எதுவோ என்மேல் ஊர்வதுபோல் இருந்தது. அரைத்தூக்கத்தில் கண்களை விழித்துப் பார்த்தேன். எனக்கு எழுந்திருக்க சோம்பலாகயிருந்தது. ஆனால், இந்த மென்மையான உணர்வு எங்கிருந்து வருகிறது என்று தெரிந்துகொள்ளவும் ஆவல். என் கால்களை மேலும் கீழுமாக அசைத்துப் பார்த்தேன். ம்ஹீம்... ஒன்றும் நடக்கவில்லை. அந்த உணர்வு அப்படியேதான் இருந்தது. ஆனால் என்னை அச்சுறுத்தும் விதமாக எதுவும் நடக்கவில்லை. குட்டிக் குட்டி கைகள் என்னைத் தொடுவதுபோல் உணர்ந்தேன். எனக்குள் மிகவும் பரவசமாக இருந்தது. அந்த மென்மையான தொடு உணர்வு எனக்குப் பிடித்திருந்தது. அது யார் என்று தெரிந்துகொள்ள

ஆவல் அதிகரித்தது. என் கண்களை முழுவதுமாக திறந்து பார்த்தேன்.

அங்கு ஓர் ஈ உட்கார்ந்திருந்தது. என்னக் கொடுமை இது? ஈயின் கால்களில் கழிவறையின் அழுக்குகள் நிறைந்திருந்தன.

அந்த ஈ அழுக்காக இருந்தாலும், அதன் கால்கள் இவ்வளவு மென்மையாக இருக்கும் என்று எனக்குத் தெரியாது. அதன் பிறகு ஒவ்வொரு நாளும், அந்தக் குட்டி ஈயின் ஸ்பரிசத்திற்காக ஏங்கி காத்திருந்தேன். அது வரவே இல்லை. ஈ எனக்கு எங்கு கிடைக்கும்? குட்டி ஈ ஒன்றை நான் வளர்க்க முடிவு செய்தேன்.

எனக்கு எக்ஸ்ரே எடுத்து முடித்ததும் டாக்டர்கள் பரிசோதனை செய்யும் அறைக்குச் சென்று பார்த்தால் என்ன என்று தோன்றியது. அங்கு பரிசோதனைக்கு சின்ன எலி போன்றவை இருக்கும். அங்கு நிச்சயம் ஈ கிடைக்கும் என்று தோன்றியது.

25 ஏப்ரல், மேக மூட்டம்

குட்டி ஈ ஒன்றை கண்டுபிடிப்பது மிகவும் கடினமானது. எங்கெல்லாம் நாற்றமும், அழுக்கும் இருக்குமோ அங்கெல்லாம் பெரிய வளர்ந்த ஈக்கள் ஆக்கிரமித்து மொய்த்துக் கொண்டிருக்கும். எனக்கு அவைகளைத் தொட மிகவும் பயமாக இருக்கும். டாக்டர் ஜாங்கிடம் ஈக்கள் விசயத்தில் அவரது கருத்தையும் அறிவுரை யையும் கேட்க விரும்பினேன். அவர் உயிரியல் படித்தவர். அதில் அதிக விஷயம் தெரிந்தவர். அவருக்கு நிச்சயம் குட்டி ஈ எங்கு கிடைக்குமென்று தெரிந்திருக்கும். ஆனால் இதை நான் அவரிடம் கேட்டால் எனக்கு புத்தி பேதலித்து விட்டதோ என்று நினைப்பார்.

8 மே வெயில் நான் மிகவும் களைப்பாக இருக்கிறேன்.

இரண்டு நாட்களுக்கு முன்பு குட்டி ஈ ஒன்றைக் கண்டெடுத் தேன். மருத்துவமனையின் சமையலறைக்குப் பின்புறமுள்ள ஆப்பிள் மரத்தில், சிலந்தி வலை பின்னியிருந்தது. அந்த வலையில் குட்டி ஈ தெரியாமல் விழுந்து மாட்டிக்கொண்டிருந்தது. முகத்தை மூடிக்கொள்ள மருத்துவமனையில் கொடுக்கப்படும் முகத்துணி யில், சிலந்தி வலையுடன் சேர்த்து ஈயையும் பிடித்துவிட்டேன். நான் மெதுவாக, மருத்துவமனையின் வராந்தாவில் நடந்து வரும்போது, சிகிச்சை அறையைக் கடக்க வேண்டியிருந்தது. அங்கிருந்த நர்ஸ், "கையில் என்ன பிடித்துக் கொண்டு போகிறாய்?" என்று கேட்டாள். முதலில் ஏதோ உளற ஆரம்பித்தேன். பின்

சுதாரித்துக்கொண்டு பட்டாம்பூச்சி என்று சொல்லிவிட்டு அதி வேகமாக ஓடிவந்து என் அறையின் கொசுவலைக்குள் பாய்ந்து உட்கார்ந்துகொண்டேன். மெல்ல முகத்துணியை விலக்கினேன். என்ன ஆச்சர்யம்... சிலந்தி வலை முகத்துணியின் நார் போன்ற நூலிழையில் மாட்டி பிய்ந்து விட்டிருந்தது. அதனால் சுதந்திரமான குட்டி ஈ அங்குமிங்கும் பறக்க ஆரம்பித்தது. அது மிகவும் பசியாகவும் களைப்பாகவும் இருப்பதாக நினைத்தேன். அது எவ்வளவு நேரம் சிலந்தி வலையில் மாட்டி இருந்ததோ? அதற்குப் பசிக்காதா என்ன? நான் நர்சுகளின் அறைக்கு சென்று கொஞ்சம் முகத்துணி எடுத்துக்கொண்டு அங்கு இருந்த குளுக்கோஸ் பவுடர் கொஞ்சம் எடுத்துக்கொண்டேன். சமையலறையில் கழுவாத பாத்திரங்களில் ஒட்டி இருந்த மாமிச துண்டுகளை எடுத்துக்கொண்டேன். ஆர்வத்துடன் குட்டி ஈக்கு உணவளிக்க வேண்டும் என்று வந்தேன். ஆனால் அந்தக் குட்டி ஈ அசைவே இல்லாமல் படுத்திருந்தது.

அதன் சின்ன இறகுகள் இலேசாக துடித்துக்கொண் டிருந்தன. அது மிகவும் பசியும் களைப்புமாக இருப்பதாக தோன்றியது. முகத்துணியில் மாமிசத் துண்டை வைத்து அதனருகில் இழுத்துச் சென்றேன். அப்பொழுது வராந்தாவில் மருந்துகள் கொண்டுவரும் வண்டியின் சப்தம் கேட்டது. இது மதிய சிகிச்சைக்கான நேரம். அவசரமாக அந்தக் குட்டி ஈயை மூடி வைக்க ஏதாவது கிடைக்குமா என்று தவித்தேன். அவசரத்தில் எதுவும் கிடைக்கவில்லை. சின்னச் சின்ன டப்பாக்களை நான் சேகரித்து வைத்திருந்தேன். அதில் உள் இருப்பதை பார்ப்பது போல் மூடியுடன் கூடிய ஒரு பிளாஸ்டிக் டப்பா கிடைத்தது. அவசரமாக அதனுள் குட்டி ஈ மற்றும் மாமிசத் துண்டை வைத்து மூடினேன். நான் மூடியை மூடுவதற்கும் நர்ஸ் வண்டியை தள்ளிக் கொண்டு அறைக்குள் வருவதற்கும் சரியாக இருந்தது.

அவர் நுழைந்ததும் கேட்ட முதல் கேள்வி “எங்கே உன் பட்டாம்பூச்சியைக் காட்டு, நான் பார்க்கிறேன். அது அழகா இருக்கிறதா?”

ஒரு நிமிடம் என்ன சொல்வதென்று தெரியவில்லை. எனக்கு நாக்குக் குழறியது. சட்டென்று பொய் சொல்ல வரவில்லை. இருந்தாலும் சமாளித்துக் கொண்டு, “அது அவ்வளவு நன்றாக இல்லை. எனவே, அதைப் பறக்க விட்டுவிட்டேன்” என்று கூறினேன்.

அவர் சிரித்துக் கொண்டே, “நீ ஒன்றும் கவலைப்படாதே.

அடுத்த முறை நான் உனக்கு ஓர் அழகிய வண்ணத்துப்பூச்சியை பிடித்துத் தருகிறேன்" என்று எனக்கு ஆறுதல் தருவது போல் கூறினார்.

நான் அவருக்கு நன்றி சொன்னேன். உள்ளூர எனக்கு அவர் சீக்கிரமாக இந்த அறையைவிட்டுப் போனால் போதும் என்றிருந்தது. எனக்கு என்னுடைய குட்டி ஈ என்னவானதோ என்று மிகவும் கவலையாக இருந்தது. ஒரு பூனைக்குட்டியை வளர்ப்பதைவிட மிகவும் கடினமானது குட்டி ஈயை வளர்ப்பது. பூனைக் குட்டியை எல்லோருக்கும் பிடிக்கும். அதனால் எல்லோரும் அதை வளர்ப்பதற்கு உதவி செய்வார்கள். ஆனால் ஈ அப்படியல்ல. ஈக்களை ஒருவருக்கும் பிடிக்காது. அதனால் எனக்கு என் குட்டி ஈயை யாரும் கொன்று விடுவார்களோ என்று கவலையாக இருந்தது. இல்லை அது தானாக எங்காவது பறந்து போய் விடுமோ என்றும் தோன்றியது. நான்கு நாட்களாக நான் உடற்பயிற்சிக்குக் கூடப் போகவில்லை. நான் அறையைவிட்டு வெளியில் சென்றால் என் குட்டி ஈக்கு ஏதாவது ஆபத்து வந்து விடுமோ என்று சந்தேகம் வந்தது. இரவில் அசந்து தூங்குவது கூட இல்லை. நான் தூங்கும்போது டாக்டரோ, இல்லை நர்ஸோ குட்டி ஈயைப் பார்த்தால் விரட்டி விடுவார்களே என்று அதை கவனித்துக் கொண்டேயிருந்தேன். யாராவது வரும் காலடி யோசை கேட்டால் நான் உடனே என் கையை கொசுவலைக்கு வெளியே நீட்டி வைத்துக்கொள்வேன். அவர்கள் என் இரத்த அழுத்தம் பார்ப்பதானாலும், கொசுவலையை விலக்காமலே பார்த்துவிட்டு சென்று விடுவார்கள். குட்டி ஈயை பாதுகாக்க நான் இப்படியெல்லாம் அச்சம் கொண்டிருக்க, சரியான தூக்கம் இல்லாமல் என் உடல் நாளுக்கு நாள் தளர்வாக வும் சோர்வாகவு மானது.

ஆனாலும் வீட்டில் தூங்குவதைவிட இது நன்றாகவே இருந்தது. ஈயும் நாளுக்கு நாள் ஆரோக்கியமாகவே இருந்தது. அது பெரிதாக வளரவேயில்லை. அது எனக்குப் பிரச்சனையில்லை. எனக்கு பச்சை நிற தலையுடைய பெரிய ஈக்களை ஒருபோதும் பிடிப்பதேயில்லை. இந்தக் குட்டி ஈ சுற்றி சுற்றி என் மேலேயே வந்து உட்கார்ந்து கொள்ளும். அதன் மெல்லிய கால்களை என் உடலின் மேல் லேசாக தட்டும் சுகம் எனக்கு பிடித்திருந்தது. அது என் கன்னத்தில் உட்கார்ந்து விளையாடுவது எனக்குப் பிடிக்கும். ஆனால் ஒருபோதும் அது என் உதட்டில் உட்கார்ந்து முத்தமிடுவதை நான் அனுமதிக்கவேயில்லை.

11 மே, வெயில்

கொஞ்ச நாளாக எனக்கு கைகளில் குளுக்கோஸ் ஏற்றவில்லை. டாக்டர், "இன்னும் சிறிது நாட்கள் உன்னைப் பரிசோதித்து விட்டு வேறு புதிய சிகிச்சையளிப்பேன்" என்று கூறினார். அவர்கள் என்ன சிகிச்சையளித்தாலும் அது குறித்து எனக்கு அக்கறையில்லை. நான் உடனடியாக வீட்டிற்குப் போக வேண்டிய தேவையில்லை. என் குட்டி ஈயும் நன்றாகவே இருக்கிறது. அதற்கு ஒரு சின்ன வீடுகூட நான் தயார்செய்து விட்டேன். அது அந்த வீட்டினுள் சுதந்திரமாக உலாவலாம். அதை யாரும் துரத்தி விடுவார்கள் என்ற பயமும் எனக்கில்லை. அது இப்பொழுது பாதுகாப்பாக இருக்கிறது. சமையலறையில் உணவுகளை மூடிவைக்க பயன்படுத்தும் உறையில் ஒன்றை நான் சமையல் காரரிடமிருந்து வாங்கி வந்தேன். எனக்கு எப்பொழுதும் கை நரம்புகள் வழியாக மருந்து ஏற்றுகின்றனர். எனவே உணவு வந்தால் என்னால் எழுந்து சாப்பிட முடிவதில்லை. என் உணவின் மீது ஈக்களோ வண்டுகளோ மொய்த்துவிடாமல் இருக்க இந்த உறை இருந்தால் பாதுகாப்பாக இருக்கும் என்று கேட்டு வாங்கி வந்தேன். என் உணவை மூடி வைக்கும்போது, குட்டி ஈயையும் அதனுள் விட்டு மூடி வைத்துவிட்டால் ஒருவரும் சந்தேகப்பட மாட்டார்கள். ஏனெனில் அது பூச்சிகள் உள்ளே வந்துவிடக் கூடாது என்று மூடுவதற்கு உபயோகிக்கும் உறை. அது மட்டுமல்ல குட்டி ஈ தனக்கு வேண்டுமளவுக்கு சுதந்திரமாக என்னுடைய சாப்பாட்டை சாப்பிடுகிறது என்பதே எனக்கு மகிழ்ச்சி.

குட்டி ஈ பாதுகாப்பாக இருக்கிறது என்ற உணர்வே என் மனநிலையை சமன்படுத்தியது. நான் மீண்டும் அமைதியாக உறங்கத் துவங்கினேன்.

அன்று மதிய வெயில் மிக அழகாக இருந்தது. நான் பாட்டி வாங்கிடமிருந்து பூதக் கண்ணாடியை இரவல் வாங்கி வந்தேன். குட்டி ஈயை என் படுக்கையின் கால் பகுதியில் விட்டு, அதற்கு கொஞ்சம் சர்க்கரையைத் தூவி அது எப்படி தின்கிறது என்று பூதக் கண்ணாடியில் பார்த்தேன்.

பூதக் கண்ணாடியில் அதன் உருவம் பெரிதாகத் தெரியும் போது, அது ஒரு கிழவனைப் போன்ற தோற்றத்தை ஒத்திருந்தது. அதன் உடல் முழுவதும் ரோமங்களால் நிறைந்து பார்ப்பதற்கு அருவெறுப்பாக இருந்தது. திடுக்கிட்டு பதட்டத்தில் கண்ணாடியை கீழே போட்டு விட்டேன். அதன் அருவெறுப்பான தோற்றத்தை மீண்டும் கண்ணருகில் வைத்துப் பார்க்க எனக்குப் பிடிக்கவில்லை.

வெறும் கண்ணால் பார்ப்பதற்கு அது குட்டியாக அழகாக இருந்தது. அது பழுப்பு நிறமா, சாம்பல் நிறமா, கருப்பா என்று வரையறுத்துக் கூற இயலாது. ஒருவேளை எல்லாம் கலந்த ஒரு புது வடிவமாகக்கூட இருக்கலாம். அதன் குட்டி சிறகுகள் சூரிய வெளிச்சத்தில் வைரங்களைப் போல் மிளிர்ந்தன. அதன் மெல்லிய கால்களின் இயக்கம் பார்க்கும்போது ஒரு தேர்ந்த நடனக் கலைஞரின் கால்களின் இயக்கம்போலவே தோன்றியது. அதன் கண்ணாடிக் குண்டுகள் போன்ற கண்களை வேறெங்கும் நான் பார்த்ததில்லை. அது எப்பொழுதும் சுறு சுறுப்பாக இயங்கிக் கொண்டேயிருக்கும். அதன் முன்னங்கால்கள் இரண்டையும் ஒன்றுடன் ஒன்றைத் தேய்த்துக்கொண்டே இருக்கும். பார்ப்பதற்கு, மனிதர்கள் கை கால் கழுவிவிட்டு தேய்ப்பதைப்போல் தோன்றும்.

9 ஜூன் மேகமூட்டம்...

கொஞ்ச நேரம் கழித்து மேகம் கலையலாம்

கடந்த இரண்டு நாட்களாக எனக்குத் தொடர்ந்து மயக்கமாகவே இருந்தது. தினமும், என்னைப் பரிசோதித்து பார்த்துக் கொண்டுதான் இருக்கிறார்கள். எனக்குக் காய்ச்சல் எதுவுமில்லை. என் இரத்த அழுத்தமும் குறைவாக இல்லாமல் சமநிலையில்தான் இருந்தது. மாலையில் யூ லாங்குடன் இறகுப் பந்து விளையாடுகையில், என்னை நோக்கி வரும் பந்து என் கண்ணிற்கு புலப்படவேயில்லை. கண் மங்கலாகிக்கொண்டே வந்தது. அதனால் என்னால் யூ லாங் அடித்த பந்தை திருப்பி அடிக்க இயலவில்லை. என் கண் முன்னால் எல்லாம் நிழல் போலவே தெரிந்தது. நல்லவேளை இன்று டாக்டர் மருத்துவ மனையில் இருந்தார். அவரிடம் எனக்கு ஏற்பட்ட அறிகுறிகளைச் சொன்னவுடன், என்னை உடனடியாக இன்னொரு தலைமை மருத்துவமனைக்கு அனுப்பி வேறு சில முக்கியமான பரிசோதனைகளை செய்ய வேண்டும் என்று கூறினார்.

இன்றைக்கு இதற்கு மேல் என்னால் எதுவும் எழுத இயலாது. எல்லாம் இரண்டிரண்டாக தெரிகிறது. என்னால் என் குட்டி ஈயைக்கூட பார்க்க இயலவில்லை. இன்று அது என் கண்ணுக்கு மேலும் சிறியதாகவும், இரண்டாகவும் தெரிகிறது. எனக்கு மிகவும் தூக்கமாக வருகிறது. இனிமேல் என்னால் எதுவும் எழுத முடியாது. இரவு வணக்கம் டைரியே!

11 ஜூன்?

நான் இப்பொழுதுதான் அழுது ஓய்ந்தேன். நான் ஏன் அழுதேன் என்று ஒருவருக்கும் தெரியாது. மருத்துவமனையில் உள்ள டாக்டர், நர்சுகள், மற்ற நோயாளிகள் அனைவரும் நான் இறந்துபோய் விடுவேனோ என்ற பயத்தில் அழுவதாக நினைத்தார்கள். எனக்கு சாவு குறித்த பயம் என்றுமே இருந்த தில்லை. அது எனக்கு ஒரு பொருட்டுமில்லை. பாட்டி வாங் என்னிடம் சொன்னாள், "பிறப்பும் இறப்பும் ஒரு சின்ன நூலிழை யில்தான் பிரிந்திருக்கிறது." அவர் சொன்னது சரிதான் என்றே எனக்கும் தோன்றியது. சாவு என்பது ஆழ்ந்த உறக்கம் போன்றது. நான் ஆழ்ந்த உறக்கத்தில் விழுந்து இந்த உலகத்தை விட்டு விலகி இருப்பதை மிகவும் விரும்புகிறேன். அதுமட்டுமல்ல நான் இறந்துபோன பின் என்னை என் வீட்டிற்கு அனுப்பி விடுவார்களோ என்று அச்சப்படவும் தேவையில்லை. எனக்கு இப்பொழுது பதினேழு வயதாகிறது. இது இறப்பதற்கு சரியான வயது என்றே நினைக்கிறேன். இப்பொழுதே இறந்து விட்டால் நான் எப்பொழுதும் இதே வயதில் இளமையாகவே நினைக்கப் படுவேன். எனக்கு பாட்டி வாங் போல வயதாகி முகத்தில் சுருக்கங்கள் விழாது.

ஆனால் நான் அழுததற்கு காரணம் இறப்பைப் பற்றிய பயமல்ல... என் குட்டி ஈ இறந்துபோய் விட்டது என்பதுதான்.

இருநாட்களுக்கு முன்பு எனக்கு மயக்கமாக இருந்தது. என்னால் இரண்டு மூன்று வரிகளுக்குமேல் எதுவும் எழுத இயலவில்லை. நான் கழிவறைக்கு சென்றுவிட்டு திரும்ப என் படுக்கையில் படுக்க வந்தேன். பயமுறுத்துவது போல் இரண்டு பேய்க் கண்கள் என் படுக்கையின் தலைமாட்டில் இருந்துகொண்டு என்னையே முறைத்தபடி இருந்தன. எனக்கு நடுக்கமாக இருந்தது. பயத்தில் அலறிக்கொண்டே மயங்கி விழுந்து விட்டேன்.

நான் கண் விழித்ததும் டாக்டர் யூ சொன்னார், அரை நாள் வரையில் நான் ஈக்கள் பற்றியும், பேய்கள் பற்றியும், கண்கள் பற்றியும் பிதற்றிக்கொண்டே இருந்தேனாம். பாட்டி வாங் கூறினார், மருத்துவமனையில் எல்லா நோயாளிகளும், எனக்கு எதுவோ நடக்கிறது என்று பார்த்துக் கொண்டே இருந்தார்களாம். அவள் சொல்லிக் கொண்டிருக்கும்போதே நர்ஸ் வந்து "முட்டாள்தனமாக பேசாதீர்கள்" என்று பாட்டியைக் கடிந்து கொண்டாள்.

திடீரென்று எனக்கு உடல்நிலை குன்றியதற்கு காரணம்

என்னவென்று டாக்டருக்கு மட்டுமே தெரியும். இதுதான் காரணம் என்பதை நர்சிடம் விளக்கி சொல்லி இருக்கிறார். நர்ஸும் டாக்டரும் மிகவும் கஷ்டப்பட்டு தோட்டத்தில் பல மணிநேரம் செலவு செய்து ஓர் அழகிய வண்ணத்துப்பூச்சியை எனக்குப் பரிசாக கொண்டு வந்து கொடுத்தனர்.

அந்த அழகிய உயிருடன் கூடிய வண்ணத்துப்பூச்சியை என் படுக்கையின் தலைமாட்டில் வைத்தனர். இது நான் எதிர்பாராதது. இனி நான் ஒருபோதும் கனவு கண்டு பயத்தில் அலற மாட்டேன். நான் மயங்கி பிதற்றிக்கொண்டிருந்த நேரத்தில் யாரோ என்னுடைய படுக்கையை சரி செய்துவிட்டு என் தலைமாட்டில் ஏதோ பொருட்களை வைத்திருக்கிறார்கள். அப்பொழுது என் குட்டி ஈ உறைக்குள்ளேயே நசுங்கியிருக்கிறது. நான் அதன் இறந்துபோன உடலாவது கிடைக்குமா என்று தேடினேன். அந்தக் குட்டி உடல் உருத்தெரியாமல் காய்ந்துபோய் விட்டிருந்தது.

பாவம் என்னுடைய குட்டி ஈ அது வளரும் முன்பே இறந்து போனது.

என் படுக்கையின் உள்ளிருந்து கொஞ்சமாக பஞ்சை எடுத்து ஒரு தீப்பெட்டிக்குள் வைத்து அதன்மேல் ஈயின் காய்ந்துபோன உடலைப் பாதுகாத்தேன். ஆழ்ந்த தூக்கத்திற்குள் சென்றுவிட்ட அந்தக் குட்டி ஈ இன்னும் வசதியாக தூங்கட்டும் என்று அதற்கு மெத்தையிட்டு பாதுகாத்தேன்.

நாளை மருத்துவமனைக்குப் பின்புறம் உள்ள மலையடிவாரத்தில் அமைதியான சூழலில் என் குட்டி ஈயை அடக்கம் செய்யப் போகிறேன். அது மக்கள் நடமாட்டமில்லாத மயான அமைதி நிறைந்த ஒதுக்குப்புறமான இடம்.

12 ஜூன், மேக மூட்டம்

இன்று காலை வானம் இருண்டு மழை வருவது போலிருந்தது. என் மனநிலை போன்றே என் சுற்றுபுறச் சூழலும் துக்கத்தை சுமந்து காணப்பட்டது. என் கண்களில் கண்ணீர் வழிந்து கொண்டேயிருந்தது. என் மனம் முழுக்க அந்தக் குட்டி ஈ பற்றிய சிந்தனையாகவே இருந்தது. இனி என்னுடன் அது ஒரு போதும் விளையாடப் போவதில்லை என்ற நினைப்பே எனக்குத் துக்கத்தை அதிகரித்தது.

என் இரத்தத்தில் வெள்ளை நிற அணுக்களின் அளவு மிகக் குறைவாக இருப்பதாக டாக்டர் கூறினார். அதனால்தான் நான்

அடிக்கடி மயங்கி விழுந்து விடுகிறேனாம். இன்றில் இருந்து மேலும் மூன்று புதிய மருந்துகளை என் நரம்பு வழியாக உடலில் செலுத்த வேண்டுமாம். ஒவ்வொரு பாட்டிலும் 500 மிலி, அவை முழுவதும் என் உடலுக்குள் செலுத்தப்பட குறைந்தது ஒரு பாட்டிலுக்கு இரண்டு மணி நேரமாகும். தினமும் ஆறுமணி நேரம் கட்டிலில் படுத்துக்கொண்டு ஒவ்வொரு சொட்டு மருந்தையும் எண்ணிக் கொண்டே நேரத்தை கடத்துவது மிகவும் கொடுமையானது. இப்பொழுதுதான் என் குட்டி ஈயின் இழப்பு என்னை மிகவும் வாட்டுகிறது.

பகல் பொழுதில் சூரியன் மிகவும் தயங்கித் தயங்கி வெளியில் வந்தது. ஆனால் பிரகாசிப்பதற்கு பதில் மேகங்களின் பின்னால் மறைந்து கொண்டது. எனக்கொன்றும் புரியவில்லை. சூரியன் குறும்புடன் கண்ணாமூச்சி விளையாட்டை ஆடுகிறதோ? அல்லது அதற்கு உடல்நிலை சரியில்லையா? அல்லது ஒளிர்வதற்கு சோம்பலாக இருக்கிறதோ? ஒருவேளை, அதுவும் அந்த குட்டி ஈயின் மறைவுக்கு ரகசியமாக அழுகிறதோ? சூரிய வெளிச்சம் இருக்கும்போதே என் குட்டி ஈயை அடக்கம் செய்துவிட்டு வர வேண்டும் என்று விரும்பினேன்.

தீப்பெட்டியை எனக்கு மிகவும் விருப்பமான கைக்குட்டையில் சுற்றி எடுத்துக்கொண்டேன். அலுவலக அறை வழியாக போகாமல் வராந்தாவை சுற்றிக்கொண்டு யாரும் அறியாவண்ணம் மலையடி வாரத்திற்கு சென்றேன்.

அங்குள்ள பாறையின் அருகில் இடம் தேர்வு செய்தேன். அது கீழிருந்து பார்த்தாலும் தெரியும். அந்தப் பாறையை கல்லறைபோல பாவிக்கவே அந்த இடத்தைத் தேர்வு செய்தேன். அந்த இடத்தில் குட்டி ஈயை அடக்கம் செய்தால் நான் மருத்துவமனையின் பின்பக்க வாசலில் இருந்தே அந்த இடத்தைப் பார்க்கலாம். அங்கு தரை மிகவும் கடினமாக இருந்தது. என் கைகளால் தரையை தோண்டவே முடியவில்லை. எதை வைத்து தோண்டலாம் என்று நினைத்துக்கொண்டே தேடினேன். மரக்கொம்பொன்று கிடைத்தது. அதை எடுத்து தோண்ட முயன்றேன். முடியவில்லை. மிகவும் கடினமாக இருந்தது. பக்கத்தில் ஏதாவது பெரிய மரக்கிளை இருக்கிறதா என்று தேடிப் பார்க்கலாமென்று நினைத்தேன்.

அப்போது, திடீரென்று யாரோ மூச்சுவிட சிரமப்பட்டுக் கொண்டு தீனக் குரலில் முனகும் சப்தம் கேட்டது. தூரத்தில் மரக்கிளைகளின் இடையே உள்ள புல்தரையில் ஓர் ஆணும் பெண்ணும் கட்டிக்கொண்டு புரளுவதுபோல் தெரிந்தது.

என்னால் அவர்கள் யார் என்று சரிவர பார்க்க இயலவில்லை. ஆனால் இருவரும் ஒருவரையொருவர் அடித்துக்கொண்டு மல்யுத்தம் செய்வதுபோல் தெரிந்தது. இறக்கும் தருவாயில் விடும் கடைசி பெருமூச்சு போன்றதொரு மூச்சிரைக்கும் சப்தம் கேட்டது.

எனக்கு பயத்தில் உடல் நடுங்கத் துவங்கியது. இப்பொழுது என்ன செய்வது என்று ஒன்றும் புரியவில்லை. இதுபோன்ற காட்சிகளை நான் திரைப்படங்களில் தான் பார்த்திருக்கிறேன். நான் உடலளவில் மிகவும் பலமில்லாதவள். நோயாளி. என்னால் அந்தப் பெண்ணின் போராட்டத்துக்கு உதவ முடியாது என்று புரிகிறது. இங்கு நின்றுகொண்டிருப்பதைவிட யாரையாவது உதவிக்கு அழைத்து வரலாம் என்று முடிவு செய்தேன். நான் தீப்பெட்டியை எடுத்துக்கொண்டு மருத்துவமனையை நோக்கி ஓடினேன்.

மலையடிவாரத்தில் ஓடிச்செல்லும்போது மருத்துவமனையின் தலைமை நர்ஸைத்தான் முதலில் பார்த்தேன். அவள் என்னைத் தேடுவதற்காக மருத்துவமனையின் வாசலுக்கே வந்திருந்தாள். நான் மிகவும் களைப்பாக இருந்தேன். வேகமாக ஓடிவந்ததால் எனக்கு மூச்சிரைத்தது. பதட்டத்தில் எனக்கு வார்த்தைகளே வரவில்லை. ஆனால் என் விரல்களை மட்டும் மலையடிவாரத்தை நோக்கி சுட்டிக்காட்டினேன். டாக்டர் ஜாங் மருத்துவமனை அலுவலை முடித்துவிட்டு வீட்டிற்குக் கிளம்பிக் கொண்டிருந்தார். என் பதட்டத்தைப் பார்த்து என்ன நடந்தது என்று கேட்டார்.

எனக்கு அவர்கள் புரிந்துகொள்ளுமாறு எப்படிச்சொல்வது என்று தெரியவில்லை.

"அங்கு யாரோ சாகப் போகிறார்கள்" என்றேன்.

உடனே டாக்டர் ஜாங் மலையை நோக்கி ஓடினார். தலைமை நர்ஸ் எனக்கு உடனடியாக மூக்கில் ஆக்சிஜன் வைத்து என் மூச்சை சீராக்கினாள். அசதியில் எனக்கு நல்ல தூக்கம் வந்தது. நான் என்னையும் அறியாமல் தூங்கிப் போனேன்.

தூங்கி எழுந்ததும் அந்தப் பெண் என்ன ஆனாள்? உயிருடன் இருக்கிறாளா? என்று அறிய ஆவலாக இருந்தது.

நர்சுகளின் அறைக்குச் சென்றேன். நர்ஸ் கேயா பணியில் இருந்தார். என்னைப் பார்த்ததும், என் தலையில் செல்லமாகத் தட்டி, "ஓ... நீயா?" என்று கேட்டாள். வேறொன்றும் சொல்லவில்லை.

எனக்கு என்ன ஆனது? எனக்கு ஏன் ஒருவரும் ஒன்றும் சொல்லவில்லை? இன்று வரை அந்தப் பெண் குறித்து எனக்கு எந்த செய்தியும் தெரியவில்லை.

13 ஜூன், வெயில்

குட்டி ஈயை அடக்க5ம் செய்ய எனக்கு ஒரு பத்திரமான இடம் தேவைப்படுகிறது. இன்று மதியம் ஒரு நர்ஸ் எனக்கு பெட்டி நிறைய சாக்லேட்டுகள் கொடுத்தார். அந்த சாக்லேட்டுகளின் இருபக்கமும் துளையிட்டு அவற்றை உறிந்து சாப்பிட்டால் உள்ளிருந்து வரும் திரவம் சுவைக்க ருசியாக இருக்கும். இன்று அதுபோல் தின்று கொண்டிருக்கும்போது, சட்டென்று ஒரு யோசனை எனக்கு வந்தது. என் குட்டி ஈயை இந்த சாக்லேட் துளையினுள் போட்டு நர்ஸ்களின் அறையில் இருக்கும் குளிர் சாதனப் பெட்டியில் வைத்து விட்டால் அது அங்கே மிகவும் பத்திரமாக இருக்குமல்லவா. ஏற்கெனவே நர்ஸ் நான் ஏதாவது உணவை அங்கு வைத்துக்கொள்ளலாம் என்று கூறியிருக்கிறாள். இப்படி வைத்துவிட்டால் தேவைப்படும் போதெல்லாம் நான் என் குட்டி ஈயைப் பார்த்துக் கொள்ளலாம் அல்லவா?

எப்படி நான் புத்திசாலியா இல்லையா? எனக்கு இப்பொழு தாவது இப்படி யோசனைகள் தோன்றுகிறதே!

23 ஜூன் சூடும், காற்றுமாக இருக்கிறது.

யூ லாங் நாளை மருத்துவமனையிலிருந்து வீட்டிற்கு அனுப்பப்படுகிறாள். அவள் போகக்கூடாது என்று எனக்கு தவிப்பாக இருக்கிறது. ஆனால் இந்த மருத்துவமனையில் இருந்து வெளியேறுவது அவளுக்கு மிகவும் நல்லதுதான். அவள் போகும் போது அவளுக்கு ஏதாவது பரிசு கொடுக்கவேண்டுமே... என்ன கொடுக்கலாம்?

24 ஜூன் வெக்கையும் சூடுமாக இருக்கிறது.

யூ லாங் போய்விட்டாள். எனக்கு நரம்பில் மருந்து ஏறிக் கொண்டிருக்கும்போது அவள் கிளம்பியதால் அவளுடன் இருந்து என்னால் வழியனுப்ப இயலவில்லை. சிறிது நேரமுன்பு அவள் என்னைப் பார்க்க என் அறைக்கு வந்திருந்தாள். அவள் என் தலையில், ஊசிகளால் துளைக்கப்பட்ட தன் கரங்களால், அன்பாகக் கோதிவிட்டு பாசத்துடன் பேசினாள். குளிர்ந்த

தண்ணீரில் கைகளை நனைக்காதே. வேண்டுமென்றால் வெது வெதுப்பான தண்ணீரில் கைகளை ஊற வைத்துக் கொள். அது இரத்த நாளங்களை குணப்படுத்தும் என்று அறிவுரை கூறினாள்.

அவள் தன் கையாலேயே பிரத்யேகமாக பின்னிய கையுறைகளை எனக்குப் பரிசாகக் கொடுத்தாள். குளிர்காலம் ஆரம்பிக்கும்போதுதான் இந்தக் கையுறைகளை எனக்குத் தர இருந்தாள். ஆனால் இனி எப்பொழுது பார்ப்போம் என்று தெரியாததால் இப்பொழுதே கொடுத்து விட்டாள். மருந்து களாலும், மருத்துவ சாதனங்களாலும் நிரம்பிய என் அறையை சுற்றிப் பார்த்துவிட்டு அறையை மிகவும் சுத்தமாகவும், நேர்த்தி யாகவும் வைத்திருப்பதாக பாராட்டினாள்.

மலையடிவாரத்தில் அந்தப் பெண்ணுக்கு என்ன நேர்ந்ததென்று ஏதாவது தெரியுமா என்று அவளிடம் கேட்டேன். அவளுக்கு அதுகுறித்து ஒன்றும் தெரியவில்லை. நான் அங்கு என்ன பார்த்தேன் என்பதையும், அது குறித்த என் கவலைகளையும் சொன்னேன். அவள் எதுவும் பேசாமல் மவுனமாக இருந்தாள். அவள் கண்களில் கண்ணீர் பெருகியது.

யூ லாங்கிற்கு என் கையால் வரைந்த அழகிய குட்டி ஈ படத்தை பரிசாகக் கொடுத்தேன். நான் அந்தப் படத்தை அட்டை யையும், ரப்பர்களையும் வைத்து சட்டம்போல் வடிவமைத்து சுவற்றில் மாட்டுவது போன்று செய்திருந்தேன். யூ லாங் அந்தப் படத்தை மிகவும் ரசித்தாள். இதுவரை இவ்வளவு அழகாக ஒரு ஈ படத்தை யாரும் வரைந்து தான் பார்த்ததில்லை என்று கூறி என்னை மிகவும் பாராட்டினாள்.

அவள் மிகுந்த நலத்துடன் வாழவேண்டும் என்று வாழ்த்தி விடை கொடுத்தேன். ஆனால் ஆழ்மனதில் அவள் மீண்டும் சீக்கிரம் மருத்துவமனைக்கு வந்து என்னுடன் விளையாட வேண்டுமென்று விரும்பினேன்.

16 ஜூலை, மழை

யூ லாங்கின் வாழ்வை அழிக்கும் சக்தியாக நானே மாறுவேன் என்று ஒரு நாளும் நான் கற்பனை செய்துகூட பார்த்ததில்லை. இன்றைக்கு யூ லாங் அவள் கிராமத்தில் இருந்து எழுதிய கடிதம் கிடைத்தது.

அன்பான ஹாங்க்சூ,

நீ எப்படி இருக்கிறாய்? நலமா? இன்னமும் உனக்கு நரம்பில் மருந்து செலுத்திக்கொண்டுதான் இருக்கிறார்களா?

உன் குடும்பத்தினர் ஒருபோதும் உன்னைக் கவனித்துக்கொள்ளப் போவதில்லை. அதனால் உன் உடல்நலத்தை நீதான் கவனமாக பார்க்கக் கற்றுக்கொள்ள வேண்டும். உன் அதிர்ஷ்டம் மருத்துவ மனையில் டாக்டர்களும், நர்சுகளும், மற்ற நோயாளிகளும் உன்னை மிகவும் நேசிக்கிறார்கள். நீ சீக்கிரம் குணமாகி, உன் குடும்பத்தினர் மற்றும் நண்பர்களுடன் இணைந்து வாழ வேண்டும் என்று நாங்கள் அனைவருமே விரும்புகிறோம்.

இராணுவ அகடமியில் இருந்து என்னை என் கிராமத்திற்கே அனுப்பி விட்டனர். என் கிராமத்து மனிதர்கள் அனைவரும், அவர்களின் நம்பிக்கையை நான் நொறுக்கி விட்டதாக என் மேல் குற்றம் சாட்டுகின்றனர்.

உன்னிடம் ஒரு விசயம் இதுவரை நான் சொல்லாமல் விட்டு விட்டேன். நான் ஒரு அனாதை. நான் பிறந்த ஒரு சில வருடங்களிலேயே பசிக்கொடுமையால் என் தாயும், தந்தையும் ஒருவர் பின் ஒருவராக இறந்துவிட்டனர். இந்தக் கிராமத்து மனிதர்கள்தான் என் மீது இரக்கப்பட்டு என்னை எடுத்து வளர்த்தனர். இந்த கிராமத்தின் பல வீடுகளில் எனக்கு உணவு கொடுத்து வளர்த்திருக்கிறார்கள். என் உடைகள்கூட யார் யாரோ என் மேல் பரிதாபப்பட்டு வாங்கிக்கொடுத்ததுதான். என்மேல் அன்பு செலுத்த இக்கிராமத்தில் நூற்றுக்கணக்கான குடும்பங்கள் இருக்கின்றன.

இக்கிராமத்து மக்கள் எல்லோரும் வறுமையில் வாடு கிறார்கள். ஆனால் அவர்கள் அனைவரும் சேர்ந்து கிராமத்தின் நலனுக்காக என்னைப் படிக்க வைக்க முடிவுசெய்தனர். அவர்களின் குழந்தைகளைக்கூட பள்ளிக்கு அனுப்பாமல் என்னைப் படிக்க வைத்தனர். இந்தக் கிராமத்திலிருந்து வெளியேறி படித்த முதல் பெண் நான்தான். நான்கு வருடங்களுக்கு முன்பு இராணுவ அதிகாரிகள் இந்தக் கிராமப் பகுதிக்கு வந்து, விவசாய கூலிகளின் குழந்தைகளில் சிலரைத் தேர்வுசெய்து அவர்களுக்கு மேல்படிப்பளிக்க முடிவு செய்தனர். அதில் நான் தேர்வு செய்யப்பட்டேன்.

எங்கள் பகுதி கட்சியை சேர்ந்த செயலாளர், இராணுவ உயர் அதிகாரிகளிடம் என்னை ஏற்றுக்கொள்ளும்படி கேட்டுக் கொண்டார். எப்படியாவது என்னை இங்கு சேர்த்துவிடச் சொல்லி என் கிராமத்து மக்கள் அவரிடம் வேண்டுகோள் விடுத்தனராம். என் கதையைக் கேட்ட உயர் அதிகாரிகள் மற்ற தோழர்களிடமும் சொல்லி சிறப்பு சலுகைகளுடன், உடனடியாக பயிற்சி வகுப்பில் சேர்த்துக் கொண்டனர். பின் மிலிட்டரி அகடமி

யில் சேர்ந்து ரஷ்ய மொழியும், இராணுவத் தொடர்புகள் பற்றிய படிப்பும் படித்தேன். என் வகுப்பில் படித்த மாணவர்களில் பாதிப்பேர் கிராமப்புற பகுதிகளிலிருந்து வந்தவர்கள்தான். இந்த பயிற்சிக்குப் பின்னணியில் அரசியல் தலையீடு இருந்ததால், வெவ்வேறு நிலைகளில் படித்துக் கொண்டிருந்தவர்கள் அனை வரும் ஒன்றாக ஒரே வகுப்பில் படிக்க இணைந்திருந்தோம். வகுப்பில் நான்தான் முதல் மாணவியாக இருந்தேன். ஏனெனில் நான் பள்ளி இறுதி படிப்பை முடித்துவிட்டு, ஒரு வருடம் மேல்படிப்பு படித்திருந்ததால், இந்த படிப்பு எனக்கு மிகவும் சுலபமாக இருந்தது. அது மட்டுமல்லாது நான் மொழிகளுக்கு ஆசிர்வதிக்கப்பட்டவள். என்னுடைய ரஷ்ய மொழி படிப்பில் நான் எப்பொழுதும் நல்ல மதிப்பெண்கள் வாங்குவேன்.

என் துறைப்பயிற்றுனர்கள் நான் ஒரு தூதுவராக பணிபுரிய எல்லா திறமைகளும் என்னிடம் இருப்பதாக சொல்வார்கள். எனக்கு எந்த மொழிக்கும் மொழிபெயர்ப்பாளர் தேவையில்லை. மிகச்சிறிய வயதிலேயே எனக்கு வந்துவிட்ட இந்த முடக்குவாத நோயைப் பற்றி கவலைப்படாமல், நான் மிகவும் கடினமாக உழைத்தேன். என் படிப்பில் மிகவும் கவனமாக இருந்தேன். என்னை வளர்த்து ஆளாக்கி படிக்க வைக்கும் என் கிராமத்து மக்களுக்கு நான் செய்ய வேண்டிய நன்றிக்கடன் நிறைய இருக்கிறது என்பது என் நினைவில் எப்பொழுதும் இருந்தது.

ஹாங்க்ஜூ, ஒரு வருடத்திற்கு முன், நான் ஒரு வளர்ந்த பெண் என்ற உண்மையை உணர்ந்தேன். என் இளமையின் எதிர்பார்ப்புகள் என்னை அடிமைகொண்டது. அதை வலியுடன் எதிர்கொண்டேன். இதை நான் இப்பொழுது சொன்னால் உனக்குப் புரியாது. இன்னும் சில வருடங்கள் கழித்து நீ புரிந்து கொள்வாய்.

என் அருமைத் தங்கையே, உனக்கு தெரியுமா, மருத்துவமனை யின் பின்புற மலையடிவாரத்தில் நீ காப்பாற்றத் துடித்த அந்தப் பெண் நான்தான்.

நீ நினைத்ததுபோல் நான் தாக்கப்படவில்லை. நான் என் காதலனுடன் மகிழ்ந்து இருந்தேன்.

டாக்டர் ஜாங் என்னையும் என் காதலனையும் எங்களின் இராணுவக் காவல் கட்டுப்பாட்டு துறைக்கு அனுப்பிவிட்டார். என் காதலனை குறுக்கு விசாரணைக்காக கைதுசெய்து அழைத்துச்சென்றுவிட்டனர். என்னை கைதுசெய்து, எனக்கு மருத்துவ சிகிச்சை தேவைப்படுகிறது என்பதனால் போலீஸ்

காவலுடன் நம் மருத்துவமனைக்கு திருப்பி அனுப்பி விட்டனர். என் காதலன் மிகவும் நேர்மையானவன், அன்பானவன். இந்த அவமானம் தாங்காமல் அன்று இரவு தற்கொலை செய்து கொண்டான். அவன் இறந்த மறுநாள் இராணுவ கட்டுப்பாட்டு உயர் அதிகாரிகள், காவலதிகாரிகள், மேலும் பல உயர் நிலை அதிகாரிகள் மருத்துவமனைக்கு வந்து என்னைக் குறுக்கு விசாரணை செய்தனர். நான்தான் என் காதலனை குற்றம் செய்யத் தூண்டினேன் என்று என் மேல் குற்றம் சாட்டினர். அதாவது அவர்களின் பார்வையில் தற்கொலை என்பதுகூட கொலைக் குற்றம் என்று சொல்கிறார்கள். என்னை அவன் பாலியல் பலாத்காரம் செய்ததாக சொல்ல சொன்னதை நான் மறுத்துவிட்டு அதற்குப் பதில் அவன்மேல் நான் எவ்வளவு காதலுடன் இருக்கிறேன் என்று கூறினேன்.

என் காதலுக்கு நான் கொடுத்த விலை, என் அத்தனை படிப்பையும் தொலைத்துவிட்டு, மறுபடியும் சாதாரண விவசாய வேலை செய்ய கிராமத்துக்கே திரும்பி வந்ததுதான். என் கிராமத்து அன்பான மனிதர்கள் அவர்களின் கனவு சிதைந்து போனது என்று என்னிடம் பேசாமல் என்னைத் தவிர்க்கிறார்கள். இனி இந்தக் கிராமத்தில் வசிக்க இடம் இருக்குமா என்று எனக்கு தெரியவில்லை.

என் காதலன் மிகவும் நல்லவன். அன்பானவன். அவன் நான் மிகவும் நேசிக்கிறேன். நான் இதை உடனடியாக உனக்கு எழுதாததற்குக் காரணம், என் வாழ்க்கை இப்படி வீணாகப் போனதற்கு நீதான் காரணம் என்று நான் சபிப்பதாக நீ கொஞ்சம் கூட நினைத்து வருந்தக் கூடாது என்பதால்தான். நீ இன்னமும் குழந்தைதான், நீ யாரையோ காப்பாற்ற வேண்டும் என்ற அக்கரையில்தான் அப்படி செய்தாய் என்று எனக்கு தெரியும். உனக்குத் தெரியாமல் தான் இது நடந்தது. நீ இதற்காக வருத்தப்பட மாட்டாய் என்று எனக்கு உத்திரவாதம் தரவேண்டும். நீ இதற்காக வருத்தப்பட்டு, வேதனையுடன் இருந்தால், நான் என் காதலுக்கு கொடுத்த விலை இன்னமும் அதிகமாகி விட்டதாக உணர்வேன்.

அன்புத் தங்கையே கடைசியாக இன்னொரு விஷயம் நான் உன்னிடம் கேட்க வேண்டும்.

என்னுடைய இரண்டு கேள்விகளுக்கு நீ பதில் சொல்ல வேண்டும்

1. நீ ஏன் உன் தந்தையைப் பார்க்க விரும்பவில்லை?

2. ஒரு ஈயின் படத்தை இவ்வளவு அழகாக ஏன் வரைந்தாய்? எது உன்னை வரையச் செய்தது?

நீ விரைவில் நலமாகி, மகிழ்ச்சியான வாழ்வைத் துவக்குவாய் என்று நம்புகிறேன்.

நிச்சயமாக நான் உன்னை இழந்ததாகத் தவிக்கிறேன்.

யூ லாங்

30 ஜூன், 1975 மெழுகுவர்த்தியின் ஒளியில்

எனக்கு இப்பொழுதுதான் புரிகிறது கொஞ்ச நாட்களாக இந்த மருத்துவமனையில் ஒரு சிலர் ஏன் என்னிடம் பேசாமல் தவிர்க்கின்றனர் என்று. என்னைத் தவிர மற்ற எல்லோருக்கும் யூ லாங்கின் சோக முடிவு தெரிந்திருக்கிறது. இது அத்தனையும் நடைபெற நானே காரணம். யூ லாங் ஒரு கைதியாகி திரும்பி வருவதற்கு நானே காரணமாக இருந்திருக்கிறேன்.

யூ லாங் உன் வாழ்வின் மிக வேதனையான மறக்க இயலாத சம்பவங்கள் நடக்க நானே காரணமாகி இருக்கிறேன். நான் உனக்குத் துரோகம் செய்து விட்டேன்.

என்னை யார் மன்னிப்பார் யூ லாங்?

30 ஜூலை, புயலுக்கு முன் தாங்க இயலாத வெப்பம்

இப்பொழுதெல்லாம் நான் அதிகம் வெளியில் செல்வதேயில்லை. எனக்கு யாரையும் பார்க்கப் பிடிக்கவில்லை.

யூ லாங்கின் கடிதத்தின் ஒவ்வொரு வார்த்தைகளும் என் மூளைக்குள் செதுக்கப்பட்டு விட்டன. அவள் என்னைக் கேட்ட இரண்டு கேள்விகளும் என் சிந்தனைக்குள் சுற்றிச் சுற்றி உழன்று கொண்டே இருந்தன.

நீ ஏன் உன் தந்தையைப் பார்க்க விரும்பவில்லை?

ஓர் ஈயின் படத்தை இவ்வளவு அழகாக ஏன் வரைந்தாய்? எது உன்னை வரையச் செய்தது?

8 ஆகஸ்ட், வெப்பம்

கடந்த மாதத்தின் பாதி நாட்கள் தொடர்ந்து வெப்பமாகவும், காற்று ஈரப்பதமாகவும் இருந்தது. மக்களை இப்படி வேதனைப்பட

வைக்க விண்ணில் இருந்து எந்த சக்தி இயங்கி கொண்டிருக்கிறது என்று தெரியவில்லை.

எனக்குத் தைரியம் வேண்டும், மிகுந்த மன தைரியம் வேண்டும். நான் கடந்துவந்த சில கசப்பான சம்பவங்களை மீண்டும் நினைத்துப் பார்க்க எனக்கு மிகுந்த மனவலிமை வேண்டும். என் பழைய நாட்களை நான் திரும்பவும் நினைவு கூறும்போது வலி மண்போல என்னுள் ஒட்டிக்கொண்டு இருக்கிறது.

நான் யூ லாங்கிற்கு கடிதம் எழுத வேண்டும் என்று நினைக்கிறேன். ஆனால் கடிதத்தை எங்கிருந்து துவக்குவது என்பது தான் தெரியவில்லை. எனக்கு அவளது கேள்விக்கு தெளிவாக எப்படி பதில் சொல்வது என்று குழப்பமாக இருக்கிறது. ஆனால் எழுதத் துவங்கினால் அது ஒரு நீண்ட கடிதமாகத்தான் முடியும் என்று எனக்கு நிச்சயமாக தெரியும்.

அது என்னவோ தெரியவில்லை, கடந்த மூன்று நாட்களாக எனக்கு அந்தக் குட்டி ஈயைப் பார்க்கும் மன தைரியம் இல்லை. அது என் கனவுகளில் வந்து பேசுகிறது. ஐயோ... மிகவும் கொதிப்பாக இருக்கிறது.

18 ஆகஸ்ட், குளிர்

எனக்கு வெளியில் போக விருப்பமில்லை. நான் யூ லாங்கிற்கு கடிதம் எழுத வேண்டும். காலையில் சிறிது நேரம் குட்டி ஈயை வெளியில் எடுத்துப் பார்த்தேன். அந்தச் சாக்லேட் உருகி அது குட்டி ஈயை வேதனைப் படுத்துமோ என்று பயந்தேன். எனவே உடனே மூடி வைத்து விட்டேன்.

நேற்று டாக்டர் ஜாங் எனக்கு மிகவும் கடினமான எச்சரிக்கை விடுத்தார். நான் சரியான ஓய்வு எடுக்கவில்லையென்றால் 'செப்டி கேமியா' என்ற நோய்க்கு ஆளாக நேரிடும் என்று கூறினார். நர்ஸ் கேயோ இந்த நோயினால் பலர் இறந்திருக்கிறார்கள். நீ எச்சரிக்கையாக இருக்க வேண்டும் என்று மிரட்டினாள். என் நரம்புகளில் மருந்து ஏறிய அடுத்த பத்து மணி நேரத்திற்கு நான் எழுதக் கூடாது. நான் கடினமான வேலைகளைச் செய்யக் கூடாது எனக் கூறினாள். நர்ஸ் நான் ஏதோ மக்கள் சுதந்திர விடுதலை அமைப்பு குறித்து சீன இளைஞர்களுக்கான பத்திரிக்கைக்கு எழுதுவதாக நினைத்துக்கொண்டு மிகுந்த ஆர்வத்துடன் என்ன வென்று கேட்டாள். நர்ஸ் ஆர்வத்துடன் படிப்பவள். நான்

இதற்கு முன் வெளியான என் கட்டுரைகளைக் காண்பித்து நிலைமையைச் சமாளித்தேன்.

24 ஆகஸ்ட், சூரியன்

இன்றைக்கு நான் யூ லாங்கிற்கு பதிவு தபாலில் கடிதம் அனுப்பினேன். என்னுடைய கட்டுரை ஒன்று பிரசுரமானதற்கு வந்த பணம் முழுவதும் யூ லாங்கிற்கு கடிதம் அனுப்ப செலவாகி விட்டது. அது ஒரு நீண்ட கடிதம். கடித உறையின் எடை கூடி யிருந்ததால் கட்டணமும் கூடிவிட்டது.

என்னுடைய மனவலிகள் எப்படியாவது காணாமல் போய்விட வேண்டும் என்று எனக்குக் கனவுகள் உண்டு. என்னுடைய இறந்த காலத்தையும், எதிர்காலத்தையும் காணாமல் போகச் செய்ய முடியுமா?

நான் எப்பொழுதும் என் முகத்தை கண்ணாடிக்கு அருகில் வைத்து ஆராய்ச்சி செய்வதுண்டு. அது மென்மையாக இளமையாக காணப்படும். ஆனால் எனக்கு மட்டும்தான் தெரியும் அது அனுபவங்களால் காயப்பட்டிருக்கிறதென்று.

என் கண்கள் இளம் பெண்களுக்கே உரிய கவரும் தன்மையோ அழகோ இல்லாது இதயத்தின் போராட்டத்தைக் சுமந்து நிற்கும். என் காயம்பட்ட உதடுகள் அதிலிருந்து மீண்டுவர முடியும் என்ற நம்பிக்கையை சுமந்திருந்தது. கவலைகளால் என் தலைமுடிகளும் உதிர்ந்து கொண்டிருக்கின்றன.

பதினேழு வயது இளம்பெண்ணின் தோற்றம் இதுவாகவா இருக்கும்?

உண்மையில் பெண்கள் என்பவர்கள் யார்?பெண்களைப் போன்றே வகைப்படுத்தப்பட வேண்டிய உயிரினம் தானே ஆணும்? ஆனால் ஏன் அவர்கள் மட்டும் மாறுபட்டு காணப் படுகிறார்கள்?

புத்தகங்களும், திரைப்படங்களும் பெண்களாய் இருப்பது சிறப்பு என்று கூறினாலும், நான் அதிலிருந்து மாறுபடுகிறேன். நான் ஒரு போதும் அதை நம்ப மாட்டேன். அது ஒருக்காலும் உண்மையாக இருக்க முடியாது. ஒருபோதும்...!

பெரிய ஈ ஒன்று இன்று மதியம் நான் வரைந்து முடித்த ஓவியம் ஒன்றில் மீண்டும் மீண்டும் வந்து உட்கார்ந்துகொண்டே இருக்கிறது. ஏன் என்று தெரியவில்லை? ஒருவேளை அதில் நான் வரைந்திருப்பது குட்டி ஈ என்பது தெரிந்துதான் வந்து

அமர்கிறதா? நான் அதை பலமுறை துரத்தியும் அது போகாமல் திரும்பவும் வந்து அந்தப் படத்தில் அமர்ந்து கொள்கிறது. ஒருவேளை இது அந்தக் குட்டி ஈயின் தாயோ?

எனக்கு பயம் வந்தது. எச்சரிக்கையாக இருக்க வேண்டும். நான் உடனே ஏதாவது செய்ய வேண்டும்.

25 ஆகஸ்ட், வெயில்

இன்று மதியம் டாக்டா ஜாங் என்னை அழைத்து என் உடல் நிலை நன்றாக முன்னேறி வருவதாகவும், நான் முழுவதுமாக குணமாகி விட்டதாகவும் நாளை வீட்டிற்கு செல்லலாம் என்றும் கூறினார்.

தலைமை நர்ஸ் மருத்துவமனையில் நோயாளிகள் அதிகமாகி விட்டனர். படுக்கைகள் இல்லை. இலையுதிர் காலம் வேறு வருகிறது. நீண்ட நாட்களாக தொற்று நோய் அபாயம் இருக்கும் நோயாளிகள் அனைவரும் வீடுசெல்ல வேண்டும் என்று கூறினார்.

வீட்டிற்கு செல்வதா? அது மிகவும் கொடுமையானது. நான் இங்கேயே தங்குவதற்கு ஏதாவது யோசித்து செயல்பட வேண்டும்.

26 ஆகஸ்ட், மேகமூட்டம்

என்னால் இரவில் தூங்கவே முடியவில்லை. நிறைய வழிகளை யோசித்துப் பார்த்தேன். ஆனால் ஒன்றும் சரியாகப்படவில்லை. ஏதாவது செய்ய வேண்டும். என்ன செய்யலாம்?

உடனடியாக எனக்குத் தொற்று வியாதி பாதிப்பை உருவாக்க வேண்டும். ஆனால் தொற்று வியாதி உள்ளவர்களின் வார்டுக்குள் போக இயலாதபடி கடுமையான காவல் கட்டுப்பாடு இருக்கிறது.

எப்படி இங்கேயே தங்கி இருப்பது என்ற சிந்தனை என் மூளை முழுக்க வியாபித்துக்கொண்டு இருந்ததில், சமையல் அறையில் கவனிக்காமல் கால் வழுக்கி விட்டது. நான் தூக்கி வீசப்பட்டேன். என் தொடையில் பலத்த காயம் ஏற்பட்டது. என் முழங்கையில் பெரிய வெட்டுக் காயம் உண்டானது. நர்சுகளின் வேலை நேரம் முடிந்து வேறு நர்சுகள் மாறி வரும்போது, டாக்டர் யூ புதிய நர்சிடம் என் முழங்கையில் மருந்தை நன்கு தேய்த்து விடச் சொன்னாள். “இவள் மிகவும் பலவீனமாக இருக்கிறாள். செப்டிகேமியா எளிதாக இவளைத் தாக்கக் கூடும். எனவே

இவளுக்கு கையில் கட்டைப் பிரித்து மாற்றும்போது கவனமாக இருங்கள். ஈக்கள் இல்லாதவாறு பார்த்துக் கொள்ளுங்கள். அவை மிகச் சுலபமாக தொற்றைப் பரப்பிவிடும்."

என் அறையில் ஈக்கள் காணப்படுவதாகவும் அதனால் மருந்து தெளிக்க வேண்டும் என்றும் நர்ஸ் என்னிடம் கூறினார்.

எனக்கு அந்த பெரிய ஈ இறந்து போவதில் விருப்பமில்லை. எனவே எனக்கு பூச்சி மருந்து ஒவ்வாமை இருக்கிறது மருந்தடிக்க வேண்டாம் என்று கூறிவிட்டேன். அப்படியானால் நாளை காலை நான் ஈக்களை துரத்தி விடுகிறேன் என்று அவர் கூறினார். அந்த பெரிய ஈ எங்கு சென்று மறைந்திருக்கிறது என்று எனக்கு தெரியவில்லை. இரவு தூங்கும்போது நான் ஜன்னல் கதவைத் திறந்து வைத்துவிட்டு தூங்கினால் அந்தப் பெரிய ஈ வெளியில் ஓடிப்போகக் கூடும். இதைத் தவிர வேறு எப்படி அதைப் பாது காப்பது என்று எனக்குத் தெரியவில்லை.

27 ஆகஸ்ட், தூரல்

என்னால் அந்தப் பெரிய ஈயை பாதுகாக்க இயலவில்லை விடியற்காலை 6:40க்கு டாக்டர் யூ என் அறையைப் பரிசோதிக்க வந்தவர் என் ஈ படத்தை பார்த்து தான் அதை வைத்து கொள்வ தாகக் கூறினார். அவர் கவனத்தை மாற்றி அந்தப் பெரிய ஈயை அவர் துரத்தாமல் தவிர்த்து விட்டேன். என்னுடைய குட்டி ஈக்கும் இந்த பெரிய ஈக்கும் ஏதோ உறவு இருப்பதாக நான் ஏன் யோசிக்கிறேன் என்று புரியவில்லை. இந்தப் பெரிய ஈயைப் பத்திரமாக குட்டி ஈயுடன் குளிர் சாதனப் பெட்டியில் வைத்து விட்டேன்.

என் கையில் உள்ள வெட்டுக் காயம் கொஞ்சம் அதிகமாகி இருப்பதுபோல் தோன்றியது. அது சிவந்து வீங்கி காணப்பட்டது. என்னால் எழுதுவதற்குகூட முடியவில்லை. ஆனால் என் கட்டு களைப் பிரிக்க வந்த நர்சிடம் அந்த காயம் சரியாகப் போய்விட்டது வேறு புதிய கட்டுகளோ மருந்துகளோ தேவையில்லை என்று கூறி விட்டேன். ஆச்சரியமாக அவளும் அதை நம்பி விட்டாள். என் கையை முழுவதுமாக மூடி இருந்த மருத்துவமனை பைஜாமா உடை என்னைக் காப்பாற்றியது.

எனக்கு நம்பிக்கை வந்து விட்டது. என்னுடைய இந்த உபாயம் வேலை செய்யும் என்று தோன்றுகிறது.

ஈக்கள் சீக்கிரம் தொற்றை பரவ வைக்கும் என்று சொன்ன டாக்டர் யூ வின் வார்த்தைகள் என் காதில் ஒலித்தன. எனக்கு

புதிய உபாயம் தோன்றியது. இதை நான் முயற்சிசெய்தே பார்க்க போகிறேன். இதனால் ஏற்படும் விளைவுகள் எதுவானாலும் எனக்கு கவலை இல்லை. வீட்டிற்கு திரும்பி போவதைவிட சாவதுமேல்.

என்னுடைய முழங்கையில் உள்ள வெட்டு காயத்தில் அந்த பெரிய ஈ யை நசுக்கி நான் தொற்றை உருவாக்க போகிறேன்.

30 ஆகஸ்ட், வெயில்

வெற்றி... என்னுடைய காய்ச்சல் கடந்த இரண்டு நாட்களாக அதிகரித்துக் கொண்டே போகிறது. நான் மிகவும் பலவீனமாகி விட்டேன். ஆனால் அளவில்லாத மகிழ்ச்சியுடன் இருக்கிறேன். திடீரென்று என் நிலைமை மோசமானது குறித்து டாக்டர் ஜாங் மிகவும் கவலைப்பட்டார். அவர் மீண்டும் எனக்கு முழு இரத்தப் பரிசோதனை செய்ய முடிவு செய்தார்.

நான் கடந்த சில நாட்களாக என் குட்டி ஈயைப் பார்க்கவே இல்லை. என் உடல் முழுவதும் முறுக்கி விட்டதைப்போல ஒரு வலி.

குட்டி ஈ... என்னை மன்னித்து விடு.

7 செப்டம்பர்

நேற்று என்னை தலைமை மருத்துவமனைக்கு கொண்டு வந்தார்கள். எனக்கு மிகவும் களைப்பாகவும், தூக்கமாகவும் வந்தது. என் குட்டி ஈயைப் பார்க்காமல் எனக்கு தவிப்பாக இருக்கிறது. யூ லாங் என் கடிதத்திற்கு பதில் கடிதம் அனுப்பி இருக்கிறாளா தெரியவில்லை.

நான் அந்த டைரிக் குறிப்புகள் முழுவதையும் படித்து முடித்துவிட்டேன். சூரியன் தன் முதல் கதிர்களை கிழக்கு பகுதியில் ஒளிரச் செய்தது. அலுவலகத்திற்கு வேலைக்கு ஆட்கள் வரும் அரவம் கேட்டது. ஹாங்க்சூ செப்டிகேமியா நோயில் இறந்து போய்விட்டாள். அந்தப் பெட்டியினுள் ஒரு இறப்பு சான்றிதழ் வைக்கப்பட்டிருந்தது. அதன் தேதி 11 செப்டம்பர் 1975 என்று இருந்தது.

யூ லாங் எங்கே இருக்கிறாள்? அவளுக்கு ஹாங்க்சூ இறந்தது தெரியுமா? என்னிடம் இந்தப் பெட்டியைக் கொண்டு வந்து சேர்த்த அந்த நாற்பது வயது பெண்மணி யார்? இவ்வளவு

அழகாக தன டைரிக் குறிப்புகளை எழுதிய ஹாங்க்சூவின் மற்ற கட்டுரைகள் எங்கே.? தன் மகள் தன்னால்தான் தற்கொலை செய்துகொண்டு இறந்தாள் என்று தெரிந்தால் அவள் தந்தை வருத்தம் அடைவாரா? குடும்பத்திற்காக ஹாங்க்சூவின் வாழ்வை தியாகம் செய்ய சொன்ன அவளது தாய் என்றாவது தாய்மை உணர்வுடன் அவள் மகளைப் பற்றி ஆராய முற்பட்டு இருப்பாளா?

இந்தக் கேள்விகளுக்கு எல்லாம் என்னிடம் பதில் இல்லை. இன்னும் எத்தனை குழந்தைகள் இதுபோல் பாலியல் பலாத்காரத்திற்கு உட்படுத்தப்பட்டு ஆயிரமாயிரம் கனவுகளை தொலைத்துவிட்டு இந்த நாட்டில் அழுது கொண்டு இருக்கிறார்களோ. யாருக்குத் தெரியும்?

3

பல்கலைக்கழக மாணவி

ஹாங்க்சூ என்னை மிகவும் பாதித்து விட்டாள். எதுவும் செய்ய இயலாமல் நிர்க்கதியாக நின்றுகொண்டு என்னையே கூர்ந்து பார்த்து எதையோ யாசிப்பது போல், ஏதாவது செய் என்று கெஞ்சுவதுபோல் தோன்றுகிறது. அதற்கு தகுந்தாற்போல் ஒரு சில நாட்களில் இன்னொரு சம்பவமும் நடந்தது. அது நான் இன்னமும் தீவிரமாக இந்த விசயத்தில் இறங்கி, வானொலி நிகழ்ச்சி மூலமாக பெண்களுக்கு உதவியாக செயல்பட புதிய வழியைக் காண்பித்தது.

காலையில் வானொலி நிலையத்தினுள் நுழை யும்போது, தன் வேலையை முடித்து வீட்டிற்கு செல்லும் சக அலுவலகத் தோழி என்னை வழி மறித்து நிறுத்தினாள். வயதான தம்பதியர் இருவர் என்னைப் பார்க்க வந்திருப்பதாகவும், அவர்கள் என்னிடம் முக்கியமான விஷயத்தைப் பற்றி பேசக் காத்திருப்பதாகவும் கூறினாள்.

நான் ஆச்சரியமாக, "எது விசயமாக பேச வேண்டுமாம்?" என்று கேட்டேன்.

"எனக்குத் தெரியவில்லை. ஆனால் அவர்கள் பேசுவதைப் பார்த்தால் நீ ஏதோ கொலைசெய்து விட்டதாக கூறுகிறார்கள்" என்றாள்.

"கொலையா? அவர்கள் எதை அர்த்தப்படுத்தி இப்படிச் சொல்கிறார்கள்?"

"அது எனக்குத் தெரியாது. ஆனால் நீ அவர்கள் இருக்கும் இடம் வழியாக செல்லாமல் வேறு வழியாக செல்வது நல்லது. ஒரு சில நேயர்கள் இப்படித்தான் காரணம் இல்லாமல் வந்து கூச்சலிடுவார்கள்" என்று கொட்டாவி விட்டபடியே, "இப்பொழுது இது குறித்து பேசவோ, சண்டையிடவோ நேரமில்லை. விடியற் காலை அலுவல் பார்த்தது எனக்குத் தூக்கமாக வருகிறது. வீட்டிற்கு போய் தூங்க வேண்டும். காலை நாலுமணி செய்திகள் நிகழ்ச்சிக்கு அதிகாலையிலேயே எழுந்து வரவேண்டியிருக்கிறது. வருகிறேன்" என்று கூறிக்கொண்டே அவள் சென்று விட்டாள்.

நான் இயந்திரம்போல் அவளுக்குக் கையசைத்தேன்.

உடனடியாக என்ன விசயம் என்று தெரிந்துகொள்ள எனக்கு ஆவலாக இருந்தது. ஆனால் எங்கள் வானொலியின் வெளிவிவகார அதிகாரி வந்து அவர்களை விசாரிக்கும் வரை நான் காத்திருந்துதான் ஆகவேண்டும். நான் நேரிடையாக அவர்களிடம் சென்று பேசக்கூடாது என்பது வானொலி விதிமுறைகளில் ஒன்று.

அன்று இரவு 9 மணிக்கு எங்கள் வெளிவிவகார அதிகாரி அந்த வயதான தம்பதிகள் கொடுத்ததாக ஒரு கடிதத்தை என் சக ஊழியர் ஒருவரிடம் கொடுத்தனுப்பினார். அது அந்த தம்பதியரின் 19 வயது மகள் எழுதிய தற்கொலைக் கடிதம். அதை உடனடியாக படித்தால் நிகழ்ச்சியின்போது நான் தடுமாறி விடுவேனோ என்று பயம் வந்தது. அந்தக் கடிதத்தைப் படிக்காமல் என் சட்டைப்பையில் வைத்துக் கொண்டேன்.

என் அலுவல்களை முடித்து வீட்டிற்கு வந்து படுக்கையில் படுத்த பின்புதான் அந்தக் கடிதத்தைப் படிக்க ஆரம்பித்தேன். அந்தக் கடிதத்தின் பக்கங்கள் கண்ணீரால் நனைந்து இருந்தது.

அன்பான சின்ரன்

நீ ஏன் என் கடிதத்துக்கு பதில் போடவில்லை? நான் வாழ்வுக்கும் சாவுக்கும் இடையில் போராடிக்கொண்டு இருந்தேன் என்பதை நீ உணரவில்லையா?

நான் அவனை மனதாரக் காதலித்தேன். ஆனால் நாங்கள் இருவரும் காதலித்ததை தவிர வேறு ஒரு தவறும் செய்யவில்லை.

அவன் ஒரு போதும் என் உடலைத் தொட்டதில்லை. அவன் என் நெற்றியில் முத்தமிடுவதை வீட்டினருகில் வசிக்கும் மனிதர்கள் சிலர் பார்த்து விட்டனர். உடனே நான் மிகவும் மோசமான பெண் என்று அக்கம் பக்கத்தினரிடம் சொல்லிவிட்டனர். இந்த அவதூறுகளால் என் தாயும் தந்தையும் அவமானமாக உணர்ந்து பக்கத்து வீட்டுகாரர்களைப் பார்க்க வெட்கி வீட்டைவிட்டு வெளியில் போவதைக்கூட தவிர்த்தனர்.

நான் என் பெற்றோரை மிகவும் நேசிக்கிறேன். என் சிறுவயதிலிருந்தே, அவர்கள் பெருமைப்படும் விதமாக நடந்து கொள்ள வேண்டும் என்று தீர்மானம் செய்துகொண்டவள் நான். என்னுடைய அறிவும், அழகும் திறமையும் அவர்களை மகிழ்விக்க வேண்டும். தங்களுக்கு ஓர் ஆண் குழந்தை இல்லையே என அவர்கள் ஏங்கக் கூடாது என்று அவர்களது அத்தனை எதிர்பார்ப்புகளையும் நிறைவேற்றினேன்.

ஆனால் இன்று என் காதலால் அவர்கள் நம்பிக்கைகளை சிதைத்து, அவமானப்படுத்தி தலை குனிய வைத்து விட்டேன். ஆனால் நான் செய்தது தவறா என்று எனக்குத் தெரியவில்லை. கண்டிப்பாக காதல் என்பது ஒழுக்கங்கெட்ட ஒன்றல்ல. சமூக பண்பாட்டுக்கு எதிரான குற்றமும் அல்ல.

உங்களுக்கு இதை எழுதி நான் என்ன செய்ய வேண்டும் என்று கேட்டிருந்தேன். நீங்கள் என் பெற்றோருக்கு புரிய வைப்பீர்கள் என்று நம்பினேன்.

ஆனால் நீங்கள் எனக்குப் பதிலளிக்கவில்லை. என்மீது யாருக்கும் அக்கறையில்லை. எனவே வாழ்வதில் அர்த்தமில்லை. விடைபெறுகிறேன் சின்ரன். நான் உன்னை மிகவும் நேசிக்கிறேன். அதேசமயம் வெறுக்கவும் செய்கிறேன்.

வாழ்ந்த வரையில் உன்னுடைய உண்மையான நேயர்.

சியோ யூ

மூன்று வாரங்கள் கழித்து சியோ யூ உதவி கேட்டு எழுதிய முதல் கடிதம் என் கைக்கு வந்து சேர்ந்தது. இந்தத் துயரத்தின் பாரம் தாங்காமல் நான் நொறுங்கிப் போனேன். தங்களது இளமையின் ஆர்வத்திற்கு தங்கள் வாழ்வை பலி கொடுக்கும் எண்ணற்ற சீன இளம் பெண்களைப் பற்றி அக்கறைகொண்டு நான் அவஸ்தைபடுவதைத் தவிர்க்க விரும்பினேன்.

அது எப்படி காதல் ஒழுக்கங் கெட்டதாகவோ, சமூக

பண்பாடு, கலாச்சாரத்துக்கு எதிரானதாகவோ ஆகும்? இந்தக் கேள்விகளை நான் என் நிகழ்ச்சியின் மூலம் நேயர்களிடம் கேட்டு பதில் பெற விரும்பினேன். என் நிகழ்ச்சி தயாரிப்பாளரிடம் இது சம்பந்தமான தொலைபேசி அழைப்புகளை நம் நிகழ்ச்சியில் இடம்பெறச் செய்யலாமா என்று கேட்டேன்.

நீ எப்படி இந்த விவாதத்தை கட்டுபடுத்தி, சரியான வழியில் கொண்டு சென்று நிகழ்ச்சியை நிறைவு செய்ய இயலும்? இது ஒரு நீண்ட விவாதமாக சென்றால் என்ன செய்வது? என்று என்னை எச்சரித்தார்.

இதை நான் ஒரு சீர்திருத்தத்திற்கான துவக்கமாக சொல்ல வில்லை. இந்த விவாதத்தை ஆரம்பிக்கலாமே என்கிறேன். வெளிப்படையான விவாதத்தை துவக்கி வைப்பதன் மூலம் புதிய தீர்வுகளை கண்டெடுத்து நியாயப்படுத்த இயலுமா என முயற்சிக்கிறேன் என்றேன்.

சீர்திருத்தம் புரட்சி அல்ல. துவக்கி வைப்பது என்பது சுதந்திரமல்ல. நாம் கட்சியின் பிரச்சார பீரங்கிகள் அவ்வளவே. நாம் நினைப்பதை எல்லாம் நம் விருப்பத்திற்கு நம்மால் ஒலிபரப்ப முடியாது.

இதைச் சொல்லும்போது அவரது நரம்புகள் பிளவுபடுவது போல் குரலை உயர்த்தி பேசினார்.

அவர் கத்திப் பேசுகிறார் என்று பயந்து நான் பின்வாங்குவதாக இல்லை. தொடர்ந்து அவரிடம் விவாதம் செய்தேன். நீண்ட விவாதத்திற்கு பிறகு, இந்த நிகழ்ச்சியியை முன் கூட்டியே பதிவுசெய்து போடலாம் என்று அனுமதி அளித்தார். அதன் அர்த்தம் என்னவென்றால், முன் கூட்டியே இந்த நிகழ்ச்சிக்கான உரையைத் தயார் செய்து, அவற்றை ஒலிப்பதிவு செய்து, தொகுத்து நிகழ்ச்சி கண்காணிப்பு துறைக்கு அனுப்பி அனுமதி பெற்று பின் ஒலிபரப்ப வேண்டும். முன்கூட்டியே பதிவு செய்யப்படும் நிகழ்ச்சிகள், கண்காணிப்பு பிரிவு மட்டுமல்லாது இன்னும் சில தணிக்கை ஆய்வுகளுக்கு உட்படுத்தப்பட்டு, இந்த நிகழ்ச்சியினால் பாதிப்பு எதுவும் வராது என்ற சான்றிதழ் பெற்ற பின்னரே ஒலிபரப்பபடும்.

நேரடி ஒலிபரப்பிற்கு ஒரு சில தணிக்கைகள் மட்டுமே இருக்கும். எல்லாமே நிகழ்ச்சியை தொகுத்து வழங்குபவருடைய திறமை மற்றும் தொழில்நுட்ப அறிவு, பிரச்சனைக்குரிய விவாதத்தை அவர் எப்படி வழிநடத்தி செல்கிறார் என்பதில்தான் இருக்கிறது. நிகழ்ச்சி தயாரிப்பாளர் இதுபோன்ற நேரடி

ஒலிபரப்பில் எப்பொழுதும் நிகழ்ச்சியைக் கேட்டுக்கொண்டு இதயத்துடிப்பு அதிகரிக்க படபடப்புடன் அமர்ந்திருப்பார். ஏதாவது தவறு நடந்துவிட்டால், அவர்தான் பொறுப்பேற்க வேண்டும். இதனால் அவர்களின் சுதந்திரம் மற்றும் வேலைகூட பறிபோகும் அபாயம் இருக்கிறது.

இந்த விவாதத்தை நேரடி ஒலிபரப்பில் வழங்க இயலவில்லை என்பது எனக்குப் பெருத்த ஏமாற்றமாகிவிட்டது. நிகழ்ச்சியை முன் பதிவுசெய்ய ஒவ்வொரு நாளும் இரண்டு அல்லது மூன்று முறை பதிவு செய்ய வேண்டி இருக்கிறது. ஆனால் அரசியல் குறுக்கீடில்லாமல் இந்த அளவிற்கு ஒரு நிகழ்ச்சியை நடத்த இயலும் என்பது மகிழ்ச்சிதான். தொடர்ச்சியாக தொலைபேசி பேட்டியை எடுக்கவும் நான் தயாராக இருக்கிறேன். என் எதிர்பார்ப்பிற்கு மாறாக நிகழ்ச்சி ஒலிபரப்பானதும், மக்களிடமிருந்து பதிலேதும் இல்லை. எனக்கு ஏமாற்றமாக இருந்த நேரத்தில், நிகழ்ச்சியை காரசாரமாக விமர்சித்து பெயர் குறிப்பிடாமல் கடிதம் ஒன்று வந்தது. முன்பெல்லாம் வானொலி நிகழ்ச்சிகள் நன்றாக இருக்காது. வரிசையாக அதிகாரவர்க்கத்தின் துதிபாடும் வாசகங்களை ஒலிபரப்பும் சாதனமாகவே இருந்தது. அதிலிருந்து கொஞ்சம் விலகி உங்கள் நிகழ்ச்சி சமூக அக்கறை, மனிதாபிமான உணர்வு என்ற இலக்கைத் தொட்டது. இன்று ஏன் இந்தப் பின்னடைவு? இந்த விவாதம் மிகச் சரியானதுதான். ஆனால் இந்நிகழ்ச்சி தொகுப்பாளர் தன்னுடைய பொறுப்பிலிருந்து விலகிப்போய் குளிரில் நடுங்குவதைப்போல பேசுகிறார். சமூகத்தின் மிக முக்கியமான விசயத்தைத் தாங்கிய இந்த விவாதத்தை மக்கள் சுதந்திரமாக விவாதிக்க ஏன் அனுமதி மறுக்கிறீர்கள்? நிகழ்ச்சி தொகுப்பாளருக்கு நேயர்களின் தொலைபேசி அழைப்புகளை நேரிடையாக தொடர்புகொண்டு பேச தைரியம் இல்லையா?

அதிருப்தி அடைந்த வாசகரின் கடிதத்தின் விளைவாக நிகழ்ச்சியை இன்னமும் கவனத்துடன் பார்த்து, கடுமையாக தணிக்கை செய்து ஒலிபரப்பு செய்தனர். கண்காணிப்பு அதிகாரிகள் நான் எங்கெல்லாம் நேயர்கள் மேல் அக்கறையுடன் நேரடி வார்த்தைகள் பிரயோகித்து இருந்தேனோ அதை எல்லாம் தணிக்கை செய்து, எனக்கும் நேயர்களுக்கும் இடையே நேரிடை வார்த்தைகளால் நெருக்கம் வராதவாறு கவனமாக மாற்றியமைத்தனர். மிகப் பெரிய உணவு விடுதியில், உணவு சமைப்பதைப்போல நிகழ்ச்சி உருமாறியது. அங்குதான் ஒரு உணவை மட்டும் தயார்செய்து, வாடிக்கையாளர்களின் விருப்பத் திற்கேற்ப வேறு வேறு சுவையூட்டும் கலவைகளை கலந்து வெவ்வேறு உணவாக மாற்றி வழங்குவர்.

இத்தகைய கட்டுப்பாடுகளால் நான் வேதனையும், மனகசப்பும் அடைந்து இருக்கிறேன் என்று ஓல்டு சென் கண்டு கொண்டு, "சின்ரன், இதில் நீ கோபப்பட என்ன இருக்கிறது? இவை எல்லாவற்றையும் புறந்தள்ளு. வானொலியில் வேலை முடித்து நீ அதன் வாசல்களை தாண்டிச் செல்லுபோது உன் தைரியமும் உன்னிடம் இருந்து பறிமுதல் செய்யப்படுகிறது. ஒன்று நீ சமூகத்தில் மிக முக்கியமான நபராக இருப்பாய் அல்லது கோழையாக இருப்பாய். மற்றவர்கள் என்ன சொல்வார்கள் என்பது முக்கியமல்ல. உன்னை பற்றி நீ என்ன நினைக்கிறாய் அதுதான் முக்கியம். இந்த இரண்டில் ஒன்றாக மட்டுமே நீ இருக்க முடியும். எனவே நீ உண்மைகளை நேரிடையாக எதிர்கொள்" என்றார்.

"நல்லது. நீங்கள் முன்பு என்னவாக இருந்தீர்கள்?" நான் அவரைத் திருப்பிக் கேட்டேன்.

"நான் இரண்டுமாக இருந்தேன். என்னைப் பொருத்தவரை நான் மற்றவர்களுக்கு முக்கியமானவனாக இருந்தேன். நான் கோழை. ஆனால் எல்லா பிரிவுகளுக்குள்ளும் ஏதோ சிக்கல் அடி நாதமாக ஒளிந்துகொண்டு இருக்கும். நீ காதல், கலாச்சாரம் மற்றும் ஒழுக்கத்திற்குமான தொடர்புகளைப் பற்றி விவாதிக்கிறாய். இவை மூன்றிற்கும் இடையே வேறுபாட்டை நாம் எப்படி வரையறுக்க இயலும்?

ஒவ்வொரு கலாச்சாரத்துக்குமான உணர்வுகள், கருத்துகள் வெவ்வேறு வகையாக மாறுபடும். மிகுந்த கட்டுப்பாடான கலாச்சாரப் பின்னணியில், பாரம்பரிய பழக்க வழக்கங்களோடு வளர்ந்த பெண்கள் ஓர் ஆணின் மார்பினை பார்க்கக்கூட வெட்கப்படுவர். அதுவே இரவு விடுதிகளில் பணிபுரியும் பெண் களைப் பார்த்தால் அவர்கள் அரைகுறை ஆடைகள் அணிந்து இருப்பர்.

"இது கொஞ்சம் மிகைப்படுத்தலாக இல்லை?"

"மிகைப்படுத்துகிறேனா? உண்மையாக யதார்த்தத்தில் பெண்கள் அதிக முரண்பாடுகளுடன் வாழ்கிறார்கள். நீ இன்ன மும் அதிகமாக பெண்கள் பற்றித் தெரிந்துகொள்ள வேண்டும் என்று விரும்பினால், இந்த வானொலி வேலையை விட்டு விட்டு வெளியில் வந்து நேரிடையாகப் பெண்களைப் பார். ஒரு அலுவலகத்தில் உள்ள ஒலிப்பதிவுக் கூடத்தில் நாள் முழுவதும் உட்கார்ந்துகொண்டு நீ இந்த உலகைப் புரிந்துகொள்ள முடியாது" என்றார்.

ஒல்டு சென் என்னை மிகவும் கவர்ந்துவிட்டார். அவர் சொன்னது அவ்வளவும் சரியானதுதான். இன்னும் அதிக புரிதலுக்கு நான் சாதாரண பெண்களின் வாழ்க்கைக்குள் சென்று பார்க்க வேண்டும்.

ஆனால் அந்தக் காலச்சூழலில் பயணங்கள் தடை செய்யப் பட்டு இருந்தது.

அரசியல் காரணங்களால் மக்கள் சீனாவுக்குள்கூட அனுமதி வாங்காமல் பயணம் செய்ய இயலாது. அவ்வளவு எளிதாக அரசும் அனுமதி வழங்காது. பத்திரிகையாளர்கள்கூட அவ்வளவு எளிதில் அனுமதி வாங்கி பயணம் செல்ல முடியாது.

எனவே பயணத்தைத் தவிர்த்து, முடிந்தவரை, பெண்களை குறித்த தகவல்களை சேகரிக்க ஆரம்பித்தேன். அலுவல் காரணமாக வெளியில் செல்லும்போதும், நண்பர்கள் வழியாகவும், விடுமுறையில் செல்லும்போதும் எங்கெல்லாம் தகவல்கள் கிடைக்கின்றனவோ அதை விடாமல் சேகரித்தேன். சேகரித்த தகவல்களை என் நிகழ்ச்சியில் சொல்ல ஆரம்பித்தேன். இதற்கு என் நேயர்கள் என்ன விதமாக எதிர்வினையாற்றுவார்கள் என்று காத்திருந்தேன்.

என்னுடைய உழைப்பில்தான் குடும்பத்தை நடத்த வேண்டிய தேவை இருந்தது. வானொலி நிலையத்தில் எனக்கு கிடைக்கும் சம்பளத்தை மட்டுமே வைத்து வாழ்க்கை நடத்த இயலாது. எனவே பகுதி நேர விரிவுரையாளராக, பல்கலைக்கழகம் ஒன்றிலும் வேலை பார்க்கிறேன். அன்று, நான் வேலை பார்க்கும் பல்கலைகழகத்தில் இருந்து வானொலி அலுவலகத்திற்கு செல்ல அவசரமாக ஆயத்தமாகிக் கொண்டிருந்தேன். மதிய உணவு நேரமா தலால் பரபரவென்று இருந்தது பல்கலைக்கழக வளாகம். நான் என் சைக்கிளை எடுத்துக்கொண்டு மாணவர்கள் மத்தியில் நீந்தி வரவேண்டி இருந்தது.

அதே நேரம் பல மாணவிகள் கூடி நின்று என்னை கைகாட்டி பேசுவது என் காதில் விழுந்தது.

“இவர் சீனப் பெண்கள் பாரம்பரிய கலாச்சாரத்தில் ஆழ்ந்த வர்கள் என்று சொல்கிறார். அந்த கருத்தில் எனக்கு உடன்பாடு இல்லை. சீனப் பெண்களுக்கு என்று ஒரு பாரம்பரிய வரலாற்று பின்னணி இருக்கிறது. ஆனால் அவர்களுக்கு எதிர்காலமும் இருக்கிறது. எத்தனை பெண்கள் இப்பொழுது கட்டுபெட்டியாக பாரம்பரியம் பண்பாடு என்று வாழ்கிறார்கள்? இப்பொழுது பண்பாடு கலாச்சாரம் என்பது என்னவாக இருக்கிறது?

சீனாவின் பாரம்பரிய உடையான இரு பக்கங்களிலும் திண்டு வைத்து தைத்த அங்கிகளை நாம் எத்தனை பேர் அணிகிறோம்?

தலைமுடிக்குள் பந்து வைத்துக் கொண்டை போட்டுக் கொள்கிறோமா? காலணிகளில் வண்ண வண்ண நூல்களால் பின்னி போட்டுக்கொண்டு இருக்கிறோமா? ஆண்களுக்கு எதிரில் நாம் முகத்தை மூடிக் கொண்டு அலைகிறோமா?" என்று கேட்கிறாள் ஒரு பெண்.

"அவர் கலாச்சாரம், பாரம்பரியம் என்று சொல்வது ஒரு கருத்தாக்கம் என்று நினைக்கிறேன். வழி வழியாக நம் முன்னோர்களில் இருந்து வந்த சில சம்பிரதாயங்களை நாம் அப்படியே பின்பற்றுகிறோமே, அதுபோன்ற விசயங்களை என்று நினைக்கிறேன்."

அதை இடைமறித்து இன்னொரு பெண், "நான் ஒருபோதும் பெண்களுக்கான நிகழ்ச்சிகளைக் கேட்பதில்லை. இசை ஒலிபரப்பு மட்டுமே கேட்பேன்" என்று சொன்னாள்.

"இல்லை, நான் கேட்பதுண்டு. நான் அவர் நிகழ்ச்சியை கேட்டுவிட்டு தான் தூங்கப்போவேன். இடையிடையே இவர் அருமையான இசையைக்கூட ஒலிக்க விடுவார். அது மிக நன்றாக இருக்கும். அவளது குரல் மிக இனிமையாக கவர்வது போல் இருக்கும். ஆனால் எப்பொழுதும் அவர் பெண்களை மென்மையானவர்கள் எனக் கூறுவது எனக்கு பிடிக்காது. நல்ல வேளை அவர் ஆண்கள் அனைவரும் காட்டுமிராண்டிகள் என்பதுபோல் எதுவும் கூறவில்லை" என்று ஒரு பெண் கூற, இன்னொருத்தி அதை மறுத்து,

"இல்லையில்லை... அதுபோன்ற தொனி ஒரு சில நிகழ்ச்சி களில் ஒலித்தது" என்று கூறினாள்.

"யாருக்குத் தெரியும்? அவள் மிக வசதியான குடும்பத்துப் பெண்ணாகவும், அவளது வயதான கணவர் அவள் காலடியில் விழுந்து கிடப்பவனாகவும் இருக்கலாம். அதனால் அவளது கோபத்திற்கு வடிகாலாக இப்படிப்பட்ட நிகழ்ச்சியில் ஆண்களை இழிவாகக் கூறலாம்" என்றாள் இன்னொருத்தி.

நான் வாயடைத்துப் போனேன். இளம்பெண்கள் இப்படி பேசுவார்கள் என்று எனக்குத் தெரியாது. எனக்கு வானொலி நிலையத்திற்குப் போக நேரமாகிவிட்டதால், அங்கு நின்று அந்தப் பெண்களிடம் பேசி மேலும் அவர்களது கருத்துகளை தெரிந்துகொள்ள அவகாசம் இல்லை. ஆனால் பல்கலைக்கழக

மாணவிகளை சந்தித்துப் பேசவேண்டும் என்று எனக்குள் முடிவு செய்துகொண்டு அங்கிருந்து கிளம்பினேன்.

பல்கலைக்கழகத்தில் நான் பகுதி நேர விரிவுரையாளராக பணி செய்வதால், எந்த அதிகாரவர்க்கத்தின் குறிக்கீடும் இன்றி என்னால் பல்கலைக்கழக மாணவிகளிடம் பேட்டி எடுக்க இயலும். எப்பொழுதுமே "புரட்சி" மாணவ சமுதாயத்தில் இருந்துதான் உருவாகும். இந்த மாணவ மாணவிகள் நினைத்தால், நவீன சீன தேசத்துக்குள் ஒரு புதிய அலையை உருவாக்க முடியும் என்ற நம்பிக்கை எனக்கிருந்தது. அது மட்டுமல்லாது, பெண்களைப் பற்றிய என் ஆராய்ச்சி முழுமை பெற வேண்டுமானால், அதில் இளைய சமுதாயத்தின் பங்களிப்பு நிச்சயம் இருக்க வேண்டு மல்லவா?

யாரிடம் பேசினால், மாணவிகள் பற்றிய முழு விவரங்களும் கிடைக்கும் என்று விசாரித்ததில் என் சக விரிவுரையாளர்கள் கூறினார்கள், பல்கலைக்கழக மாணவ மாணவியரிடையே செல்வாக்கு பெற்ற ஒரு பெண் இருக்கிறாள். அவளது புதிய சிந்தனையும், தொலைநோக்குப் பார்வையும், நவீன கருத்துகளும் பல்கலைக்கழக மாணவ மாணவரிடையே பெரும் வரவேற்பை பெற்றதாகும். அவள் பெயர் ஜின் ஷுய்.

அவளை தேநீர் இடைவேளையில் என்னைச் சந்திக்க அழைத்து வர சொன்னேன்.

ஜின் ஷுய் ஒரு மாணவி என்று சொல்வதைவிட, அவள் ஒரு பொதுஜனத் தொடர்பு அதிகாரி என்று சொன்னால் பொருத்தமாக இருக்கும். அவளது தோற்றமே ஆளைக் கவரும் விதமாகவும், அதிகாரத் தோரணையுடன் மிடுக்காகவும் இருந்தது. கப்பற்படை தளபதி போன்ற வெண்ணிற முழுக்கால் சட்டையும், மயக்கம் கொள்ள வைக்கும் உயர்ந்த தோலாலான காலணிகளும், தோற்றப் பொலிவை அதிகரித்துக் காட்டும் மேற்சட்டையும் அணிந்திருந்தாள். அவளது நீண்ட கூந்தல் பின்னப்படாமல் இருந்தது. அவளது உடலின் வளைவுகள் அழகாகவும், அவள் வனப்பை எடுத்து காட்டும் விதமாகவும் அவளது உடைத்தேர்வு இருந்தது. அதி நாகரிக யுவதியாக பார்ப்பவரை கிறங்க வைக்கும் அழகுடன் அவள் இருந்தாள்.

நாங்கள் இருவரும் சிறிய கண்ணாடி கோப்பைகளில் இருந்த தேநீரை அருந்தினோம்.

"எப்படி சின்ரன், எல்லோரும் சொல்வது போல் நீங்கள் நிறையப் படிப்பீர்களோ?"

ஜின் ஷுெய் நான் எதிர்பார்க்காத தருணத்தில் என்னை முந்திக்கொண்டு தனது முதல் கேள்வியை என்னை நோக்கி வீசினாள்.

அவளை வசீகரிப்பதற்காக நான் படித்த சீன சரித்திரம் குறித்த புத்தகங்கள் மற்றும் பொருளாதாரம் குறித்த புத்தகங்கள் பெயரைக் கூறினேன். ஆனால் அது அவளை பெரிதாக ஈர்க்க வில்லை. அதற்கு பதில், "அந்தப் பழைய காலத்து தூசிப்படர்ந்த பெரிய புத்தகங்கள், இன்றைய சமுதாயத்தின் ஆசைகளையும், தேவைகளையும் எப்படி நிறைவேற்றும்? அவை எல்லாம் வேலைக் காகாத வெறுமை நிறைந்த கோட்பாடுகளால் நிறைந்தது. இன்றைய காலத்திற்கு ஒத்துப் போகக்கூடிய புதிய கருத்துகள் நிறைந்த புத்தகங்களை நீ படிக்க வேண்டும்."

நவீன வணிக மேலாண்மை, தனி மனித உறவு நிலைகள் குறித்த ஆய்வு, தொழில் வல்லுனரின் வாழ்க்கைக் குறிப்புகள் போன்ற புத்தகங்களைப் படிக்க நீ முயற்சிசெய். இவை யாவும் உனக்குத் தேவையான பணத்தை சம்பாதிக்க உதவும். உனக்கு மிகப்பெரிய தொடர்புகள் எல்லாம் இருக்கிறது. இருந்து என்ன செய்ய? பணம் சம்பாதிக்கத் தெரியவில்லையே. உன்னைப் பார்த்தால் பரிதாபமாக இருக்கிறது. இரவும் பகலும் ஓடி ஓடி உழைத்து வேலை பார்க்கிறாய். எதற்கும் உதவாத புத்தகங்களைப் படித்து வாழ்க்கையை வீணடிப்பதுடன் மிகப்பெரிய வாய்ப்புகளை எல்லாம் நீ தவற விடுகிறாய். நம் சீனாவில் மதிப்புடன் வாழ வேண்டுமானால், பணம் அவசியம். அதை நீ முதலில் புரிந்து கொள்" அவள் பேசிக்கொண்டே போனாள். பட்டென்று என் முகத்துக்கு நேராக அவள் சொன்ன உண்மையை என்னால் பொறுத்துக்கொள்ள முடியவில்லை.

நான் அவளை இடைமறித்து,

"ஒவ்வொருவருக்கும் அவரவர் வாழ்வை இப்படித்தான் வாழ வேண்டும் என்ற சுய தேர்வுகள், விருப்பங்கள் இருக்கிறது" என்று கூறினேன்.

அவள் உடனே, "தயவு செய்து தவறாக நினைக்காதே சின்ரன். நேயர்களின் கேள்விகளுக்கு பதில் சொல்வதால் மட்டுமே உன் வாழ்க்கை முழுமை அடைந்து விடுகிறது என்று நினைக்கிறாயா? இந்த சமூகத்தை பற்றி, நவீன சீனாவின் தேவைகள் பற்றி உனக்கு என்ன தெரியும்? இதைச் சார்ந்து நான் மேலும் சில கேள்விகள் உன்னைக் கேட்க விரும்புகிறேன். நீ பெண்களுக்கான சிறப்பு நிகழ்ச்சியை செய்பவள்தானே... என்னுடைய இந்த கேள்விகளுக்கு பதில் சொல் பார்ப்போம். பெண்களுக்கென்று

என்ன தத்துவம் இருக்கிறது? பெண்களுக்கான மகிழ்ச்சி எதில் இருக்கிறது? எது ஒரு நல்ல பெண்மணியை உருவாக்குகிறது?

இந்தக் கேள்விகளை என்னை நோக்கி கேட்டுவிட்டு, மொத்த டீயையும் ஒரே மூச்சில் குடித்து முடித்து, தீர்க்கமாக என் முகத்தை உற்று நோக்கினாள்.

உண்மையில் அவள் கேள்விகளுக்கு என்ன பதில் சொல்வதென்று எனக்குத் தெரியவில்லை. ஓல்டு செென் கூறியது போல, இன்னமும் நான் முழுமையாக சீனப் பெண்களைப் புரிந்து கொள்ளவில்லை என்றே நினைக்கிறேன். நான் என்னை முழுவதுமாக அவளிடம் ஒப்படைக்க முடிவு செய்தேன். அப்பொழுதுதான் அவள் தனது உண்மையான கருத்துகளை வெளிப்படையாக பேசுவாள் என்று எண்ணி அவளிடம் பேச ஆரம்பித்தேன்.

“உன் கேள்விகளுக்கு எனக்கு விடை தெரியவில்லை. உனக்கு தெரிந்தால் சொல்.”

“என்னிடமா? நான் அறிவியல் படிப்பவள். எனக்கு சமூக அறிவியல் குறித்து எதுவும் தெரியாது” என்று மிகவும் இயல்பாக எதிரிடையாக பதிலளித்தாள். இவள் இப்படித்தான் மாற்றி பேசுவாள் என்று நான் ஊகித்தேன். ஆனால் என்னுடைய பத்திரிக்கையாளர் அறிவை உபயோகித்து அவளை மடக்கி கேள்வி கேட்க முடியும் என்று நம்பினேன்.

“அது சரி. ஆனால் உன் கருத்துகள் யாவும் அறிவியலுடன் நின்றுவிடப் போவதில்லைதானே? சமூகத்தை குறித்த உன் மதிப்பீடுகளும், பார்வைகளும், உனக்கென்று சில கருத்துகளை உருவாக்கி இருக்கும் தானே...” என்றேன் நானும் விடாமல்.

“ஆம். எனக்கென்று சில கருத்துகள் இருக்கத்தான் செய்கிறது” அவள் ஏதோ யோசித்துகொண்டே, என் கருத்தினை ஒத்துக் கொண்டாள்.

“என்னால் அப்படி நினைக்க இயலவில்லை. நீ உன் கருத்துகளுக்காகவே பிரபலமானவள்” என்றேன் நான் விடாமல்.

“நன்றி” என்று முதன் முதலாக அவள் கொஞ்சம் இறங்கி வந்து என்னை மதித்துப் பேசத் துவங்கினாள்.

நான் முதலில் பல்கலைக்கழக மாணவ மாணவிகள் அனைவருமே வேலை பார்க்கிறார்கள் என்று நினைத்தேன். நான் அவளை மடக்குவதற்கு இதையே வாய்ப்பாக பயன்படுத்தி கேள்விகளைக் கேட்க ஆரம்பித்தேன்.

"நீ புத்திசாலி, இளம்பெண், கவர்ச்சியானவள், நீ ஒரு நல்ல பெண் என்று உணர்கிறாயா?" என்றேன்.

"நானா?" என்று கேட்டபடி எந்தவித முடிவுக்கும் வர இயலாமல் சிறிது நேரம் மவுனம் காத்தாள். பின் அழுத்தமாக பதிலளித்தாள் "இல்லை."

என்னுடைய ஆர்வம் எகிறியது. 'ஏன்?' என்றேன் ஆவலுடன்.

"சர்வர். இன்னும் இரண்டு டீ கொடுங்கள்" என்று மிடுக்கான பணக்கார தோரணையுடன் தேநீரை வரவழைத்தாள்.

"அதற்குத் தேவையான மென்மையோ, கடமையுணர்ச்சியோ உடையவள் நான் இல்லை. நல்ல சீனப் பெண்மணிகள் என்றால் பக்குவப்படுத்தப்பட்ட மனநிலை கொண்டவர்கள். எதையும் அமைதியாக எதிர்கொண்டு, மென்மையாக அணுகுவார்கள். இதே குணநலன்களுடன்தான் அவர்கள் படுக்கையிலும் இருப்பார்கள். இதனால் இறுதியில் அந்தப் பெண்களுக்கு என்ன கிடைக்கும்? அவர்களது கணவர்கள் சொல்வார்கள், "என் மனைவிக்கு பாலியல் கவர்ச்சி இல்லை, உடலில் வனப்பு போதவில்லையேன்று. ஒடுக்கப்பட்ட அந்தப் பெண்கள் இது தங்களது குறை என்றே நினைப்பார்கள். இத்துடன் அவர்கள் தங்களது மாதவிலக்கு பிரச்சனை, குழந்தைப்பேறு மற்றும் குடும்பத்தின் நலனுக்காகவும், கணவனின் வருமானம் போத வில்லை என்பதற்காகவும், அலுவலகத்திற்கும் சென்று கடினமாக உழைக்க வேண்டும். ஆனால் கணவர்கள்?

அழகழகான கவர்ச்சியான பெண்களின் படங்களை கட்டிலின் மேல் ஒட்டி உடலுறவின்போது அவற்றைப் பார்த்துக் கொண்டே, அந்தப் பெண்ணை புணர்வதாக கற்பனைசெய்து, அவனுக்காக ஓடாகத் தேய்ந்த மனைவியின் யோனியை பயன்படுத்தி தங்கள் காமத்தை தணித்துக் கொள்வார்கள். அந்தப் பாவப்பட்ட பெண்களோ, கண்களை மூடிக்கொண்டு, என் கணவன் என்னிடம் மிகவும் ஆர்வமாக உடலறவு கொள்கிறான் என்று மகிழ்ந்து போய், அவன் காலடியில் சேவை செய்யக் காத்திருப்பார்கள்.

ஆனால் பாவம் பெண்கள். உழைத்து உழைத்து தேய்ந்த தங்கள் உடலைப் பார்த்து தங்களைத் தாங்களே குறைவாக எண்ணி நொந்துக்கொள்வர். எப்படியும் ஆண்களின் பார்வையில், இதுபோன்ற விசயங்கள் நல்ல பெண்களின் அடையாளங்கள் இல்லை."

ஜின் ஷூயைப் பொருத்தவரை அவளுக்கு எந்தவிதமான

உந்துதலும் தேவையில்லை. அவள் தெளிவாக இருக்கிறாள். அவளை மேலும் கேட்டேன்.

“ஆண்களுக்கு அவர்களது ஹார்மோன்கள் தூண்டப்படும் போது, கண்டிப்பாக அவர்கள் தீராத காதலில் விழுவார்கள். கடலைவிட ஆழமானது காதல் என்று காலம் காலமாக கவிதை களில் உயர்வாக சொல்லப்பட்டு வருகிறது. அது குறித்து நீ என்ன நினைக்கிறாய்?”

“சின்ரன், நீ கதைகளைப் படித்துவிட்டு இந்தக் கேள்வியை கேட்கிறாய். நடைமுறையில் அந்த அளவு காதலிக்க தகுந்த பெண்களை என் வாழ்வில் இதுவரை சந்திக்கவேயில்லை என்று ஆண்கள் நழுவி விடுகிறார்கள். பெண்களின் பலவீனத்தை சரியாக பயன்படுத்தி அவர்களை வீழ்த்த ஆண்களுக்கு இயல்பாகவே தெரிந்திருக்கிறது. சில புகழ்ச்சியான வார்த்தைகள், காதல் வழியும் வார்த்தை ஜாலங்கள்... ஒரு சில பெண்களை மகிழ்ச்சியாக வைத்து கொள்ள இவை போதுமானது. ஆனால், அது எல்லாமே ஒரு மாயைதான்.

ஒரு வயதான தம்பதியரை உதாரணத்துக்கு எடுத்துக்கொள். பல வருடங்களாக இருவரும் ஒருவரை ஒருவர் சார்ந்து, அன்னி யோன்யமாக வாழ்ந்து கொண்டிருக்கின்றனர். ஆனால் அந்த ஆண், அந்தப் பெண்ணுடனான தாம்பத்யத்தில் திருப்தி யுடன் வாழ்கிறான் என்று நினைக்கிறாயா? அவனுக்கு வாய்ப்பு கிடைத்தால் அவன் உடனடியாக அந்தக் கிழவியை தள்ளி வைத்துவிட்டு புதிய பெண்ணைத் திருமணம் செய்துகொள்வான். அதற்கு அவன் என் மனைவி சரியில்லை என்று காரணமும் சொல்லத் தயங்க மாட்டான். இப்படிப்பட்ட ஆண்கள் தன் மனைவியையும் வைத்துக்கொள்வார்கள். அதனுடன் வேறு சில பெண்களையும்கூடத் தேடுவார்கள். இந்த ஆண்களுக்கு பெண்கள் விளையாட்டு பொருள்கள்போல. இவர்கள் தங்கள் மனைவியை குறை சொல்லிவிட்டு, உனக்கு பதில் அவளை நான் நீண்ட நாட்களுக்கு முன்பே திருமணம் செய்துகொண்டிருப்பேன் என்று சொல்வார்கள்.”

தனது நீண்ட பேச்சை சிறிது நேரம் நிறுத்தி பின் மீண்டும், “ஆண்களுக்கு என்ன மாதிரியான பெண்கள் தேவை என்று உனக்குத் தெரியுமா?” என்று கேட்டாள்.

“இல்லை, எனக்கு தெரியவில்லை. அந்த விசயத்தில் நான் தேர்ந்தவள் இல்லை.” நான் உண்மையை ஒப்புக் கொண்டேன்.

ஜின் ஷுயே முழு உரிமையும் எடுத்துக்கொண்டு அதிகாரத் துடன் பேச ஆரம்பித்தாள். “ஆணுக்கு அறம் சார்ந்த ஒரு

பெண்தான் தேவை. ஒரு நல்ல தாயாக விளங்கக் கூடியவள். வீட்டின் அத்தனை வேலைகளையும் அலுத்துக் கொள்ளாமல் செய்யக்கூடியவள். கிட்டத்தட்ட ஒரு வேலைக்காரி போல. வீட்டை விட்டு வெளியில் வந்தால் அவளே கவர்ச்சியானவளாகவும், கைதேர்ந்தவளாகவும், அவனுக்கு சமூகத்தில் மதிப்பை பெற்றுக் கொடுப்பவளாகவும் இருக்க வேண்டும். படுக்கையில் அவள் ஒரு காம வெறி பிடித்தவளாக இருக்க வேண்டும். அது மட்டுமல்ல, இதற்கும் மேலாக சீன ஆண்களுக்கு சம்பாதித்துக் கொடுக்கும் பணம் கொட்டும் இயந்திரமாகவும் இருக்க வேண்டும். அப்பொழுது தான் அவர்கள் மிக எளிதாக பணக்கார அதிகார வர்க்கத்துடன் சரிக்கு சரியாக பழக இயலும்.

பலதாரமணத்தை ஒழித்தது பற்றிய ஏக்கப் பெருமூச்சு சீன ஆண்களுக்கு உண்டு. பழைய மன்னன் கு ஹொங்க்மிங்க் ஆட்சி முடிவுக்கு வந்து கிங்க் பேரரசு ஆட்சியைத் துவக்கியபோது, "ஒரு ஆண் நான்கு பெண்களுக்கு பொருத்தமானவனாக இருப்பான். ஒரு தேநீர் குடுவை நான்கு கோப்பைகளை நிறைக்கும் என்று கூறினார். இதில் நவீன சீன ஆண் மகனுக்கு இன்னொரு கோப்பையைப் பணத்தை நிறைக்க வைக்க வேண்டும். இந்த எல்லா தகுதியும் உடைய பெண்தான், நவீன சீனாவில் நல்ல பெண். அப்படி எத்தனை பெண்கள் இந்த சமூகத்தில் இன்று தேர்வாவார்கள். நீயே சொல், எத்தனை சீனப் பெண்கள் இவை எல்லாவற்றையும் நிறைவேற்றுவார்கள்? இந்த தரத்தில் நிறுத்தி வைத்துப் பார்த்தால் ஒருவரும் தேற மாட்டார்கள். எல்லோருமே நல்ல பெண்மணிகள் என்ற இடத்திற்கு தேர்வாக மாட்டார்கள்."

பக்கத்து மேஜையில் இரு ஆண்கள் வந்து உட்கார்ந்து அவ்வப்போது ஜின் ஷுய் பேசுவதை திரும்பித் திரும்பிப் பார்த்துக் கொண்டிருந்தார்கள். அவள் எவ்வித அச்சமும் கூச்சமும் இல்லாமல் பேச்சைத் தொடர்ந்தாள்.

"நீ இந்தப் பழமொழி கேட்டிருக்காயா? 'மற்றவர்களின் மனைவிகளே எப்பொழுதுமே மேலானவர்கள். தன்னுடைய குழந்தைகளே எல்லா குழந்தைகளையும்விட உயர்வானவர்கள்.'"

"கேட்டிருக்கிறேன்" என்று சொன்னேன். அவள் இவ்வளவு நேரம் பேசியதில் இது ஒன்று மட்டும்தான் எனக்குத் தெரிந்ததாக சொல்ல முடிந்தது.

அவள் வியப்புடன் இன்னொரு விஷயத்தை சொல்ல ஆரம்பித்தாள், "நான் ஒரு புத்தகத்தில் படித்திருக்கிறேன். மிகவும் பசியுடன் கூடிய சிங்கம் எதுவும் கிடைக்கவில்லையென்றால்

முயலைப் பிடித்து தின்று விடுமாம். ஆனால் முயல் தெரியாமல் அதன் காலில் மிதிபட்டு இறந்து விட்டால், இறந்த அந்த முயலை தின்னாமல் சிங்கம் தன் உணவிற்கு வரிக்குதிரையை விரட்டி ஓடுமாம். இதில் கொடுமை என்னவென்றால் முக்கால்வாசி சீனப் பெண்கள் ஆண்கள் நிர்ணயிக்கும் தரத்தில் அவர்களை மோசமானப் பெண்கள் என்று சொன்னால் அதை அவர்கள் அப்படியே ஏற்றுக்கொண்டு வாழ்வதுதான்."

அவள் இப்படிப்பட்ட பெண்களில் ஒருவராக என்னையும் நினைத்துக்கொண்டு பேசுகிறாள் என்பது புரிகிறது. நான் என் முகபாவத்தை சிறிது மாற்றினேன். அவள் அதை கவனிக்கவில்லை. அவள் பேச்சை தொடர்ந்தாள்.

"சின்ரன் உனக்கு தெரியுமா? உண்மையில் இந்த மோசமான பெண்கள்தான் கொடுத்து வைத்தவர்கள். நான் இந்தப் பழமொழியை நம்புகிறேன். 'பணம் ஓர் ஆணை மோசமானவனாக மாற்றும். மோசமானவைகள் பெண்களுக்கு பணத்தை கொடுக்கும்'. நாங்கள் மாணவர்கள் அனைவரும் மிகவும் ஏழ்மையில் வாழ்பவர்கள் என்று தவறாக எண்ணி விடாதே. இங்கு படிக்கும் அநேக பெண்கள் எங்கள் பெற்றோரிடம் ஒரு ரூபாய்கூட வாங்காமலே, நாகரீகமாகவும், வசதியாகவும் வாழ்கிறோம். ஒரு சில பெண்கள் இங்கு வந்து சேர்ந்த புதிதில் நம் பல்கலைக் கழக கேண்டீனில் உணவு வாங்கி உண்ணக் கூட வசதி இல்லாமல் இருந்தார்கள். ஆனால் அவர்களே இப்பொழுது பணமும் நகையுமாக செழிப்பாக இருக்கிறார்கள். எங்கு போவதானாலும் வாடகைக் கார் வைத்துக்கொண்டு போகிறார்கள். மிகப் பெரிய நட்சத்திர விடுதிகளில் தங்குகிறார்கள். என்னைத் தவறாக நினைக்க வேண்டாம், இந்தப் பெண்கள் இந்த வசதிக்காக தங்கள் உடல்களை விற்றுப் பணம் பெறவில்லை. ஒரு வகையான உழைப்பின் மூலமே பெறுகிறார்கள்."

அவள் பேசுவதைக் கேட்டு நான் அதிர்ச்சி அடைந்தேன். இருந்தாலும் என் உணர்வுகளைக் காட்டிக்கொள்ளாமல் சிரித்தேன். அவள் அதை கவனித்துவிட்டாள். மேலும் தொடர்ந்தாள்...

"பணக்கார ஆண்களுக்கு அவர்களின் அந்தஸ்தை காட்டிக் கொள்ள அழகிய பெண்களின் துணை தேவைப்படுகிறது. அவர்கள் தாங்கள் போகுமிடத்திற்கெல்லாம் இந்தப் பெண்களை கூட்டிச்செல்வார்கள். அந்தரங்க காரியதரிசி, அல்லது பாதுகாவலர் என ஏதாவது சொல்லி அழைத்துச் செல்வார்கள். அறிவான பெண்களைக் கண்டுபிடிப்பதே அரிதாக இருக்கும் இன்றைய சீனாவில் நம் பல்கலைக்கழகம் தவிர வேறு எங்கு

இவ்வளவு அழகான திறமையான அந்தரங்க காரியதரிசிகள் கிடைப்பார்கள்? எந்த விதமான சான்றிதழ்களும் இல்லாத பெண்களையே சிறிய முதலீட்டு தொழிலதிபர்கள் விரும்புவார்கள். அந்தரங்க காரியதரிசி என்பவள் ஒருவருக்கு மட்டும்தான் வேலை செய்ய இயலும். பாதுகாவலர் என்பவர்கள் நிறைய பேரிடம் வேலை செய்யலாம்.

இந்த அலுவலக துணைகளின் வேலைகள் மூன்று நிலைகளில் இருக்கிறது. முதல் நிலை என்பது அந்த ஆணுடன் இரவு விடுதிகளுக்குப் போவது, மதுபான விடுதிகளுக்குப் போவது, கரோக்கி விடுதிகளுக்குப் போவது போன்றவை. அடுத்த நிலை அவர்களுடன் தியேட்டர் மற்றும் வெளி வேலைகளுக்கும் போவது. இது நாங்கள் விற்கும் கலையே தவிர சுய விற்பனை அல்ல. இதுபோன்ற வேளைகளில் ஈடுபடும் பெண்களுக்கு அவர்களின் உடைகளுக்குக்கூட இந்த ஆண்கள் கொட்டிக் கொடுக்க வேண்டும். அதுதான் ஒப்பந்தம். மூன்றாவது நிலை என்பது இரவும் பகலும் உங்கள் ஒப்பந்த ஆணுடன் நீங்கள் இருக்க வேண்டும். இவர்கள் அந்த ஆணுக்கு பாலியல் ரீதியான சுகங்களுக்கும் உடன்பட வேண்டும். இந்த விதமான அந்தரங்க காரியதரிசிகள் பல்கலைக்கழக விடுதியில் தங்கி வேதனைப்படத் தேவையில்லை. அந்த ஆண் பெரும்பாலும் தங்குவதற்கு நட்சத்திர விடுதிகளில் அறை எடுத்து இருப்பார். இந்தக் காரியதரிசிகளின் உணவு, உடை, செலவு, தங்குமிடம், பயணச்செலவு எல்லாமே அவர்கள் பார்த்து கொள்வார்கள். நீங்கள் கம்பெனி முதலாளியுடன் மிகவும் நெருக்கமாக இருப்பதால் வேறு ஒருவரும் உங்களை அணுக பயப்படுவார்கள். நீங்கள் ஒருவருக்குத்தான் வேலை செய்கிறீர்கள் ஆனால், அதன் மூலம் ஆயிரம் பேருக்கு முதலாளியாக இருக்கிறீர்கள். உண்மையிலேயே திறமை உள்ள பெண்கள் அதிக ஆற்றலுடன் அதிகாரத்தைக் கைப்பற்றி பணம் சம்பாதிக்கத் துவங்கி விடுவார்கள். வாழ்வில் பணக் கஷ்டமே வராது."

பேசிக்கொண்டே அவள் மேலும் கொஞ்சம் தேநீரை ஊற்றிக்கொண்டாள்.

"அந்தரங்க காரியதரிசி என்ற வேலையை சீனாவில் உருவாக்கிய பெருமை டெங் ஜியோபிங்கின் பொருளாதாரச் சீர்திருத்தம் மற்றும் சுதந்திர வெளியுறவு சீர்திருத்தக் கொள்கையையே சேரும்.

சீனாவில் சுதந்திர வெளியுறவு சீர்திருத்த கொள்கை அமல்படுத்தப்பட்ட உடனேயே அனைவரும் பணத்தின் பின்னால் ஓடத் துவங்கி விட்டனர். எல்லோருக்கும் முதலாளியாகும் ஆசை வந்துவிட்டது. செல்வம் சேர்க்கும் பேராவல் கனவாக

எல்லோர் மனதையும் அரிக்கத் துவங்கியது. ஆனால் இதில் ஒரு சிலரே வெற்றியடைந்தனர்.

நீ பார்த்து இருக்கிறாயா? மிக அதிகமானோரின் வணிக அட்டைகளில் 'பொது மேலாளர்' அல்லது 'இயக்குனர்' என்று இருக்கும். அவர்களது நிறுவனம் எவ்வளவு சிறியதாக இருந்தாலும், அவர்கள் வணிக அட்டைகள் மட்டும் பெரிய பெயர்களை தாங்கிதான் இருக்கும்.

இப்படி இருக்க இந்த நிறுவன முதலாளிகள் எப்படி அந்தரங்க காரியதரிசிகள் இல்லாமல் நிறுவனத்தை நடத்த இயலும்? காரியதரிசிகள் இல்லாவிடில் சமூகத்தில் அவர்களுக்கு என்ன மரியாதையிருக்கும்? ஆனால் அவர்களுக்கு எட்டு மணி நேரம் மட்டுமே வேலை செய்யும் அந்தரங்க காரியதரிசிகள் தேவையில்லை. முழு நேர காரியதரிசிகள்தான் தேவை.

இதனுடன் சேர்த்து பாலினக் கவர்ச்சியின் எழுதப்படாத விதிகளினால், அழகிய கவர்ச்சியான இளம்பெண்களுக்கு வாய்ப்புகள் குவிகிறது. அழகிய நவீன ஆடைகளை அணிந்த கவர்ச்சியான இளம்பெண்கள் இறுக்கமான அரசு அலுவலகங் களின் துறைகளுக்கு ஓடி வேலைகளை செய்து சீனாவின் பொருளாதாரத்தை வளரச் செய்கிறார்கள்.

நமது சீனப் பொருளாதார சந்தையில் ஈடுபட்டு பங்குகளை வாங்கி பணம் குவிக்க நினைக்கும் அத்தனை வெளிநாட்டு நிறுவனங்களுக்கும், உள்ளூரில் வேலை பார்க்க இதுபோன்ற 'அந்தரங்க காரியதரிசிகள்' தேவை. வெளிநாட்டவர்களுக்கு நம் சீனாவைக் குறித்தும், நம்முடைய பண்பாடுக் கலாச்சாரம் பற்றியும் ஒன்றும் தெரியாது. இந்த அந்தரங்க காரியதரிசிகள் இல்லையென்றால் எப்பொழுதோ, நம் ஊழல் மிகுந்த சீன அதிகாரிகள், இவர்களைக் குறிவைத்து சூறையாடி இருப்பார்கள். வெளிநாட்டு முதலாளிகளுக்கு அந்தரங்க காரியதரிசியாக இருக்க வேண்டுமானால், அவர்களுக்கு வெளிநாட்டு மொழிகளும் தெரிந்திருக்க வேண்டும்.

ஏறக்குறைய எல்லா அந்தரங்க காரியதரிசிகளும், தங்களது இன்றைய நிலை குறித்தும், அவர்களது வருங்காலம் என்ன வாக இருக்க வேண்டும் என்பதையும் தெளிவாக புரிந்து வைத்திருப்பார்கள். அவர்களுக்கு நன்றாக தெரியும் அவர்களுடைய முதலாளிகள் அவர்களின் குடும்பத்தை ஒருபோதும் கைவிட மாட்டார்களென்று. அவர்களது இனிமை கொஞ்சும் வார்த்தை களைக் கேட்டு காதல் என்று பூரித்துப் போகும் சில முட்டாள்களும்

இருக்கத்தான் செய்கின்றனர். உனக்கு அதனுடைய முடிவையும் நான் சொல்லியாக வேண்டும்."

அவள் ஒளிவுமறைவு இல்லாமல் வெளிப்படையாக அந்தரங்க காரியதரிசிகள் குறித்தும், அலுவலக பாதுகாவலர்கள் குறித்தும் பேசக் காத்திருந்தேன். நாங்கள் இருவரும் ஒரே தேசத்தை சேர்ந்த ஒரே காலகட்டத்தில் வாழும் பெண்கள்போல் எனக்குத் தோன்றவில்லை. இவள் சொல்லும் எந்த விசயமும் இதுவரை நான் கேள்விபட்டதில்லை. அது மட்டுமல்ல, சீனாவில் பெண் களுக்கு பாலியல் பற்றிய அறிவும், புரிதலும் இல்லை என்றுதான் நான் நினைத்திருந்தேன். ஆனால் இவள் சொல்லும் விவரங்களில், சீனாவின் இளம்பெண்கள் இன்று பாலியல் பற்றிய அறிவிலும், அணுகுமுறையிலும் அமெரிக்க, பிரிட்டிஷ் நாட்டுப் பெண்களையும் மிஞ்சி விட்டார்கள் என்றே நினைக்க தோன்றுகிறது.

"இவையெல்லாம் உண்மையில் நடக்கிறதா?" என்று நடுக்கத் துடன் அவளிடம் கேட்டேன்

ஜின் ஷுய் என் அறியாமை குறித்து வியப்பானாள்.

"நிச்சயமாக... நடக்கிறது. நான் ஓர் உண்மைக் கதையை சொல்கிறேன். எனக்கு ஓர் அருமையான தோழி இருக்கிறாள். அவள் மிக அழகானவள். மெல்லிய உருவமும், உயரமும், இனிமை யான குரலும் கொண்டவள். இயல்பிலேயே பரிவுமிக்கவள். அவள் பெயர் யிங்கர். அவள் கலைக்கல்லூரியில் படிக்கிறாள். மிகவும் திறமையான மாணவி என்று பெயர் வாங்கியவள். அவள் இசையில் கை தேர்ந்தவள். எந்த வகையான இசைக் கருவியையும் வாசித்துப் பாடுவதில் திறமைசாலி. அதனால் அவள் இருக்கும் இடத்தில் இயல்பாகவே ஒரு குதூகலம் வந்துவிடும். அவளுடன் ஆண்களும் பெண்களும் போட்டி போட்டுக்கொண்டு பழகுவர். தைவானச் சேர்ந்த தொழிலதிபர் ஒருவர் நாட்டிய அரங்கொன்றில் அவளுக்குப் பழக்கமானார். அழகும் இளமையும் நிரம்பியவர். அவர் கட்டிடக்கலை வர்த்தக நிறுவனம் ஒன்றை ஷாங்காய் நகரில் நடத்தி கொண்டிருக்கிறார். அங்கு தொழில் நன்றாக நடப்பதால் அதன் கிளை நிறுவனம் ஒன்றை நான்ஜிங்கில் திறக்க விரும்பினார். அவர் இங்கு வந்த புதிதில் இங்குள்ள வணிகக் கட்டுப்பாடுகளால் வியாபாரத்தில் சரிவர காலூன்ற இயலவில்லை. ஆறு மாதமாக முயன்றும், பல ஆயிரக்கணக்கில் அமெரிக்க டாலர்களை வாரி இறைத்தும் எந்தப் பயனுமில்லை.

யிங்கர், யூ என்ற அந்த தைவான் மனிதன் மேல் இரக்கப் பட்டு, அவளுடைய சாமர்த்தியத்தாலும், அவளுக்கிருந்த

பல பெரிய தொடர்புகளாலும், வணிக வரித்துறை, அரசு அனுமதிகள் என எல்லா பிரச்சனைகளையும் சரிசெய்து அவரது தொழிலை வளர்க்க உதவி செய்தாள். யூ மிகவும் மகிழ்ந்து, யிங்கர் தங்குவதற்கு நட்சத்திர ஹோட்டல் ஒன்றில் பிரத்யேக அறை எடுத்துக் கொடுத்து அவளது அத்தனை செலவுகளையும் பார்த்துக்கொண் டார். அவள் இன்றையகால பெண்ணாக இருந்தாலும், யூவின் பெருந்தன்மை, அவருடைய நேர்மை கண்டு மயங்கி விட்டாள். அவள் தன்னுடைய மற்ற எல்லா பாதுகாவலர் வேலையையும் விட்டுவிட்டு முழுநேரம் யூ வின் காரியதரிசியாகி அவருக்காக உழைக்க ஆரம்பித்து விட்டாள்.

ஒருநாள் விடியற் காலை 3 மணி இருக்கும். யிங்கர் என்னைத் தொலைபேசியில் அழைத்தாள். அவள் குரலில் வழக்கத்தைவிட அதிகமான உற்சாகம் வழிந்தோடியது.

"இந்த முறை நான் சொல்வது முற்றிலும் உண்மை. தயவு செய்து கலவரப்படாதே. நான் எப்படி உணர்கிறேன் என்று அவரிடம்கூட சொல்லவில்லை. அவருக்கு மனைவி இருப்பது எனக்குத் தெரியும். யூ எப்பொழுதும் அவர் மனைவி பற்றி உயர்ந்த அபிப்பிராயங்களையே கூறுவார். அவள் மிகவும் நல்ல பெண்மணி. அவருடைய திருமண புகைப்படங்களை என்னிடம் காட்டினார். இருவரும் மிகவும் பொருத்தமான தம்பதிகளாகத் தோன்றினர். என்னால் அவர்கள் இருவருக்குள்ளும் பிரச்சனை வந்து பிரிந்துவிடக் கூடாது என்பதில் நான் மிகவும் கவனமாக இருந்தேன். என்னிடம் யூ மிகவும் அன்பாக நடந்து கொள்கிறார் அதுவே எனக்குப் போதும் என்று நான் நினைத்தேன். சில சமயங்களில் எனக்குக் கோபம் வந்து கத்தினால்கூட அவர் மிகவும் பொறுமையாக எனக்கு விளக்கம் தருவார். ஒரு முறை நான் அவரிடம், எப்படி நீங்கள் இவ்வளவு பொறுமையாக இருக்கறீர்களென்று கேட்டேன். அதற்கு அவர் சொன்ன பதில் அவர் மேல் என் மதிப்பை இன்னமும் அதிகரிக்க வைத்தது. "ஒரு பெண் வேதனையில் தாங்க இயலாமல் கத்தும்போது, அவளை மேலும் துன்புறுத்துபவன், ஓர் ஆண் என்று சொல்வதற்கே தகுதி இல்லாதவன்" என்றார். இது போன்ற இரக்கமுள்ளவரை நீ உன் வாழ்வில் பார்த்திருக்கிறாயா? அது சரி நான் உன்னை மேலும் தொந்தரவு செய்ய விரும்பவில்லை. உன்னிடம் எதுவும் மறைக்கவும் விரும்பவில்லை. அதனால்தான் அழைத்தேன். இரவு வணக்கம் அன்பே."

அவள் தொலைபேசியை வைத்த பின்பும் என்னால் தூங்க முடியவில்லை. இன்னமும் இதுபோன்ற உண்மையான காதல்

உலகில் இருக்கிறதா? என்று யோசித்துக் கொண்டேயிருந்தேன். யிங்கர் அதை நிரூபிப்பாள் என்ற நம்பிக்கை என்னுள் இருந்தது.

ஆனால் அதன் பிறகு ஒரு சில மாதங்கள் நான் யிங்கரை பார்க்கவும் இல்லை, பேசவும் இல்லை. அவள் வேலையில் மிகவும் பிசியாக இருப்பாள் என்று நானும் அவளைத் தொந்தரவு செய்யவில்லை. மறுபடி நான் யிங்கரை விருந்து ஒன்றில்தான் பார்த்தேன். அவளது வற்றிய மெலிந்த சரீரம் கண்டு அதிர்ச்சியாகி விட்டது. அந்தப் பேரின்பக் காதலில் இருந்து அவள் தன்னை விடுவித்துக் கொண்டாள் என்று கூறினாள். அவள் ஒவ்வொரு முறை பேசும்போதும், அந்த தைவான் தொழிலதிபரின் அன்பும், நேர்மையும், குணமும் பற்றி வியந்து பேசிக்கொண்டே இருப்பாள். அதனால், முகம் தெரியாத அந்த நபர்மீது எனக்கும்கூட சின்ன அபிமானம் வந்தது. சில ஆண்கள் இப்படி நல்லவர்களாக இருக்கிறார்கள் போலும் என்று நினைத்திருந்தேன்.

யூ, யிங்கரிடம் கடிதம் ஒன்றை காண்பித்திருக்கிறான். அதில் அவன் மனைவி, ஒன்று எனக்கு விவாகரத்து கொடு. இல்லாவிடில் யிங்கரை விட்டு விலக வேண்டும் என்று கண்டித்து எழுதி இருக்கிறாள். இதற்கு என்ன செய்வதென்று தெரியவில்லை என்று யூ, யிங்கரிடமே முடிவை விட்டு இருக்கிறார். எத்தனை திறமைசாலியாக இருந்தாலும், நம் சீனப் பெண்கள், ஆணின் வசியப் பேச்சுகளுக்கு அடிமையானவர்கள்தானே. இதில் யிங்கர் மட்டும் விதிவிலக்கா என்ன? யூவின் அதிர்ஷ்டம் நன்றாக இருக்கிறது. யிங்கரின் உதவியால் வியாபாரம் நன்கு செழித்து வளர்ந்து விட்டது. இனி யிங்கரை விட்டு விலகுவதால், அவருடைய தொழில் எப்படியும் பாதிக்கப்படப் போவதில்லை. மனைவியை எதிர் கொள்ள இயலாமல் தைவானில் இருந்து இங்கு பிழைக்க வந்த யூ, யிங்கரை தன் வாழ்க்கையில் இருந்து வெளியில் போகச் சொல்லிவிட்டார். தனக்கு உதவி செய்ததற்கும், யிங்கரின் அளவிட இயலாத காதலுக்கும் நன்றிக் கடனாக 10,000 டாலர் பணம் கொடுத்து விட்டு விலகி விட்டான் யூ. ஆனால் யிங்கர் அவனை உண்மையாக நேசித்ததால், அவன் நினைவை விட்டு விலக இயலாமல் தவிக்கிறாள்.

யிங்கர் தன் வாழ்வை பாழ்படுத்திய யூவிடம் கடைசியாக மூன்று கேள்விகள் கேட்க வேண்டும் என்று அவர்கள் தனிமையில் இருக்கும்போது கேட்டிருக்கிறாள். முதல் கேள்வியாக, "யூ, நீ என்னை பிரிய வேண்டும் என்ற முடிவில் தீர்மானமாக இருக்கிறாயா?" என்று கேட்டதும் யூ கொஞ்சம்கூட யோசிக்காமல், "ஆம், நான் என் வாழ்வை சிக்கலாக்கிக் கொள்ள விரும்பவில்லை" என்று பதில் சொல்லி இருக்கிறான். இரண்டாவது கேள்வி, "நீ

என்னுடன் பழகியதை வைத்து நீ உண்மையாக என்னைக் காதலிக்கிறாய் என்று நினைத்தேன், அது உண்மை இல்லையா.?" அதற்கு அவன் "நான் உண்மையாகத்தான் காதலித்தேன். இப்பொழுது என் வாழ்வில் யாராவது ஒரு பெண்தான் இருக்க முடியும் என்ற சூழல் வந்ததால், நான் ஏதாவது தீர்மானமான முடிவை எடுக்க வேண்டிய கட்டாயத்தில் இருக்கிறேன்" என்று கூறி இருக்கிறான். "அப்படி நீ என்னை உண்மையாக காதலித்திருந்தால் அது எப்படி ஒரு கடிதம் கண்டவுடன் காதல் நொடியில் மாறும்?" என்று கேட்டிருக்கிறாள். அதற்கு அவன், "இந்த உலகில் எல்லாமே மாறக் கூடியதுதான். எதுவும் இங்கு நிரந்தரமில்லை. உன் மூன்றாவது கேள்வி முடிந்துவிட்டது. இனி உன்னுடன் பேச எதுவுமில்லை. நீ கிளம்பலாம் என்று கூறி வாசலைக் கை காட்டி இருக்கிறான். அவள் எதுவும் பேசாமல் வந்து விட்டாள். அவளால் இன்னமும் நம்ப முடியவில்லை. தன்னுடன் அவன் கழித்த ஒவ்வொரு நாளும் அவன் காட்டிய நேசமும், காதலும் போலியா? என்று.

மீண்டும் யிங்கர் தன்னுடைய பாதுகாவலர் வேலைக்கு சென்றுவிட்டாள். உண்மைக் காதல்கூட வணிக சந்தையில் தண்டனையாகத்தான் முடிகிறது. இந்த வருடம் அவள் தன் படிப்பை முடித்துவிட்டு, ஒரு அமெரிக்கனைத் திருமணம் செய்து கொண்டாள். அவள் அமெரிக்காவில் இருந்து எனக்கு எழுதிய முதல் கடிதத்தில் இப்படி குறிப்பிட்டிருக்கிறாள்.

"ஆண் ஒரு நிழல் தரும் மரமாக இருப்பான். அவன் நிழலில் நாம் உயிர் வாழலாம் என்று ஒருபோதும் நீ நம்பி இருக்காதே. பெண்கள் மரம் வளர்வதற்கான உரம் போன்றவர்கள். எங்குமே உண்மையான காதல் கிடையாது. தம்பதிகள் இருவர் மனம் ஒத்திருக்கிறார்கள் என்றால் அவர்கள் இருவருக்குமான லாபத்திற் காகத்தான். அது செல்வமாகவோ, அதிகாரமாகவோ, இல்லை காரிய அனுகூலத்திற்காகவோ இருக்கலாம்."

பாவம் யிங்கர் காலம் கடந்தபின் அவளுக்கு இந்த அறிவு தோன்றியிருக்கிறது.

ஜின் ஷுய் சிறிது நேரம் தன் தோழியின் விதியை நினைத்து யோசனையுடன் அமைதியாகி விட்டாள்.

"ஜின் ஷுய் திருமணம் செய்து கொள்வதைப் பற்றி உன் திட்டம் என்ன?"

"அதைப்பற்றி ஒருபோதும் நான் சிந்தித்ததே இல்லை. திருமணம் பண்ட மாற்று வியாபாரமாக இருக்கும் சீன சமூகத்தில்

காதலை எங்கு சென்று நான் கண்டுபிடிப்பது? எங்களுக்கு ஒரு விரிவுரையாளர் இருக்கிறார். அவர் மதிப்பெண்ணை குறைத்து விடுவேன் என்று சொல்லி தனது அதிகாரத்தை தவறாகப் பயன்படுத்துவார். அவர் அழகிய மாணவிகளை இதயத்துடன் இதயம் கலந்து, மனம் திறந்து பேசுவோம் என்று ஹோட்டல் அறைகளுக்கு அழைத்துச் செல்வார். இந்த விசயம் அவர் மனைவியைத் தவிர இந்தப் பல்கலைக்கழகத்தில் அனைவருக்கும் தெரியும். ஆனால் அவர் மனைவியிடம் பேசினால், 'என் கணவர் எந்த வேலையையும் என்னை செய்ய விடுவதில்லை. அவரே எல்லாவற்றையும் செய்து விடுவார். அவர் என்னை மகாராணி போல் பார்த்துக் கொள்கிறார். இதனால் நான் வேலை எதுவும் செய்யாமல் சோம்பேறியாகி கெட்டுப் போகிறேன்' என்று கூறுவாள். ஓர் ஆண் ஒரே நேரத்தில் கேவலமான விரிவுரையாள ராகவும், நல்ல கணவனாகவும் இருக்கிறான் என்பதை நம்ப முடிகிறதா?

பெண்கள் உணர்வுகளுக்கு முக்கியத்துவம் தருவார்கள். ஆண்கள் அவர்கள் தேகத்துக்கே முன்னுரிமை தருவார்கள். இந்தப் பொதுக்கருத்து உண்மையானால் ஏன் திருமணம் செய்துகொள்ள வேண்டும்? உண்மையில்லாத ஒரு கணவனுக்காக காலம் முழுவதும் வாழ்வது முட்டாள்தனம்."

பெண்கள் எப்பொழுதும் உணர்ச்சிகளினால் அடிமையாகவே வாழ்கிறார்கள் என்று அவளிடம் நான் சொன்னேன்.

ஜின் ஷுய் சொன்ன அந்த விரிவுரையாளரை எனக்கும் தெரியும். "என் கணவரும் கல்வியாளர்தான். ஆனால் பல வருடங்களுக்கு முன்பு, அனைவரும் சொந்தத்தொழில் துவங்கி பெரிதாக சம்பாதிக்கிறார்கள் என்று இவரும் தொழில் துவங்கினார். எழுதுதல், விரிவுரையாளராக படிப்பு சொல்லித் தருதல் போன்ற தெரிந்த வேலைகளை விட்டுவிட்டு, தெரியாத வியாபாரத்தில் இறங்கினார். வியாபாரத்தை ஆரம்பித்த புதிதில், அதன் கவர்ச்சியும் செல்வாக்கும் அவருக்கு தன்னால் எதுவும் முடியும் என்ற தலைக்கனத்தை உருவாக்கியது. அந்த பெருமையில் திளைத்து, நான் எதற்கும் உபயோகமற்றவள்... பெரிய திறமைகள் இல்லாதவள் என்று என்னை அவமானப்படுத்த துவங்கினார். நிர்வாகத்திறமை இல்லாததாலும், தெரியாத தொழில் என்பதாலும் அவர் வியாபாரம் பெருத்த நஷ்டத்தை அடைந்தது.

வீட்டிற்காக வைத்திருந்த அத்தனைப் பணத்தையும், என் சேமிப்பு முதற்கொண்டு அத்தனையையும் வியாபாரத்தில் விட்டு விட்டார். சமாளிக்க முடியாத கடன் தொல்லை என்றானவுடன்,

எதுவும் செய்யாமல் வீட்டுக்குள் முடங்கிவிட்டார். நான் சம்பாதிக்கும் இயந்திரமாகிவிட்டேன். நானோ ஓய்வில்லாமல் வானொலி தொகுப்பாளினி வேலையும் செய்துகொண்டு, இந்தப் பல்கலைக்கழகத்தில் பகுதிநேர விரிவுரயாளராகவும் வேலை பார்த்துக்கொண்டிருக்கிறேன். அப்படியும் வருமானம் போதாமல், வீட்டிலேயே சில குழந்தைகளுக்குப் பாடமும் சொல்லிக்கொடுக்கிறேன். தனியொரு பெண்ணாக எவ்வளவுதான் போராடுவது என்று சமயங்களில் எனக்கு சலிப்பு வரத்தான் செய்கிறது. ஆனாலும் வேறு வழியில்லை.

அவர் வீட்டில் சும்மாதான் இருக்கிறார். ஆனால், வீட்டு வேலை எதுவும் செய்யமாட்டார். நான் ஓர் ஆண், பெண் செய்ய வேண்டிய வேலைகளை என்னை செய்யச் சொல்லாதே என்று கடுமையாகப் பேசுவார். விடியற் காலையிலேயே வேலைக்கு சென்றுவிட்டு, இரவு நேரங்கழித்து களைத்துப் போய் வீட்டிற்கு திரும்பினாலும் நான்தான் எல்லா வேலைகளையும் செய்ய வேண்டும். என் கணவரோ மதியம் ஒரு மணிக்குத்தான் படுக்கையை விட்டு எழுவார். அதன்பின் தொலைக்காட்சி நிகழ்ச்சிகளைப் பார்த்துக்கொண்டு, வேலையில்லா கொடுமை யினால் தான் எப்படி வாழ்க்கையில் நம்பிக்கை இழந்து போய் இருக்கிறேன் என்று பேசுவார். அவர் சரிவர தூங்குவதில்லை, நல்ல உறக்கத்துக்கு நல்ல சாப்பாடு வேண்டும், உடல் ஆரோக்கியத்தை பாதுகாத்துகொள்ள வேண்டும் என்பதே அவரது அக்கறை. இந்தக் குடும்பம் எப்படி நடக்கிறது? எப்படி சாப்பிடுகிறோம்? என்ன வருமானம் என்று எதுவும் அவருக்குத் தெரியாது. நேரம் கிடைக்கும் போதெல்லாம் என்னைக் குறை சொல்ல மட்டும் தான் தெரியும்.

எனக்கான பிரத்யேக ஒப்பனைகளுக்கோ, ஆடம்பர செலவு களுக்கோ நான் செலவு செய்வதில்லை. அதற்கு பதில் என் கணவர் வேலை இல்லாமல் இருக்கிறாரே என்பதற்காக அவர் சிறிதும் கவலைப்படக்கூடாதென்று நல்ல தரமான உடைகள், தரமான தோலிலான உயர்ந்த காலணிகள் என்று அவருக்கு எந்தக் குறையும் வைக்காமல் செலவு செய்வேன். ஆனால் அவரோ, முன்புபோல் என் மனைவி பார்க்க நாகரீகமாக உடை அணிவதில்லை. அவள் அலங்காரங்களுக்கு கவனம் செலுத்துவதில்லை என்று குறைசொல்லிக்கொண்டே இருப்பார். அவருடைய படிப்பின் அறிவு முழுவதையும் தன்னை ஒரு கம்பீரமான ஆண் என்று நிரூபிக்க மட்டுமே பயன்படுத்துகிறார்.

என்னுடைய பல்கலைகழக மாணவிகள், என் தோழிகள் அனைவரும் தகுதி இல்லாத வெட்டியான ஆணுக்கு ஏன்

இவ்வளவு செலவு செய்கிறீர்கள். நீங்களே அவரை கெடுக்கிறீர்கள். ஏன் இப்படி செய்கிறீர்கள் என்று கேட்பார்கள். அவர்கள் அனைவருக்கும் என் ஒரே பதில், இன்னமும் அவர் என்னை அதிகமாகக் காதலிக்கிறார்" என்பதே.

ஜின் ஷுய் என் கதையைக் கேட்டு முதலில் கோபமடைந் தாள். ஆனால் இது சீனப் பெண்களின் பொதுப் பண்புதானே என்று என்னைப் புரிந்து கொண்டாள். "பெரும்பான்மையான சீனக் குடும்பங்களில் பெண்கள் குடும்பத்தைக் காப்பாற்றுவதற்காக அவர்கள் தகுதிக்கு மீறி கடுமையாக உழைக்கிறார்கள். ஆண்களோ நிறைவேறாத தங்களது கனவுகளை குறை கூறிக்கொண்டு, அவர்களது மனைவிகளை குறை சொல்லிக்கொண்டு, தங்களது கோபத்தை ஆயுதமாக்கி வாழ்ந்துகொண்டிருக்கிறார்கள். இவை எல்லாவற்றையும்விட, நிறைய ஆண்கள் தங்களது மனைவிகளைப் பார்த்து சில காதல் வார்த்தைகளைப் பேசுவது தங்கள் ஆண்மைக்கு இழுக்கு என்று நினைக்கிறார்கள். எனக்கு ஒன்று மட்டும் புரியவில்லை. பலவீனமான பெண்ணின் உழைப்பில் மனசாட்சி இல்லாமல் வாழும் இவர்களுக்கு என்ன சுயமரியாதை இருக்கிறது? இதில் உன் கணவனையும் சேர்த்துதான் சொல்கிறேன். இதற்காக நீ கோபப்பட்டாலும் பரவாயில்லை சின்ரன். உன் கணவர் உன்மேல் காதலாக இருக்கிறார் என்று நீ நினைப்பது, உன் நம்பிக்கை அவ்வளவே. அது உண்மையல்ல. அது அவரின் வலிமையான ஆயுதம். உன்னை அடிமைப்படுத்தும் அறிவு மட்டுமே அங்கு செயல்படுகிறது. படித்த நீகூட இதைப் புரிந்து கொள்ளவில்லை. இதுதான் சீன ஆண்களின் சாதுர்யம்."

"நீ ஒரு பெண்ணியவாதி போல் பேசுகிறாய்" என்று அவளை சீண்டுவது போல் சொன்னேன்.

"நான் பெண்ணியம் பேசுபவளல்ல. இந்த சீனாவில் ஒரு ஆண்மகனையும் இதுவரை நான் பார்க்கவில்லை. நீ சொல். உன் நேயர்கள் எத்தனை பேர் நான் என் ஆணுடன் மிகவும் மகிழ்ச்சியாக வாழ்கிறேன் என்று உனக்கு கடிதம் எழுதி இருக்கிறார்கள்? எத்தனை ஆண்கள் நான் என் மனைவியை இந்த அளவு காதலிக்கிறேன் என்று தாங்கள் எழுதிய கடிதத்தைப் படிக்கச் சொல்லியிருக்கிறார்கள்? எத்தனை ஆண்கள் தன் மனைவியைப் பார்த்து 'நான் உன்னைக் காதலிக்கிறேன் அன்பே' என்று தாங்கள் ஆண் என்ற நிலையிலிருந்து இறங்கி வந்து பேசியிருக்கிறார்கள்?" சீற்றத்துடன் தன் கேள்விகளை என் முன் வைத்தாள்.

அந்த இரு மனிதர்களும் நாங்கள் உட்கார்ந்திருக்கும் இடத்தையே சைகை காட்டி பேசிக்கொண்டிருந்ததனர். எனக்கு ஆச்சரியமாக இருந்தது. ஜின் ஷூயை நோக்கி கடுமையான பாவங்களை அவர்கள் ஏன் வெளிப்படுத்துகிறார்கள்?

"வெளிநாட்டில் ஆண்கள் அடிக்கடி தன் மனைவியைப் பார்த்து, நான் உன்மேல் காதலாக இருக்கிறேன் அன்பே என்று சொல்வது அவர்களின் கலாச்சாரம். அதனால் சொல்கிறார்கள். நம் நாட்டில் குடும்ப அமைப்பும், கலாச்சாரமும் வேறு. சீனாவில் ஆண்கள் அப்படிச் சொல்லவேண்டும் என்று எதிர்பார்ப்பது எப்படி சரியாகும்? இது இங்கு சாத்தியமே இல்லை. நானும் இதைப்பற்றி நிறைய யோசிக்கிறேன். ஆனால், நீ கூறுவதும் ஒரு வகையில் உண்மைதான். இதுவரை தன் சிறப்பான தாம்பத்யம் பற்றியோ, தன் கணவனின் அபரிமிதமான காதல் பற்றியோ ஒரு கடிதம்கூட எனக்கு வரவில்லை. எனக்கு வரும் நேயர் கடிதங்களில் பெரும்பான்மையானவை சோகங்களாகத்தான் இருக்கின்றன." ஜின் ஷூய் என் பதிலைக்கேட்டு கோபமானாள்.

"என்ன? கலாச்சார வித்தியாசமா? நீ ஆண்களுக்கு சாதகமாகப் பேசாதே சின்ரன். காதலிக்கிறேன் என்று மனைவியைப் பார்த்துச்சொல்ல அருகதையில்லாத ஆண்கள் இந்த உலகிற்குமுன் தாங்கள் அன்பாக இருப்பதைப்போல நடிக்கிறார்கள். அவர்களை நாம் ஆண் என்றழைக்க முடியுமா என்ன? என்னைப்பொருத்தவரை, சீனாவில் ஓர் ஆண்மகன் கூட இல்லை என்றே சொல்வேன்."

அவள் கோபத்தின் நியாயம் புரிந்ததால் நான் எதுவும் பேசாமல் அமைதியாக இருந்தேன். இளமையான ஒரு பெண்ணின் உறைந்து போன மனதை எதிர்கொள்கிறேன். இதில் நான் பேச என்ன இருக்கிறது? ஆனால் ஜின் ஷூய் கலகலவென்று சிரித்தாள்.

"என் தோழிகள் பேசும்போது சொல்வார்கள், சீனா உலக நாடுகளின் தர வரிசையில் முன்னணியில் இருக்கிறதென்று. இப்பொழுதுள்ள சூழலில் உணவுக்கோ, உடைக்கோ, அடிப்படை வாழ்வாதாரத் தேவைகளுக்கோ சீனர்கள் கவலைப்பட வேண்டியதில்லை. நாம் இப்பொழுது பிரச்சனையாக பேசுவது ஆண் பெண் உறவு குறித்து மட்டுமே என்று நான் நினைக்கிறேன். நாம் நினைப்பதை காட்டிலும் ஆண் பெண் உறவுகள் இன்றைய சீனாவில் அதிக சிக்கலானதாகத்தான் இருக்கிறது. இது பற்றி விவாதிப்பதானால் நாம் ஐம்பதுக்கும் மேற்பட்ட பிரிவுகள் குறித்து விவாதிக்கலாம். கணக்கில்லாத அரசியல் மாற்றங்கள்,

நடத்தைகளின் மாற்றங்களுக்கான அறிவுரைகள், பெண்களின் உடை மாற்றங்களை தாங்க இயலாத மனநிலை என சொல்லி கொண்டே போகலாம்.

ஒரு சில நிமிடங்கள் எந்தக் கவலையுமில்லாத சிறுமியைப் போல தோன்றினாள் ஜின் ஷுய்.

அவளது உற்சாகத்தையும் அறிவையும் பார்க்கும்போது அவள் ஆமை ஓட்டில் அடங்குவதுபோல பொதுஜனத் தொடர்பு வேலைகளில் முடங்கி விட்டாளோ என்று தோன்றுகிறது. அவளை முன்னைவிட அதிகமாக எனக்கு பிடிக்கிறது.

அவள் மேலும் தொடர்ந்து, "ஹேய் சின்ரன், நாம் பெண்களை குறித்த பிரபல சொலவடைகளைப் பற்றி விவாதிக்கலாமே! உதாரணத்துக்கு ஒரு நல்ல பெண்மணி ஒருபோதும் இரண்டாவது ஆணைத் தேடிக்கொண்டு போகமாட்டா."

"எத்தனை சீனப் பெண்கள் தங்கள் கணவனை இழந்ததும், குடும்ப பாரம்பரியம் கெட்டுப்போக கூடாதென்று இன்னொரு திருமணம் செய்துகொள்ளாமல் இருக்கிறார்கள்? எத்தனை பெண்கள் தங்கள் தோற்றப் பொலிவு கெட்டுப்போகக் கூடா தென்று தங்கள் பெண்மையின் எழுச்சியை அடக்கிக்கொண்டு வாழ்கிறார்கள்? ஆனால், இன்றும் கிராமத்தில் பெண்கள் இதுபோல் வாழ்கிறார்கள். ஏதோ ஒரு மீன் குறித்து சொல்வார் களே..."

அவள் பேசப்பேச எனக்கு ஒரு விசயம் தெளிவாகியது. நான்தான் இளைய தலைமுறையினர் பற்றிய அறிவு இல்லாமல் அறியாமையின் கண்களுடன் அவர்கள் வாழ்வைப் பார்த்து கொண்டிருக்கிறேன்.

"மீனா... என்ன அது?" நான் புரியாமல் அவளிடம் கேட்டேன். இதுபோன்ற பேச்சுகளை இதற்கு முன்பு நான் கேட்டதேயில்லை.

ஜின் ஷுய் நீண்ட பெருமூச்சைவிட்டு தன் நகப்பூச்சு பூசிய விரல்களால் மேசையில் தாளம் போட்டுக்கொண்டே யோசித்தாள். "ஓ சின்ரன்... நீ ரொம்ப பாவம்.. நவீன சீனப் பெண்கள் பற்றிய நேரிடையான அனுபவம் இல்லாத உன்னால், எப்படி ஓர் ஆணை முழுமையாகப் புரிந்து கொள்ள இயலும்?"

"ஒரு விசயத்தை நன்றாகப் புரிந்துகொள். போதையில் இருக்கும் ஆணுக்கு பெண்ணைப் பற்றிய பார்வை வேறாக இருக்கும். அந்த மயக்கத்தில் அவனுக்கு தேவைப்படும் பெண் பற்றிய விளக்கத்தை வேறாகச் சொல்வான். காதலர்கள்

எல்லோரும் "வாளமீன்" போல. வாளமீன் மிக சுவையானது ஆனால், முட்கள் நிரம்பியது.

அந்தரங்க காரியதரிசிகள் கெண்டை மீன் போல. நீங்கள் அவர்களை வைத்து வித விதமான சுவைகளில் சமைக்கலாம். மற்றவர்களின் மனைவிகள் கெளுத்தி மீன் போல. உயிரை பணயம் வைத்து பெருமை தேடுவது.

"அப்படியானால் அவர்களது சொந்த மனைவிகள் என்ன வானார்கள்?"

"கருவாடு."

"கருவாடா... ஏன்?"

"ஏனென்றால் கருவாடுதான் ரொம்ப நாளைக்கு கெட்டு போகாமல் இருக்கும். வேறு எந்த உணவும் இல்லையென்றால் கருவாடுதான் எளிமையான மலிவான உணவு. வசதியானது. அரிசியை கூடச் சேர்த்து சாப்பாட்டை தயார் செய்து விடலாம். அது சரி... நேரமாகிவிட்டது. வேலைக்குப் போக வேண்டும். நான் பேசுவதை நீ காது கொடுத்துக் கேட்காமல் ஏதோ சிந்தனையில் இருந்தாய். நீ ஏன் எதுவும் பேசவில்லை?"

அவள் கேட்ட கேள்விக்கு பதில் சொல்லாமல் நான் அமைதியாகவே இருந்தேன். மனைவிகளைக் கருவாட்டுடன் அவள் ஒப்பிட்டுப் பேசியதையே யோசித்துக் கொண்டிருந்தேன்.

"உன்னுடைய நிகழ்ச்சியில் என் மூன்று கேள்விகளை குறிப்பிட்டு பேச மறந்து விடாதே. பெண்களுக்கென்று தனியாக தத்துவம் எதுவும் இருக்கிறதா? பெண்களுக்கான மகிழ்ச்சி எதில் இருக்கிறது? நல்ல பெண்கள் யார்?"

நீண்ட நேரம் ஜின் ஷூய் கேட்ட கேள்விகளை பற்றியே நினைத்துக் கொண்டிருந்தேன். எனக்கு இந்தக் கேள்விகளுக்கு பதில் தெரியவில்லை என்பதையும் உணர்ந்தேன். அவளது தலைமுறைக்கும் என் தலைமுறைக்கும் இடையில் நிறைய இடைவெளி இருப்பதன் நிதர்சனம் புரிந்தது. வரும்வருடம் நான் நிறைய பல்கலைக்கழக மாணவ மாணவிகளை சந்திக்க வாய்ப்பு ஏற்படும் என்று நினைக்கிறேன்.

நவீன சீனாவின் பொருளாதாரச் சீர்திருத்தம் மற்றும் புதிய வெளியுறவு கொள்கைகளினால், மக்கள் மன நிலையில் மாற்றம் பிறந்துள்ளது. இளைய தலைமுறையினரின் மத்தியில், வாழ்வைப் பற்றிய கண்ணோட்டம் வேறாக இருக்கிறது. பெற்றோரின் வாழ்க்கை முறைக்கும் இவர்களின் வாழ்வு

முறைக்கும் இடையே பெரிய இடைவெளி உருவாகி உள்ளது. என்னதான் வண்ணமயமான வாழ்க்கை இளைய சமுதாயத்துக்கு கிடைத்தாலும், அதன் அடிநாதமாக ஒரு வெறுமை தொக்கி நிற்பதும் உண்மைதான். இவர்களின் பெற்றோரின் வாழ்வில் பல விதமான அரசியல் நெருக்கடிகளினால் வெறுமை நிறைந்தது. இவர்கள் சீனாவிற்கு சம்பந்தமில்லாத கலாச்சாரத்தின் கவர்ச்சியில் மயங்கி ஓடுவதால், நிறைவில்லாமல் வாழ்வு கேள்விக்குறியாகி பயமுறுத்துகிறது.

அவர்களை இதற்காக குறை சொல்ல முடியுமா? முடியாது என்றுதான் நினைக்கிறேன். அவர்கள் வாழ்வில் எதுவோ பிறழ்ந்து போனதாலேயே முழுமை பெறாமல் ஓடிக்கொண்டிருக்கிறது. இந்த தலைமுறையினர் வளரும்போது சரியான அன்பை பெற்று வளராமல் போனதும் இதற்கு ஒரு காரணமாக இருக்கலாம். இன்று மட்டுமல்ல காலம் காலமாகவே சீனப் பெண்களின் நிலை தாழ்ந்துதான் இருக்கிறது. சீனப் பெண்கள் உயிருள்ள மனிதர்களாக மதிக்கப்படாமல், அசையா சொத்துகளைப் போல, பகிர்ந்து சாப்பிடும் உணவு, கருவிகள், ஆயுதங்கள் போலவே பயன்படுத்தப்பட்டார்கள். நீண்ட காலங்களுக்கு பின்தான் ஆண்களின் உலகில் அவர்கள் இடம் பெறுவதற்கு அனுமதிக்கப்பட்டார்கள்.

ஆனாலும் அவர்கள் ஆணின் காலடியில்தான் விழுந்து கிடக்க வேண்டியிருந்தது. ஆணைச் சார்ந்த நன்மை தீமை, பாவபுண்ணியங்கள் எதுவானாலும் அதற்கு காரணம் பெண்களே என்று கருதப்பட்டது. சீனத்துக் கட்டிடக் கலையை ஆராய்ந்தால், நீண்ட காலங்களுக்குப் பிறகே பெண்களுக்கு அவர்கள் வசித்து வந்த வேலைக்காரர்களின் அறையில் இருந்து அவர்களுடைய கணவனும் குழந்தையும் வசிக்கும் அறைகளுக்குப் பக்கத்தில் இடம் ஒதுக்கப்பட்டது.

சீன வரலாறு மிக நீண்ட வரலாறு. ஆனால், ஒரு சில வருடங்களுக்கு முன்புதான், பெண்களுக்கான வாய்ப்புகளுக்கு ஆண்களிடமிருந்து அங்கீகாரம் கிடைத்தது. 1930களில் வெளி நாடுகளில் பெண்கள் பாலியல் சுதந்திரம் கேட்டுப் போராடிய காலகட்டங்களில்தான், சீனப் பெண்கள் ஆண்களின் உலகத்தை எதிர்கொள்ளவே ஆரம்பித்தனர். இனி ஆணின் காலடியில் விழுந்து கிடக்க இயலாது என்றும், தங்கள் திருமணங்களை தாங்களே முடிவு செய்வோம் என்ற சுதந்திர சிந்தனைக்குள் வந்தனர். அது எதுவானாலும், இன்று வரை சீனப் பெண்களுக்கு அவர்களது சமூகப் பொறுப்பு என்னவென்றோ அவர்களது உரிமை என்னவென்றோ தெரியாது.

தங்களது வாழ்வை தாங்கள் எப்படி சுதந்திரமாக வடிவமைத்துக் கொள்வது என்பது இந்தப் பெண்களுக்கு தெரியாத ஒன்று. குறுகலான பாதையில் அறியாமையுடன் தங்களது வழியை ஆராய்கிறார்கள். இந்த சீன தேசத்தில் கல்வி என்பது அரசியல் அமைப்பு உருவாக்கும் ஒன்றாகவே இருக்கிறது. இதுவே இளைய தலைமுறையினரின் கவலையாகவும் இருக்கிறது. கடுமையான போராட்ட வாழ்வை எதிர்கொள்ள வேண்டிய கட்டாயத்தில் இருப்பதாலேயே, இளைய தலைமுறையினர் தங்களது சொந்த சுகதுக்கங்களை, உணர்வுகளை கடினமான ஆமை ஓட்டிற்குள் ஒளித்துக்கொண்டு ஜின் ஷுய் போல வாழ்ந்துகொண்டிருக்கின்றனர்.

4

எங்களது வானொலி நிலைய வாசலில் உள்ள காவலர்கள் அறையில் இருந்து பார்க்கும் தூரத்தில், நிலையத்தின் சுவர்களை ஒட்டி, மீந்துபோன தகரங்களை சுவர்களாகவும், பிளாஸ்டிக்காலான உரசாக்குகளை கூரைகள் போல வேய்ந்த வரிசையான குடிசை குடியிருப்புகள் அமைந்திருக்கின்றன. அவர்கள் எல்லோரும் எங்கிருந்து வந்தார்கள்? எப்படி இங்கு அனைவரும் ஒன்று சேர்ந்தார்கள்? என்பது யாருக்கும் புரியாத மர்மங்கள். ஆனால் அவர்கள் மிகவும் புத்திசாலிகள். அவர்களுக்குள் காணப்படும் ஒற்றுமையும் அபூர்வமான ஒன்று. அவர்களின் குடிசைகளின் மறுபக்கம் இருபத்து நான்கு மணிநேரமும் ஆயுதமேந்திய காவலர்கள் காவலில் ஈடுபட்டிருக்கிறார்கள். மேலும் நகரத்தின் மிக முக்கிய இடத்தினருகே குடியிருப்பு என இந்த இடத்தை அவர்கள் வாழுமிடமாக தேர்ந்தெடுத்ததில் இருந்தே அவர்களின் திறமை பற்றி சொல்ல வேண்டியதில்லை. அந்தக் குடிசைகளில் வாழும் சில பெண்கள் குப்பைகளைப் பொறுக்கி அவற்றை பழைய பொருட்கள் வாங்கும் கடைகளில் விற்று வாழ்ந்து வருகிறார்கள்.

கழிக்கப்பட்ட தகரங்கள், பிளாஸ்டிக் உறைகள் போன்ற குப்பை பொருட்களை உபயோகித்து கட்டப்பட்டு இருந்தாலும், குடிசைகள் மிகவும் கவனமாகவும் நேர்த்தியாகவும் வடிவமைக்கப்பட்டு

கட்டுமான உறுதியுடன் காணப்படுகிறது. தகரத்தால் அமைந்த சுவர்களைக் கண்ணைக் கவரும் வண்ணங்கள் குழைத்து சூரிய அஸ்தமனம் போன்ற ஓவியங்களால் அழகுபடுத்தி இருந்தார்கள். அவர்கள் குடிசைகளின் கூரைகள் கோட்டை மேல் அமைந்த கோபுரங்கள் போல வடிவமைக்கப்பட்டிருந்தது. ஒவ்வொரு குடிசைக்கும் மூன்று ஜன்னல்கள். சிவப்பு, நீலம் மற்றும் மஞ்சள் நிற பிளாஸ்டிக் உறைகளைக் கொண்டு அமைக்கப்பட்டிருந்தது. அவர்கள் வாசல் கதவு உறுதியான அட்டைகளையும் பிளாஸ்டிக் பொருட்களையும் வைத்து சூரிய கதிர்களாலோ மழைக்காற்றிலோ பாதிக்கப்படாத உறுதியுடன் வடிவமைக்கப்பட்டிருந்தது. அந்த அழகிய குடிசையின் வாசலில் காற்று மோதி கண்ணாடி சில்லுகள் உடைவதைப் போன்ற ஓசையை உருவாக்கியது. குடிசைகள் வரிசையாக கட்டப்படாமல் நான்கு திசைகளை நோக்கியும் சிதறல்களாகவும் கட்டப்பட்டிருந்தன. ஒரு குடிசையின் சுவரை ஒட்டி அடுத்த வீட்டின் சுவர் இருப்பது போல் வடிவ மைக்கப்பட்டிருந்தது. அவரவர் வசதிக்கேற்ப குடிசையின் அளவுகள் வேறுபடுகின்றன. அளவுகள்தான் வேறுபடுகிறதே தவிர குடிசைகள் கட்ட உபயோகிக்கப்பட்ட பொருட்களில் பெரிதான வித்தியாசம் எதுவுமில்லை. அளவில் சிறியதான சில குடிசைகள் அக்குடியிருப்பின் வெளிப்புற வரிசைகளில் அமைந்துள்ளன. மொத்தத்தில் அந்தப் பகுதியே அழகிய நவீன ஓவியம்போன்ற தோற்றத்தையும், பல சுவாரஸ்யமான கதை களையும் சுமந்திருப்பதாகவும் எனக்குத் தோன்றியது. நான் அந்தக் குடிசைவாழ் மக்கள் குறித்து மேலும் பல விவரங்கள் தெரிந்துகொள்ள ஆர்வத்துடன் இருந்தேன்.

என் அலுவலக மேஜையை ஒட்டிய ஜன்னலின் வழியாக பார்த்தால், அந்தக் குடிசைப் பகுதியை தெளிவாக கண்காணிக்க முடியும். என் தாங்க இயலாத ஆர்வத்தால் தினமும், அப்பகுதி மக்களை கவனிக்கத் துவங்கினேன்.

அங்கு வசிக்கும் பெண்களில் பெரும்பாலானோர் பரட்டைத் தலையும், அழுக்கான முகங்களும், பழைய கிழிந்த உடைகளை அணிந்துமே காணப்பட்டனர். அவர்களில் வெளிப்புற அமைப் பில் இருக்கும் சின்னக் குடிசையில் வசிக்கும், ஐம்பது வயது மதிக்கத்தக்க மெலிந்த, வாடி வதங்கிய உருவம் கொண்ட பெண்மணி மட்டும் வித்தியாசமாக இருந்தாள். துவைத்த ஆடைகளை உடுத்திக்கொண்டு, மிதமான அலங்காரத்துடன் அவள் காணப்பட்டாள். குப்பைகளைப் பொறுக்கிவர தன் கையில் வைத்திருக்கும் கோணிப்பையை பார்க்காவிடில் அவளைக் குப்பை பொறுக்குபவள் என்று யாரும் சொல்ல

இயலாது. ஏதோ அலுவலக வேலைக்குப் போகும் படித்த பெண் என்றே கூற இயலும். அவ்வளவு சுத்தமாகவும், நேர்த்தியாகவும் தன்னை அலங்கரித்துக்கொண்டு குப்பை பொறுக்கும் வேலைக்குப் போக தயாரான நிலையில் இருந்தாள். அவளது மெலிந்த உருவம் தாண்டி மிளிரும் அழகு ஒன்று அவளிடம் காணப்பட்டது. நான் கவனித்த விவரங்களை என்னுடன் வேலை பார்ப்பவர்களிடம் சொன்னேன். அவர்கள் அனைவரும் ஒருவர் பின் ஒருவராக வந்து நின்று அப்பெண்மணியை பார்த்துவிட்டு எங்களுக்கு அப்படி ஒன்றும் வித்தியாசமாக தெரியவில்லையே என்றனர். என்னிடம் ஒருவர் கூறினார், அந்த குப்பை பொறுக்கும் பெண்மணி என் நிகழ்ச்சியைத் தொடர்ந்து கேட்கும் நேயரென்று. அதை என் அலுவலகத்தில் கூறினால் எல்லோரும் என்னைக் கேலி செய்வார்கள் என்று யாரிடமும் நான் பகிர்ந்து கொள்ளவில்லை. மற்றவர்கள் என்ன சொன்னாலும், எனக்கு அந்தப் பெண்மணியை சந்திக்கும் ஆவல் அதிகரித்தது.

என் பக்கவாட்டில், பிக்லீ எனற எங்கள் சமூக பிரச்சனைகளை அலசும் தொகுப்பாளர் தன்னுடைய பேனாவால் மேஜையில் தாளமிட்டுக்கொண்டே, “அந்தக் குடிசையில் வாழும் குப்பை பொறுக்குபவர்களுக்காக நீ ஒன்றும் பரிதாப்படாதே... அவர்கள் ஒன்றும் ஏழ்மையில் வாடவில்லை. சாதாரண மனிதர்களால் கற்பனை செய்துகூட பார்க்க இயலாத வேறு உலகில் அவர்கள் வாழ்ந்து கொண்டிருக்கிறார்கள். விலையுயர்ந்த பொருட்களை சேமித்து வைக்க தனியறைகள் எதுவும் அவர்கள் வாழும் வீட்டில் கிடையாது. அதனாலேயே பொருட்கள் குறித்த அவர்களின் ஆசை பெரிதாக ஒன்றுமிருப்பதில்லை. அதற்கு பதில் அவர்கள் பணத்தை சேமிக்கிறார்கள். மாதம் முழுக்க கடினமாக உழைத்து பெரிய வேலைகளில் இருந்து நாம் சம்பாதிக்கும் பணத்தை விட அவர்களின் வருமானம் அதிகம். நம்மை விட அவர்கள் எதிலும் குறைந்தவர்கள் இல்லை. அதுமட்டுமல்ல நான் ஒரு முறை இந்த குப்பைப் பொறுக்கும் பெண்மணிகளில் ஒருத்தியை நட்சத்திர இரவு விடுதி ஒன்றில் பார்த்தேன். விலையுயர்ந்த ஆடைகள் தங்க நகைகள் அணிந்துகொண்டு விலையுர்ந்த பிரெஞ்சு பிராந்தியை அருந்திக் கொண்டிருந்தாள்” என்றார்.

வானொலியில் இசை சம்பந்தமான நிகழ்ச்சி நடத்தும் மேங்க்சிங், ஒருபோதும் பிக்லீ கூறுவதை நம்பமாட்டாள். வளுக்கு பிக்லீ மிகைப்படுத்தி பேசுவதாக அவர் மீது கோபம் வந்தது. “முட்டாள் போல் பேசாதீர்கள் பிக்லீ” என்று கடிந்து கொண்டாள். சாதாரணமாக மிகவும் எச்சரிக்கையாக

இருக்கும் பிக்லீ எதிர் பாராதாவிதமாக இந்தக் குப்பை பெண் விசயத்தில் கோபம் வந்து பேசப்போக விவாதம் வலுத்து, அவர்கள் இருவருக்குள்ளும் சண்டை அதிகமானது. பத்திரிக்கையாளர்களுக்கு எப்பொழுதுமே விசயங்களைக் கிளறிவிட்டு வேடிக்கைப் பார்ப்பதில் ஆர்வமதிகம். மற்றவர்களும் இவர்கள் பிரச்சனையில் தலையிட, மேங்க்சிங், பிக்லீ தான் பேசியதை உண்மை என தனக்கு நிரூபிக்க வேண்டும் என்று கூறிவிட்டார். இந்தப் போட்டியில் அலுவலகத்தில் எல்லோரும் தங்களது பங்குக்கு கருத்துகளை சொல்லி இருவருக்கும் இடையே பந்தயம் கட்டி, பந்தயப் பொருள் சைக்கிள் என்று ஒருமனதாக முடிவெடுத்தனர்.

அடுத்தடுத்து சில நாட்கள் இருவரும் சேர்ந்து, குப்பை பொறுக்கும் பெண்ணை நட்சத்திர இரவு விடுதியில் சந்திக்கும் வாய்ப்பை உருவாக்கிக் கொள்ள நட்சத்திர இரவு விடுதிக்கு போக முடிவெடுத்தனர். பிக்லீ தன் மனைவியிடம் சிறப்பு செய்திகள் சேகரிக்க வேண்டிய தேவை இருக்கிறது. அதனால் வெளியில் செல்ல வேண்டியிருக்கும் என்று பொய் சொல்லி விட்டார். மேங்க்சிங் தன்னுடைய காதலனிடம் பழமையான இசை குறித்த ஆராய்ச்சிக்கு செல்வதாகக் கூறி விட்டாள். பிக்லீ கூறிய அப்பெண் இரவு விடுதிக்கு வந்தாள். மேங்க்சிங் மெல்ல மெல்ல அவளுடன் பேசி நட்பானார். சில நாட்களிலேயே மேங்க்சிங்க்கும் அந்த குப்பை பொறுக்கும் பெண்ணும் ஒன்றாக மது அருந்த துவங்கினர்.

“உன் மாத வருமானம் எவ்வளவு” என்று மேங்க்சிங் அவளிடம் கேட்க அவள் 900 யென் என்று மிகவும் அலட்சியமாக பதிலளிக்க மேங்க்சிங் அதிர்ச்சியாகி, சில மணி நேரம் ஒன்றும் பேச இயலாமல் வாயடைத்துப் போய்விட்டார். மேங்க்சிங் இசை குறித்து நிறையப் படித்தவர். வானொலியில் இசைப்பிரிவின் முதல்தர அதிகாரி. அவளுக்கு தன் படிப்பு குறித்தும், தன் வேலை குறித்தும் எப்பொழுதுமே மிகவும் பெருமை உண்டு.

அவளுடைய மாத சம்பளம் 400 யென். எங்கள் வானொலி யில் வேலை பார்க்கும் மற்றவர்களைக் காட்டிலும் இது சிறிது அதிகம்தான். இந்த நிகழ்ச்சிக்கு பிறகு இன்று வரை மேங்க்சிங் கலைத்துறை சார்ந்த தன் வேலை குறித்து பெருமிதமாய் பேசுவதே இல்லை. அவள் எவ்வளவு உழைத்து சம்பாதித்தாலும் அவளுக்கான சேமிப்பு என்பது எதுவுமில்லை. இந்த பந்தயத்தில் அவள் தோற்றதுகூட வருத்தம் இல்லை. ஆனால் இந்த அனுபவம் அவளுக்கு புதிய கோணத்தில் வாழ்வை அணுக கற்றுக் கொடுத்துள்ளது என்று ஆணித்தரமாகக் கூறலாம்.

மற்றவர்கள் என்ன சொன்னாலும் தனித்து வித்தியாசமாக தெரியும் அந்தக் குடிசைப் பெண்ணை நான் கவனிக்கத் தவறவில்லை. குப்பைப் பொறுக்கும் பெண்கள் தங்களது வாழ்வை எப்படி வாழ்கிறார்கள் என்று இதுவரை நான் கூர்ந்து கவனித்தது இல்லை. அதில் எனக்கு அக்கறையும் இருந்ததில்லை. வெளிப்படையாக சொல்வதானால் அவர்களுக்கு பரிச்சயமில்லாத ஓர் அந்நியத் தன்மையுடனேயே நான் வாழ்கிறேன். மேங்க்சிங் இவர்கள் விசயத்தில் நேரில் பேசி உண்மைகளை கூறிய பின், என் கவனம் அவர்கள் மீது அதிகமானது. ஒவ்வொரு முறை குப்பை பொறுக்கும் பெண்களைப் பார்க்கும் போதெல்லாம் இவர்கள் மிகவும் வசதியான பணம் கொழுத்த பூனைகளாகவே இருப்பர் என்றே யோசிக்கத் தோன்றியது. ஒருவேளை இந்தக் குடிசைகள் குப்பை பொறுக்கும் பெண்களின் வேலைபார்க்கும் அலுவலகமாக இருக்குமோ, இவர்களது நவீன வசதிகளைக் கொண்ட அடுக்கு மாடி வீடுகள் வேறு எங்கோ இருக்குமோ என்றெல்லாம்கூட என் சிந்தனைகள் தறிகெட்டு ஓடத் துவங்கின.

என் அலுவலக தோழி சியோ யோ நிறைமாத கர்ப்பிணி. அவளுக்கு குழந்தை பிறந்ததும், குழந்தையைப் பார்த்துக்கொள்ள நல்ல பராமரிப்பாளர் வேண்டும். இப்பொழுதே தேடினால்தான் நல்ல ஆட்களாகப் பார்த்து தேர்வு செய்ய இயலும்.

பொறுப்பாக குழந்தையையும் பார்த்துக்கொண்டு, வீட்டு வேலைகளையும் செய்ய ஆளைக் கண்டுபிடிப்பது சீனாவில் அத்தனை எளிதான விசயமல்ல. பிரசவத்திற்குப் பின் பராமரிப்பாளர் இல்லாவிடில் சியோ யோ அலுவலக வேலையும் பார்த்துக்கொண்டு குழந்தையையும் பார்த்துக்கொள்வது நடைமுறையில் சாத்தியம் இல்லாதது. எனவே தினமும் தனக்கு நல்ல பராமரிப்பாளரைத் தேடித்தர சொல்லி அவள் என்னை நச்சரிக்க துவங்கினாள்.

என் குழந்தை பான் பானை பார்த்துக்கொள்ள எனக்கு அமைந்த பராமரிப்பாளர், துடிதுடிப்பான 19 வயது இளம்பெண். எங்கோ சின்ன கிராமத்தில் பிறந்து வளர்ந்தவள். அவள் வீட்டில் அவளுக்குப் பிடிக்காமல், கட்டாயத் திருமணம் செய்துவைக்க முயற்சித்ததால் ஊரைவிட்டு நகரத்திற்கு ஓடி வந்து விட்டாள். கிராமத்து மக்களுக்கே உள்ள சுறுசுறுப்பும், வெகுளித்தனமும், அவளிடமும் காணப்பட்டது. ஆனாலும் நகரத்து வாழ்க்கை அவளுக்கு அறிமுகம் இல்லாததால், வந்த புதிதில் அவளால் எனக்கு நிறைய பிரச்சனைகள். கடைக்கு போய் வரச் சொன்னால் அவளுக்கு கணக்கு தெரியாது. பணம் எண்ணத் தெரியாது. சாலைகளில் போக்குவரத்து விளக்குகளின் குறிப்புகளை

பற்றி அவளுக்கு ஒன்றும் புரியாது. வீட்டில் சிலநேரங்களில் அவளால் வரும் அவஸ்தை கண்ணீர்விட்டு அழ வைக்கும். அவளுக்கு சாதம் வைக்கும் மின்சார சமையல் பாத்திரத்தின் மூடியைத் திறக்கத் தெரியாது. பதப்படுத்தப்பட்ட மசாலா கலந்த முட்டைகளை, அழுகிப் போன முட்டைகள் என்று குப்பைத் தொட்டியில் வீசி விடுவாள். தபால் பெட்டியில் கடிதங்களை போட்டு வரச் சொன்னால், எங்கள் தெருவில் சாலையின் ஓரத்தில் காணப்படும் குப்பைத் தொட்டியைக் காண்பித்து, அத்தனை கடிதங்களையும் தான் அதில் போட்டுவிட்டதாக மிகவும் பொறுப்புணர்வுடன் வந்து கூறுவாள். ஒவ்வொரு நாளும் நான் வேலைக்கு கிளம்பும்முன் மிகவும் பயபக்தியுடன் தெளிவாக புரியும்படி என்ன செய்ய வேண்டும் என்ன செய்யக் கூடாது என்று அவளுக்கு பாடம் சொல்லிவிட்டுத்தான் கிளம்புவேன். அது மட்டுமல்லாது, அலுவலகத்திலிருந்து ஒரு நாளைக்கு இரண்டு மூன்று முறை வீட்டிற்கு தொலைபேசியில் அழைத்து எல்லாம் சரியாக செய்தாயா என்று அவளிடம் கேட்பேன். நல்ல வேளையாக, மிக மோசமான விளைவுகள் கொண்ட அசம்பாவிதம் எதுவும் இதுவரை வீட்டில் நடந்து விடவில்லை. அது மட்டுமல்லாது என் மகன் பான் பான் அவளிடம் மிகவும் அன்பாக ஒட்டிக் கொண்டான். அவர்கள் இருவருக்குள்ளும் ஒரு நல்ல பாசப்பிணைப்பு இருக்கிறது. அதனால்தான் அவளது அத்தனைக் குறைகளையும் என்னால் பொறுத்துக் கொள்ள முடிகிறது.

ஒரு முறை என்னால் கட்டுப்படுத்த இயலாத அளவு கோபம் வந்து அவளை மிக மோசமாக கடிந்து கொண்டேன். குளிர் காலத்தில் ஒருநாள் வேலை முடிந்து வீட்டிற்கு வந்தேன். வீட்டினுள் நுழைந்ததும் பதினெட்டு மாதமே ஆன குழந்தை பான் பான் எங்கே என்று தேடினேன். அவன் நாங்கள் வசிக்கும் ஐந்தாவது மாடியின் படிக்கட்டில் இடுப்பில் ஜட்டி மட்டும் போட்டுக்கொண்டு, மேல் சட்டை அணியாமல் வெறும் உடலு டன் குளிரில் நடுங்கி, உடல் சில்லிட்டுப் போய் அரை மயக்க நிலையில் தீனக் குரலில் முனகிக் கொண்டிருந்தான். பதறிப்போய் குழந்தையை வாரி அணைத்துக் கொண்டு, அவளெங்கே என்று தேடினால் அவள் வீட்டினுள் தூங்கிக் கொண்டிருந்தாள். அவளை எழுப்பி மிகக் கடுமையாக திட்டி விட்டேன். நான் மட்டும் அப்பொழுது வராவிட்டால் குழந்தை நிலை என்னவாகி இருக்கும்?

குழந்தை வளர்ப்பில் இருக்கும் பிரச்சனைகள் குறித்து நான் ஒருபோதும், அலுவலக நண்பர்களிடம் பகிர்ந்து கொண்டதில்லை.

ஆனால் அவர்கள் பேசும்போது பராமரிப்பாளர்களிடம் வளரும் குழந்தைகளின் நிலை குறித்து நிறைய திகில் கதைகளை கேட்டிருக்கிறேன். தினசரிகளிலும் இதுபோன்ற செய்திகள் நிறைய வருவதுண்டு. பராமரிப்பாளர்களின் கவனக் குறைவால் நான்காவது மாடியில் இருந்து தவறி விழுந்த குழந்தைகள் பற்றியும், கண்ணாமூச்சி விளையாடலாம் என்று குழந்தைகளுக்கு சொல்லி குளிர்சாதனப் பெட்டியில் ஒளிந்து இறந்த குழந்தை குறித்தும், கோபத்தில் துவைக்கும் இயந்திரத்திற்குள் போட்டு சாகடிக்கப்பட்ட குழந்தைகள் குறித்தும் நிறைய கேள்விப்பட்டு பயந்துபோய் இருக்கிறேன். சில இடங்களில் பணத்திற்காக குழந்தைகளை கடத்திச் சென்று விட்ட கதைகளும் இருக்கின்றன. குழந்தைகளின் பாதுகாப்பு பிரச்சனைகளுக்காகவே ஒரு சிலர் தங்களது பெற்றோரை தங்களுடன் வசிக்க சொல்லி வற்புறுத்தி, ஒரே வீட்டில் வசிப்பதுண்டு. பெரும்பான்மையான தம்பதிகள், வயதானவர்களின் பார்வை தங்கள் மேல் படாமல் வாழ்வதையே விரும்புகிறார்கள். சீனாவில் அதிகம் படிக்காத அல்லது பாரம்பரிய கலாச்சார பின்னணியில் வளர்ந்த மாமியார்கள் பெரும்பாலும் தங்களது மருமகள்களை அதிகாரத்துடன் ஒரு தீவிரவாதியை கொடுமைப்படுத்துவதைப் போல் சித்திரவதை செய்வதையே வழக்கமாகக் கொண்டிருந்தனர். இது ஒரு விதமான குரூர மனோவியாதி போன்றது. அதாவது அவர்கள் சிறுவயதில் அவர்களுடைய மாமியாரிடம் பட்ட அவஸ்தைகளை மருமகளிடம் தீர்த்துக் கொண்டார்கள் எனலாம். இன்னொரு வகையில் பிள்ளை பெற்ற பிறகு பெண்கள் வேலையைவிட்டு முழு நேரத் தாயாக இருப்பது நடைமுறையில் சாத்தியமில்லாத ஒன்று. கணவனின் வருமானத்தை மட்டும் நம்பி சீனாவில் குடும்பம் நடத்த இயலாது. இதில், வேலையில்லாமல் வீட்டிலேயே இருக்கும் கணவனாக இருந்தால் நிலைமையை சொல்லவே வேண்டாம்!

சியோ யோ கேட்டுக்கொண்டதற்கிணங்க அன்பான, நம்பிக்கைக்கு உகந்த, குறைந்த சம்பளத்திற்கு பராமரிப்பாளரைக் கண்டுபிடிக்க முனைந்தேன். ஓல்டு சென் இதற்கு, "நாட்டில் நிறைய பெண்கள் குப்பைப் பொறுக்கி சம்பாதிக்கிறார்கள். அவர்களை ஏன் நீ கேட்கக் கூடாது? அவள் ஓடி விடுவாளோ என்ற கவலை இருக்காது. மேலும் அவர்கள் மற்றவர்களைவிட வறுமையில் இருப்பவர்கள். நல்ல வேலை கிடைத்தால் போதும் என்று குறைந்த சம்பளத்திற்கு வேலைக்கு வருவார்கள்" என்று என் எண்ணங்களுக்கு பதிலளித்தார்.

'ஆண்கள் பெரிய ஓவியங்களைக் காண்பதில் தேர்ந்தவர்கள், பெண்கள் அதன் நுணுக்கங்களை கண்டுபிடிப்பதில் தேர்ந்தவர்கள்'

என்று ஒரு பழமொழி உண்டு. எல்லா பொதுக் கருத்துகளையும் நம்புவது போல் நான் இந்தக் கருத்தை நம்புவதில்லை. ஆனால் ஓல்டு சென் பராமரிப்பாளர் விசயத்தில் சொன்ன கருத்துகள் குறித்து நான் மிகவும் வியந்து போனேன். தாங்கள் அறியாத விசயங்களில்கூட ஆண்களின் மேதைமை வெளிப்படுவது அபூர்வமான ஒன்றுதான் என்றே தோன்றியது. ஓல்டு சென் சொன்ன காரணங்களை ஆராயும்போது நான் ஒருத்தி மட்டுமல்ல, என்னுடைய அலுவலகத்தில் பணிபுரியும் சக தோழிகள்கூட வியந்துபோய் கேட்டார்கள்.

"நாம் ஏன் இந்தக் கோணத்தில் சிந்திக்கவே இல்லை?"

தலைவர் மாவோவின் மிகப் பிரபலமான வார்த்தைகளில் ஒன்று, "சின்ன தீப்பொறி, சமயங்களில் பெரிய சமவெளியை கூட தீக்கு இரையாக்கும்." குப்பை பொறுக்கும் பெண்களில் ஒருவரை பராமரிப்பாளர் வேலைக்கு கேட்பதென்பது குறித்த விவாதம், அனல் பறக்கும் சூடான விவாதமாக அலுவலக பெண் தோழிகளிடையே பரவியது. அவர்கள் ஒவ்வொருவருக்கும் வெவ்வேறு வயதில் குழந்தைகள் இருக்கிறார்கள். ஆக, அனைவரும் ஒரு நல்ல பராமரிப்பாளர் கிடைத்தால், நாம் பகிர்ந்து கொள்ளலாம் என்றே விரும்பினார்கள். எப்படி ஒரு நல்ல பராமரிப்பாளரைத் தேடிக் கண்டுபிடிப்பது? அவள் சரியானவளா என்பதற்கு என்ன தேர்வு வைப்பது, அவளுக்கான விதிமுறைகள் என்ன என்பது போன்ற விசயங்களை அனைவரும் ஒன்று கூடி விவாதித்தனர்.

அதன் பிறகு ஒரு நாள் அனைவரும் ஒன்று கூடி, அலுவலகத்தில் பெண்கள் கழிவறைக்கு அருகிலிருக்கும் சிறிய அறையில் கூட்டம் போட்டு என்னைக் கலந்து கொள்ள அழைத்தனர். நான் அந்த அறைக்குள் சென்றதும் அனைவரையும் பார்த்துக் கேட்ட முதல் கேள்வி, நீங்கள் என்னை சரியாகத்தானே தேர்வு செய்து அழைத்துள்ளீர்கள்? மீண்டும் ஒரு முறை யோசியுங்கள். நான் சரியான தேர்வுதானா என்று? என்றேன். அவர்கள் அனைவரும் ஒருமித்த குரலில் நாங்கள் அனைவரும் கருத்து வேறுபாடின்றி நீதான் குப்பை பொறுக்கும் பெண்களில் ஒருவரிடம் பேசி சரியான பராமரிப்பாளரைக் கண்டுபிடிக்க முடியும் என்ற நம்பிக்கையுடன்தான் உன்னை அழைத்தோம் என்றார்கள். போராளிகளின் ஒற்றுமையான முடிவினைப் போல வேறு விவாதம் எதுவுமில்லாமல் அவர்கள் அனைவரின் சார்பாக என்னைப் பராமரிப்பாளரைத் தேர்ந்தெடுக்க நியமித்தார்கள். ஒரு விசயத்தை என்னிடம் எந்தவிதமான முன் அனுமதியும் கேட்காமல் அவர்களே தீர்மானம் செய்து செயல்படுத்துவது

இதுவே முதல் முறை. அவர்களது இந்தத் தீர்மானத்திற்கு காரண மாக அவர்கள் சொன்னது:

நேர்மையான அணுகுமுறை, மனிதாபிமானம் மற்றும் பொது அறிவு. அதுமட்டுமல்லாது அவர்களைக் குறித்து முழு விவரமும் தெரிந்தவள். அவர்களைச் சரியாக அணுகி பராமரிப்பாளராகத் தேர்ந்தெடுக்கும் பக்குவம் தெரிந்தவள் என்ற அத்தனைத் தகுதி களும் எனக்கிருக்கிறது என்ற அவர்களின் கணிப்பு.

அடுத்த சில நாட்களில், குப்பை பொறுக்கும் பெண்கள் குறித்து தீவிரமாக ஆராயத் துவங்கினேன். ஆனால் ஆராய்ச்சியின் முடிவு முற்றிலும் என் நம்பிக்கையை இழக்கச் செய்தது. குப்பையை பொறுக்குவதற்காக சதாசர்வகாலமும் சுற்றுப்புறம் முழுவதும் நோட்டமிடும் அவர்களை அன்பான, அரவணைப்பு கொடுக்கும் நியாயமான மனிதர்களாக எப்படி ஏற்றுக் கொள்ள இயலும்? இதை கற்பனை செய்து பார்க்கவே சரியாகத் தோன்றவில்லை. இவர்களை சட்டென்று நம் வீட்டிற்குள் நுழைய விடுவதற்கே நிச்சயம் யோசிப்போம். அவர்கள் மூக்கில் ஒழுகும் சளியை சிந்தி அருகில் உள்ள எந்த இடத்திலும் எந்தவித தயக்கமும் இல்லாமல் தடவுகிறார்கள். அது மட்டுமல்ல அவர்கள் தங்கள் குழந்தைகளைத் தூக்கி இடுப்பில் வைத்துக்கொண்டு, ஒரு கையில் அவர்களை இடுக்கிக்கொண்டு இன்னொரு கையால் கிடைக்கும் குப்பைகளை பொறுக்கி தங்கள் கையில் இருக்கும் கோணியில் சேகரிக்கிறார்கள். அந்தக் குழந்தையை சாலையின் தூசியில் இருந்து பாதுகாக்க அதன் தலையில் ஒரு சின்ன காகிதம் மட்டுமே காணப்படுகிறது.

இதுவரை நான் ஆராய்ந்ததில் முதலில் பார்த்த அந்த நேர்த்தியாக உடையணிந்து சுத்தமாக இருந்தப் பெண்மணி மட்டுமே தேர்வானாள். அவளது தினசரி நடவடிக்கைகளைப் பார்க்கும்போது அவள் மிக இரக்க சுபாவம் உள்ளவளாகவும், சுத்தமானவளாகவும், அமைதியாகவும், தெளிவாக பேசுபவளாக வும் தெரிந்தாள். நிறைய முறை யோசித்து நடக்காமல், கடைசியில் ஒருநாள் வீடு திரும்பும்போது அவளிடம் பேசுவது என்று முடிவுசெய்து தைரியத்தை வரவழைத்துகொண்டு அவளை வழி மறித்தேன்.

“ஹலோ என் பெயர் சின்ரன். நான் இந்த வானொலி நிலையத்தில் வேலை பார்க்கிறேன். நான் உங்களிடம் சில வார்த்தைகள் பேச வேண்டும். பேசலாமா?” என்று கேட்டேன்

“ஹலோ. எனக்கு உங்களை நன்றாகத் தெரியுமே. நான் தினமும் இரவில் உங்களது தென்றலுடன் ஒரு வார்த்தை

என்ற நிகழ்ச்சியை விரும்பிக்கேட்பேன். உங்களுக்கு நான் என்ன செய்யவேண்டும் சொல்லுங்கள்” என்றாள் சட்டென்று தயக்கமே இல்லாமல்.

வானொலி நிகழ்ச்சிக்காக ஒலிவாங்கியின் முன்னால் தடையின்றி பேசும் என்னால் அவளிடம் சட்டென்று பேச இயலாமல் வார்த்தைகள் தடுமாறின.

“நான்... உங்களிடம்” அதற்கு மேல் எனக்கு வார்த்தைகள் கோர்வையாக வரவில்லை. ஆனால் அந்தக் குப்பை பொறுக்கும் பெண் நான் என்ன சொல்ல வருகிறேன் என்பதை தெளிவாக புரிந்துகொண்டு, அமைதியாக ஆனால் தீர்க்கமாக பேசினாள். “உங்கள் அலுவலகத் தோழிகள் என்மேல் வைத்திருக்கும் நன்மதிப்பிற்கு என் நன்றியை சொல்லுங்கள். ஆனால், அவர்களது பரந்த மனப்பான்மையுடன் கூடிய கோரிக்கையை ஏற்றுக் கொள்வது எனக்கு மிகவும் கடினமானதொன்று. எனக்கு எந்த கட்டுபாடுமில்லாத தடைகளற்ற வாழ்வை வாழவே ஆசை.” அவள் தனது ஒற்றை பதிலால், என் அலுவலக தோழிகள் எனக்கு இருப்பதாக நம்பிய அத்தனை திறமைகளையும் தகர்த்தெறிந்து விட்டாள்.

நான் என் அலுவலக தோழிகளிடம் சென்று அவளின் பதிலை சொன்னதற்கு அவர்களால் அதை நம்பவே முடியவில்லை. தலைசிறந்த வானொலி தொகுப்பாளினி ஒரு சாதாரண குப்பை பொறுக்கும் பெண்ணிடம் பேச இயலவில்லையா? என்பதே அவர்களின் வியப்பிற்கு காரணம்.

என்னால் எதவுமே செய்ய இயலவில்லை. அந்த குப்பை பொறுக்கும் பெண்மணியின் பார்வையில் ஏதோ ஒரு நிராகரிப்பு தெரிந்தது. அது என்னுடைய எல்லா விவாதங்களையும் தகர்த்துவிட்டது. சின்ன மறுப்பையும் தாண்டி வேறு எதுவோ ஒன்று அந்தக் கண்களில் எனக்கு புலப்பட்டது. ஆனால் அது என்னவென்று எனக்கு சரிவர புரிபடவில்லை.

அந்த சந்திப்புக்கு பிறகு, அந்த குப்பை பொறுக்கும் பெண்மணியையும், அவளது வீட்டையும் தொடர்ந்து கவனிப்பது என்னுடைய அன்றாட வேலைகளில் ஒன்றானது.

இலையுதிர்க் காலத்தின் மாலையில் ஒருநாள் மறுபடியும் அந்தக் குப்பை பொறுக்கும் பெண்மணியின் குடிசை அருகில் செல்லும் வாய்ப்பு எனக்கு கிடைத்தது. எனது நிகழ்ச்சியை முடித்ததும் வழக்கம் போல் நான் வேகமாக அந்த குடிசைகளின் அருகே சென்றேன். அந்த குடிசையின் உள்ளே இருந்து அரை

மயக்க நிலையில் யாரோ பாடுவது போல் ஓசை கேட்டது. அது ஒரு ரஷ்ய மொழியின் நாட்டுப்புற பாடல். எனக்கு உள்ளூர அது குறித்து மேலும் விவரம் தெரிந்து கொள்ளும் ஆர்வம் உண்டானது. சீனாவுக்கும் ரஷ்யாவுக்கும் இடையே ஒரு மவுன யுத்தம் நடந்து கொண்டிருக்கிறது. அதனால் இப்பாடலை சீனாவில் பெரும்பாலானோர் அறிந்திருக்க வாய்ப்பில்லை. அப்படியே இப்பாடலை அறிந்தவர்களாக இருந்தாலும், அவர்களாலும் அதன் சரியான ராகம் மாறாமல் இவ்வளவு அழகாக பாட இயலாது. என் அம்மா பல்கலைக்கழகத்தில் ரஷ்ய மொழி படித்தவர். அதனால் இப்பாடலை அவர் எனக்கு சொல்லிச் கொடுத்தார். இப்பாடல் எப்படி இந்தக் குப்பைப் பொறுக்கும் பெண்ணிற்கு தெரிந்தது?

அவள் குடிசைக்கு மிக அருகில் சென்றேன். சட்டென்று அந்தப் பாடல் நின்றது. குடிசையின் ஜன்னல் மெதுவாகத் திறந்தது. வீட்டினுள் அவள் இரவு நேர உடையில் இருந்தாள்.

"என்ன வேணும்? ஏதாவது தேவையா?" என்று என்னைப் பார்த்துக் கேட்டாள்.

"இல்லை.. மன்னிக்கவும், நான் உன் பாடலைக் கேட்க விரும்பினேன். நீ உண்மையிலேயே நன்றாக பாடுகிறாய்."

"சின்ரன், உண்மையாகவே சொல்கிறாயா? உனக்கு அந்தப் பாடல் பிடித்திருக்கிறதா?"

"ஆமாம், எனக்கு அந்தப் பாடல் மிகவும் பிடிக்கும். எனக்கு அதன் இசையும், வரிகளும் பிடிக்கும். அதிலும் பின்னிரவு நேரங்களில் அப்பாடலைக் கேட்கும்போது, ஏதோ ஓர் இனம்புரியா உணர்வு... ஒரு தேர்ந்த படத்தை ஒருங்கிணைத்ததைப் போல..."

"சின்ரன், உனக்கு இப்பாடலைப் பாடத் தெரியுமா?"

"கொஞ்சமாக பாடத் தெரியும். அதன் சரியான ஸ்ருதியில் பாடத் தெரியாது."

"உங்களைப் போன்ற வானொலி தொகுப்பாளர்கள் மிகவும் வேடிக்கையானவர்கள். நீங்கள் வார்த்தைகளுக்கு உயிர் கொடுக் கிறீர்கள். ஆனால் பாடத்தெரியாது என்கிறீர்கள். அப்படி இந்தப் பாடலின் சுவை என்ன இனிப்பா? கசப்பா? அல்லது கூர்மையா?"

"மன்னிக்கவும், முதலில் நான் உன்னை எப்படி அழைப்பது என்று சொல்" எனக் கேட்டேன்.

"எங்கள் அனைவரையும் நீங்கள் குப்பை பொறுக்கும்

பெண்கள் என்றுதானே குறிப்பிடுகிறீர்கள்? அதுவே சரியானதாக இருக்கும் என நினைக்கிறேன். நீ என்னைக் குப்பைக்காரி என்றே அழைக்கலாம். அதுதான் சரியான வார்த்தை" என்றாள்.

"இல்லை.. எனக்கு அது சரியானதாகப்படவில்லை."

"அதைப்பற்றி எல்லாம் நீ கவலைப்படாதே சின்ரன். என்னைக் குப்பைக்காரி என்றே அழைக்கலாம். அல்லது உனக்கு எப்படி தோன்றுகிறதோ அப்படிக்கூட அழைக்கலாம். அது ஒரு விசயமே இல்லை. நான் எனக்காகப் பாடியதை நீ கேட்டு விட்டாய் அதுதானே விஷயம். இல்லை வேறு எதுவும் உனக்குத் தேவையா?" என்று என் பேச்சுக்கு அழகாக முற்றுப்புள்ளி வைத்தாள்.

"இல்லை, வேறு ஒன்றும் இல்லை. என் வானொலி நிகழ்ச்சியை முடித்துவிட்டு வீட்டுக்கு திரும்பிக்கொண்டிருக்கிறேன். ஆனால் ரஷ்ய நாடோடி பாடலைக் கேட்டதும், சின்ன ஆர்வம் பிறந்தது. இங்கு யாரும் சாதாரணமாக ரஷ்ய பாடல்களைப் பாட மாட்டார்கள். மன்னிக்கவும், இந்தப் பாடல் உனக்கு எப்படித் தெரியும் என்று சொல்வாயா?"

"என் கணவர் ரஷ்ய மொழி படித்தவர். அவர் எனக்கு இப்பாடலைக் கற்றுக்கொடுத்தார்."

இதற்கு மேல் அவள் என்னிடம் எதுவும் பேசவுமில்லை என்னை அவள் வீட்டிற்குள் வரச் சொல்லி அழைக்கவும் இல்லை. எனக்கும் அதுகுறித்து எந்த வருத்தமும் இல்லை. அவளுடைய ஞாபகங்களுக்குள் பிரவேசிக்க எனக்கு ஒரு சின்ன வழி கிடைத்தது அவ்வளவுதான்.

அந்த இரவு நடந்த நிகழ்ச்சிக்குப் பிறகு என்னைப் பார்க்கும் போதெல்லாம் அவள் பெரிதாக என்னைக் கண்டு கொள்ளவில்லை. நட்பாக புன்னகைக்கக்கூட இல்லை. ஆனால், எனக்குள்ளே அவள் குறித்த கேள்விகள் குடைந்து கொண்டே யிருந்தன. அவளது கணவர் வெளிநாட்டு மாணவராக இருந்தவர். பின் இவள் எப்படி குப்பை பொறுக்கும் வேலைக்கு வந்தாள்? அவளது பேச்சு, பழகும் தன்மை, அவளது நடை உடை பாவனைகள் எல்லாமே நல்ல படித்த நாகரீகமான குடும் பத்தில் இருந்து வந்தவர்களைப் போலவே இருக்கிறது. இவள் குடும்பப்பின்னணி என்னவாக இருக்கும்? அவள் எதுவரை படித்திருப்பாள்? அவளுக்கு குழந்தைகள் இல்லையா? அப்படி இருக்கிறார்கள் என்றால் அவர்கள் எங்கே வசிக்கிறார்கள்?

அதன் பிறகு சில நாட்களில், புது வருடம் பிறக்க இருப்பதை

முன்னிட்டு அலுவலக வேலை விசயமாக நான் பீஜிங் சென்றேன். அங்கு பீஜிங் வானொலியில் வேலைபார்க்கும் என் தோழி அந்த ஊரைச் சேர்ந்த லுதான்சா சென்டர் எனப் படும் பல அடுக்கு அங்காடிக்கு அழைத்துச் சென்றாள். அங்கு வெளிநாட்டுப் பொருட்கள் எல்லாம் கிடைக்கும். அங்கு ரஷ்யாவின் மிகப் பிரபலமான சாக்லேட்டுகளைப் பார்த்தேன். அது விலை உயர்ந்த மிட்டாய் வகை. ஆனாலும் அதை வாங்க விரும்பினேன். என்னுடைய அறியாமையைப் பார்த்து என் தோழிக்கு வியப்பானது. இங்கு வருபவர்கள் எல்லோரும் சுவிஸ் மிட்டாய்களையே விரும்பி வாங்கிச் செல்வர். முதன்முதலாக ரஷ்யா மிட்டாய்களை வாங்குபவள் நீ மட்டும்தான் என்று கூறிச் சிரித்தாள். ஆனால் நான் இதை அந்தக் குப்பைக்காரப் பெண்ணுக்கு வாங்கிப் பரிசளிக்க விரும்பினேன். ரஷ்ய நாட்டுப்புற பாடலை விரும்பிப் பாடிய அவளுக்கு நிச்சயம் இந்த ரஷ்ய சாக்லேட்டுகளும் பிடிக்கும் என்றே நினைத்தேன்.

நான் பீஜிங்கிலிருந்து திரும்பியதும், வீட்டிற்குகூடப் போகாமல், உடனடியாக அந்த குப்பைக்கார பெண்ணின் குடிசைக்குச் செல்வதை என்னால் கட்டுப்படுத்த இயலவில்லை. அவள் குடிசை வாசலுக்கு சென்ற பின் கதவை தட்டலாமா வேண்டாமா என்று தயக்கமாக இருந்தது. சீனத்தின் பிரபல பழமொழி ஒன்று, "இந்த உலகில் காரணகாரியம் இல்லாமல் அன்பு வராது. காரணம் இல்லாமல் ஒருவர் மீது வெறுப்பும் வராது."

இந்தப் பரிசை நான் அவளுக்கு கொடுப்பதன் பின்னணி என்ன என்பது எனக்கே விளங்காத மர்மமாக இருக்கையில், அதை நான் அவளுக்கு எப்படி விளக்கிச் சொல்வேன்? அவளிட மிருந்து எனக்கு என்ன தேவையிருக்கிறது?

அவளுக்கு என்ன சொல்வது என்று புரியாமலே, அவள் வீட்டுக் கதவைத் தட்டி அவளிடம் சாக்லேட் பெட்டியை நீட்டினேன். அவள் எதுவும் சொல்லாமல், தன் இரண்டு கைகளிலும் மரியாதையாக தாங்கி, நெகிழ்ந்துபோய் என் சாக்லெட் பெட்டியை வாங்கிக்கொண்டாள். அசைக்க இயலாத வலிமையாக தோன்றிய அவள், இந்த சாக்லேட் பெட்டியை வாங்கியதும் சிறிது கலங்கி விட்டாள். அவள் கண்கலங்க, "இந்த சாக்லேட் என் கணவருக்கு மிகவும் பிடிக்கும்" என்றாள். அந்த குப்பைக்கார பெண்ணின் வயதை வைத்துப் பார்க்கும்போது அந்தத் தலைமுறையினருக்கு சோவியத் ரஷ்யப் பொருட்கள் மீது நிச்சயம் மோகம் இருக்கும் என்று நான் அனுமானித்தேன். ரஷ்யா கடந்த 30 வருடங்களில் அவள் வாழ்வில் இருந்து

விலகிப்போய் இருந்திருக்கிறது. சாக்லேட் மூலம் அது தன்னருகில் வந்ததாக அவள் உணர்ந்தாள்.

உணர்ச்சிகளை கட்டுப்படுத்தி அவள் சுய நினைவிற்குத் திரும்பினாள். "இவ்வளவு விலை உயர்ந்த பரிசை எனக்கு ஏன் கொடுக்கிறீர்கள்" என்று அவள் என்னிடம் அமைதியான குரலில் கேட்டாள்.

"ஏனென்றால் நாம் இருவரும் பெண்கள். அது மட்டுமல்ல. எனக்கு உன் கதையைக் கேட்க வேண்டும்" என்று தயக்கம் எதுவுமில்லாமல் அவளுக்கு வெளிப்படையாக என் பதிலை சொன்னேன். நான் பேசியது கண்டு எனக்கே ஆச்சரியமாக இருந்தது.

ஒரு முடிவுக்கு வந்தவள் போல தெளிவாக பதிலளித்தாள்.

"சரி. ஆனால் இங்கு இல்லை. இங்கு வீட்டிற்கு சுவர்கள் கிடையாது. எது பேசினாலும் பக்கத்து வீட்டிற்குக் கேட்கும். என்னதான் எல்லோரும் பெண்களாக இருந்தாலும், என் மார்பக வடுவை எல்லோருக்கும் காண்பிக்க இயலுமா?" என்று கேட்டாள். அவளது கேள்வி எனக்கு நியாயமாகவேபட்டது.

இருவரும் அருகிலிருந்த மலையடிவாரப் பூங்காவுக்கு நடந்து சென்றோம். அங்கு மரங்கள் சூழ்ந்த அமைதியில் அவளின் கதையைக் கேட்கத் துவங்கினேன்.

அவளது கதையை அவள் கோர்வையாக சொல்லவில்லை. துண்டுதுண்டாக பாதிமறைத்தும், தொடர்பு இல்லாமலும் கூறினாள். அவள் ஒவ்வொன்றையும் கூறும்போதும் அதற்கான காரணம் என்ன என்பதையும், அதன் விளைவுகள் என்ன என்பதையும் தெளிவாக விளக்கிக் கூறவில்லை. அவள் பேசும் தன்மையைப் பார்க்கும்போது, தனது கதையையும், அனுபவங் களையும் முழுவதுமாக யாரிடமும் பகிர்ந்துகொள்ள அவள் தயாராக இல்லை என்பது புரிந்தது.

அவள் வார்த்தைகள் அவள் மறைத்து வைத்திருந்த பெட்டியைத் திறந்ததே தவிர, அவள் முகத்தை மூடியிருக்கும் திரையை விலக்கி முகத்தை முழுவதுமாகக் காட்டவில்லை.

அவள் கணவர் இளம் வயதில் மூன்று வருடங்கள் மாஸ் கோவில் படித்தவர். அதன் பிறகு அரசியலில் நுழைந்தார். அரசியலில் இருக்கும்போதே இவளைத் திருமணம் செய்து கொண்டார். அவர்களுக்கு இரண்டாவது குழந்தை பிறக்கிறது என்ற மகிழ்ச்சியில் குடும்பமே திளைத்தபோது எதிர்பாராத விதமாக அவளது கணவர் மாரடைப்பில் இறந்து போனார்.

அதேவருடம் கடுமையான ஜுரத்தில் அவளது இரண்டாவது குழந்தையும் இறந்துபோனது. அடுத்தடுத்து நிகழ்ந்த இரு மரணங்களும் இவளை நிலைகுலையச் செய்துவிட்டது. இந்த உலகில் வாழும் தைரியத்தையும், நம்பிக்கையையும் இழந்து போனாள். தீர்மானத்துடன் ஒருநாள் தனது ஐந்து வயதுக் குழந்தையை அழைத்துக்கொண்டு அருகில் உள்ள நதிக்குச் சென்று தற்கொலை செய்துகொள்ள முடிவெடுத்தாள். குழந்தையைக் கட்டிக்கொண்டு நதியில் குதிக்க முடிவெடுத்த சமயம் அவளது மகன், “அம்மா நாம் இப்ப அப்பாவைப் பார்க்க போகிறோமா?” என்று கேட்டிருக்கிறான். அவளுக்கு குழந்தையின் கேள்வி அதிர்ச்சி தந்தது. நாம் எடுத்த முடிவை இந்த சின்னக் குழந்தை தெரிந்து கேள்வி கேட்கிறதே என்று யோசிக்க, குழந்தை மீண்டும், “நான் அப்பாவிடம் காட்ட என் கார் பொம்மையை எடுத்துவர மறந்து விட்டேன்” என்று சொல்ல இவள் கலங்கிவிட்டாள். தற்கொலை எண்ணத்தைக் கைவிட்டு அழத்துவங்கினாள். அவளது வேதனைகளை அவளது மகன் நன்கு புரிந்து வைத்திருக்கிறான் என்று அவளுக்குத் தெளிவாகத் தெரிந்தது. அவனுக்கு தன் தந்தை இனி தங்களுடன் வாழ வரமாட்டார் என்பது புரிந்தது. பிறப்புக்கும் இறப்புக்குமான வித்தியாசம் புரியும் வயது அவனுக்கில்லை என்பதால் அவனது அப்பா என்னவானார் என்பது அவனுக்குப் புரியவில்லை.

தாயாக தன் கடமை அந்தக் குழந்தையை வளர்ப்பதுதான் என்று முடிவெடுத்து, அவளது தற்கொலைக்காக எழுதி வைத்த கடிதத்தையும் கிழித்துப் போட்டுவிட்டு மகனுடன் வீடு திரும்பினாள்.

அவள் குழந்தை அவளிடம், “அம்மா நாம் அப்பாவைப் பார்க்க போகவில்லையா” என்று கேட்டது.

“அப்பா ரொம்ப தூரமாகப் போய்விட்டார். நீ சின்னக் குழந்தை, அவ்வளவு தூரம் உன்னால் போக இயலாது. நீ வளர் வதற்கு அம்மா உதவி செய்கிறேன். நீ வளர்ந்து நிறைய பொருட்கள் வாங்கி அதன்பின் அப்பாவைச் சென்று பார்க்கலாம்” என்று அவள் குழந்தைக்கு பதில் அளித்தாள்.

அதன்பிறகு தனியாகப் போராடி அவள் குழந்தையை எந்தக் குறையுமில்லாமல் வளர்த்து, நன்றாகப் படிக்க வைத்து அவனை வெற்றிகரமான மனிதனாக உருவாக்கினாள்.

ஆனால் ஏன் அவளின் மகன் நல்ல வேலையில் அமர்ந்து, திருமணமான பின்பு, தனக்காக மட்டுமே வாழ்ந்து, உழைத்து உருக்குலைந்து போன அம்மாவை இப்படி குப்பைப்பொறுக்கும்

பெண்மணியாக வாழ அனுமதித்தான்? என்று எனக்கு குழப்பமாக இருந்தது. அவளிடம், "இப்பொழுது உன் மகன் எங்கு இருக்கிறான்? தடுமாறாமல் நிதானமாகக் கேட்டேன்.

ஆனால் என் கேள்விக்கு நேரிடையாக பதில் சொல்லாமல் மழுப்பலாக பதில் சொன்னாள். தாயின் மனதை ஒருவராலும் வரையறுத்துக் கூறஇயலாது என்று பதிலளித்தாள். இதற்கு மேல் என்னை எதுவும் கேட்காதீர்கள் என்று எனக்கு குறிப்பால் உணர்த்தினாள்.

புதுவருடம் முடிந்தது. வசந்தகால விழாக்கள் நெருங்கத் துவங்கின. சீன மக்களுக்கு இது மிகவும் முக்கியமான விழா. இந்த விழா நெருங்கும் சமயம் ஏராளமானோர் தங்களது நட்பு வட்டாரங்களை அணுகி வாழ்த்து சொல்லவும், தங்களது வியாபாரத் தொடர்புகளை பலப்படுத்திக்கொள்ள ஒரு வாய்ப்பாகவும் பயன்படுத்திக்கொள்வர். ஒவ்வொரு வருடமும் கலைத்துறை, ஊடகத்துறையில் பணிபுரிவோர் இந்தத் திருவிழாவை மிகவும் கோலாகலமாக வரவேற்றுக் கொண்டாடுவர். எந்த நிலையில் வேலைபார்ப்பவர்களானாலும், தங்களுக்கு வரும் பரிசுப்பொருட்களை வாங்கிக்குவிப்பதும், நிறையப் பேர்களின் அழைப்பை ஏற்று அவர்களது விழாக் கொண்டாட்டங்களில் கலந்துகொள்வதும், சமூக நலத்தை சார்ந்த கூட்டங்களில் கலந்து கொள்வதுமாக வெகு பரபரப்பாக இருப்பார்கள். இந்த நேரத்தில் மிகக் குறைந்த அளவு பரிசுகளைப் பெறுவது நான் மட்டுமே. ஏனெனில் நான் பெரிய அதிகாரியாக பணிபுரியவில்லை. என் நிகழ்ச்சியின் வெற்றியினால், ஒருசில பணக்கார மற்றும் செல்வாக்குள்ளவர்கள் எனக்கு அறிமுகமாகி இருக்கிறார்கள்.அவர்கள் இதை என்னுடைய தனிப்பட்ட வெற்றியாக எண்ணி அங்கீகாரம் அளிப்பதில்லை. என்னுடைய நேயர்கள் எண்ணிக்கை எவ்வளவு என்பதில்தான் அவர்கள் கவனம் முழுவதும் இருக்கும். சீனாவில் வாழும் எல்லா உயர்நிலை அதிகாரிகளுக்கும் பழங்கால கற்பிக்கும் முறை டாங் பேரரசின் முடிவிலேயே காணமல் போய்விட்டது என்று தெரியும்.

"தண்ணீர், படகு இயங்க உதவி செய்யும். தேவையென்றால் அதை வீழ்த்தவும் செய்யும். சாதாரண மக்களான என் நேயர்கள் தண்ணீரைப் போல... உயர் அதிகாரிகள் படகு போல!"

எல்லா அழைப்பிதழ்களுக்கும் மத்தியில் பளீரென்ற அடர்த்தியான சிவப்பு நிறத்தில் தங்க ஜரிகை வேலைப்பாடு செய்த ஓர் அழைப்பிதழ் கண்ணைக் கவர்ந்தது. மாநகராட்சியில் புதிதாக நியமிக்கப்பட்ட பறக்கும் படை அதிகாரி ஒருவரின்

அழைப்பிதழ். இந்த அதிகாரி இளைஞனாக இருந்தாலும் மிகப் பெரிய வேலைகளைக்கூட வெகுசுலபமாக செய்து முடிக்கும் செயல் வீரர் என்கிறார்கள். மாகாண நிர்வாகத்திற்கு என்று கட்சியில் சிலரை நியமிக்க இருக்கிறார்கள். அந்த ஒருசிலரில் இவரும் தேர்வாகியிருக்கிறாராம். என்னைவிட சில வயதே அதிகமான இந்த அதிகாரியின் இன்னபிற திறமைகள் என்ன என்று தெரிந்துகொள்ள எனக்கு ஆவலாக இருந்தது. சீன அரசியலின் அடித்தளம் குறித்து அவரிடம் பேச்சுவார்த்தை நடத்தி அவர் தரப்பு கருத்துகளை தெரிந்துகொள்ள வேண்டுமென்று விரும்புகிறேன். மேல்நாட்டு முறைப்படி நாமே தட்டில் எடுத்து பரிமாறிக்கொண்டு சாப்பிடும் முறையில் அந்த வரவேற்பின் உணவுமுறை அமைக்கப்பட்டுள்ளதென்று அந்த அழைப்பிதழில் குறிப்பிடப்பட்டிருந்தது. இது இப்பொழுதுதான் சீனாவுக்குள் அறிமுகமாகியிருக்கும் புதிய கலாச்சாரம். நான் அந்த வரவேற்பு நிகழ்ச்சிக்குப் போக வேண்டுமென்று முடிவு செய்தேன்.

அரசியல்வாதி வீட்டின் அத்தனை பிரமாண்டங்களுடனும் அந்த வரவேற்பு நிகழ்ச்சி அமைக்கப்பட்டிருந்தது. சாப்பாட்டிலோ, வரவேற்பிலோ, அலங்காரங்களிலோ எதிலும் குறைசொல்ல இயலாதபடி சிறப்பாக இருந்தது. நான் வரவேற்புக்கு செல்வதற்கு சிறிது காலதாமதமாகிவிட்டது. நான் போவதற்கு முன்பே அந்த விசாலமான வரவேற்பறை மனிதர்களால் நிறைந்து, ஒருவருக்கொருவர் மதுபான கண்ணாடிக் குடுவைகளை உரசிக் கொள்ளும் "கிளிங்" சப்தங்களாலும், அரட்டை அடித்துச் சிரிக்கும் சப்தங்களாலும் நிறைந்திருந்தது. என்னை வரவேற்ற பெண்மணி அங்குள்ள பெரிய செல்வாக்குள்ள மனிதர்கள், அதிகாரிகள் என அனைவருக்கும் கவனத்துடன் அவரவர் அதிகாரத்தின் தகுதிபார்த்து என்னை அறிமுகப்படுத்தி விட்டாள். சம்பந்தமே இல்லாமல் என் மனம் குயுக்தியாக யோசித்தது. இங்குள்ளவர்கள் கழிவறைக்குப் போகவேண்டுமென்றால், அவரவர் தகுதிக்கு தக்கவாறு தரவரிசையில் நின்று போகவேண்டுமோ? அப்படி யென்றால் கீழ்நிலை பணியாளர்கள் பாவம்?

மேல்நாட்டு வழக்கப்படி அமைக்கப்பட்ட இந்த வரவேற்பு நிகழ்ச்சியின் உணவுமுறை ஆடம்பரமாகவும், நவீன அலங்காரங் களுடனும் பணக்காரத்தனத்துடன் இருந்தது. பார்ப்பவர்கள் பொறாமைப்படும் அழகுடன் காணப்பட்ட பெண்மணி ஊடகத் துறையை சேர்ந்த எங்களை வரவேற்று சிறப்பாகக் கவனித்து, ஒரு தனியறையில் அமரவைத்தாள். நாங்கள் சுவைப்பதற்கென்று விலையுயர்ந்த சாக்லேட் மிட்டாய்கள் அடங்கிய அட்டைப்பெட்டி ஒன்றைக் கொண்டுவந்து வைத்தாள்.

அந்த சாக்லேட் பெட்டியைப் பார்த்ததும் எனக்கு அதிர்ச்சி யாகிவிட்டது. அது நான் அந்தக் குப்பைக்கார பெண்ணுக்கு கொடுத்துபோலவே இருந்தது. அந்தப் பெண்மணி பெட்டியை திறக்க அதனுள் நான் என் கையெழுத்தில் எழுதி வைத்த அந்த ரஷ்யப் பாடலின் வரிகள் கொண்ட காகிதம் இருந்தது. எனக்கு ஒன்றுமே புரியவில்லை. பரபரப்பில் மூளை சூடாக ஆரம்பித்து விட்டது. இந்த அரசியல் செல்வாக்கு பெற்ற குடும்பம் அந்த குப்பைக்கார பெண்ணின் குடும்பத்தைச் சார்ந்ததா? பூமியில் இருந்து வானுக்கு உயர்ந்தவர்கள் இவர்கள் என்பது தெளிவாக புரிந்தது. அப்படியானால், இந்த பிரபல அரசியல்வாதி இளைஞன் யார்? இவர்களின் பின்னணியைத் தெரிந்துகொள்ளாவிடில் தலை வெடித்துவிடும்போல் படபடப்பாக இருந்தது. இனி இங்கு ஒரு நிமிடம்கூட இருக்க முடியாதென்று தோன்றியது. அவசர அவசரமாக அவர்களிடம் சொல்லிவிட்டு குப்பைக்கார பெண்ணின் குடிசையை நோக்கி பித்துப் பிடித்தவள் போல் ஓடினேன்.

அவளின் பெண்ணின் குடிசை பூட்டப்பட்டிருந்தது. அவள் அங்கு இல்லை. ஆனால், இன்றிரவு எத்தனை மணியானாலும் அவளைப் பார்க்காமல் வீட்டிற்கு செல்வதில்லை என்ற வைராக்கியத்துடன் குடிசை வாசலிலேயே உட்கார்ந்திருந்தேன். அவள் தூரத்தில் வரும்போதே என்னைப் பார்த்துவிட்டு உற்சாக மாகி விட்டாள்.

"புதுவருடமும் வசந்தகால ஆரம்பமும் திருவிழா நாட்கள். இப்பொழுதுதான் அத்தனைக் குப்பைத் தொட்டிகளும் சின்ன தாகவோ பெரியதாகவோ பிரிக்கப்படாத உணவுப் பொட்ட லங்கள் மற்றும் பல்வேறு பொருட்களாலும் நிறைந்து காணப்படும். தேவையான குப்பைகள் அதிகளவு கிடைக்கும் காலமிது. அதான் சிறிது காலதாமதமாகிவிட்டது. மக்கள் தாங்கள் கடந்து வந்த கடினமான பாதைகளை மறந்து விட்டார்கள். இந்த வயதுக்கு நான் நிறைய அனுபவித்துவிட்டேன்."

என்னால் அவள் பேசி முடிக்கும் வரை பொறுமையாக இருக்க முடியவில்லை. அவள் பேசிக்கொண்டிருக்கும்போதே அவளை இடைமறித்து வெட்கத்தைவிட்டு அசிங்கமாக கேட்டு விட்டேன், "நான் உனக்குக் கொடுத்த சாக்லேட் பெட்டி எப்படி அந்த அரசியல்வாதியின் வீட்டிற்கு சென்றது? உன்னிடம் இருந்து வேறு யாரும் அதைத் திருடி விட்டார்களா என்ன?"

அடுக்கடுக்காக கேள்விகள் கேட்ட என்னை தர்மசங்கடத் துடன், என்ன சொல்வதென்றே தெரியாத பாவனையில்

பார்த்தாள். என் கேள்விகளால் அவள் அதிர்ச்சியடைந்தது அவள் முகத்தில் வெளிப்படையாகவே தெரிந்தது. மிகவும் சிரமப்பட்டு தன் உணர்வுகளை அடக்கிக்கொண்டு "இந்த வசந்தகால விழா நாட்கள் முடிந்ததும் நாம் சந்திப்போம். அப்பொழுது சொல்கிறேன். அது வரை பொறுமையாக இரு" என்று அமைதியாக சொல்லி விட்டு வீட்டுக்குள் நுழைந்து கதவை சாத்திக் கொண்டாள். அதன் பிறகு அவள் வெளியில் வரவேயில்லை. அவளது செய்கை என்னை திகைக்க வைத்தது. குளிர்காற்று கண்ணாடியில் பட்டு 'கிளிங்' என்ற மணியோசை, அதிர்ந்துபோய் உட்கார்ந்திருந்த என்னை உசுப்பி எழுப்பியது. நான் வீடு நோக்கி கிளம்பினேன்.

வசந்தகால விழாக்கள் முடிவில்லாமல் நீண்டு கொண்டே இருந்தது, எனக்கு மிகவும் வருத்தமாகயிருந்தது. காற்றாலும் மழையாலும் தாக்கப்படும் அந்த சின்ன குடிசைக்குள் குளிருடன், சொந்தபந்தங்கள் யாருமில்லாமல் தனியாளாக வறுமையில்வாடி கடின உழைப்புடன் ஆதரவில்லாமல் வாழும் ஒரு பெண்மணியை அறிவில்லாமல் கேள்விகள் கேட்டு என் பங்குக்கு நானும் அவளை காயப்படுத்தி விட்டேனோ என்று மனம் தவித்தது. மறுபடி அவளைச் சென்று பார்க்கலாமா என்றுகூட யோசித்தேன். ஆனால் அவளது தீர்மானமான வார்த்தைகள் என்னை கட்டிப் போட்டன. அவளுடன் பழகிய சில நாட்களிலேயே அவளது குணம் எனக்குத் தெளிவாகப் புரிந்தது. நிச்சயம் அவள் தன் முடிவிலிருந்து மாறமாட்டாள். நான் சென்றாலும் சந்திக்க மாட்டாள். வசந்தம் முடியும் வரை காத்திருப்பதைத் தவிர வேறு வழியில்லை என்று அமைதி காத்தேன்.

விடுமுறை முடிந்து, அலுவலகத்திற்கு மீண்டும் கிளம்பியபோது மனம் முழுக்க பரபரப்பாக இருந்தது. வழக்கத்தைவிட சீக்கிர மாகவே கிளம்பி விட்டேன். போகும் வழியில் என்னையும் அறியாமல் அவளின் குடிசையை அனிச்சையாக திரும்பி பார்த்தேன். குடிசை பூட்டப்பட்டிருந்தது. அவள் எப்பொழுதும் அதிகாலையிலேயே வேலைக்குக் கிளம்பி விடுவாள் போல என்று எனக்குள்ளே நினைத்துக்கொண்டேன். இதிலென்ன ஆச்சரியம் இருக்கிறது? குளிரோ, மழையோ, வெயிலோ வீட்டினுள் இருப் பவர்களைப் பாதுகாக்க இயலாத அந்தக் குடிசையினுள் யார் விடிந்தும் அதிக நேரம் தூங்க இயலும்?

நான் வானொலி நிலையத்திற்குள் நுழையும்முன் வாசல் காவலாளி என்னை அழைத்து, நேற்று இந்தக் கடிதத்தை யாரோ கொடுத்துச் சென்று இருக்கிறார்கள் என்று என்னிடம்

கொடுத்தார். நேயர்கள் பலரும் என்னிடம் நேரிடையாக தங்களது கடிதம் சேர வேண்டுமென்று ஆர்வத்தில் இதுபோல் காவலாளியிடம் கொடுத்துச் செல்வதுண்டு. அதனால் அதைப் பெரிதாக கவனத்தில் எடுத்துக் கொள்ளாமல் அலுவலக மேஜையினுள் வைத்து விட்டேன்.

வேலைக்கிடையே இரண்டு மூன்று முறை அவள் வந்துவிட்டாளா என்று அவள் குடிசையை நோட்டமிட்டுக் கொண்டே இருந்தேன். அவள் திரும்பி வரும் அறிகுறியே இல்லை. என்னிடம் அவள் சொன்ன வார்த்தைகளை காப்பாற்ற வில்லை என்று எனக்குள் சின்னதாக வருத்தம் வந்தது. என்ன ஆனாலும் அவளைப் பார்த்து பேசியே தீருவது என்று வைராக்கியமாக காத்திருந்தேன். அந்த சாக்லேட் விசயமாக அவளிடம் பேசியதற்கு மன்னிப்புகேட்டு அது குறித்த அவளது மன வருத்தத்தைப் போக்க வேண்டும் என்று நினைத்துக் கொண்டேன். இன்றைக்கு எவ்வளவு நேரமானாலும், கடிதங்கள் அனைத்தையும் படித்துவிட்டு செல்வது என்று தீர்மானித்து என் வேலை நேரம் முடிந்ததும் அலுவலகத்திலேயே தங்கி கடிதங்களைப் படிக்கத் துவங்கினேன்.

இரவானதும் இன்னொரு முறை வாசலுக்கு சென்று அவள் வந்து விட்டாளா என்று பார்த்தேன். குடிசை பூட்டப்பட்டே இருந்தது. என்ன இவ்வளவு நேரமாகியும் காணோம். இன்றைக்கு அவளுக்கு அதிக அளவு குப்பைகள் கிடைத்து விட்டனவா? எனக்கு வியப்பாக இருந்தது. மீண்டும் கடிதங்களை வாசிக்கத் துவங்கினேன். அடுத்த கடிதம் மிகவும் நளினமாக, அழகான கையெழுத்தில் எழுதப்பட்டிருந்தது. அந்த வார்த்தைகளின் கோர்வையும், நேர்த்தியும் பார்க்க நன்கு படித்தவர்கள் எழுதிய கடிதம்போல் தோன்றியது. அதை வாசிக்கத் துவங்கினேன்.

அன்புள்ள சின்ரன்,

நன்றி. உன் அருமையான நிகழ்ச்சிக்கு என் முதல் நன்றி. உன் நிகழ்ச்சியை நான் தினமும் விடாமல் கேட்டு வருகிறேன். உன் நேர்மையும், அர்ப்பணிப்புணர்வும் என்னை மிகவும் கவர்ந்தது. இத்தனை வருடங்களில் எனக்கு ஒரு தோழிகூட கிடையாது. நீ கொடுத்த ரஷ்ய சாக்லெட்டிற்கு நன்றி. அந்த சாக்லேட் எனக்கு பல அருமையான நினைவுகளைக் கிளறி விட்டது. எனக்கும் ஒரு வாழ்வு இருந்தது. என் கணவனுடன் நான் மகிழ்ந்து வாழ்ந்த நாட்கள் என பலவற்றையும்... அது என் நினைவிற்கு கொண்டு வந்தது.

சீனப் பெண்கள் / 109

என் மகன் அந்த சாக்லேட்டை பார்க்கும்போது அவன் தந்தை அவனுக்கு சிறுவயதில் வாங்கிக் கொடுத்த சாக்லேட் என்று நினைவு கூறி மகிழ்வான் என்பதால் அதை நான் என் மகனுக்குப் பரிசாகக் கொடுத்து விட்டேன்.

என் மகன் தன்னுடைய இல்லறவாழ்வை எந்தத் தொந்தரவும் இல்லாமல் மகிழ்ச்சியாக வாழ வேண்டும் என்று விரும்பினேன். எனக்கும், அவன் மனைவிக்குமிடையில் எந்த சண்டையும் வந்து விடக்கூடாதென்று விரும்பினேன். எது எப்படி இருந்தாலும் அவனுடன் வசித்தால், என் தாய்மையின் உணர்வுகளை மறைத்து வாழ்வது என்பது இயலாத காரியம். என் மகனைக் குறித்த ஆசை எனக்கும் இருக்கிறது. அதற்காகவே அவன் வேலைக்கு செல்லும் வழியில் அவனைப் பார்க்கவே நான் சீக்கிரம் கிளம்பி வேலைக்கு செல்வதுண்டு. தூரத்தில் ஒளிந்து நின்று அவனை தினமும் பார்ப்பேன். இதை தயவுசெய்து அவனிடம் கூறி விடாதே. அவனுக்கு நான் இங்கு வசிப்பது தெரியாது. நான் கிராமத்தில் வசிக்கிறேன் என்ற எண்ணத்திலேயே அவன் இருக்கிறான்.

சின்ரன் என்னை மன்னித்து விடு. நான் போகிறேன். நான் ஓர் ஆசிரியை. நான் எங்கள் கிராமத்திற்கே திரும்பி செல்கிறேன். அங்கு குழந்தைகளுக்கு ஆங்கிலம் சொல்லி தரும் வேலைக்கு செல்கிறேன். வயதானவர்கள் தங்கள் வாழ்க்கையை நிம்மதியாக வாழ்வதற்கு அவர்களுக்கான சுதந்திரமான இடத்தைத் தேர்வு செய்து கொள்ள வேண்டும். அப்பொழுதான் அவர்கள் தங்கள் வாழ்வை நிம்மதியாகவும் ஆனந்தமாகவும் வாழ இயலும் என்று உன் நிகழ்ச்சியில் நீ சொன்னதைப் போல எனக்கான இடத்தை தேர்வு செய்து நான் போகிறேன்.

நான் உனக்கு ஏதாவது சங்கடங்களை ஏற்படுத்தி இருந்தால் என்னை மன்னித்து விடு. என்னுடைய அத்தனை அன்பையும் என் மகனுக்குக் கொட்டிக் கொடுத்து விட்டேன். அவன் தன் தந்தையைப் போன்றே சிறந்த அரசியல்வாதியாக வாழத் துவங்கி விட்டான்.

மகிழ்வும், அமைதியுமாக நீ இந்த வசந்தகால விழாவை கொண்டாட வாழ்த்துகள்...

குப்பைக்கார பெண்

குப்பைக் குடிசை

அவள் போய் விட்டாள் இனி வரமாட்டாள் என்பது எனக்குப் புரிந்தது. அவள் தனது மனதை திறந்து பார்க்க என்னை

அனுமதித்தாள். ஆனால் அவளது அவமானகரமான பகுதியை என்னுடன் பகிர்ந்து கொள்ள அவள் விரும்பவில்லை. அவள் மிகவும் கவனமாக உருவாக்கி வைத்திருந்த வாழ்வை சிதைத்து அவள் வெளியேற நான் காரணமாகி விட்டேன் என்பது எனக்கு மிகவும் வேதனையாகயிருந்தது. தன்னை உருக்கிக்கொண்டு தன் மகனை உருவாக்கிய அந்தத் தாய், எங்கோ தன் தாய்மையையே அடையாளமாகக் கொண்டு வாழ விரும்பி சென்று விட்டாள்.

அவளின் உணர்வுகளுக்கு மதிப்பளித்து, அவளது மகனிடம் எதையும் சொல்லவில்லை. அவளைப் பற்றி நான் யாரிடமும் சொல்லாமல் ரகசியம் காத்தேன். ஆனால் மறுபடியும் அவளின் மகனின் வீட்டிற்குச் செல்ல எனக்கு விருப்பமில்லை. நான் உணர்ந்த வகையில், அவளின் மகன் எவ்வளவு பணக்காரனாக, அரசியல் அதிகாரத்தில் வாழ்ந்தாலும், தனது குணத்தாலும், நேர்மையான அணுகுமுறையாலும், பண்பாலும் அவளே உயர்ந்தவள். அவள்மேல் எனக்கிருந்த மரியாதை இன்னும் அதிகமானது.

5

என் அலுவலகத் தோழி சியோ யோவுக்கு குழந்தை பிறந்ததும், நிலையத்தில் வேலை பார்க்கும் எல்லா பெண்களும் அவளை மருத்துவமனையில் சென்று பார்த்துவர முடிவு செய்தோம். எங்கள் எல்லோரையும் விட மேங்க்சிங்தான் மிகவும் ஆர்வமாக இதுவரை நான் பிரசவ அறைக்குள் நுழைந்ததே இல்லை என்று பரவசமாகிவிட்டாள். சீனாவில் குழந்தை பிறக்காத பெண்கள், மருத்துவமனைக்கு சென்று பிறந்த குழந்தையைப் பார்த்தால், அந்த குழந்தைக்கு துரதிர்ஷ்டம் தொற்றிக்கொள்ளும் என்பது நம்பிக்கை. அதனால் எங்கள் அலுவலக இயக்குனர் ஜாங், மேங்க்சிங்கை மருத்துவமனைக்கு போகாதே என்று எச்சரித்தார். மேங்க்சிங் இதெல்லாம் மூடநம்பிக்கை சார்ந்த பழமைவாதம் என்று கூறி விட்டு மருத்துவமனைக்கு எங்கள் எல்லோருக்கும் முன்னாலேயே சென்று விட்டாள்.

சியோ யோவுக்கு உணவு மற்றும் தேவையான பொருட்களான பழுப்பு சர்க்கரை, கீரை, பதப்படுத்தப் பட்ட பன்றி இறைச்சிகள், மீன், கோழி, பழங்கள் போன்றவற்றை மூட்டை கட்டிக்கொண்டு நாங்கள் அனைவரும் மருத்துவமனைக்கு சென்றோம். நாங்கள் சியோ யோவின் அறைக்குள் நுழையும் போதே, உள்ளே மேங்க்சிங் பேசிக்கொண்டிருப்பது தெரிந்தது. அவள் குழந்தை பிறந்த மகிழ்ச்சியை கொண்டாட கொடுக்கப்படும் வேகவைத்த சிவப்பு முட்டையை தின்று கொண்டிருந்தாள்.

அந்த அறையில் சியோ யோவின் பெற்றோர்களும், அவளது மாமியார் வீட்டினரும் இருந்தார்கள். அறை முழுவதும் பரிசுப் பொருட்களால் நிறைந்திருந்தது. வழக்கத்தைவிட சியோயோ உற்சாகமாகவும், புத்துணர்ச்சியுடனும் காணப்பட்டாள். அவளுக்கு ஆண்குழந்தை பிறந்ததுகூட அவளது கூடுதல் மகிழ்ச்சிக்குக் காரணமாக இருக்கலாம் என எனக்குத் தோன்றியது.

காலம் காலமாக சீனாவில் ஒரு பழமொழி வழக்கத்தில் இருந்து வருகிறது.

"36 வகையான ஒழுக்கங்களையும் உடைய ஒருவனுக்கு ஆண் வாரிசு இல்லையென்றால் அவனது தீய சக்தி எல்லாவற்றையும் அழித்து விடும்" என்பதே அது. ஆண் மகவு ஒன்றை பெற்றெடுக்கும் பெண், குற்றமற்றவளாக கருதப்படுவாள்.

சியோ யோவுக்கு பிரசவ வலி எடுத்ததும், அவளுடன் பிரசவ அறையில் ஏழு பெண்கள் இருந்தனர். சியோ யோ, அவள் கணவரிடம் தனக்கொரு தனி அறை ஏற்பாடு செய்யுமாறு கேட்டுக்கொள்ள, அவர் அதற்கு மறுத்து விட்டார்.

அவளுக்கு ஆண்குழந்தை பிறந்திருக்கிறது என்ற செய்தியை கேட்ட உடனேயே அவள் கணவர் உடனடியாக அவளுக்கு தனியறை ஒன்றை ஏற்பாடு செய்து விட்டார்.

அது கொஞ்சம் குறுகலான அறைதான். ஆனால் பிரகாசமான விளக்குகள் பொருத்தப்பட்டிருந்தன. எங்கள் அலுவலக பெண்கள் அனைவரும் உட்கார்ந்துகொண்டு வளவளவென்று பேசத் துவங்கிவிட்டனர். இதுபோன்ற பேச்சுகளில் ஒருபோதும் நான் கலந்து கொள்வதில்லை. எனக்கு என் சொந்த வாழ்க்கை குறித்து மற்றவர்களிடம் பேசுவது பிடிக்காது. இவர்களுக்கு முழுமையற்ற குடும்பங்களின் கதை என்று ஏதாவது ஒன்று எப்பொழுதும் இருக்கும்.

சிறு வயதிலேயே நான் என் பெற்றோரை பிரிந்து என் பாட்டியின் வீட்டில்தான் வளர்ந்தேன். திருமணமான பிறகு எனக்கு என் குடும்ப வாழ்வு சரியாக அமையவில்லை. என் வாழ்வே என் மகன் மட்டும்தான் என்றாகி விட்டது. அதனால் நான் அவர்கள் பேச்சில் கவனம் கொள்ளாமல், காகித முயல் செய்யும் முயற்சியில் மும்முரமாக, சின்ன காகிதம் ஒன்றை கையில் எடுத்து மடிக்கத் துவங்கினேன்.

எங்கள் அறையைத் தாண்டி வெளியில், வராந்தாவில் யாரோ ஓர் ஆண் பேசுவது காதில் கேட்டது.

"தயவுசெய்து உன் முடிவை மாற்றிக்கொள். இது மிகவும்

ஆபத்தானது" என்று ஆணின் கம்மிய குரலொன்று அழுத்தமாக கேட்டது.

"எனக்கு ஒன்றும் பயமில்லை. நான் பிரசவ சுகம் என்ன என்று தெரிந்துகொள்ள விரும்புகிறேன்" என்று ஒரு பெண் அவனை மறுத்துப் பேசிக் கொண்டிருந்தாள்.

"உனக்கு பயம் இல்லாமல் இருக்கலாம். ஆனால் எனக்கு பயமாக இருக்கிறது. என் குழந்தை தாயில்லாமல் வளர்வதை நான் விரும்பவில்லை" என்று அந்த ஆண் தன் முடிவை மீண்டும் அழுத்தமாகக் கூறினான்.

"நான் இயற்கையாக குழந்தையைப் பெற்றெடுக்கவில்லை என்றால், என்னை ஒரு தாய் என்று என்னால் எப்படி கூறிக் கொள்ள முடியும்?" பொறுமை இழந்து அந்தப் பெண் கத்தினாள்.

"என்ன செய்வது, நீ இருக்கும் நிலையில் உன்னால் அது முடியாது. புரிந்து கொள்."

"நூறு சதவிகிதம் உன்னால் முடியாது என்று மருத்துவர்கள் என்னிடம் கூறவில்லையே" என்று அந்தப் பெண்ணின் குரல் கேட்டது. அவர்களது குரல் தேய்ந்து மறைந்தது. ஒரு வேளை வராந்தாவில் நடந்துகொண்டே பேசிக்கொண்டு சென்றிருப் பார்கள் போலும்.

நான் வீட்டிற்குக் கிளம்புகிறேன் என்றவுடன், சியோ யோவுடைய மாமியார் அவசரமாக ஒரு சிவப்புநிற துணியொன்றை என் கையில் திணித்தாள். இதை நீ போகும் வழியில் எரித்து விடு. மேங்க்சிங் கொண்டு வந்த தீய சக்தி ஓடிப்போய்விடும் என்று கூறினாள். அதை முடியாது என்று சொல்ல எனக்கு தைரியமில்லை. நான் போகும் வழியிலிருந்த சாப்பாட்டு கடையின் அடுப்பில் அந்தத் துணியை போட்டு விட்டேன். ஆனால் இந்த விவரங்களை நான் மேங்க்சிங்கிடம் சொல்லவில்லை. அவள் இதை ஒப்புக்கொள்ளாமல் வெறுப்புடன் விவாதம் செய்வாள்.

மூன்று மாதங்களுக்குப் பிறகு மரணத்தின் பின் நடத்தப்படும் நினைவேந்தல் இரவு விருந்துக்கு எனக்கு அழைப்பிதழ் ஒன்று வந்தது. இந்த அழைப்பிதழை யார் அனுப்பி இருக்கிறார்கள் என்றே எனக்குத் தெரியவில்லை. என் நேயர்கள் எனக்கு எப்பொழுதும் அழைப்பிதழ் அனுப்புவது உண்டு. ஆனால் அவை பெரும்பாலும் திருமண விழாக்களுக்குத்தான். தெரியாதவர்களை ஒருபோதும் இதுபோன்ற விருந்துகளுக்கு அழைக்க மாட்டார்கள். இது எனக்கு புதிராக இருந்தது. இந்த நினைவேந்தல் விருந்தை இறுதிச் சடங்கு நடக்கும் இடத்திலில்லாமல் ஏதோ உணவகத்தில் ஏற்பாடு

செய்திருந்தனர். அது மட்டுமல்லாது வரும் விருந்தினர்கள் ஒரு ஆண் குழந்தையின் பெயரை தங்களுடன் குறித்து வரும்படியும் வேண்டுகோள் விடுத்திருந்தனர். இதுபோன்ற நிகழ்வுகளில் இதற்கு முன் நான் கலந்து கொண்டதில்லை. அதனால் இந்த விருந்துக்கு போகலாம் என்று முடிவுசெய்து, 'டியான்ஷி' என்று ஆண் குழந்தையின் பெயரை குறித்துக்கொண்டு கிளம்பினேன். டியான்ஷி என்றால் சொர்க்கத்தின் சாவி என்று அர்த்தம். நான் அந்த விருந்து நடக்கும் இடத்திற்கு செல்லும்போது என்னை வரவேற்றவர் தன் கைகளில் ஒரு மாத குழந்தை ஒன்றைத் தூக்கி வைத்துக்கொண்டு வரவேற்றார். அந்தக் குழந்தையின் தாய் பிரசவத்தில் இறந்துபோய் விட்டதாகக் கூறினார்கள். நான் யார் என்று தெரிந்துகொண்ட அந்த மனிதர் கண்கலங்க, தன் உயிருக்கு ஆபத்தாக முடியும் என்று தெரிந்தும், தன் மனைவி ஏன் அறுவை சிகிச்சை செய்து குழந்தையை வெளியில் எடுக்கக்கூடாது என்று சொன்னாள் என்று கூறினார். இயற்கையான முறையில் குழந்தையைப் பெற்றெடுப்பது அவ்வளவு முக்கியமா என்ன, உயிரைவிட?

ஒருவேளை நான் மருத்துவமனையில் கேட்ட கணவன் மனைவியின் குரல்கள் இவர்கள்தானோ என்று எனக்கு சந்தேகமாக இருந்தது. அந்த முகம் தெரியாத பெண்ணின் முடிவு தெரிந்து அதிர்ந்து போனேன். ஆனால், மிகவும் ஆழ்ந்து யோசித்தால், அவளுக்கு தாய்மையின் மேலிருந்த அபரிமிதமான ஆர்வமும், குழந்தை பிறப்பின் அபூர்வ அனுபவத்தை அவள் எவ்வளவு விரும்பி இருப்பாள் என்பதும் புரிகிறது. அவளை இழந்துவிட்ட கணவனால் என்ன செய்ய இயலும்? பெண்களை எப்படி புரிந்துகொள்வது என்று என்னிடம் அந்தக் கணவர் கேட்கிறார். நான் என்ன சொல்ல இயலும்?

அந்தக் குழந்தைக்கு நான் தேர்வு செய்த பெயர் டியன்ஷியை வைப்பார்களா என்று எனக்கு தெரியாது. ஆனால் வீடு திரும்பும் போது யோசித்தேன். பெண்களின் மனதை புரிந்து கொள்ள அந்த அப்பாவுக்கு, விண்ணிலிருந்து மண்ணுக்கு அனுப்பபட்ட சாவிதான் அந்தக் குழந்தை என.

1992இல் டங்ஷன் என்ற தொழில் நகரத்திற்கு சென்றிருந்தேன். 1976, 28 ஜூலை மாதத்தில் 3,00,000 பேர் இறந்து போன மிகப்பெரிய பூகம்பத்திற்கு பின்பு புனரமைக்கப்பட்ட புதிய நகரம் இது.

நான்ஜிங் நகரில் இருக்கும் எங்களது தகவல் ஒலிபரப்பு நிலையம் சீனாவில் மிகவும் முக்கியமான ஒன்று. வானொலி

மற்றும் தொலைக்காட்சி நிகழ்ச்சிகளின் முன்னேற்றங்கள் மற்றும் நவீன கண்டுபிடிப்பு குறித்து நடக்கும் மாநாடுகள், நாட்டில் எங்கு நடந்தாலும் நான் செல்வதுண்டு.

பெரும்பாலும் இந்தக் கருத்தரங்குகள் நேர்மையான விவாதங் களைத் தவிர்த்து, கட்சியின் கொள்கைகளை எப்படி திரும்பத் திரும்ப மக்களுக்கு கிளிப்பிள்ளைக்கு சொல்வது போல் சொல்லி கொடுக்க வேண்டும் என்பதை கற்பிக்கும் கருத்தரங்கமாகவே இருக்கும். இந்த மாநாடுகளுக்கோ, கருத்தரங்குகளுக்கோ செல்லும்போது, இதன் அமைப்பாளர்கள் கலந்து கொண்ட அனைவருக்கும் அருகில் உள்ள கிராமங்களுக்கு செல்ல வசதி செய்து தருவதுண்டு. இதன் பயனாக எனக்கு சீனாவின் பல்வேறு தரப்பட்ட பெண்களை, வெவ்வேறு இடங்களில் சந்தித்துப் பேச வாய்ப்புகள் அமைந்தன.

ஒரு கருத்தரங்கம் டியான்ஜின் என்ற இடத்தில் நடந்தபோது, அருகில் இருந்த டங்ஷன் என்ற இடத்திற்கு நான் செல்லும் வாய்ப்பு கிடைத்தது. 1976இல் சீன அரசாங்கம் மூன்று முக்கிய நபர்களின் மரணங்களை எதிர் கொள்ள வேண்டி இருந்தது. மா சே துங் *(Mao Zedong)*, பிரதம மந்திரி ஹொங்க்லாய் *(Zhouenglai)* மற்றும் ராணுவ தலைவர் ஜோ டீ *(Zhu De)*. இந்த நெருக்கடியான நேரத்தில்தான், யாரும் எதிர்பாராத வண்ணம் மிகப்பெரிய பூகம்பமும் வந்து தன் பங்குக்கு நாட்டை உலுக்கியது. டங்ஷன் நகரில் நடந்த அந்தப் பூகம்பத்தினால், சீனாவின் முழு தகவல் தொடர்புகளும் பழுதடைந்து போய்விட்டன.

சின்ஹுஆ என்கிற உள்ளூர் செய்தி நிறுவனம் டங்ஷனின் செய்தியை சேகரித்து வெளியிட்டது. அந்தச் செய்திகள்கூட சீன அரசாங்கத்திடமிருந்து பெறப்படவில்லை. வெளிநாட்டு பத்திரிகைகள் மற்றும் மற்ற நாடுகளில் அமைந்துள்ள பூகம்ப நிகழ்வுகளைக் கண்காணிக்கும் மையங்கள் மூலமாக செய்திகள் பெறப்பட்டது.

நான் டங்ஷன் சென்றபோது அங்கு புதுவிதமான அனாதை இல்லங்களைப் பார்த்தேன். அவை பூகம்பத்தினால் தங்கள் குழந்தைகளை இழந்த தாய்மார்கள் அனைவரும் சேர்ந்து நடத் தும் அநாதை இல்லங்கள். அவர்களுக்கு கிடைத்த பூகம்ப நிவா ரணங்கள் மூலமாக இந்த அநாதை இல்லங்கள் நடக்கின்றன என்று எனக்கு தகவல் கூறினார்கள்.

நான் அந்த அநாதை இல்லங்களுக்குச் செல்வதற்கு தொலைபேசி மூலம் அனுமதி வாங்கினேன். அது உள்ளூர் ராணுவ காவற்படையினரின் உதவியால் புறநகர்ப் பகுதியில்,

ராணுவ மருத்துவமனை அருகில் கட்டப்பட்டுள்ளது. நான் அந்த இடத்தை நெருங்கும்போதே, அடர்த்தியான புதர்களும், தாழ்வான மரவேலிகளும் சூழப்பட்ட கட்டிடத்தின் உள்ளிருந்து குழந்தைகளின் குரல்கள் கேட்டன. அதிகாரிகள் இல்லாத அநாதை இல்லமாக அது காட்சியளித்தது. சில தாய்மார்களும், 50க்கும் மேற்பட்ட குழந்தைகளும் அங்கு வசிக்கின்றனர்.

நான் அங்கு செல்லும்போது, வீட்டின் முற்றத்தில் குழந்தைகள் உடற்பயிற்சி செய்து கொண்டிருந்தனர். பெண்கள் சமையலறையில் பாலாடை செய்துகொண்டிருந்தனர். மாவுக் கைகளுடன் ஓடி வந்து என்னை வரவேற்ற பெண்மணி என்னுடைய நிகழ்ச்சி குறித்து மிகவும் புகழ்ந்து, தான் அந்த நிகழ்ச்சியை விரும்பிக் கேட்பதாகவும் சொன்னார். அந்த இல்லத்தை சுற்றிக் காட்டினர்.

ஒரு பெரிய அறையில், எளிமையாக வடிவமைக்கப்பட்ட பொருட்களுடன், ஒரு தாய் ஐந்து அல்லது ஆறு குழந்தைகளுடன் வசிக்கிறாள். அந்த சூழல் பார்ப்பதற்கு ஒரு வீட்டிற்குள் நுழையும் உணர்வையே தந்தது. இந்த வகையான கட்டட அமைப்பு சீனாவின் வடபகுதியில் மிகவும் பிரபலம். மண்ணும், செங்கற்களும் கலந்து கட்டப்பட்ட அடுப்புகளும், படுக்கை அமைப்புகளும் இணைந்த தாக அந்த அறை வடிவமைக்கப்பட்டிருந்தது. குளிர்காலங்களில், அந்த அடுப்புகளில் மரக்கட்டைகளைப் போட்டு எரியவிட்டு, அந்தக் குழந்தைகளும் தாயும் குளிருக்கு இதமாக அதனருகில் உறங்குவர். ஒவ்வொருவருக்கும் இரவில் உபயோகிக்கக் கனமான படுக்கைகள் இருக்கின்றன. பகலில் அவை சுருட்டப்பட்டு, ஓராமாக வைக்கப்படுகின்றன. அந்த அறையையே சாப்பிடவும் பயன்படுத்திக் கொள்கின்றனர். இன்னொரு பாதி அறையில், குழந்தைகள் தங்கள் பொருட்களை வைத்துக்கொள்ள வரிசையாக அலமாரிகளும் விருந்தினர்கள் அமர்ந்துகொள்ள வசதியாக நாற்காலிகளும் போடப்பட்டுள்ளன.

இந்த அநாதை இல்லங்களின் சுவர்கள், அங்கு வசிக்கும் குழந்தைகளின் விருப்பத்திற்கு ஏற்ப பல வண்ணங்களில் காணப் படுகின்றன. அவர்களின் ஒவ்வொரு அறையும் ஒவ்வொரு விதமாக அலங்கரிக்கப்பட்டிருக்கிறது. ஆனாலும் பொதுவான மூன்று விசயங்கள் எல்லா அறைகளிலும் காணப்படுகின்றது. முதலாவது அங்கு வசிக்கும் அத்தனைக் குழந்தைகளையும் புகைப்படம் எடுத்தது சுவரில் மாட்டி வைத்துள்ளார்கள். இரண் டாவது ஒரு கண்ணின் ஓவியம். அதில் எதிர்காலம் என்று எழுதி இருக்கிறது. மூன்றாவது ஒவ்வொரு குழந்தையைப் பற்றியுமான விவரமான குறிப்புகள் அடங்கிய புத்தகம்.

அங்கு வசிக்கும் பெண்கள் அவர்கள் வளர்க்கும் குழந்தையைத் தங்கள் குழந்தையைப்போல எண்ணி பாசத்துடனும் பெருமையாக வும் பேசுகின்றனர். அவர்கள் ஒவ்வொருவரும் பூகம்பத்தால் தங்களது குடும்பத்தை இழந்தவர்கள். அவர்களுக்கு ஏற்பட்ட இழப்பு யாராலும் தாங்கி கொள்ள இயலாத சோகக்கதைகள்.

அந்த இல்லத்தில் நான் முதலில் சந்தித்தது, என் அம்மாவின் வயதை ஒத்தவளான சென் என்ற பெண்மணியை. அவள் பாதுகாப்பில் மூன்று குழந்தைகள் இருந்தன. அவளுக்கு இராணுவத்தின் உதவிப் பணம் வருகிறது. அவள் குழந்தைகளுக்கான உணவினை தயாரித்துக்கொண்டே என்னுடன் பேசிக் கொண்டிருந்தாள். முதல் சந்திப்பிலேயே நீண்ட நாள் பழகியவளைப் போன்று பேச ஆரம்பித்தவளை மிகவும் உரிமையுடன் அத்தை என்று உறவு முறை கூறி அழைத்தேன். எந்த உறவும் இல்லாமல் தவிக்கும் அவர்களிடம் நான் வெறும் பத்திரிக்கையாளர் என்பது போல் பேச விருப்பமில்லை.

பழைய நினைவுகளை மறந்து புதிய குடும்பத்தில் பொருத்திக் கொண்டு, மகிழ்வுடன் வாழும் அவர்களிடம் பழைய கொடுமை யான நிகழ்வுகளை நினைவுகூறி பேச வைப்பது எவ்வளவு பெரிய தண்டனை என்பது எனக்கு புரிகிறது. அதனால் எப்படி ஆரம்பிப்பது என்ற தயக்கம் எனக்கிருந்தது.

"அத்தை, நீங்கள் மறந்து வாழ நினைக்கும் துன்ப நினைவுகளை மீண்டும் நான் நினைவுபடுத்துவதற்கு மன்னிக்கவும். பூகம்பம் வந்த அன்று என்ன நடந்தது என்று சொல்ல முடியுமா?" என்று தயங்கித் தயங்கி கேட்டேன்.

"வாழ்க்கையில் சில சம்பவங்களை எத்தனை வருடங்கள் ஆனாலும், நம்மால் கடந்து வரவே முடியாது. கடந்த இருபது வருடங்களில் அந்த வேதனையான நிகழ்வை நினைவுக்கூறாமல் என் ஒரு நாளும் கழிவதில்லை. இன்று நினைத்து பார்த்தாலும், அது ஒரு கொடுங்கனவு போன்றே தோன்றுகிறது. விடியலை நோக்கி இரவு நகர்ந்துகொண்டிருந்த நேரம். மணி மூன்று இருக்கும் என்று நினைக்கிறேன். ஆழ்ந்த தூக்கத்தில் காதருகே பெரும் இரைச்சல் கேட்டது. நான் ஏதோ தண்டவாளத்தில் படுத்து இருப்பது போலவும், என் தலை அருகே ரயில் வந்து உராய்ந்து நிற்பது போன்றதுமான பிரமை. திடுக்கிட்டு விழித்துப் பார்த்தேன். நான் ஒரு குகை வாசலில் படுத்திருந்ததைப் போல் இருந்தது. என் அருகில் என்னை கட்டிப் பிடித்துக்கொண்டு உறங்கிய கணவரை காணவில்லை. நான் படுத்திருந்தபாகம் தவிர வீட்டின் மற்ற பகுதிகள் அனைத்தையும் மிகப்பெரிய பள்ளம்

ஒன்று விழுங்கி விட்டிருந்தது. என் கணவர் அந்தப் பள்ளத்தினுள் விழுந்து விட்டார். என்னால் அதிர்ச்சியில் கைக்கால்க்களைகூட அசைக்க இயலவில்லை. இது கனவா இல்லை நிஜமா என்று என்னால் சரிவர ஒரு முடிவுக்கு வர இயலவில்லை. ஆனால் மனதின் இன்னொரு மூலையில், "ஐயோ எதிர் அறையில் குழந்தைகள் தூங்குகிறார்களே" என்று பதட்டம் தோன்றியது. நான் எழுந்து சென்று பார்க்க எண்ணி படுக்கையைவிட்டு எழ முயற்சித்தேன். என் கண் எதிரே நாடக அரங்கில் திரை விலகுவதுபோல, என் அறைக்கதவும், குழந்தைகள் அறைக் கதவும் ஒரே சேர விழுந்தது.

என் முதல் பையன் கண் பிதுங்க முறைத்துக்கொண்டே வாயைத் திறக்கிறான். என் இரண்டாவது பெண் தன் இரு கரங்களையும் நீட்டி என்னைக் கூப்பிட்டுக்கொண்டே அழுகிறாள். என் கடைசி மகன் இது எதுவும் தெரியாமல் கட்டிலில் படுத்து அமைதியாகத் தூங்கிக் கொண்டிருக்கிறான். எல்லோரையும் அப்படியே அந்த அகோரப்பசி கொண்ட பள்ளம் தன் கோரமான இருள் வாயைத் திறந்து விழுங்குகிறது. எல்லாம் ஒரு நொடியில் நடந்து முடிந்தது. திரை விலகி நாடக அரங்கு மாறுவது போல, நிமிடத்தில் அந்த அறையும் காணாமல் போனது. என் கண் எதிரே தெரிந்த காட்சிகள் யாவும் மறைந்தது. நான் பயத்தில் உறைந்து போனேன். ஆனால் இதை உண்மை என்று என்னால் நம்ப இயலவில்லை. நான் ஏதோ கெட்ட கனவு காண்கிறேன் என்றே நினைத்தேன். ஆனால் என் கையையும், காலையும் யாரோ கட்டிப்போட்டு விட்டது போல், என்னால் அசையக்கூட முடியவில்லை. என் இதயம் ஒரு நொடி நின்று பின் துடித்தது. நான் வாய்விட்டு பெருங்குரலெடுத்து அழுகிறேன். உதவிக்கு யாராவது வர மாட்டார்களா என்று தவிக்கிறேன். ஆனால் என் அருகே அந்த அசுர பள்ளத்தில் இருந்து எழுந்த பெரும் ரப்தத்தில் என் பெருங்குரல் எனக்கே கேட்கவில்லை.

என் கையை மெல்லத் தூக்கி, மேஜையில் இருந்து சரிந்து என் அருகே விழுந்து கிடந்த கத்திரிக்கோலை எடுத்து பலம் கொண்ட மட்டும் என் தொடைகளில் குத்தினேன். இது கனவா அல்லது நிஜமா, நான் வலி உணர்கிறேனா என்று தெரிந்து கொள்ளவும் குழந்தைகளை காப்பாற்ற எழுந்திருக்க முயலும் வேலையில், உதவிக்கு வராத இயங்காத இக்கால்கள் இருந்தென்ன பிரயோசனம் என்று ஆத்திரமும் எல்லாமே சேர்ந்து கொள்ள பைத்தியம் பிடித்தவள் போல் மீண்டும் மீண்டும் என் தொடையில் குத்தி கொண்டேன். ஐயோ வலிக்க கூடாதே. இது கனவாகவே இருக்க வேண்டும் என்று உள்மனம் வேண்டியது.

ஆனால் என் தொடைகளில் இரத்தம் பீறிட்டது. எனக்கு வலித்தது. என் கண் முன்னே நடந்தது கனவல்ல. உண்மை என்பது புரிந்ததும், என்ன செய்வது என்று புரியவில்லை. சுவர்கள் நொறுங்கி விழும் ஓசைகளும், கட்டில் நாற்காலி போன்ற வீட்டுப் பொருட்கள் நசுக்கப்படும் சப்தங்களும் அந்த சூழலை நிறைத்தன. நான் என் ரத்தம் வழியும் காலை இழுத்து கொண்டு தரையில் ஊர்ந்து வீட்டின் இன்னொரு பகுதியில் உருவாகி இருக்கும் புதிய பள்ளத்தின் இருளை நோக்கிச் சென்றேன். கண் எதிரே என் கணவரும் குழந்தைகளும் மறைந்துபோன காட்சியை கண்ட பின்பும் என்னால் அழ முடியவில்லை. என் கண்களில் கண்ணீர் இல்லை. நான் சாக வேண்டும் என்ற எண்ணம் மட்டுமே என் சிந்தனை முழுவதும் நிறைந்திருந்தது. நானும், என் கணவரும் குழந்தைகளும் விழுந்த அதே பள்ளத்தில் விழுந்து விடவேண்டும் என்ற தீவிரத்துடன் இரத்தம் வழியும் காலுடன் நடக்க இயலாமல் தவழ்ந்து சென்றேன். ஆனால் என் துரதிர்ஷ்டம் இரத்த பெருக்கினாலும், மனதில் ஏற்பட்ட அதிர்ச்சியினாலும் ஊர்ந்து பள்ளம் அருகே போக இயலாமல் மயங்கி விட்டேன். அதன் பிறகு எனக்கு எதுவும் நினைவில் இல்லை.”

பேசப் பேச அவள் கண்கள் கலங்கி கண்ணீர் திரண்டது.

அவளது துக்கம் கண்டு எனக்குப் பேச வார்த்தைகளே வராமல் தடுமாறின.

“என்னை மன்னித்து விடுங்கள் அத்தை” என்றேன் நா குழற.

சில நிமிடங்கள் அவள் தன் தலையை இடம் வலமாக அசைத்துக்கொண்டே இருந்தாள். அந்த நினைவிலிருந்து தன்னை மீட்டெடுக்க முயற்சிக்கிறாளோ என்று தோன்றியது. அவளது நிலையைப் பார்க்க எனக்குப் பாவமாக இருந்தது. அவள் தன்னை சுதாரித்துக்கொண்டு, கலங்கிய கண்களுடன் என் கண்களைப் பார்த்துச் சொன்னாள்.

“இது நடந்து இருபது ஆண்டுகள் ஆகிவிட்டன.

ஆனால், இன்று வரையிலும் பகல் பொழுது குழந்தைகள், வேலை என்று கடந்து விடுகின்றன. இரவு நேரம் ஆக ஆக மனம் ஏதோ ஒரு திகிலால் சூழ ஆரம்பிக்கும். தூக்கம் வராமல் புரண்டு புரண்டு அசதியில் தூங்கி விடுவேன். விடியலின் துவக்கத்தில் மீண்டும் அந்த மரண ஓலம் என் அருகில் கேட்கத் துவங்கும். மவுனமாக அந்தக் காட்சிகள் கண்முன்னே விரிந்து கரைந்து போகும். வேதனையின் வனாந்திரத்தில் என்னை

இழுத்துப் போடும் சப்தங்கள்... அந்த சப்தங்களின் நடுவே என் குழந்தையின் கதறல்கள்... அந்தத் துயரங்கள் இன்னமும் என்னை கடந்து போகவில்லை. காலம் எல்லா துயரங்களையும் புரட்டி போடும் என்று கூறுவார்கள். ஆனால் இந்தத் துயரம் மட்டும் தொடர்ந்து கொண்டேதான் இருக்கின்றன. இப்பொழுதெல்லாம் கடிகாரத்தில் மூன்று மணிக்கு முன்னரே அலாரம் வைத்து எழுந்து விடுவேன். அந்தப் பூகம்ப நிமிடங்களின் நேரத்தினை துரத்த விடியும் வரை, இருளில் எழுந்து உட்கார்ந்து இருப்பேன். இதுவும்கூட மனதை அமைதி கொள்ள வைப்பதற்கான ஒரு முயற்சிதானே தவிர, இருளுக்குள் ஒலிக்கும் கலவையான குரல்களோ, அதில் தனித்துக் கேட்கும் என் குழந்தைகளின் அழுகுரலோ ஒருபோதும் ஓய்வதில்லை. சில சமயம் வலிகளும் வேதனைகளும் துரத்த அந்தக் கோர சம்பவத்தை கனவாகப் பார்க்க மனதை தைரியப்படுத்திக்கொண்டு அலாரம் இல்லாமல் தூங்கப் போவேன். அந்தக் கனவிற்குள் என் குழந்தைகளைப் பார்க்கலாமே என மனம் தவிக்கும்.

சமயங்களில், அந்த கலவையான கலக்கம் தரும் ஓசைகளை கேட்கவும் நான் விரும்புவதுண்டு. ஏனெனில் என் குழந்தைகளின் குரல் அதில் இழைந்தோடுகிறதே."

"இப்பொழுது இத்தனைக் குழந்தைகளுடன் வாழ்வது உங்கள் மனதுக்கு ஆறுதலாக இருக்கிறதா?"

"நிச்சயமாக, இந்த குழந்தைகளுக்கு நான் நன்றிக்கடன் பட்டுடிருக்கிறேன். இரவின் தனிமையில், திகிலுடன் அமர்ந் திருக்கும் நேரங்களில், என் அருகில் தூங்கும் இந்தக் குழந்தைகளை பார்த்துதான் மனம் அமைதியாகும். அவர்களின் பஞ்சுப் பொதி போன்ற மென்கரங்களை எடுத்து என் கன்னத்தில் வைத்துக் கொள்வேன். கண் இமைக்காமல் அந்த அரையிருட்டில் அவர்கள் தூங்கும் அழகை ரசித்துக்கொண்டே இருப்பேன். தூங்கும் குழந்தைைய முத்தமிடும் சுகம் அலாதியானது. தினமும் இரவில் அவர்கள் தூங்கியதும், என்னை உயிருடன் வைத்து இருப்பதற்காக அவர்களுக்கு முத்தமிட்டு நன்றி சொல்ல நான் மறந்ததே இல்லை."

"அந்தக் குழந்தைகளும் தாங்கள் வளர்ந்தபின் இதே போல் தங்கள் நன்றிகளை உங்களுக்கு சொல்வார்கள். இது ஒரு வகையான அன்பின் சுழற்சிதான்" என்றேன் நெகிழ்வுடன்.

"ஆம், நீ சொல்வதும் சரிதான். நான் குழந்தைகளைச் சாப்பிட கூப்பிடுகிறேன். நீயும் கொஞ்சம் சாப்பிடுகிறாயா?" என்று கேட்டாள் சென் அத்தை.

"இல்லை அத்தை, என்னை மன்னியுங்கள். என் இதயம் கனத்துப்போய், உணர்ச்சிகளால் நிரம்பி வழிகிறது. எனக்கு என் உணர்வை எப்படி உங்களுக்கு புரிய வைக்க முடியும் என்று தெரியவில்லை. எனக்கு, தனிமை தேவைப்படுகிறது. இனி யாருடனும் என்னால் பேச இயலாது. நான் மிகவும் வெறுமை யாக உணர்கிறேன். நான் மீண்டும் நாளை வருகிறேன்" என்று கூறிவிட்டு, உணர்ச்சியற்றவளாக திரும்பி வந்தேன்.

அன்று இரவு என் கனவில் அந்த ரயிலின் சப்தமும், குழந்தைகளின் அழுகுரலும் சென் அத்தை விவரித்துச் சொன்னது போலவே என் காதில் கேட்டது. பயத்தில் திடுக்கிட்டு எழுந்து விட்டேன். வியர்வையில் உடல் குளித்தது போலாகி விட்டது. உடல் நடுங்கிக்கொண்டேயிருந்தது. சூரிய ஒளி ஜன்னல் திரைச் சீலையை ஊடுருவி அறைக்குள் வந்தது. பதட்டத்துடன் திரைச் சீலையை விலக்கி வெளியில் பார்த்தேன். சீருடை அணிந்து குழந்தைகள் பள்ளிக்கு சென்றுகொண்டிருந்தனர். அவர்கள் ஒருவருக்கொருவர் பேசிச் சிரித்துக்கொண்டு சென்றனர். அவர்களையே சில நிமிடங்கள் வேடிக்கை பார்த்தேன்.

என் பயம் தொலைந்து மனம் நிம்மதியானது.

அன்று எங்கள் கூட்டம் விரைவிலேயே முடிந்து விட்டது. ஒரு சில நண்பர்கள் இரவு உணவுக்கு அழைத்தனர். அனைத்தையும் ஒதுக்கிவிட்டு டங்ஷன் செல்லும் ரயிலைப் பிடிக்க ஓடினேன்.

இன்று நான் பேசிய பெண்மணியின் பெயர் யாங். இவள் தான் குழந்தைகளுக்கு சாப்பாடு தயார் செய்கிறாள். நான் அங்கு போகும்போது அவள் குழந்தைகளுக்கான இரவு உணவை கொடுத்துவிட்டு, அவர்களை மேற்பார்வை பார்த்துக் கொண் டிருந்தாள்.

"பார்... குழந்தைகள் உணவினை எவ்வளவு விரும்பி உண்கிறார்கள்" என்றாள் என்னிடம்.

"அப்படியானால் நீங்கள் நன்றாக சமைக்கிறீர்கள் என்று அர்த்தம்" என்றேன் நான்.

"அப்படிச் சொல்ல முடியாது. உணவில் குழந்தைகளின் விருப்பம் மிகவும் வித்தியாசமானது. அவர்கள் எளிதில் மென்று விழுங்கக்கூடிய இறைச்சி உருண்டைகள், காய்கறி உருண்டைகள் போன்றவற்றை ரசித்து சாப்பிடுவார்கள். அதுவும் அவர்கள் நண்பர்கள் விரும்பி சாப்பிடுகிறார்கள் என்றால் அதே ஆர்வத்துடன் இவர்களும் விரும்பி உண்பார்கள். அவர்களுக்கு உணவை பார்க்கும்போதே பிடிக்க வேண்டும் என்பதற்காக வித

விதமான வடிவங்களில் யானை, நாய், பூனை, மீன் போன்ற வடிவங்களில் ரொட்டிகளை சமைத்துக் கொடுத்தால், மிகவும் மகிழ்ச்சியுடன் விளையாடிக்கொண்டே சாப்பிடுவார்கள். அன்று அவர்கள் வழக்கத்தைவிட மிக அதிகமாக சாப்பிடுவார்கள். அவர்களுக்கு இனிப்பு பலகாரங்கள் மிகவும் விருப்பம். அதனால், நான் உணவுத் தேர்வை அவர்கள் விருப்பத்திற்கு விட்டுவிடுவேன். எனக்கு குழந்தைகளுக்கு வலுக்கட்டாயமாக உணவை திணிப்பதில் விருப்பமே கிடையாது. அவர்கள் விரும்பிக்கேட்டு சாப்பிட வேண்டும் என்று மெனக்கெடுவேன். என் மகள்கூட இதே போல்தான். ஒரு பகுதி உணவை ஒரு தட்டில் வைத்துவிட்டு அதே உணவை இன்னும் சில தட்டுகளில் வைத்து அவளருகே வைத்தால் அவளுக்கு மிகுந்த உற்சாகமாகிவிடும். தலையை ஆட்டிகொண்டு விருப்பமாக சாப்பிடுவாள்" என்றார்.

"நான் கேள்விப்பட்டேன் உங்கள் பெண்..." என்று தயங்கித் தயங்கி அவளிடம் கேட்டேன்.

"...இவர்கள் சிரிப்பதையும், சாப்பிடுவதையும், விளையாடு வதையும் மிகவும் மகிழ்ச்சியாக செய்பவர்கள். இவர்களின் வாழ்வு கொண்டாட்டமாகத்தான் இருக்க வேண்டும்... இவர்களுக்கு அழுகை என்பது தெரிய வேண்டாம். இந்தக் குழந்தைகள் நான் அழுவதைப் பார்த்துவிடக் கூடாது. அதனால் இங்கு வேண்டாம் என் மகளின் கதையை நான் உங்களுக்கு என் தனியறையில் வைத்து சொல்கிறேன்..." அவள் பேச இயலாமல் நா தழுதழுத்தது. குரல் கம்மிப்போய் கண்களில் நீர் கோர்த்தது.

"யாங் அத்தை" என்று நான் எதுவோ சொல்ல முயற்சிக்க அவள் என்னைத் தடுத்து, "தயவுசெய்து இங்கே வேண்டாம். நாம் என் அறைக்கு சென்று விடலாம்" என்று என்னைப் பேச விடாமல் தடுத்து விட்டாள்.

"உங்க அறையா?"

"ஆம், இங்கே எனக்கு மட்டும்தான் தனியறை இருக்கிறது. குழந்தைகளின் ஆரோக்கியம் குறித்த அனைத்து மருத்துவ குறிப்புகளையும் நான்தான் பாதுகாக்கிறேன். அது மட்டுமல்ல குழந்தைகளுக்கு தேவையான பொருட்கள் எல்லாம் அந்த அறையில்தான் இருக்கும்."

யாங்கின் அறை சிறியதாக இருந்தது. அதன் ஒரு பக்க சுவர் முழுவதும் விதவிதமான புகைப்படங்கள் சுவரே தெரியாதளவு மாட்டி வைக்கப் பட்டிருந்தது. அதன் நடுவில் ஒரு புகைப்படம் பெரிய அளவில் மாட்டி இருந்தது. அதன் நிறமெல்லாம் கொஞ்சம் மங்கிப்போய் ஓர் ஓவியம் போன்ற தோற்றத்தைக்

கொடுத்தது. எதையோ பேச வரும் பெண் குழந்தையின் அழகிய புகைப்படம் அது. அந்த குழந்தையின் கண்கள் சிரிக்கும் அழகு அருமையாக இருந்தது.

"இந்த புகைப்படத்தில் இருப்பவள்தான் என் மகள். இது அவள் முதலாம் வகுப்பு படிக்கும்போது எடுத்தது. அவள் நினைவாக இந்த ஒரு புகைப்படம்தான் என்னிடமிருக்கிறது."

"உங்கள் மகள் மிகவும் அழகாக இருக்கிறாள்."

"ஆம். அவள் நர்சரி வகுப்பில் படிக்கும்போதே, நாடகத்தில் நடிப்பது, பேச்சு போட்டியில் கலந்துகொள்வது என துறுதுறு வென்று இருப்பாள்."

"அவள் மிகவும் திறமைசாலியாக இருந்திருப்பாள் என்று நினைக்கிறேன்."

"ஆம். அவள் வகுப்பில் முதல் மாணவியாக இருக்கவில்லை. ஆனால் ஒருபோதும் அவள் விசயத்தில் என்னை கவலைகொள்ள வைத்ததும் இல்லை." யாங் அவள் மகளின் புகைப்படத்தில் தன் விரலை வைத்துத் தட்டிக்கொண்டே பேசினாள். "இன்றுடன் அவள் என்னை விட்டுப்போய் 20 வருடமாகிறது. அவளுக்கு என்னை விட்டுப் பிரிந்துபோக கொஞ்சம்கூட விருப்பமில்லை. பிறப்பு இறப்பு குறித்த சரியான புரிதல் இருந்த பதினான்காவது வயதில் அவள் என்னைவிட்டுப் பிரிந்து போனாள். அவளுக்கு இறப்பதில் கொஞ்சம் கூட விருப்பமில்லை." அவள் மேற்கொண்டு பேசாமல் அந்தப் புகைப்படத்தையே பார்த்துக் கொண்டிருந்தாள்.

"அவள் பூகம்பத்திற்கு பின்புகூட உயிர் வாழ்ந்ததாக கேள்விப் பட்டேன்."

"ஆம். ஆனால் மரணம் அவளை நசுக்கிக் கொண்டிருந்தது. அவள் வாழ்வதைவிட இறந்ததே நல்லதென்று நினைக்கிறேன். அவள் பதினான்கு நாட்கள் இரண்டு மணி நேரம் உயிருடன் இருந்தாள். அவளுக்கே தெரிந்திருந்தது மரணம் தன்னை நெருங்கி கொண்டிருக்கிறதென்று. என்ன செய்ய...? இறக்கும் போது அவளுக்கு பதினான்கே வயது..." பேசிக்கொண்டிருக்கும்போதே உடைந்து போய் கதறி அழுதாள் யாங்.

எனக்கு என்ன செய்வதென்று தெரியவில்லை. அவளது துயரம் புரிகிறது. ஆனால் அவளுக்கு எப்படி ஆறுதல் சொல்வ தென்று புரியவில்லை. என் கண்களும் கலங்கிவிட்டன. மெதுவாக அவள் தோளைத்தொட்டு "யாங் அத்தை, உங்கள் துயரம் எனக்கு புரிகிறது. வருத்தமாக இருக்கிறது" என்று சொன்னேன்.

கொஞ்ச நேரம் அவள் தலை குனிந்தபடியே அமர்ந்திருந்தாள். பின் தன்னை ஆசுவாசப்படுத்திக்கொண்டு, “எனக்கொன்றும் பிரச்சனையில்லை சின்ரன். உனக்கு அந்தக் காட்சியின் கொடுமையை எப்படி விளக்கிச் சொல்வது என்று புரியவில்லை. என் மகளின் அந்தக் கடைசி வினாடியின் முகபாவங்கள், அவள் கண் என்னிடம் சொல்லத் துடித்த துடிப்பு எதுவும் இன்னமும் எனக்கு மறக்கவில்லை. அந்தக் கடைசி நொடிகள் மறக்க இயலாதது.” அவள் ஆவல் ததும்பும் பார்வையில், தன் மகளின் புகைப்படத்தைப் பார்த்துக்கொண்டே பேசினாள். “இந்தப் புகைப் படத்தில் இருப்பது போலவே, அந்தக் கடைசி வினாடியில், அவளது இதழ்கள் சின்னதாக விரிந்தன.”

தன் மனவேதனையை அடக்க இயலாமல் யாங்கின் கண்களில் இருந்து கண்ணீர் பெருகிக்கொண்டே இருந்தது. “யாங் அத்தை நாள் முழுவதும் வேலைசெய்து நீங்கள் களைப்பாக இருக்கிறீர்கள். நீங்கள் ஓய்வெடுங்கள். நாம் பிறகு பேசுவோம்” என்று அவளை அரவணைத்து ஆசுவாசப்படுத்தினேன்.

“இல்லை, எனக்குத் தெரியும் சின்ரன். எவ்வளவு தூரத்திலிருந்து உன் அத்தனை வேலைகளையும் விட்டுவிட்டு எங்கள் கதைகளைக் கேட்பதற்காக வந்திருக்கிறாய். உன்னை ஒன்றும் பேசாமல் திருப்பி அனுப்ப நான் தயாராக இல்லை. இப்பொழுதே பேசிவிடுவோம்” என்று தன் உணர்வுகளை அடக்கிக்கொண்டு பேசத் தயாரானாள் யாங்.

“அது ஒன்றும் பிரச்சனையில்லை. எனக்கு இன்னும் அதிக அவகாசம் இருக்கிறது.”

“இல்லை நான் இப்பொழுதே சொல்கிறேன்” என்று கூறி மூச்சை இழுத்துவிட்டு தன்னை சரிப்படுத்திக்கொண்டு பேச ஆரம்பித்தாள்.

இந்த சம்பவத்திற்கு ஒரு வருடம் முன்புதான் என் கணவர் இறந்தார். நானும் என் மகளும் எங்கள் அலுவலக குடியிருப்பின் ஐந்தாவது மாடியில் குடியிருந்தோம். அந்தக் குடியிருப்பில் எங்களுக்கென்று தனியறை ஒன்று இருந்தது. கழிவறை, சமையலறை போன்றவையை மற்றவர்களுடன் பகிர்ந்து உபயோகிக்க வேண்டும். எங்களது அறைகூட மிகப் பெரியதில்லை. இருந்தாலும் நாங்கள் இருவருமே அதை நெருக்கடியான ஒன்றாகக் கருதவில்லை. எனக்கு அதிகமான குளிரோ, அதிகமான வெப்பமோ எதுவும் பிடிக்காது. அதனால் இந்த அறை போதுமானதாகவே இருந்தது. எங்கள் அறையின் இடையே குறுக்கு சுவர் ஒன்று இருக்கும். உட்புறம் நான்

உபயோகித்துக் கொண்டேன். சுவருக்கு முன்புறம் என் மகள் உபயோகித்து வந்தாள்.

அன்று அதிகாலையில், எங்கள் வீட்டை யாரோ பிடித்து வேகமாக உலுக்குவதுபோல இருந்தது. சுவர்களில் பலமாக எதுவோ மோதித் தள்ளுவது போல் இருந்தது. எங்கோ எதுவோ முறிவது போன்ற சப்தங்கள் கேட்டு நான் விழித்துக் கொண்டேன். என் மகள் என்னை கூக்குரலிட்டுக் கூப்பிடுகிறாள். அவள் படுக்கையைவிட்டு எழ முயற்சிக்கிறாள். அவள் எப்படியாவது எழுந்து என் அருகே வந்து விட வேண்டும் என்று நினைக்கிறாள். நானும் எழுந்து நேராக தரையில் நிற்க முயற்சிக்கிறேன். முடிய வில்லை. எல்லாம் நொறுங்குகிறது. அந்தக் குறுக்குச் சுவர் உடைந்து என்மேல் விழத் துவங்குகிறது. சில நிமிடங்களில் அந்த சுவர் உடைந்து விழுகிறது. என் மகள் எங்கே என்று தெரிய வில்லை. எல்லா சுவர்களும் உடைந்து, ஐந்தாவது மாடியின் மேல் தளத்தின் ஓரத்தில் நான் நிற்கிறேன். அன்று இரவு நாங்கள் தூங்கப் போகும்போது மிகவும் வெப்பமாக இருந்ததால், நாங்கள் மெல்லிய இரவு ஆடைகள் மட்டுமே அணிந்திருந்தோம். என் மகள் ஜட்டி மட்டுமே அணிந்திருந்தாள். உடைந்த குறுக்குச் சுவருக்கு பின்னால் என் மகள் தன் இரு கைகளையும் மார்புக்கு குறுக்கே மறைத்துக்கொண்டு கத்துகிறாள். அவள் எதுவோ கத்தி என்னிடம் சொல்ல வருமுன் உடையும் இன்னொரு சுவரினால் அவளும் தளத்தின் விளிம்பிற்கு தூக்கி எறியப்படுகிறாள்.

நான் அவள் பெயரைக் கூப்பிட்டு அலறினேன். என் அருகில் இருந்த சுவரில் ஆடைகளை மாட்டி வைக்கும் கொக்கிகள் இருந்தன. அந்தக் கொக்கிகளின் உதவியால் நான் அவளை இழுத்துப்பிடிக்க முயன்றேன். பயனில்லை. சரிந்து கொண்டி ருக்கும் சுவரில் வழுக்கிக்கொண்டு போகும் என்னை என்னால் நிலையாக நிறுத்திக்கொள்ள இயலவில்லை. அந்த வினாடியில் என் மூளைக்குள் எதுவோ, இது மிகப்பெரிய பூகம்பம் என்று உணர்த்தியது. பரபரப்புடன் கீழ்தளத்திற்கு செல்லும் வழி ஏதாவது இருக்கிறதா என்று ஆராய்ந்தேன். தள்ளாடிக் கொண்டே என் மகளின் பெயரை சொல்லி உரக்கக் கத்தினேன்.

நான் அரைகுறை ஆடையில் நிற்கிறேன் என்ற உணர்வுகூட இல்லாமல் மகளை நினைத்து அலறினேன். நான் மட்டுமல்ல எங்கள் அடுக்குமாடி குடியிருப்பில் வசித்த அனைவருமே, இரவு நேரமாதலால்,அரைகுறை ஆடையுடனேயே இருந்தனர். ஒரு சிலர் நிர்வாணமாகக்கூட காணப்பட்டனர். ஆனால் ஒருவருக்குமே தங்களது உடை குறித்தோ உடமைகள் குறித்தோ அக்கறை இல்லாது, அனைவரும் உயிரைப் பாதுகாத்து கொள்ள

பாதுகாப்பான பகுதியை தேடி, இருந்த அரைகுறை வெளிச் சத்தில் தடுமாறிக் கொண்டே ஓடினோம். எங்கும் கூக்குரலும் அழுகையுமாக, மனித குரல்கள். உயிர் பயத்தில் அலறி திசை யறியாது அனைவரும் ஓடிக்கொண்டிருந்தனர்.

அந்தக் கலவரமான இடத்தில் அழுகையும், பயமுமாக கண்ணுக்கு தெரியும் ஒவ்வொருவரிடமும், என் மகள் குறித்து அலறிக்கொண்டே பைத்தியக்காரிபோல் கேட்டுக்கொண்டே இருந்தேன். யாரிடமாவது நான் என் மகள் குறித்து கேட்க, அவர்களோ அவர்கள் குடும்பத்தினர் குறித்து என்னிடம் விசாரித்தார்கள். கண்ணைக் கட்டி காட்டில் விட்டதுபோல் செய்வதறியாது ஒருவரை ஒருவர் திட்டிக்கொண்டும் அலறிக் கொண்டும் இருந்தனர். பூகம்பம் தன் முழு வேகத்தையும் காட்டி முடித்த சில மணி நேரங்கள் கழித்தே சூழ்நிலையின் கொடூரம் அனைவருக்கும் புரிந்தது. உண்மை தெரிந்த பின் ஒருவராலும், பேச இயலாமல் துக்கத்தில் வாயடைத்து அடுத்து என்ன நடக்குமோ என்ற கலவரத்துக்கு ஆளானார்கள். எங்கும் அமைதியும், இடிபாட்டுக்குள் உறவுகளைத் தேடி அலையும் மனிதர்களுமாய் அந்த இடம் மவுனக் காட்சியாக விரிந்தது. நான் நின்றிருந்த இடத்திலிருந்து அசையக்கூட எனக்குப் பயமாக இருந்தது. கால் எடுத்து வைக்கும் இடத்தில் பூமி பிளந்து கொள்ளுமோ என்று கலக்கமாக இருந்தது. எங்கள் கண் முன்னே நடந்துகொண்டிருக்கும் காட்சியை, மவுன சாட்சியாக, பார்வையாளர்கள்போல் உயிர் பிழைத்திருக்கும் ஒரு சிலர் பார்த்துகொண்டிருந்தோம்.

நொறுங்கிக் கிடக்கும் கட்டடங்கள், உடைந்து தண்ணீரை பீய்த்து அடிக்கும் குழாய்கள், பூமியில் குகை போன்ற பெரிய பெரிய பள்ளங்கள், ஆங்காங்கே சிதறிக் கிடக்கும் சடலங்கள், வீடுகளின் வெளியே உடைந்து தொங்கிக் கொண்டிருக்கும் கூரை யின் உத்திரங்கள், பூமியிலிருந்து விண்ணை நோக்கி செல்லும் தூசிப் படலங்கள், புகைகள், சூரியனோ, நிலவோ எதுவும் இல்லாத வானம். அது என்ன நேரம்? இரவா? பகலா? என்று ஒருவராலும் அனுமானிக்க இயலவில்லை. நாங்கள் பூமியில் தான் இருக்கிறோமா? இல்லை வேறு கிரகத்திற்கு வீசப்பட்டு விட்டோமா என்பதிலேயே நிச்சயம் இல்லாமல் இருந்தோம்.

பக்கத்தில் இருந்த தண்ணீரை, யாங்கிடம் கொடுத்துக் குடிக்க சொன்னேன்.

“தண்ணீரா? ஓ... சரி கொடு...” என்று குடித்தபடி,தன் கதையைத் தொடர்ந்தாள்.

"எவ்வளவு நேரம் ஆனது என்று தெரியவில்லை. ஆனால் தொண்டை கிழியக் கத்தியதில் நாக்கு வறண்டு போய், தண்ணீர் குடிக்க வேண்டும்போல் தாகம் தவித்தது. நான் மனதில் நினைத்ததை உணர்ந்ததைபோல், "தண்ணீர்" என்று ஒரு தீனக் குரல் முனகலாக எதிரொலித்தது. பிழைத்திருந்த எல்லோரும் உயிரைப் பாதுகாத்துக்கொள்ளும் முயற்சியில் இறங்கினர். நடுத்தர வயது மனிதன் ஒருவன் அந்த நெரிசல்களுக்குள் புகுந்து வந்து, இருக்கும் சிலரும் பிழைக்க வேண்டுமானால், நாம் ஒருவருக்கொருவர் உதவி செய்துகொள்ள வேண்டும் என்று கூறினார். அனைவரும் ஒத்துக்கொண்டு தங்கள் சம்மதத்தை முணுமுணுப்பாக தெரிவித்தார்கள்.

விடியத் துவங்கி வெளிச்சம் வரத் துவங்கியது. நாங்கள் என்னவிதமான சேதத்தில் இருக்கிறோம் என்பது இருளில் தெரியாமல் இருந்தது. வெளிச்சத்தில் அத்தனையும் குலை நடுங்கச் செய்வதாய் பயங்கரமாக இருந்தது. திடீரென்று யாரோ கத்தினார்கள், "அங்கே பாருங்கள், யாரோ உயிருக்கு போராடு கிறார்கள்" என்று.

மங்கலான வெளிச்சத்தில், இரண்டு வீடுகளின் இடி பாட்டுக்கு இடையே ஒரு பெண் அந்தரத்தில் தொங்கிக் கொண்டிருந்தாள். அவளது தலைமுடி காற்றில் பறந்து அவள் முகத்தை மூடி இருந்தது. கீழ் நோக்கித் தொங்கும் அவளது உடல் நாங்கள் இருக்குமிடத்திலிருந்து கண்ணுக்குத் தெளிவாக தெரியவில்லை. ஆனாலும் அவளது உடலின் அமைப்பு, அவள் கையை ஆட்டி போராடுவதைப் பார்க்கும்போது அது என்மகள் போலவே தெரிந்தது. "சியா பிங்" என்று என் மகளின் பெயர் சொல்லிக் கத்தினேன். மகிழ்ச்சியும், அழுகையுமாக உணர்ச்சிப் பெருக்கில் கத்தினேன். அவள் தொடர்ந்து அந்தரத்தில் ஆடிக் கொண்டிருந்தாள். அதன் பின் தான் எனக்குப் புரிந்தது, அவள் என்னை பார்க்கவோ, என் சப்தத்தைக் கேட்கவோ முடியாதென்று. நான் கூட்டத்தில் முண்டி யடித்துக்கொண்டு, அவள் என் மகள் என்று கதறிக் கொண்டு அவளை நோக்கி ஓடினேன். இடிபாடுகளால் பாதை முழுக்க நொறுங்கி கிடந்த கற்களும், மரத்துண்டுகளும் நான் போக முடியாமல் தடுத்தது. அங்கு கூடியிருந்தவர்கள் ஒன்று சேர்ந்து என் மகளை பத்திரமாக அந்தரத்தில் இருந்து தரை இறக்க முயற்சித்தனர். அவள் கிட்டத்தட்ட இரண்டு மாடி உயரத்தில் தொங்கிக்கொண்டிருந்தாள். அங்கு சுற்றுப் புறத்தில் அவளை தரையிறக்க எந்த விதமான பொருட்களும் இல்லை. கண்ணுக்கு எதிரே உயிருக்குபோராடிக்கொண்டு தொங்கும்

என் மகளைப் பார்த்து, "சியோ பிங், சியோ பிங்" என்று கத்திக்கொண்டே இருந்தேன். ஆனால் அவளுக்கு என் குரல் கேட்காத தூரத்தில் தொங்கிக்கொண்டிருந்தாள்.

சுற்றிலும் இருந்த அனைவரும், என்னுடன் சேர்ந்து சியோ பிங்... சியோ பிங்" என்று கத்தத் துவங்கினர். அங்கு உயிர் பிழைத் திருந்த அனைவரும் கூப்பிடத் துவங்கிய பின், என் மகளுக்கு நாங்கள் கூப்பிடுவது காதில் கேட்டது. அவள் மெதுவாக அசைய ஆரம்பித்தாள். தன் தலையைத் தூக்கி, அவளது இடது கையை உயர்த்தி தன் முகத்தை மூடியிருந்த தலைமுடியை ஒதுக்கி விட்டாள். அவள் என்னைத் தேடுகிறாள் என்று எனக்குப் புரிகிறது. அவள் குழப்பமடைவது புரிகிறது. அவள், அரை நிர்வாணமும், நிர்வாணமுமாக நிற்பவர்கள் மத்தியில் என்னை அடையாளம் கண்டுகொள்ள இயலாமல் தவிக்கிறாள். என் அருகில் இருந்த மனிதன் அந்தக் கூட்டம் முழுவதையும் ஒரு பக்கமாக தள்ளத் துவங்கினான். முதலில் அவன் என்ன செய்கிறான் என்று ஒருவருக்கும் புரியவில்லை. பின்தான் தெரிந்தது. அவன் கூட்டத்தை ஒழுங்குபடுத்தி, என்னை முன்னே கொண்டு சென்று சியோ பிங் என்னை கண்டுகொள்ள உதவி செய்தான். சியோ பிங் என்னைப் பார்த்துவிட்டு தன் கையை என்னை நோக்கி அசைத்து, "அம்மா" என்று கத்தினாள்.

நானும் என் மகளின் குரலுக்கு பதில் கொடுத்தேன். ஆனால் என் குரல் அரை மயக்க நிலையில் இருந்து முனகுவது போல் சப்தமில்லாமல் வந்தது. என் குரல் அவளுக்கு கேட்காது என்பதால், பதிலுக்கு என் கையை அசைத்துக் காண்பித்தேன். யாரோ என்னைப் பிடித்து இழுத்து உட்கார வைத்தார்கள். என்னைச் சுற்றி யாரும் உட்காராமல் பெரிய வெற்றிடம் இருந்தால், சியோ பிங் என்னைப் பார்க்க முடியும் என்று நம்பினேன். அவளும் மிகவும் களைத்துப்போய் இருந்தாள். அவள் தலை துவண்டு விழ, அவள் மூச்சுவிடவும் சிரமப்பட்டுக் கொண்டிருந்தாள். ஆனால் அவள் ஏன் என்னைப் பார்த்து வேறெந்த உதவியும் கேட்கவில்லை. அம்மா என்னைக் காப்பாற்று என்பதைப்போல் ஒரு வார்த்தையும் ஏன் அவள் பேசவில்லை என்பது எனக்குக் குழப்பமாக இருந்தது.

யாரோ சப்தமாக கத்தினார்கள். "சியோ பிங் மணி இப்பொ ழுது காலை 5.30. இன்னும் சிறுது நேரத்தில் உன்னைக் காப்பாற்ற ஆட்கள் வருவார்கள்." அந்த மனிதர் சியோ பிங்கிற்கு நம்பிக்கை கொடுத்து, அவளுக்கு மனதைரியம் கொடுப்பதற்காக பேசினார். நிமிடங்கள் மணிகளாகி நேரம் ஓடிக்கொண்டே இருந்தது. யாரும் அவளைக் காப்பாற்ற வரவில்லை."

“அது எதனால் என்றால், என்ன நடந்தது என்ற விவரங்கள் மக்களைப்போய் சேரவே காலதாமதமாகிவிட்டது. எனக்கு நன்றாக நினைவிலிருக்கிறது, ஊடகத்துக்கு செய்தி வந்து சேர எவ்வளவு நேரம் ஆனதென்று” என யாங்கிடம் கூறினேன்.

“1976இல் இது என்ன மாதிரியான நாடாக இருந்தது? இவ்வளவு பெரிய நகரம் இடிந்து தரைமட்டமாகி 3,00,000 மக்கள் இறந்து விட்டார்கள். ஆனால் இது யாருக்கும் தெரியாது. சீனா எவ்வளவு பின் தங்கிய நாடாக இருந்திருக்கிறது? நாம் கொஞ்சம் விழிப்புணர்வுடன் இருந்திருந்தால் இவ்வளவு பேர் இறந்திருக்க மாட்டார்கள். என் மகள் சியோ பிங் கூட பிழைத்து இருப்பாள்” என்று மிகவும் வேதனையுடன் தன் ஆதங்கத்தைப் பகிர்ந்துகொண்டாள் அவள்.

“எப்பொழுது அவளைக் காப்பாற்ற ஆட்கள் வந்தார்கள்?”

“அதை சரியாக என்னால் குறிப்பிட்டு சொல்ல இயலவில்லை. ராணுவம் தான் முதலில் வந்தது என்று நினைக்கிறேன்.

ராணுவ வீரர்கள் மூச்சு விடக்கூட நேரமில்லாமல், வியர்க்க விறுவிறுக்க ஓடினார்கள். அவர்கள் கயிறு, பெரிய பெரிய ஏணிகள் போன்ற பொருட்களை எடுத்து வந்திருந்தார்கள். இரண்டு வீரர்கள் என் மகள் மாட்டிக் கொண்டிருக்கும் சுவரின் உச்சிக்கு ஏறினார்கள். அந்த சுவர் எந்த நிமிடமும் இடிந்து விழுந்து விடலாம் என்ற மோசமான நிலையில் இருந்தது. அவர்கள் என் மகளை நெருங்க, நெருங்க... எனக்கு இதயத்துடிப்பே நின்று விடும் போல, உடலெல்லாம் நடுங்கியது.” அவள் இரண்டு நிமிடங்கள் மிகவும் அமைதியாக இருந்தாள்.

“யாரோ தன்னைக் காப்பாற்ற அருகில் வருகிறார்கள் என்று அவள் பார்த்த மாத்திரத்தில் உடைந்து போய் அழத்துவங்கினாள். முதல் வீரர் அவளை நெருங்கியதும், தன் ராணுவ உடையை களைந்து அவள் மார்பின் மேல் போட்டு மூடினார். அவள் ஒரு பக்க கை மட்டுமே ஆட்ட முடிந்ததால், அவளுக்கு அந்த ராணுவ சீருடையை ஒரு பக்கம் மட்டுமே போட்டு விட்டார்கள். இன்னொரு பக்கம் மற்றொரு வீரர் வந்து அவள் வாயில் தண்ணீர் பாட்டிலை வைத்து ஊட்டினார். சியோ பிங் மேல் விழுந்திருந்த கற்களையும் இடிபாடுகளையும் அகற்றி அவளின் இன்னொரு கையை விடுவித்தார்கள். அந்த கை நசுங்கிப்போய் இரத்தமாக இருந்தது. என்ன காரணமோ தெரியவில்லை திடீரென்று அவர்கள் தோண்டுவதை நிறுத்தி விட்டார்கள். “ஏன் நிறுத்துகிறீர்கள்? என் மகளை காப்பாற்றுங்கள்” என்று

கததினேன். ஆனால் என் கதறல் அவர்கள் காதில் விழவில்லை. அவர்கள் இறங்கி என் அருகில் வந்தார்கள்.

விரல்களில் இரத்தக்கசிவுடன் என் அருகில் வந்தவர்கள், "சியோ பிங் உடலின் கீழ் பாகம், சுவர்களில் இருந்து சரிந்த சிமெண்ட் தளங்களுக்கு இடையே மாட்டிக் கொண்டு உள்ளது. அதை நாங்கள் கைகளால் உடைத்து எடுக்க இயலாது" என்று கூறினார்கள். அவர்கள் கை முழுவதும் இரத்தம் வழிந்து கொண்டிருந்தது. எனக்கு பயமாக இருந்தது. என் மகளுக்கு மிகப் பலமான அடிபட்டு அதில் இருந்த இரத்தம் இவர்கள் கையில் ஒட்டிக் கொண்டதா என்று சந்தேகம் வந்தது. அந்த மன நிலையில் எதையுமே சரிவர புரிந்துகொள்ள இயலவில்லை. பதட்டம் எங்கள் அறிவை ஒடுக்கிவிட்டது.

"அது சரி, உங்களது கைகளில் ஏன் இவ்வளவு இரத்தம் கொட்டுகிறது என்று கேட்டேன்."

அவர்கள் தங்கள் கைகளை பின்னால் மறைத்துக்கொண்டு, "இது போன்ற இடிபாடுகளில் மாட்டிக் கொண்டு இருப்பவர்களை காப்பாற்ற கத்தி, சுத்தியல் போன்ற ஆயுதங்கள் உபயோகித்தால் பாதிக்கப்பட்டவர்களுக்கு காயம்பட நேரிடலாம். அவர்களும் பயப்படுவார்கள் என்பதால் எங்களுக்கு ஆயுதங்கள் உபயோகிக்க அனுமதி இல்லை. கைகளை உபயோகித்ததால் காயம் அடைந்து விட்டது" என்றனர்.

சில வீரர்கள் இடிபாடுகளை அகற்றும்போது அவர்களின் விரல் நகங்கள் பிய்த்துக்கொண்டு போய் விட்டன. சில வீரர்கள் மிகவும் அதிகமாக கத்திக் குரல் கொடுத்துக்கொண்டே வேலை செய்தார்கள். அவர்களுக்கு இடிபாடுகளுக்கிடையில் இருந்து முனகல் சப்தங்களும், அழுகையும் கேட்டுக்கொண்டே இருந்தனவாம். இவ்வளவு சேதத்தையும் எப்படி வெறும் கைகளால் சரி செய்ய இயலும்? பெரிய இயந்திரங்கள் கொண்டு வந்து இடிபாடுகளை அகற்ற இயலவில்லை. ஏனெனில், நகரத்திற்கு வரும் ரோடு சரியில்லையாம். எத்தனை மனிதர்கள் சரியான நேரத்தில் உதவி கிடைக்காமல் இறந்து போனார்கள் தெரியுமா?" அவள் வேதனையுடன் சொல்லிவிட்டு கண்களில் இருந்து வழிந்த கண்ணீரை துடைத்துக் கொண்டாள்.

"சியோ பிங் மிகவும் உறுதியானவளாக இருந்திருக்க வேண்டும் இல்லையா" என்றேன்.

"அவள் சாதாரணமாக சின்ன கீறல் விழுந்தால்கூட ரத்தம் வெளியேறிவிடுமோ என்று அலறி ஆர்ப்பாட்டம் செய்வாள்.

ஆனால் அந்தக் கடைசி பதினான்கு நாட்கள் அவள் மிகவும் உறுதியானவளாக இருந்தாள். அவள் எனக்கு ஆறுதல் சொல்வாள். “அம்மா எனக்கு மரத்து போய் இருக்கிறது. அதனால் எனக்கு கொஞ்சம்கூட வலியில்லை” என்று சொல்வாள். இடிபாடுகளை அகற்றி அவளை முழுவதுமாக வெளியில் தூக்கி வரும்போது அவள் கால்கள் இரண்டும் நசுங்கி கூழாகி இருந்ததைப் பார்த்தேன். அவள் உடலை இறுதி சடங்கிற்காக கிடத்தும்போது அந்த மனிதன் என்னிடம் அவளது இடுப்பு எலும்பு அழுத்தம் தாளாமல் நொறுங்கி இருக்கிறது என்று கூறினார். அந்த பதினான்கு நாட்களும், அவள் இடுப்பிற்கு கீழ் உணர்விழந்து போயிருப்பாள் என்றே நான் நம்புகிறேன். ஒவ்வொரு நொடியையும் நான் எண்ணிக்கொண்டே இருந்தேன். அவளைக் காப்பாற்ற இரவு பகல் பாராமல் ஆட்கள் வேலை செய்து முயற்சித்தார்கள், என்னென்னவோ புதிய யுக்திகளை எல்லாம் கையாண்டு பார்த்தார்கள். ஆனால் எதுவும் பலனளிக்க வில்லை.

இறுதியாக, ஒரு ராணுவ வீரர் என்னை சியோ பிங் இருக்கும் அந்த சுவற்றில் ஏற்றி அவள் அருகே அந்தரத்தில் இடிபாடுகளுக்கு இடையில் எனக்கும் உட்கார வழி செய்து கொடுத்தார். நான் அவள் அருகில் உட்கார்ந்துகொண்டு அவள் கைகளை என் கைகளில் ஏந்திக் கொண்டு, அப்படியே கலங்கி உட்கார்ந்திருந்தேன். அவள் சின்ன உடல் சில்லிட்டு போய் இருந்தது. இத்தனைக்கும் அது வெயில் காலம்.

முதல் இரண்டு மூன்று நாட்கள் சியோ பிங் என்னிடம் பேசிக்கொண்டுதான் இருந்தாள். தன் கைகளை வீசி எனக்கு கதைகள் சொல்வாள். நான்காவது நாள் அவள் மிகவும் பலவீன மாகிவிட்டாள். மிகவும் கஷ்டபட்டுதான் அவளால் தலையை நிமிர்த்த முடிந்தது. இவ்வளவுக்கும் அவளுக்கு உணவும் மருந்தும் செலுத்திக்கொண்டுதான் இருந்தார்கள். யாரோ சிலர் அவள் காயங்களுக்கு மருந்து போடுவதுபோன்ற வேலைகளையும் செய்தார்கள். அவளது இடுப்பின் கீழ் பகுதியில் இருந்து இரத்தம் ஊற்றிக்கொண்டே இருந்தது. அவளது நிலையை எண்ணி எல்லோரும் மிகவும் வருத்தப்பட்டார்கள். ஆனால் யாராலும் எதுவும் செய்ய இயலவில்லை. டங்ஷன் நகரமே அழிந்து போய் விட்டது. எல்லாவற்றையும் சரி செய்ய போதுமான வசதியோ, ஆட்களோ, கருவிகளோ இல்லை. நகரத்தின் சாலைகளோ உடைந்துபோய் போக்குவரத்திற்கே சிரமமாகி விட்டது. என்னுடைய அருமை மகள்...” யாங் அடக்க இயலாமல் கதறினாள்.

"யாங் அத்தை" என்று அவளுடன் சேர்ந்து நானும் துக்கம் தாளாமல் அழுதேன். இருவரும் சேர்ந்து அழுதோம்.

"கடைசி நான்கு நாட்களில் சியோ பிங்கிற்கு இனி தான் பிழைக்க வழி இல்லை என்று தெரிந்திருக்கும் என நினைக்கிறேன். எல்லோரும் அவளை உற்சாகப்படுத்த நம்பிக்கை கொடுக்கும் வார்த்தைகளை அவளிடம் பேசினார்கள். அவள் துவண்டு போய் என் அணைப்பில் சுருண்டு கிடந்தாள். அவளால் ஒரு அங்குலம்கூட அசைய இயலவில்லை. பதினான்காவது நாள் காலையில் அவள் மிகவும் சிரமப்பட்டு தன் உடலை அசைத்து உட்கார முயன்று பார்த்தாள். பிறகு என்னைப் பார்த்து, "அம்மா நீ கொடுத்த மருந்துகள் வேலை செய்கிறது என்று நினைக்கிறேன். எனக்கு சிறிது தெம்பு வந்து விட்டது பாருங்களேன்" என்றாள்.

அவளை கவனித்துக்கொண்டு, அவளுக்கு உதவிசெய்து கொண்டிருந்த அனைவரும், அவள் உட்கார்ந்ததைப் பார்த்து மகிழ்ந்து கை தட்டி அவளை உற்சாகப்படுத்தினர். நானும்கூட என்னவோ அதிசயம் நடந்துவிட்டது என்று மகிழ்ந்தேன். எல்லோரும் உற்சாகமடைந்தவுடன் அவளும் மகிழ்ந்து அவர்கள் ஒவ்வொருவரையும் அழைத்து அவர்களுக்கு நன்றி சொன்னாள். அவர்கள் கேட்கும் கேள்விகளுக்கு பதில் சொன்னாள். வெளிறிப் போய் இருந்த அவள் முகம் சிவந்து, பிரகாசமாக காணப்பட்டது. எல்லோரும் அவளை பாட்டு பாடச் சொல்லி கைதட்டி உற்சாகப்படுத்தினார்கள். அவள் முதலில் வெட்கப்பட்டாள். எல்லோரையும் நிமிர்ந்து பார்த்துவிட்டு பாட ஆரம்பித்தாள். "சிவப்பு நட்சத்திரம் பிரகாசமாக ஒளிர்கிறது. அந்த சிவப்பு நட்சத்திரம் என் இதயத்தில் ஒளிர்கிறது..."

எல்லோருக்கும் முன்பே தெரிந்த பாடல் ஆதலால் அனை வரும் சியோ பிங்குடன் சேர்ந்து பாடத்துவங்கினர். நீண்ட நாட்களுக்கு பிறகு அனைவர் முகத்திலும் நம்பிக்கையும், மகிழ்ச்சியும் பிறந்தது. பாடல் பாடிக் கொண்டிருக்கும்போதே சியோ பிங்கின் குரல் கம்மத் துவங்கியது. அவள் மெதுவாக என் கரங்களுக்குள் சாய்ந்தாள். பாடல் முடியும்போது, அவள் எழுந்து மறுபடியும் பாட முயற்சித்தாள். என் மார்பில் சாய்ந்து கொண்டாள். அவள் அதன் பிறகு எழுந்திருக்கவில்லை. நான் அவள் களைப்பில் தூங்குகிறாள் என்று நினைத்தேன். பிறகுதான் என் தவறு எனக்கு புரிந்தது. ஆனால் எல்லாம் முடிந்து விட்டது. தன் கடைசி வார்த்தைகளை சொல்லாமலே போய் விட்டாள் சியோ பிங். ஆனால் அவளது கடைசி நிமிடங்கள் அவளுக்காக எல்லோரும் மகிழ்ச்சியாக பாடல் பாடியதிலும் அவளும் அனை வரையும் மகிழ்ச்சியில் ஆழ்த்தியதிலும் முடிந்தது. டாக்டர்

அவளை பரிசோதித்து பார்த்து அவள் இறந்து விட்டாள் என்று என்னிடம் சொன்னார். நான் அமைதியாக இருந்தேன். அந்தப் பதினான்கு நாட்களும் இரண்டு மணி நேரமும் என்னை உறைந்துபோக வைத்து விட்டது. என்னிடம் கண்ணீர் வற்றிப் போய்விட்டது. அடுத்து நான்கு நாட்கள் கழித்துதான் சியோ பிங் உடலை இடிபாடுகளில் இருந்து மீட்டார்கள். அவள் உடல் நாற்றமடிக்கத் துவங்கி இருந்தது. நான் அழ ஆரம்பித்தேன்... அவள் உடல் இருந்த நிலை... என்னுடைய இரத்தமும் சதையுமானவள்... நான் காயமடைந்தேன்... நான் வலி சுமந்தேன்..."

தேம்பித் தேம்பி அழ ஆரம்பித்த யாங்கை என்னால் என்ன சொல்லியும் தேற்ற முடியவில்லை.

"ஓ... யங் அத்தை, சியோ பிங் மரணம் தண்டனையல்ல. ஒருபோதும் அப்படி நினைக்காதீர்கள். சியோ பிங்கிற்கு நீங்கள் அதிக வலியும் வேதனையும் அடைந்துள்ளீர்கள் என்று தெரியும். நீங்கள் வருத்தப்பட்டால் அவளும் வருத்தப்படுவாள். இந்த இடத்தில் அவள் உங்களுடன் வாழ்கிறாள். உங்களால் எவ்வளவு மகிழ்ச்சியாக வாழ முடியுமோ அவ்வளவு மகிழ்ச்சியாக வாழுங்கள். அதுதான் நீங்கள் சியோ பிங்கிற்கு செய்யும் கைமாறு. அதை நீங்கள் ஒத்துக் கொள்கிறீர்களா இல்லையா?" என்றேன் உரிமையுடன்.

"நீ சொல்வது சரிதான். ஆனால்... சரிவிடு. இனி நாம் அது குறித்துப் பேச வேண்டாம். என்னுடைய அர்த்தமில்லாத பேச்சுகளை நீ மனதில் வைத்துக்கொள்ளாதே." யாங் அத்தையின் குரலில் சிறிது தெளிவு வந்தது.

"நன்றி யாங்" என்று கூறி நான் அவளது கையை இறுகப் பிடித்து அழுத்தினேன். "இந்தக் குழந்தைகளிடம் நீங்கள் அதிக அன்பையும் மகிழ்வையும் காண்பீர்கள். இந்த ஒவ்வொரு குழந்தையும், சியோ பிங்கின் மறு அவதாரமாக உருவாகும். சியோ பிங் புகைப்படத்தை பார்க்கும் போது, என் அம்மாவை தனியாக விட்டு விடாதீர்கள் என்று எனக்கு சொல்வது போல் உணர்கிறேன். என் மகன் பான் பான் குரலில் அவள் என்னுடன் பேசுவாள் என்று நம்புகிறேன்" என்று கூறி அவளிடமிருந்து விடை பெற்றேன். உடனடியாக மறுநாளே போய் இன்னொரு கதையையும் கேட்க என் மனதில் தைரியம் இல்லை.

அந்த அநாதை இல்லத்தின் தலைமை பொறுப்பில் இருக்கும் வார்டன் டிங் அவர்களை பேட்டி எடுக்க சில நாட்கள் கழித்தே அங்கே சென்றேன்.

வார்டன் டிங் ராணுவத்தில் நிர்வாக அதிகாரியாக பத்து

வருடமாக பணி புரிந்து வருகிறாள். அவளது கணவன் உடல் நிலை சரியில்லாத காரணத்தால் ராணுவத்தில் இருந்து விலகி விட்டார். பூகம்பத்திற்கு ஒரு வருடம் முன்புதான் அவர்கள் குடும்பத்துடன் சீனாவின் தென்மேற்கு பகுதியில் இருந்து டங்ஷன் நகருக்கு வந்திருக்கிறார்கள். இந்த பூகம்பத்தில் வார்டன் டிங் தன் மகளை இழந்து விட்டாள். அவளது மகன் தனது இரண்டு கால்களையும் இழந்து விட்டான். அதன் பின் அவள் கணவரும் மாரடைப்பில் இறந்துவிட கால்களை இழந்த தன் மகனை அரசாங்க உதவியுடன் வளர்த்து ஆளாக்கி இருக்கிறாள்.

அவன் வரவு செலவு கணக்கு போன்றவற்றை கற்றுத்தேர்ந்து சிறந்த கணக்காளராக விளங்கினான். குழந்தைகளை இழந்த பெண்கள் எல்லோரும் சேர்ந்து ஒரு அநாதை இல்லம் ஆரம்பிக்க வேண்டும் என்றதும், அதனை சரிவர செய்ய அதன் கணக்குகளை சரிபார்த்து ஆர்வத்துடன் வேலை பார்த்தான். நான் அங்கு சென்று வந்த பிறகு ஏதோ தொற்று நோயால் பாதிக்கப்பட்டு இறந்து விட்டான்.

வார்டன் டிங்கிடம் பேட்டி எடுத்து அவருக்கு பழைய நினைவுகளை ஞாபகப்படுத்தி அவரை வேதனைபடுத்துவதைவிட அவரது மகனை நான் பேட்டி எடுப்பது என்று முடிவு செய்தேன். ஆனால் அவனோ பூகம்பம் வந்த போது நான் மிகவும் சிறுவன் எனக்கு எதுவுமே நினைவில் இல்லை என்று கூறி விட்டான். ஆனால் என் அக்கா பூகம்பத்தால் இறக்கவில்லை. பூகம்பத்திற்கு பின்பு அவள் தற்கொலை செய்து கொண்டாள். ஆனால் அவள் இறந்ததற்கான காரணத்தை இதுவரை அம்மா என்னிடம் சொல்லவில்லை. எனக்கு அந்தக் காரணத்தை தெரிந்து கொள்ள வேண்டும். நீங்கள் என் அம்மாவிடம் கேட்டுச் சொல்ல முடியுமா என்று அவன் மிகவும் வேண்டிக் கேட்டுக் கொண்டான்.

வார்டன் டிங்கிடம் பேட்டி கொடுக்க சம்மதமா என்று கேட்டேன். அவள் சம்மதித்தாள். ஆனால் தேசிய விடுமுறை நாள் வருகிறது. அப்பொழுது வந்தால் தனக்கு வசதியாக இருக்கும் என்று கூறிவிட்டாள். அதற்கு அவள் கூறிய காரணம் மிகவும் நியாயமாகப்பட்டது. "உன்னிடம் பேசுவதற்கு எனக்கு தயக்கம் இல்லை. என் கதையை நான் உனக்கு சொல்லிவிடுவேன். ஆனால் அதன் பிறகு எனக்கு ஏற்படும் மன உளைச்சலில் இருந்து நான் வெளியேற பல நாட்களாகும் அதனால்தான்" என்றாள்.

இவ்வருடம் தேசிய விடுமுறை நாள் வார இறுதியில் வருவதால் வரிசையாக மூன்று நாட்கள் விடுமுறை வருகிறது. சீனாவில் இந்த வருடம் இதுதான் நீண்ட விடுமுறை.

விடுமுறை துவங்கும் முதல் நாள் நான் வார்டன் டிங்கை சந்திக்கச் சென்றேன். நான் பேசுமுன் அவளிடம் உங்களுக்கு மனக் கஷ்டம் வருவதாயிருந்தால் எந்த இடத்திலும் பேட்டியை முடித்துக் கொள்ளலாம் என்று சொல்லியே ஆரம்பித்தேன்.

அவள் புன்னகைத்தபடியே, "சின்ரன் நான், அடிப்படையில் ஒரு ராணுவ அதிகாரி. அதை மறந்து விடாதே" என்றாள்.

"நான் உங்கள் குடும்பத்தில் ஒருவரும் பூகம்பத்தால் இறக்கவில்லை என்று கேள்விப்பட்டேன்."

"ஆம், நீ சொல்வது சரிதான். ஆனால் எங்கள் எல்லோருக்கும் வாழ்வே பேரழிவுக்கு உள்ளானதே!"

"உங்கள் கணவர், உங்கள் மகளுக்கு நேர்ந்த துரதிர்ஷ்டம் காரணமாகவே வருத்தத்தில் இறந்தார் என்று கேள்விப்பட்டேனே. அது உண்மையா?"

"ஆம். நானும் கிட்டத்தட்ட அன்றே இறந்து போயிருக்க வேண்டியவள். இரு கால்களும் இல்லாத என் மகன் நான் இல்லாமல் என்ன செய்வான் என்ற எண்ணமே இன்று வரை என்னை வாழ வைத்திருக்கிறது."

"உங்கள் மகள் எதனால் தற்கொலை செய்து கொண்டாள்...?" அவளை தூண்டும் விதமாக தடுமாறியபடி என் கேள்வியை கேட்டேன்.

"இந்த நாள் வரை அது எதனால் என்று மூன்று பேருக்கு தான் தெரியும். ஒன்று என் கணவருக்கு, இரண்டாவது எனக்கு, மூன்றாவது என் மகளுக்கு."

"ஓ"

"பூகம்பத்தால் ஏற்பட்ட அழிவு குறித்து நீ நிறைய கேள்விப் பட்டிருப்பாய். அதை நான் மீண்டும் உனக்கு சொல்ல விரும்ப வில்லை. வார்த்தைகளால் அந்த சம்பவத்தை அப்படியே விவரித்து சொல்லவும் முடியாது. அப்படி ஒரு சூழல் வருமானால் நீ முதலில் உன் குடும்பத்தைதான் பார்ப்பாய். பூகம்பத்தின் அதிர்ச்சியால் நாங்கள் வசித்த அடுக்குமாடி கட்டடம் இடிய வில்லை. எனினும் மிகவும் மோசமாக பாதிக்கப்பட்டு முழுவதும் விரிசல்விட்டு எந்த நிமிடமும் கீழே நொறுங்கி விழுந்து விடும் என்ற நிலையில் இருந்தது. எந்த நேரத்திலும் இடிந்து விழலாம் என்ற சூழலில் எங்களால் அங்கு தொடர்ந்து வாழ முடியும் என்று தோன்றவில்லை. நானும் என் கணவரும் அவசரமாக நாங்கள் வசித்த கட்டடத்தைவிட்டு வெளியேற முடிவு செய்தோம்.

எங்கள் குழந்தைகள் இருந்த அறைக்கு சென்றோம். அவர்கள் தூங்கிக் கொண்டிருந்த அறை இரண்டாக பிளவுபட்டிருந்தது. குழந்தைகளை அங்கு காணவில்லை. அதிர்ச்சியும் பயமுமாக, என்ன செய்வதென்று தெரியவில்லை. எங்கள் வீட்டிற்கு மிக அருகிலேயே ராணுவ விமான நிலையம் அமைந்திருந்தது. நாங்கள் உடனே அங்கு போனால் எங்களுக்கு உதவி கிடைத்துவிடும். இந்த பயங்கரத்தில் இருந்து எங்களைப் பாதுகாத்துக் கொள்ளலாம். ஆனால் குழந்தைகளை காணாமல் என்ன செய்ய? எப்படி நாங்கள் அந்த இடத்தைவிட்டுப் போவது? குழம்பிப்போய் நாங்கள் நின்ற நேரத்தில் எங்கிருந்தோ யாரோ சிலர் உதவிக்கு வந்தார்கள். பிளவுபட்ட பள்ளத்தின் இடுக்குகளில் குழந்தைகளை தேடத் துவங்கினார்கள்.

அறையின் பிளவுகளுக்கு இடையில் சிக்கிக் கொண்டிருந்த என் மகனை கண்டுபிடித்து, இடிபாடுகளை அகற்றி மீட்டு எடுத்தார்கள். ஆனால் அவன் இருகால்களும் சுவர் விழுந்து நசுங்கி போயிருந்தது. முழங்கால்களுக்கு கீழே எதுவுமே இல்லை. வேறு வழியில்லாமல் அவனைக் காப்பாற்றும்போதே நசுங்கிபோன பாகத்தை வெட்டி எடுத்துவிட்டுத்தான் தூக்கினார்கள். நல்ல வேளை அவனை சரியான நேரத்தில் கண்டுபிடித்து, மருத்துவ சிகிச்சை செய்துவிட்டோம். இல்லாவிடில் அவன் கால்களின் புண்ணால் தொற்று ஏற்பட்டு அவன் உயிரே போயிருக்க கூடும். ஆனால் மகளை எங்கு தேடியும் காணவில்லை. பூகம்பத்திற்கு பின் இரண்டு நாளாகியும் என் மகளை எங்களால் கண்டுபிடிக்க முடியவில்லை. நான் கிட்டத்தட்ட பைத்தியக்காரி போலாகி விட்டேன். என் மனநிலை பாதிக்கப்பட்டது. ஒவ்வொரு நாளும், கும்பல் கும்பலாக பிணங்களைத் தோண்டி எடுப்பதும், எங்கும் மக்களின் அழுகுரலும், மோசமாக காயமடைந்தவர்கள் மருத்துவ சிகிச்சைக்காக அல்லாடுவதும், இதனிடையே நாங்கள் எங்கள் மகளைத் தேடுவதுமாக உலகின் மொத்த துயரங்களும் அங்கேதான் குடியிருந்தது. அங்கு வசித்தவர்களில் முழுதாக எந்த காயமும் படாமல் உயிருடன் இருந்தவர்கள் மிகச் சிலரே.

இனி என் மகள் கிடைக்க மாட்டாள் என்று என் நம்பிக்கை முழுவதையும் இழந்த நேரத்தில், மோசமாக பாதிக்கப்பட்ட சிலரை அருகில் உள்ள விமான நிலைய ஓடுதளத்திற்கு சிகிச்சைக்கு அழைத்து சென்று இருக்கிறார்கள் என யாரோ சொன்னார்கள்... நூலிழையில் என் நம்பிக்கை மறுபடி துளிர்த்தது. அங்கு என் மகள் இருப்பாளோ?

விமான நிலையத்திற்கு சென்றதும், அதிர்ச்சியில் எனக்கு குரலே எழும்பவில்லை. அழக்கூட முடியவில்லை. விமான

நிலையத்தின் ஓடுதளம் முழுவதும் வரிசையாக பல ஆயிரக் கணக்கில் உடல்கள் அடுக்கி வைக்கப்பட்டிருந்தன. பூகம்பம் எங்கள் நகரத்தின் மொத்த மக்களையும் கூறுபோட்டுச் சென்றுவிட்டது. இறந்தவர்கள், காயம்பட்டவர்கள், இறந்து கொண்டிருப்பவர்கள் என எல்லோரும் வரிசை வரிசையாக அடுக்கி வைக்கப்பட்டிருந்தனர். அவர்கள் ஒவ்வொருவராக தாண்டிச் சென்று என் மகளைத் தேடத் துவங்கினேன். அந்த மனநிலையை நான் எப்படி விளக்குவது? அச்சமும் அழுகையும் இனிமேல் என்ன என்ற கலக்கமுமாக கலவையான மனநிலை. யார் யார் என்று அடையாளம் காணுவது மிகவும் சிரமமாக இருந்தது. சில உடல்கள் முழுவதும் மண்ணால் மூடப்பட்டிருந்தது. சில பெண் உடல்களின் முகம் முழுவதும் அவர்களது தலை முடியால் மூடப்பட்டிருந்தது. ஆடைகள் எல்லாம் கிழிந்து அலங்கோலமாக தொங்கிக் கொண்டிருந்தன. காலையில் இருந்து ஒவ்வொரு உடலாக புரட்டிப் பார்த்து தேடியும் மதியம் வரை எங்களால், ஓடுதளத்தின் பாதி உடல்களைக்கூட பார்த்து முடிக்க இயலவில்லை. மாலை வரை தேடிவிட்டு இருட்டிய பிறகு மீண்டும் எங்களுக்கு ராணுவ காவற்படையினால் ஒதுக்கப்பட்ட கூடாரத்திற்கு சென்று விட்டோம். இறந்த உடல்களைப் புரட்டி புரட்டி பார்த்ததில் கைகள் இரண்டும் கழண்டு விழுந்துவிடுமோ என்பதுபோல் தளர்ந்துவிட்டன. இருட்டிவிட்டது இனி உடல் களை அடையாளம் காண இயலாது என்று எங்களை ராணுவம் தங்குமிடத்திற்கு துரத்தும் வரையிலும் தேடினோம். காலையில் விட்ட இடத்தில் இருந்து மீண்டும் எங்கள் மகளைத் தேடத் துவங்க வேண்டும். மனம் முழுக்க மகள் குறித்த தவிப்புடன் கூடாரத்தில் ஒதுங்கினோம்.

அந்தப் பெரிய கூடாரத்திற்குள், ஆண் பெண் வித்தியாசம் இல்லாமல் அனைவரும் உறங்கி கொண்டிருந்தனர். அந்த இடத்தில் ஏழை பணக்காரர்கள் என்ற பாகுபாடு இல்லை. பூகம்பம் யாரையெல்லாம் புரட்டிப் போட்டதோ யாரெல்லாம் தங்களது உடைமைகள், உறவுகள் அனைத்தையும் இழந்து, பசி தூக்கம் எல்லாம் மறந்து இதன் பின்னும் நம்மால் வாழ முடியும் என்ற நம்பிக்கையை மட்டும் சுமந்திருக்கிறார்களோ அவர்கள் அனைவரும் தங்கள் உயிரை மட்டுமே வைத்துக்கொண்டு அங்கு தங்கி இருந்தார்கள். தூக்கம் வரவில்லை, என் மகளைப் பற்றி கலக்கமாக இருந்தது. விழித்தபடி படுத்துக்கிடந்தேன். அருகில் இருவர் கிசுகிசுப்பான குரலில் பேசிக் கொள்வது கேட்டது.

"என்ன உனக்கு தூக்கம் வரவில்லையா?"

“இல்லை. நான் அந்தப் பெண்ணை பற்றி நினைத்து கொண்டிருக்கிறேன்.”

“இன்னமுமா?”

“நான் அதைப் பற்றி யோசிக்கவில்லை. நாம் அவளைத் தூக்கிப்போட்டு விட்டு வந்தோமே, அவள் இன்னமும் உயிருடன் இருப்பாளா?”

“ச்சே... இன்னமும் அதையே நினைத்துக்கொண்டிருக்கிறாயா?”

“இல்லை. நாம் செய்தது மிக மோசமான காரியம் என நினைக்கிறேன்.”

“நீ என்ன சொல்கிறாய். இப்பொழுது அவளைச் சென்று பார்ப்போம் என்றா...? அப்படிச் சென்றால், நாம் சீக்கிரம் திரும்பிவர வேண்டும் இல்லாவிடில் இங்கு நமக்கு இடம் கிடைக்காது. வெளியில்தான் படுக்க வேண்டும். இரவு மழை வந்தால் நனைந்து கொண்டுதான் தூங்க வேண்டும்.”

எனக்கு யார் அவர்கள் என்ன பேசிக்கொள்கிறார்கள் என்று தெரிந்துகொள்ள வேண்டுமென்று தோன்றியது. மெதுவாக எழுந்து பார்த்தேன். அவர்கள் இருவரில் ஒரு மனிதனின் அரைக் கால் சட்டையில் பல வண்ணமணிகள் கோர்த்த கயிறு தொங்கிக்கொண்டிருந்தது. அது என் மகள் தன் தலையில் கட்டி இருந்த கயிறு போலவே இருந்தது. ஒரு வேளை இவர்கள் என் மகளைப் பற்றிதான் பேசுகிறார்களோ என்ற சந்தேகம் வந்தது.

பரபரப்புடன் எழுந்து சென்று அந்த மனிதனிடம் இந்த கயிறு உனக்கு எங்கிருந்து கிடைத்தது என்று கேட்டேன். அவன் அதற்கு சரியான பதில் சொல்லாமல் மழுப்பலாக பதிலளித்தான். ஆத்திரமும் அழுகையுமாக அவனைப் பிடித்து உலுக்கினேன். அந்த இரவில் பைத்தியக்காரி போல கத்தி ரகளை செய்தேன். ஓடுதளத்தின் அருகில் உள்ள புதரை நோக்கி கை காட்டிவிட்டு அவர்கள் இருவரும் தப்பி ஓடிவிட்டனர். எனக்கு அவர்களைப் பற்றி எந்தக் கவலையும் இல்லை. என் நோக்கம் முழுவதும் என் மகள்மேல் மட்டுமே இருந்தது. பரபரப்புடன் அவன் கை காட்டிய திசை நோக்கி ஓடத்துவங்கினேன். அவர்கள் சொன்னது என் மகளாக இருக்க வேண்டுமே என்ற பதைபதைப்புடன் ஓடினேன்.

அந்தப் புதருக்குள் இருந்து மெதுவாக யாரோ முனகும் சப்தம் கேட்டது. இருளில் ஒன்றும் சரியாகத் தெரியவில்லை. என்னுடன் காவலில் இருந்த இரண்டு ராணுவ வீரர்கள் வந்திருந்தார்கள். அவர்கள் தங்கள் கையில் இருந்த விளக்கால்

அந்த புதருக்குள் வெளிச்சம் காட்டினார்கள். அங்கே ஒரு இளம்பெண் நிர்வாணமாகக் கிடப்பது தெரிந்தது. அந்தப் பெண்ணின் நிலையைப் பார்த்ததும் ஐயோ இது என் பெண்ணாக இருக்கக்கூடாது என்று நினைத்தேன். ஆனால் அவளைத் தூக்கி வந்து முழு வெளிச்சத்தில் கிடத்தியதும்தான் தெரிந்தது அது என் மகளென்று.

"சியோ யிங்க்... சியோ யிங்க்..." என்று கத்தி அவளைக் கூப்பிட்டேன். அவளோ கண் திறந்து சுற்றிலும் ஒரு குழப்பத்துடன் பார்த்துவிட்டு கண்ணை மூடிக் கொண்டாள். அவள் எந்த உணர்வையும் வெளிக்காட்டவில்லை. இப்பொழுது எதையும் யோசிக்கும் நேரம் இல்லை. உடனே அவளுக்கு மருத்துவ உதவி செய்ய வேண்டுமென்று அவசர அவசரமாக காவற்படையினர் கொடுத்த உடையை அவளுக்கு அணிவித்து அவளைத் தூக்க முயற்சித்தோம். அவள் அனிச்சையாகத் தக் கையை வைத்து தன் இடுப்பு பகுதி காற்சட்டையை கீழ் பக்கமாக கழட்டிவிட்டாள்.

"ஏன் இப்படி உடையைக் கழட்டுகிறாய்?" என்று நான் அவள் காதருகில் சென்று கேட்டதற்கு அவள் எதுவோ முனகலாக சொல்லிவிட்டு அயர்ச்சியில் கண்களை மூடிக் கொண்டாள்.

என்ன என்று புரியாத திகிலுடன் அவளருகில் நீண்ட நேரம் உட்கார்ந்திருந்தேன். மகளைக் காணோம் என்ற தவிப்பில் பூகம்பம் வந்த நாளிலிருந்து தூங்கவில்லை. அசதியில் என்னையும் அறியாமல் நானும் கண்ணயர்ந்து விட்டேன்.

மறுநாள் மதிய வேளையில் விமானம் புறப்படும் சப்தம் கேட்டு கண் விழித்தேன். சியோ யிங்க்கை திரும்பி பார்க்க அதிர்ந்துவிட்டேன். அவள் மீண்டும் தன் கால்சட்டையை கீழே இறக்கிவிட்டு, மனநிலை பிறழ்ந்தவர்கள் போல் சிரித்துக் கொண்டிருந்தாள். அவள் இரண்டு கால்களிலும் இரத்தக் கறைகள் இருந்தன. அவளது இரண்டு தொடைகளையும் பார்த்ததும், அந்த மனிதர்கள் பேசிக் கொண்டது மீண்டும் நினைவுக்கு வந்தது. பூகம்பத்தை சாக்காக வைத்து அவர்கள் என் மகளை பாலியல் பலாத்காரம் செய்திருப்பார்களோ என்ற என் சந்தேகம் வலுத்தது. என்னால் இப்படியும் மனிதர்கள் மிருகங்கள் போல் இருப்பார்களா என்று நம்பவும் முடியவில்லை. நம்பாமல் இருக்கவும் முடியவில்லை. எப்பொழுதும் கலகலப்பாக, தான் இருக்கும் இடத்தையே மகிழ்ச்சியாக மாற்றக்கூடிய பார்ப்பவரைக் கவரும் அன்பான என் மகள் மனநிலை பாதிக்கப்பட்டு அவளையே அவள் மறந்து விட்டாள்.

ஒரே நேரத்தில் இந்த சின்னப் பெண் இரண்டு மிகப் பெரிய அதிர்ச்சிகளால் பாதிக்கப்பட்டிருக்கிறாள். ஒன்று பூகம்பம், இன்னொன்று அவளை பலர் வன்புணர்வு செய்து இருக்கின்றனர் என்று டாக்டர் எங்களிடம் கூறினார். அதன் பிறகு யார் என்ன பேசினார்கள் என்று எனக்கு நினைவில் இல்லை. நானும் என் கணவரும் ஒருவரையொருவர் பார்த்துக்கொண்டு எதுவும் பேசாமல் நீண்ட நேரம் அழுது கொண்டிருந்தோம். அன்பை மட்டும் கொட்டி வளர்த்த மென்மையான பூப்போன்ற என் மகள், மிக கொடூரமாக பாலியல் வன்முறைக்காளாகி இருக்கிறாள். என் அருமை மகன் இரண்டு கால்களையும் இழந்து விட்டான். இனி இந்த வாழ்க்கையை நாங்கள் எப்படி வாழப் போகிறோம். பூகம்பத்தின் அதிர்ச்சியை விட அதிகமான அதிர்ச்சி எங்களைத் தாக்கியது."

வார்டன் டிங் கொஞ்ச நேரம் எதுவும் பேசாமல் நீண்ட நேரம் மவுனமாக இருந்தாள். பின் தொடர்ந்து,

"அவளுக்கு தொடர்ந்து அளித்த மருத்துவ சிகிச்சையில் மனநலம் கூட தேறி வந்தாள். கிட்டத்தட்ட இரண்டரை வருடம் அவள் மருத்துவமனையிலேயே இருந்து முழு சிகிச்சையும் பெற்று பழைய நினைவுகளை திரும்பப் பெற்றாள். இனி அவள் பழையபடி இயல்பு வாழ்க்கையை வாழலாம் என்று டாக்டர்கள் அவளை வீட்டிற்கு அழைத்துச் செல்ல சொன்னபோது, மிகவும் மகிழ்ச்சியடைந்து அவளை இனி பத்திரமாக பார்த்துக் கொள்ள வேண்டும். அவளுக்கு புது வாழ்க்கை அமைத்து தர வேண்டும் என்று பல கனவுகளுடன் நாங்கள் அவளை வீட்டுக்கு அழைத்து வரும் ஆவலுடன் மருத்துவமனைக்கு சென்றோம். ஆனால் அங்கே அவள் எங்களுக்கு கடிதம் எழுதி வைத்துவிட்டு அவள் அறையில் தூக்கில் தொங்கிக் கொண்டிருந்தாள்.

அன்புள்ள அம்மா, அப்பாவிற்கு,

என்னை மன்னித்து விடுங்கள். என்னால் இனி இயல்பாக வாழ முடியும் என்று தோன்றவில்லை. மீண்டும் மீண்டும் அந்த மனிதர்கள் என்மீது நிகழ்த்திய வன்முறையும், அந்த சம்பவமுமே நினைவிற்கு வருகிறது. ஒவ்வொரு நாளும் அந்த நினைவுகளை சுமந்து வாழ்வது அந்தர் பாலியல் வன்முறையைவிட கொடுமையாக இருக்கிறது. என் உடலை நான் பார்க்கவே எனக்கு அருவெறுப்பாக இருக்கிறது. இந்த மனநிலையில் இருந்து எப்படி என்னால் வெளியில் வர முடியும் என்று தெரியவில்லை. நீங்கள் இருவரும் அந்தத் துன்பத்தில் இருந்து என்னைக் காப்பாற்ற முடியாது.

எனவே நான் போகிறேன்.

உங்கள் அன்பு மகள்
சியோ யிங்க்

"இறக்கும்போது அவளுக்கு என்ன வயதிருக்கும் வார்டன்?"

அவளுக்குர் பதினாறு, என் மகனுக்கு பதினொன்று. என் மகள் இறந்ததிலிருந்து, என் கணவர் நிதானத்தை இழந்து விட்டார். தன் முடியை பிய்த்துக்கொண்டு நான்தான் என் மகள் சாவுக்கு காரணமாகி விட்டேன் என்று கதறி அழுவார். இதில் அவர் தவறு எதுவும் இல்லை. இருந்தும் அவருக்குள் எதுவோ ஒரு குற்ற உணர்ச்சி. இரண்டு குழந்தைகளும் தன் கண்ணுக்கு எதிரே பாதிக்கபட்டு விட்டார்கள். நம்மால் எதுவும் செய்ய முடியவில்லையே என்ற வேதனை அவருக்கு அதிகமாக இருந்தது. இதனால் இரவில் அவர் நீண்ட நேரம் கழித்து தான் உறங்க வருவார். அன்றும் இரவு நீண்ட நேரமாகியும் அவர் படுக்கவரவில்லை. நானும் வெறுமையான மன நிலைக்கு வந்துவிட்டேன். அவர் எப்பொழுது என் அருகில் வந்து படுத்தார் என்று தெரியாது. நான் களைப்பில் தூங்கி விட்டேன். காலையில் அருகில் படுத்திருந்தவரை எழுப்பினேன். அவர் உடல் சில்லிட்டிருந்தது. அளவுக்கு அதிகமான மன உளைச்சலால் அவருக்கு மாரடைப்பு வந்து இறந்து விட்டார் என்று டாக்டர்கள் சொன்னார்கள்.

என்னால் மூச்சுகூட விட முடியவில்லை. ஒரு பெண்ணுக்கு அடுக்கடுக்காக இத்தனை சோதனையா?"

"வார்டன் டிங், நீங்கள் எப்படி இத்தனை வேதனைகளையும் தாங்கினீர்கள் என்று தெரியவில்லை. இந்த விசயங்களை நீங்கள் ஏன் உங்கள் மகனிடம் சொல்லவில்லை?"

"அவன் மிகவும் சிறியவன். ஏற்கெனவே பூகம்பம் அவன் கால்களை எடுத்துக்கொண்டு விட்டது. மென்மேலும் இந்த துக்கத்தை அவன் எப்படித் தாங்குவான்."

"எனக்கு உங்களை குறித்து பெருமையாக இருக்கிறது வார்டன். நீங்கள் மிக தைரியமாக எல்லாவற்றையும் எதிர்கொண்டு விட்டீர்கள்."

"வெளியில் பார்ப்பவர்களுக்கு அப்படித் தெரியும். ஆனால் தனிமையில் ஒவ்வொரு நாள் இரவும், என் மகன் குறித்து, என் கணவரின் மன உளைச்சல், என் மகளின் மரணம் எல்லாம்

நினைவிற்கு வந்து வாய்விட்டு கதறுவேன். அழுதுகொண்டே களைத்துப் போய் தூங்குவதுதான் இன்றும் நடக்கிறது. எல்லோரும் சொல்வார்கள் காலம் எல்லா மனப்புண்ணையும் ஆற்றும் என்று. இருபது வருடங்களாகியும் இன்னமும், இன்று நடந்தது போலவே அந்த வலியும் வேதனையும் எனக்குள் அப்படியேதான் இருக்கிறது. எதுவும் மாறவில்லை."

நான் வீடு திரும்பும் வரை அழுதுகொண்டே இருந்தேன். அவர்கள் குறித்து எழுதும்போதும், எழுதி முடித்த பின்பும் என் கண்ணீரை என்னால் கட்டுப்படுத்த இயலவில்லை. அந்த பெண்கள் எப்படி இவ்வளவு வேதனைகளையும் சுமந்துகொண்டு இன்னமும் வாழ்கிறார்கள்? அவர்களின் மன வலிமை குறித்து எனக்கு பிரமிப்பாக இருக்கிறது.

காலம் அவர்களை இன்றைய சூழலில் வாழ வைத்துக் கொண்டிருக்கிறது. இருந்தாலும் அவர்கள் வாழ்வின் ஒவ்வொரு நொடியும் அவர்கள் கடந்து வந்த வலி மிகுந்த இழப்புகள் அவர்கள் நினைவில் காட்சிப் பதிவுகளாக வலம் வருவதை யாராலும் தடுக்க இயலாது. ஒவ்வொரு இரவும் தனிமையும் அவர்களுக்கு நரகம்தான். அவர்கள் அனைவரும் இறந்தகால வலிகளை சுமந்துகொண்டு நிகழ்கால வாழ்க்கை வாழ வேண்டிய தேவையே அவர்களை இன்னமும் உயிர்ப்புடன் வாழ வைத்து கொண்டிருக்கிறது. இப்பொழுதுதான் புரிகிறது ஏன் ஒவ்வொரு அறையிலும் அந்தக் கண்ணீரை சுமந்த பெரிய கண்ணின் ஓவியம் இருந்ததென்று. தாய்மையின் வாழும் உதாரணமாக, இவர்கள் அனைவரும் பெற்றோரை இழந்த குழந்தைகளை அன்பால் சுமந்து இன்னொரு புதிய குடும்பத்தை உருவாக்கி இருக்கிறார்கள். ஒரு தாயாக எனக்கு அவர்கள் உணர்வு புரிகிறது. அவர்கள் போன்ற இழப்பு எனக்கு இருக்குமானால் என்னால் அவர்களைப் போல் சிரித்துக்கொண்டு வேறு குழந்தைகளிடம் இயல்பாக அன்பு செலுத்த முடியுமா என்று தெரியவில்லை. இந்தப் பெண்கள் அனைவரும் சந்தேகமே இல்லாமல் நினைத்து பார்க்கவே இயலாத சீனப் பெண்களின் மன வலிமையை பிரதிபலிக்கிறார்கள். இவர்களே உண்மையான சீனப் பெண்கள்.

நான் இந்தப் பெண்கள் குறித்து என் நிகழ்ச்சியில் பேசியதும், ஐந்து நாட்களுக்குள் 700 கடிதங்களுக்கு மேல் என் அலுவலக மேஜையை நிறைத்தன. சில நேயர்கள் அந்த தியாக உருவான தாய்களுக்கு தங்களது வாழ்த்துகளை சொல்லச் சொல்லி கடிதம் எழுதி இருந்தார்கள். சிலர் பணம் அனுப்பி அந்த அநாதை குழந்தைகளுக்கு ஏதாவது பரிசுப் பொருட்கள் வாங்கி அனுப்பும்படி வேண்டுகோள் விடுத்திருந்தனர். நேயர்கள்

அனைவருமே இந்த நிகழ்ச்சி அவர்களுக்குள் என்னவிதமான உணர்வுகளை விதைத்தது என்று விவரித்து எழுதி இருந்தார்கள். எங்கள் அலுவலகத்தில் ஒவ்வொருவர் மேஜையும் இந்த நிகழ்ச்சி குறித்த கடிதங்களால் நிறைந்து விட்டன. எண்ணிலடங்கா பரிசுப் பொருட்கள் அந்தக் குழந்தைகளுக்கு கொடுக்கச் சொல்லி அலுவலகத்துக்கு தொடர்ந்து வந்தவண்ணம் இருக்கின்றன. இவையனைத்தும் ஓல்டு சென், பிக் லீ, மேங்க்சிங், சியோ யோ, ஓல்டு க்ஷாங்க்... மற்றும் என்னுடன் பணிபுரியும் மற்ற அலுவலக நண்பர்களின் ஆதரவாலும் ஒத்துழைப்பினாலும்தான் நடந்தது.

6

பல்கலைக்கழக மாணவி ஜின் ஷூய் கேட்ட மூன்று கேள்வி களையும் நான் மறக்கவில்லை. பெண்களுக்கென்று தனியாக தத்துவம் எதுவும் இருக்கிறதா? பெண்களுக்கான மகிழ்ச்சி எதில் இருக்கிறது? நல்ல பெண்கள் யார்? என் நிகழ்ச்சிக் கான ஆராய்ச்சியின் நடுவே, இந்தக் கேள்விகளுக்கும் பதிலளிக்க நான் விரும்புகிறேன்.

அனுபவசாலியும் அறிவில் முதிர்ந்தவருமான, ஓல்டு சென்னிடமும் பல்கலைக்கழக நண்பன் பிக் லீயிடமும் முதலில் இந்தக் கேள்விகளுக்கான பதிலைப் பெற விரும்பினேன். இவர்கள் இருவருமே என்னைவிட வயதில் மூத்தவர்கள். அனுபவமும், அறிவும் தொலைநோக்கு சிந்தனையும் உள்ளவர்கள். அவர்களின் பதில் மிகவும் சுவாரஸ்யமானதாக இருக்கும் என நினைத்தேன். வெளிப்படையாக சொல்வதானால், இந்தக் கேள்வியை எப்படி அவர்களிடம் கொண்டுபோக வேண்டும் என்றுகூட நான் யோசித்து முடிவு செய்ய வேண்டும். இல்லையென்றால் அது கட்சி சார்ந்த கொள்கை வெளிப்பாடாக மாறிவிடக் கூடிய அபாயமுள்ளது.

இந்த விவாதத்திற்கு ஓல்டு சென் மிகவும் ஆர்வம் காட்டினார். "சீனப் பெண்களுக்கு மத நம்பிக்கை அதிகம் அவர்கள் ஒரே நேரத்தில் பல மதங்களையும் நம்பக் கூடியவர்கள்" என்ற ஓல்டு சென் தொடர்ந்து,

மதத்தையும், கிகோங் (qigong) உடற்பயிற்சியையும் நம்பும் பெண்கள் எப்பொழுதும் தங்களுக்கு சொல்லித்தரும் குருவையும், உடற்பயிற்சி தன்மையையும் மாற்றிக்கொண்டே இருப்பார்கள். அவர்களின் கடவுள் மாறிக்கொண்டே இருப்பார். அதற்காக அவர்களை நாம் குறைசொல்ல முடியாது. வாழ்க்கையின் கடினமான சூழல்கள் அவர்கள் மன நிலையில் நம்பிக்கையின் தன்மையை மாற்றிக்கொண்டே இருக்கும். நம் தலைவர் மாவோ சொன்னதுபோல் "வறுமை விருப்பங்களை மாற்றிக்கொண்டே இருக்கும்." நாம் இப்பொழுது மா சே துங் மற்றும் கம்யூனிசத்தை நம்புகிறோம். இதற்கு முன் சொர்க்கம், விண்ணுலக அரசர்கள், புத்தர், இயேசு, முகம்மது இன்னம் பிற... சீனர்களுக்கு என்று நீண்ட வரலாறு இருந்தபோதிலும் நமக்கென்று தனித்துவமான, சொந்த நம்பிக்கைகள் எதுவும் கிடையாது. மாறி மாறி நம்மை அரசாண்ட மன்னர்கள், மற்றும் அரசாட்சியைக் கைப்பற்றியவர்கள் தங்களது அதிகாரத்தைப் பயன்படுத்தி, அவரவர் நம்பிக்கைக்கு ஏற்ப கடவுள்களை மக்களுக்கு அறிமுகப்படுத்தினார்கள். அந்தக் கடவுள்களுக்கு கோவில்களைக் கட்டினார்கள். ஒவ்வொரு ஆட்சி மாற்றத்தின்போதும் புதுப் புது கடவுள்கள். மக்களின் மனநிலையும் மாறிக்கொண்டே இருந்தது. ஒவ்வொரு புதிய கடவுளும் புதிய நம்பிக்கையைத் தந்தார். மக்களும் புதிய மதச் சடங்குகள், புதிய மதங்களென எல்லாவற்றிற்கும் பழகிப்போனார்கள்.

'நூறு மக்களுக்கு, நூறு நம்பிக்கைகள்' என்ற பழமொழியும் உருவானது. இன்னும் சொல்லப்போனால், இங்கே உண்மையான நம்பிக்கை என்பதே இல்லாது போய்விட்டது.

இதில் ஆண்களைவிட பெண்கள் எளிதில் புதிய விசயங்களுக்கு தங்களை தகவமைத்துக் கொள்வார்கள். அவர்களின் அணுகுமுறை எல்லா அடிப்படை விசயங்களையும் சரி செய்து விடும். அவர்களுக்கு எந்தக் கடவுள் மிகவும் சக்தி வாய்ந்தவர், எந்த ஆவி நல்லது என்று எதைப் பற்றியும் கவலை இல்லை. அவர்கள் எல்லாவற்றையும் வணங்கிக் கொள்வார்கள். எதையும் மறுத்து எதற்கு பொல்லாப்பு என்று பாதுகாப்பாக அனைத்தையும் ஏற்றுக் கொள்வார்கள்.

ஓல்டு சென் சொன்னது அனைத்தும் சரிதான். ஆனால் ஒன்று மட்டும் வியப்பாக இருக்கிறது. ஒவ்வொரு மதத்திற்கும் வெவ்வேறு கோட்பாடுகள், விரோத மனப்பான்மைகள் இருக்கும்போது எல்லாவற்றையும் ஒன்றாக பின்பற்றி மக்கள் எப்படி எல்லாவற்றுடனும் ஒத்துப் போகிறார்கள்? பெரும் பான்மையான பெண்கள், மற்றவர்கள் சொல்கிறார்கள் நாமும் பின்பற்றுவோம் என்று அதன் பின்னே செல்கிறார்கள்

அவ்வளவுதான். நாம் வேறுபட்டால் மற்றவர்கள் நம்மைப் பற்றி என்ன நினைப்பார்களோ என்ற அச்சமும் இதற்கு இன்னொரு காரணம்.

பிக் லீயும் ஓல்டு சென்னின் கருத்துகளுடன் ஒத்துப் போனார். ஒரே வீட்டிற்குள்ளேயே வெவ்வேறு கடவுள்களுக்கான வெவ்வேறு பலிபீடங்களையும், வணங்கும் இடங்களையும் வைத்துக்கொள்ளலாம் என்ற மத சுதந்திரம் 1983இல் எப்படி எதற்காக பிரகடனப்படுத்தப்பட்டது என்பதை பிக் லீ குறிப்பிட்டுக் கூறினார். பெரும்பான்மையோர் தங்களது செல்வம் வளர வேண்டும் என்பதற்காகவும், தேவையானவைகள் அவர்களுக்கு கிடைக்க வேண்டும் என்பதற்காகவும்தான் கடவுளை வணங்குவர். அவருடைய அண்டை வீட்டுக்காரர்கள் பற்றி அவர் கூறினார். ஒரு முதியவர் புத்தமதத்தை சேர்ந்தவர். இன்னொருவர் தவோயிஸ மதத்தை சேர்ந்தவர். அவர்கள் இருவரும் எப்பொழுதும் தங்கள் மதங்களைப் பற்றி விவாதித்துக் கொண்டேயிருப்பார்கள். குச்சிகளைக் கொண்டு அவர்களது பேத்தி சிலுவை ஒன்றை செய்து வைத்தாள். ஆனால் அந்த இரு முதியவர்களும் நாங்கள் சீக்கிரம் இறந்துவிட வேண்டும் என்று நீ சபிக்கிறாயா என்று அவளிடம் சண்டை போடத் துவங்கினர். அந்தப் பெண்ணின் தாய் ஒரு மதத்தையும் தந்தை வேறொரு மதத்தையும் பின்பற்றுகிறார்கள். அந்த மனைவி கணவனைப் பார்த்து உன் கடவுளின் பேராசைக் குணத்தால் என் கடவுளின் ஆவி சபிக்கப்படுகிறது என்றும், கணவன் உன் கடவுளின் கெட்ட ஆவி எனக்கு வரும் செல்வத்தைக் கெடுக்கிறது என்றும் இருவருக்குள்ளும் சண்டை நடந்துகொண்டே இருக்கும். இந்தக் குடும்பத்தின் வருமானம் முழுவதும் அவரவர் கடவுளுக்காய் மதச்சடங்குகள் செய்வதற்கும் கடவுள்களின் படங்களை வாங்கி வீடு முழுவதும் மாட்டுவதற்கும் செலவானதே தவிர, அவர்கள் வாழ்வில் மகிழ்ச்சியும் இல்லை. வாழத் தேவையான பணத்தை சேர்த்து வைக்கவும் இல்லை.

பிக் லீ யின் பெண் நிர்வாகி ஒருவர் மிகவும் கடவுள் பக்தி உள்ளவராம். பொதுக் கூட்டங்களில் அவர் சீனாவின் ஒரே நம்பிக்கை கம்யூனிசம் மட்டும்தான் என்று பேசுவாராம். பொதுக் கூட்ட நிகழ்ச்சி முடிந்ததும், அவர் புத்தரின் கோட்பாடுகளை குறித்து சிலாகித்துப் பேசுவாராம். இந்தப் பிறவியில் அவர்கள் செய்யும் கர்மாவிற்கு தகுந்தபடி அவர்களது அடுத்த பிறவியில் அவர்களுக்கு நன்மைகள் நடக்கும் என்று தன்னைச் சுற்றி உள்ளவர்களிடம் புத்தரின் கொள்கைகளை பரப்புவாராம். சில சமயங்களில் கிகாங் *(qigong)*தேவதையின் அதிசயங்கள் குறித்தும்

பேசுவாராம். அவருக்கு கீழ் வேலை பார்ப்பவர்கள் அவரைப் பற்றிக் கூறும்போது, அவர் கம்யூனிசத்தை அவரது சட்டையில் அடையாளமாக குத்தியிருக்கிறார். புத்தரை உள்சட்டையின் மார்பிலும், குரு ஜாங்கின் படத்தை அவரது உள்ளாடையிலும் குத்தியிருக்கிறார் என்று கேலி செய்வார்களாம். இந்தப் பெண்மணி மிகப் பிரபலமானவர். அடிக்கடி செய்தித்தாள்களில் அவர் குறித்த செய்திகள் வந்து கொண்டேயிருக்கும். அது மட்டுமல்ல ஒவ்வொரு வருடமும், நல்ல தொழிலாளர் என்ற விருதினை வாங்கிடுவார். கம்யூனிச கட்சியில் முதன்மை உறுப்பினராக பல முறை தேர்வு செய்யப்பட்டிருக்கிறார் என்று பிக் லீ கூறியபோது என்னால் நம்ப முடியவில்லை.

"அவளது ரகசிய சமய ஈடுபாடு, கட்சியின் பார்வையில் மோசமானதாகத்தான் இருக்கும்" என்றேன் நான்.

ஓல்டு சென் தனது மேஜையைத் தட்டி கண்டிக்கும் குரலில், "சின்ரன், ஜாக்கிரதை. இப்படி நீ பேசிக் கொண்டிருந்தால் உன் தலையை இழக்க வேண்டி வரும்" என்றார்.

"இன்னமும் நாம் பயந்துதான் வாழ வேண்டுமா?"

"அப்பாவியாக இருக்காதே. ஐம்பதுகளில் கட்சி என்ன சொன்னது. நூறு பூக்கள் மலரட்டும். நூறு விதமான தத்துவங்கள் மேடையேறட்டும்" என்றனர். என்ன நடந்தது? இதற்கு பதில் சொன்ன அனைவரும் சிறைச்சாலைக்கு அனுப்பப்பட்டனர். அல்லது கிராமத்தின் ஒதுக்குபுறத்தில் உள்ள மலைகளுக்கு அனுப்பப்பட்டனர். சிலர் தங்களது எண்ணங்களை நோட்டுப் புத்தகத்தில் எழுதிவைத்தனர். அவர்கள்கூட மக்கள் மத்தியில் அவதூறாகப் பேசப்பட்டனர். சிலர் சிறைக்கு அனுப்பப்பட்டனர்."

ஓல்டு சென் மிகவும் நல்ல மனிதர். என் மீது அக்கறை உள்ளவர். "நீ இனி உண்மைகளையும், மதங்களைப் பற்றியும் பேசக்கூடாது. நீ வேண்டுமென்றே பிரச்சனையை விலை கொடுத்து வாங்குகிறாய்" என்று என்னை எச்சரித்தார்.

அடுத்து வந்த சில வருடங்களில் நான் நிறைய பெண்களை பேட்டி எடுத்தேன். அவர்களுடைய இறை நம்பிக்கைகள் பற்றியும், அவர்கள் சார்ந்த மதங்களைக் குறித்த உண்மைகள் மற்றும் ஒரே நேரத்தில் பல மதங்களை அவர்களால் எப்படி பின்பற்ற முடிகிறது என்பது பற்றியும் கேட்டேன்.

அதில் ஒருவர் கம்யூனிச சிந்தனைகளை மக்களிடையே கொண்டு செல்லும் பொறுப்பில் இருந்து ஓய்வுபெற்ற பெண்மணி. அவருக்கு பாங்கிச்யாங் கோங் (Fangxiang Gong) என்ற மதக்

கோட்பாடுகளில் மிகவும் ஆழ்ந்த நம்பிக்கை. அதாவது குரு வெளியிடும் வாசனைகளை நீங்கள் சுவாசிக்கும்போது, உங்களுக்கு தேவையான நன்மைகளும் உங்கள் ஆன்மாவை வந்தடைகிறது. உங்கள் உடல் ஆரோக்கியம் சீராகிறது என்பதே அந்த மதத்தின் ஆழ்ந்த நம்பிக்கை. இதற்கு முன்பு அவர் உடற்பயிற்சியும் இயற்கை மூலிகைகளுமே ஆரோக்கியத்தின் வழி என்று நம்பியவர்.

நான் அவரை சந்தித்ததும், "நீங்கள் புத்தமதக் கோட்பாடுகளை நம்புகிறீர்களா?" என்று கேட்டேன்.

நீ கொஞ்சம் சன்னக்குரலில் பேசுகிறாயா என்று என்னை அமைதிப்படுத்திவிட்டு, "ஆம்" என்றார். அவர் குடும்பத்தில் உள்ள பெரியவர்கள் சொல்வார்களாம். நீ விருப்பபட்ட எல்லாவற்றையும் நம்பலாம். அதனால் தவறு ஒன்றும் இல்லை. சென்ற வருடக் கடைசியிலிருந்து நான் இயேசுவின் தந்தையை நம்புகிறேன். அவர் என் வீட்டிற்கு வந்து என்னை இரட்சிப்பார் என்றார். எனக்கு வியப்பு தாங்கவில்லை, இயேசு மட்டுமே கிறிஸ்துவர்களின் கடவுள் என்று கூறினேன். அவரோ என்னைப் பார்த்து, "நீ வயதில் சிறியவள், உனக்கு தெரியாது. நாம் பேசிக் கொண்டதை நீ வேறு யாரிடமும் சொல்ல வேண்டாம்" என்று கூறினார். மேலும் அவர், "வீட்டில் உன் சொந்தக் கடவுளை வணங்கு. வெளியில் உனக்கு விருப்பபட்ட கடவுளின் கோவிலுக்கு சென்று வணங்கு. உன் கட்சியின் கொள்கைகளை நம்பு. நீ என்ன செய்கிறாய் என்பதில் கவனமாக இரு. இதுதான் என்னுடைய கொள்கைகள்" என்றார். "ஆனால், என்னுடைய கொள்கைகளை நான் யாரிடமும் சொல்ல பிரியப்படவில்லை. என் நம்பிக்கைகள் குறித்து யாரும் விமர்சனம் செய்வது எனக்குப் பிடிப்பதில்லை. எனக்கு வயதாகி விட்டது. நான் எதை நம்புகிறேனோ அதைப் பின்பற்றி வாழவே ஆசைப்படுகிறேன்" என்று முடித்துக் கொண்டார்.

நான் உங்களிடம் பேசியதை யாரிடமும் சொல்லமாட்டேன் என்று அவருக்கு உறுதி அளித்தேன். அந்தப் பெண்மணி என் வார்த்தைகளில் நம்பிக்கை இல்லாமல், "எல்லோரும் இப்படித்தான் கூறுகிறீர்கள். இந்தக் காலத்தில் யாரை நம்புவது?" என்று கூறிவிட்டு மேலும் தொடர்ந்து, "கிகோங் (qigong) பயிற்சி என்பது மக்கள் மத்தியில் கணிசமான செல்வாக்கை பெற்றிருந்தது. அவற்றைப் பயிற்சி செய்த குருவிடம் மக்கள் மிகுந்த நம்பிக்கை வைத்திருந்தனர். மக்களிடம் அவர்கள் பெற்றுள்ள அதிகாரத்தை எண்ணி நான் எப்பொழுதும் எச்சரிக்கையுடனே இருந்தேன். அந்த சமயத்தில், 1995இல் பெய்ஜிங் பல்கலைக்கழகத்தில் நான்

ஒரு விரிவுரையாளரை சந்தித்தேன். அவர் பாலுன் கோங் *(Falun Gong)* என்ற புதுவித மதப் பயிற்சியின் நிறுவனர் லீ ஹோங்க்சி. அவர் கூறுவது இந்த உலகம் மூன்று விதமாக வகுக்கப்பட்டுள்ளது. முதல் நிலை — காவலாளி — அது அவரே (லீ ஹோங்க்சி). இரண்டாவது நிலையில் நல்லொழுக்க ஆவிகள் சார்ந்த இடம். அதாவது இயேசு கிறிஸ்து, புத்தர் இன்ன பிற கடவுளர்கள். மூன்றாவது நிலை என்பது சாதாரண மக்கள் வாழுமிடம். குரு லீ இந்தப் பூமி சூடாகி வெடித்து சிதறுமுன் மக்களைக் காக்க அவதாரம் எடுத்திருக்கிறார். இந்த பூமி என்ற குப்பையில் இருந்து மக்களைப் பிரித்து காக்க பிறந்தவர். அவர் மக்களிடம் எந்த விதமான மாயஜால வித்தைகளையும் செய்பவரல்ல. அதற்கு பதில் மக்களுக்கு மத ரீதியான பயிற்சிகளை கற்றுக் கொடுத்து உண்மையான நல்லொழுக்கங்களை போதித்து அவர்களை காக்கிறார். நல்லவைகள் தாங்குதிறன் ஆகியவற்றை பயிற்றுவித்து மக்களை சொர்கத்திற்கு செல்ல தயார் செய்கிறார்" என்றார்.

நான் அவரிடம், "நீங்கள் எப்படி ஒரே நேரத்தில் இயேசுவையும் நம்புகிறீர்கள். லீயையும் நம்புகிறீர்கள்?" என்று கேட்டேன். அது அவரை சங்கடத்தில் ஆழ்த்தியது. பதிலே சொல்லாமல் என்னுடன் மீண்டும் விவாதத்தை தொடர்வதைத் தவிர்த்துவிட்டு அகன்று போய்விட்டார். அதன் பிறகு அவர் என்னுடன் பேசப் பிரியப்படவில்லை.

மத நம்பிக்கைகளில் இளம் பெண்களின் கருத்து என்னவென்று தெரிந்துகொள்ள விரும்பினேன். தெற்கு டைபிங்க் சாலையில் அமைந்துள்ள கிருஸ்துவ தேவாலயத்தின் வாசலில் இருபது வயது நிரம்பிய இரண்டு பெண்களை சந்தித்தேன். ஒரு பெண் மிகவும் நவீன ஆடைகளை அணிந்து தன் தலை முடியை பின்னாமல் சுதந்திரமாக பறக்கவிட்டு இருந்தாள். இன்னொரு பெண் சாதாரண உடை அணிந்து தலையை பின்னி வாரியிருந்தாள். நான், நவநாகரிக உடையணிந்த பெண் கிருஸ்துவ தேவாலயத்திற்கு அதன் நவீனத்துவத்துக்காக வந்திருப்பாளென்றும் இன்னொரு பெண் கடவுள்மேல் உள்ள ஆர்வத்தில் வந்திருப்பாளென்றும் மதிப்பீடு செய்தேன். ஆனால் அவர்களிடம் பேசியதும் என் கணிப்பு முழுவதும் தவறென்று புரிந்தது.

"நீங்கள் வழக்கமாக தேவாலயத்திற்கு வருவீர்களா" என்று கேட்டேன்.

அந்த நவநாகரீக உடையணிந்த பெண் தன் தோழியைப் பார்த்துவிட்டு என்னிடம் சொன்னாள், "இல்லை இதுதான் எனக்கு முதல் தடவை. இவள் அழைத்ததால் வந்தேன்."

இன்னொரு பெண் உடனே, "இது எனக்கு இரண்டாவது தடவை" என்றாள்.

"ஓஹோ... முதல் தடவை நீயாக வந்தாயா? இல்லை வேறு யாரும் உன்னை அழைத்து வந்தார்களா?"

"என் பாட்டி கிருஸ்துவர், அவருடன் வந்தேன்."

"உன் அம்மாவும் கிருஸ்துவர்தானே?" என்று இன்னொரு பெண் அவளிடம் கேட்டாள்.

"ஆம், என் அம்மாவும் கிருஸ்துவர் என்றுதான் சொல்லுவாள். ஆனால் அவள் ஒருமுறைகூட தேவாலயத்திற்கு சென்று நான் பார்த்ததில்லை."

"உங்கள் இருவருக்கும் கிருஸ்துவ மதத்தின் மேல் நம்பிக்கை இருக்கிறதா?" என்று கேட்டேன்.

"இல்லை. எனக்கு ஒருபோதும் கிருஸ்துவ மதத்தின் மேல் நம்பிக்கை இல்லை. சுவாரஸ்யமாக இருக்கும் என்றே வந்தேன். அவ்வளவுதான்" என்று சொன்னாள், அந்த நவநாகரீக உடையணிந்தவள்.

"சுவாரஸ்யம் என்றால் எதைக் குறிப்பிடுகிறாய்?"

"உலகத்தில் மிக அதிகமானோர் கிருஸ்துவ மதத்தின்மேல் நம்பிக்கை வைத்திருக்கிறார்கள். அதனால் இதில் ஏதோ ஒரு சுவாரஸ்யம் இருக்க வேண்டும் என்று நினைத்தேன். அதைத் தெரிந்துகொள்ளவே வந்தேன்."

"அதுசரி, உலகத்தில் இஸ்லாம் மார்க்கத்திலும், புத்த மதத்திலும்கூட நம்பிக்கை கொண்டவர்கள் அதிகம் பேர் இருக்கிறார்களே. அது குறித்து நீ என்ன நினைக்கிறாய்?" என்றேன்.

அவள் அலட்சியமாக, "அதுபற்றி எனக்கொன்றும் தெரியாது" என்று பதிலளித்தாள்.

அந்த மற்றொரு பெண், "பெண்கள் தங்கள் நாற்பதாவது வயதில் ஏதாவது ஒரு நம்பிக்கையில் ஈடுபட வேண்டிய தேவை இருக்கிறது அல்லவா" என்று என்னிடம் எதிர் கேள்வி கேட்டாள்.

"ஏன்? எதற்காக?" அவளின் கேள்வியால் வியந்து போய் அவளிடமே காரணத்தைக் கேட்டேன்.

"ஆம், நீங்கள் கவனித்துப் பாருங்கள். தேவாலயத்தில் மெழுகுவர்த்தி ஏற்றி வழிபடுபவர்கள், கோவிலில் ஊதுபத்தி ஏற்றி

வழிபடுபவர்கள், அனைவரும் நடுத்தர வயதுப் பெண்களாகத்தான் இருப்பார்கள்."

"அதன் பின்னணி என்னவாக இருக்கும் என்று நீ கருது கிறாய்?" என்றேன் விடாமல்.

நவநாகரீக உடையணிந்தவள் குறுக்கிட்டு, "ஆண்கள் பணத்திற்காக கடினமாக உழைக்கிறார்கள். பெண்கள் கடினமாக உழைப்பது அவர்கள் விதியாக இருக்கிறது. அதனால் அவர்கள் தங்கள் மன பாரங்களை இறக்கி வைக்கும் இடமாக பிரார்த்தனை செய்யும் இடத்தை நினைக்கிறார்கள்" என்றாள்.

இன்னொரு பெண் குறுக்கிட்டு, "என் பாட்டி சொல்வாள். அவள் இளமையாக இருக்கும்போது அவளுக்கு கடவுள் நம்பிக்கையே கிடையாதாம். ஆனால் அதன்பிறகு மத வழிபாட்டை துவங்கியபின் அவள் வாழ்வில் எது குறித்தும் கவலை இல்லாமல் போய்விட்டதாம். என் அம்மா சொல்வாள். கடவுள் நம்பிக்கை அவளுக்கு வந்த பின் என் தந்தையுடன் அவள் சண்டையிடுவதை நிறுத்தி விட்டாளாம். அது உண்மையும்கூட. அவர்கள் இருவரும் அடிக்கடி சண்டை போட்டுக்கொள்வார்கள். ஆனால் இப்பொழுது என் அப்பா ஆத்திரப்பட்டு கத்தினால், அம்மா எதிர்த்துப் பேசாமல் சிலுவையின் எதிரே சென்று மண்டியிட்டு ஜெபம் செய்யத் துவங்கி விடுவாள். அப்பா அமைதியாகி விடுவார்" என்றாள்.

"பெண்களால் பெரிய விசயங்கள் எதையும் சாதிக்க இயலாது. எப்படியோ, ஏதோ ஒரு கடவுளை வணங்குவது மிகவும் நல்லது" என்றாள் அந்த நவ நாகரீக பெண்.

அவளுடைய எதிர்மறையான வாதத்தைக் கேட்டு எனக்கு ஆச்சர்யமாக இருந்தது.

"சரி, அப்படியானால் நீங்கள் இருவரும் நாற்பது வயதை நெருங்கினால் ஏதாவது மதத்தைப் பின்பற்றத் துவங்கி விடுவீர்களா?" என்று இருவரையும் பார்த்துப் கேட்டேன்.

நவநாகரீக உடை அணிந்தவள் எதுவும் சொல்லாமல், அமைதி காத்தாள். இன்னொரு பெண்ணோ, "நான் பணக்காரியாக இருந்தால், மதநம்பிக்கையில் ஈடுபட மாட்டேன். இதேபோல் என் ஏழ்மை நீடித்தால் கடவுளை நம்புவேன்."

"ஓஹோ அப்படியானால் எந்த மதத்தை நீ தேர்ந்தெடுப்பாய்" என்ற என் கேள்விக்கு அவள் மிகவும் அலட்சியமாக பதில் சொன்னாள்.

"அப்பொழுது எந்த மதம் மக்களிடையே செல்வாக்கு பெற்று புதுமையாக, மனதைக் கவர்கிறதோ அந்த மதம்."

அந்த இளம்பெண்கள் தேவாலயத்திற்குள் சென்றார்கள். நான் திகைத்துப்போய் அவர்கள் செல்வதையே பார்த்துக் கொண்டிருந்தேன்.

7

"காலம் செல்லச் செல்ல பத்திரிகையாளர்களுக்கு தைரியம் குறைந்துகொண்டே வருகிறது" என்று என் அலுவலக சக பத்திரிக்கையாளர்கள் பேசத் துவங்கிவிட்டனர். அதற்கு காரணம், முன்பைவிட இப்பொழுது அரசாங்கம் பத்திரிகையாளர்களை மிகவும் கடினமான சட்ட விதிகளுக்கு உட்படுத்தி உள்ளது. அவர்கள் விருப்பத்திற்கு ஊடகத்தில் எதையும் பேசிவிட முடியாது. என் காதில் விழுவது போல் இதை அவர்கள் சொல்வதன் காரணம், என்னை எச்சரிக்கைப்படுத்தும் நோக்கத் துடன்தான். என் அனுபவங்களில், ஒரு வானொலி நிகழ்ச்சி சமூகத்தில் என்ன மாற்றத்தை விளைவிக்கும் என்பதும், அதைச் செய்யவிடாமல் தடுக்கும் சக்திகளை எப்படி எதிர் கொள்வது என்றும் நான் தெளிவாக தெரிந்துகொண்டேன். சீனாவின் அரசியல் கெடுபிடிகளினால் எந்த வினாடியிலும் பத்திரிக்கையாளனின் சுதந்திரம் பறிக்கப்படலாம். தெரியாமல் செய்யும் தவறுகளுக்காகக்கூட அது நடக்கலாம்.

எந்த வினாடியிலும், அவன் ஊடக வாழ்வு முடிக்கப்படலாம். எனவே அவர்கள் தொகுக்கப் பட்ட விதிகளுக்கு உட்பட்டு கவனமாக வாழ்ந்து கொண்டிருக்கிறார்கள். அதை உடைத்து வெளியில் வந்தால் தாங்க இயலாத பயங்கர விளைவுகளை சந்திக்க நேரிடும் என்று அவர்கள் புரிந்து வைத்து

இருக்கிறார்கள். இருந்தும் இதனை எப்படி மனதைரியத்துடன் எதிர் கொள்வது என்பதில் எனக்கு அனுபவம் அதிகம். ஆதலால் இந்த அச்சுறுத்தல்களால் எனக்கு பயம் எதுவுமில்லை.

நான் என் முதல் வானொலி நிகழ்ச்சியில் பேசும்போது என் மேற்பார்வையாளர் மிகவும் கவனத்துடன் என்னைப் பார்த்துக் கொண்டிருந்தார். நிகழ்ச்சி முடியும் வரையில் நான் எந்தத் தவறும் செய்து விடக்கூடாதே என்ற படபடப்புடன் அவர் இருந்தார். இன்னும் சிறிது நேரத்தில் பயத்தில் அவர் மயங்கி விழுந்து விடுவார் என்றே நினைத்தேன். இதற்கு காரணம் என்னவென்று பின்னாளில் நானே நிகழ்ச்சியின் பொறுப்பாளராக உயர்ந்தபின் தெரிந்து கொண்டேன். சீனாவில் ஒலிபரப்பு துறையின் விதிகள் என்ன? ஒருவேளை ஒலிபரப்பு நேரத்தில், முப்பது வினாடிகளுக்கு மேல் ஒலிபரப்பில் தடை ஏற்பட்டால், அந்த நேரத்தில் பொறுப்பு வகிக்கும் அதிகாரியின் பெயர் நாடு முழுவதும் பரவி, உடனடியாக அவர் மேல் ஒழுங்கு நடவடிக்கை எடுக்கப்பட்டு அவரது பதவி உயர்வு பாதிக்கப்படும். தெரியாமல் நடக்கும் சின்ன தவறுக்காக, சம்பளம் கொடுக்கும்போது அந்த மாதத்தின் ஊக்க தொகையை கொடுக்க மாட்டார்கள். பெரிய தவறு என்றால் கேட்கவே வேண்டாம் உடனடி வேலை நீக்கம்தான்.

ஒலிபரப்புத் துறையில் பணிபுரியும் பத்திரிக்கையாளர்கள் வாரம் இரண்டு அல்லது மூன்று முறை கண்டிப்பாக அரசியல் திறனாய்வு வகுப்பில் கலந்து கொள்ள வேண்டும். அந்த வகுப்பில், டெங் சியா பிங்கின் (Deng Xiaoping) அரசியல் சீர்திருத்த கொள்கைகள் மற்றும் ஜியாங் ஜெமின்ஸ் (Jiang Zemin) உடைய அரசியல் கொள்கைகள் எப்படி பொருளாதரத்தை முன்னேற்ற பயன்படுகிறது என்பது போன்ற விவரங்கள் குறித்த விளக்கவுரை பயிற்சிகள் கொடுக்கப்படும். அரசியலின் முக்கியத்துவம், மற்றும் அரசியல் கொள்கைகள் குறித்த செய்திகள் திரும்பத் திரும்ப எங்கள் சிந்தனைக்குள் திணிக்கப்படும்.

பத்திரிகையாளர்களை எதற்காகவாவது கண்டிக்காமல் எந்த பயிற்சி வகுப்பும் முடிவுறாது. நீங்கள் இந்தச் செய்தியின்போது உங்கள் எல்லையை மீறினீர்கள். இந்தச் செய்தியின் போது தலைவர்கள் பெயரை அவர்களின் அதிகார நிலையின் வரிசைக் கிரமத்தில் சொல்லவில்லை. கட்சியின் கொள்கை விளக்கத்தை சரிவர உங்கள் வர்ணனையில் சொல்லவில்லை. முதியோர்களுக்கு சரியான மரியாதை தரவில்லை. கட்சியின் மேல் உங்களுக்குள்ள அபிமானத்தை நேயர்கள் புரிந்துகொள்ளுமாறு சொல்லவில்லை என ஏதாவது காரணத்தை சொல்லி எங்களை எச்சரித்து அனுப்புவார்கள். இந்த அரசியல் திறனாய்வு வகுப்பின்போது

என் மனதில் சீனா இன்னமும் கலாச்சார புரட்சியின் பிடிக்குள் இருக்கிறதோ என்று சந்தேகம் வரும். சீனாவின் ஒவ்வொரு நாள் வாழ்வையும் அரசியல்தான் ஆட்சி செய்கிறது.

எல்லா அரசியல் தகவல்களையும் என் தலைக்குள் பத்திரப் படுத்தி வைத்துக்கொள்வது எனக்கு மிகவும் கடினமான ஒன்று. ஆனால் முக்கியமான தகவல்களை அடிக்கடி நினைவுபடுத்தி கொள்வேன். கட்சிதான் இங்கு எல்லாவற்றையும் நிர்வகிக்கிறது. எனக்கான நேரம் வரும்போது இந்தக் கோட்பாடுகளுக்கு எல்லாம் ஓய்வு கொடுத்து விடுவேன்.

என் நிகழ்ச்சியின் வெற்றி எல்லா இடங்களிலும் இருந்து பாராட்டை பெற்றுத் தந்தது. சீனப் பெண்களின் முக்காட்டை விலக்கி தலைநிமிரச் செய்த முதல் நிகழ்ச்சி தொகுப்பாளினி என்று என்னை மக்கள் பாராட்டத் துவங்கினார்கள். முதன் முறையாக உண்மையாகவே பெண்களின் நிலையை ஆராய்ந்து அவர்கள் வாழ்வின் உண்மை நிலையை கண்டறிந்து சொன்னவர் என்று புகழ் மாலை சூட்டினார்கள். எங்கள் வானொலி நிலையம் எனக்கு பதவி உயர்வு தந்தது. என் நிகழ்ச்சிக்கும் கணிசமான நிதி உதவி கிடைத்தது. என் நிகழ்ச்சியில் நேயர்களுடன் நேரடி தொடர்பில் பேச தொலைபேசி வசதியும் வானொலி நிர்வாகம் செய்து கொடுத்தது. ஒவ்வொரு ஒலிபரப்பு நிலையத்திலும் இரண்டு அறைகள் இருக்கும். ஒன்று நிகழ்ச்சி தொகுப்பாளர், இசைக் கோர்ப்பு, வர்ணனைகள் போன்றவைகளுக்கானது. இன்னொன்று தகவல் கட்டுப்பாட்டு அறை. இங்குதான் நேயர்களின் தொலைபேசி அழைப்பு நேரடியாக வரும். அவர்கள் இந்தத் தொலைபேசி அழைப்பு பேசத்தகுந்ததா இல்லையா என தீர்மானித்து பத்து வினாடிகளுக்குள் தொகுப்பாளருக்கு இணைப்பு கொடுப்பார்கள். அது சரியான தொலைபேசி அழைப்பில்லை என்றால் நேயர் உணரும் முன்பே இணைப்பைத் துண்டித்து விடுவார்கள்.

நிகழ்ச்சி முடியும் தருவாயில் பத்து நிமிடம் நல்ல இசையை ஒலிபரப்பு செய்வேன். அன்றும் அதுபோல் நிகழ்ச்சி முடியும் நேரம், இசை ஒலிபரப்பிற்கு முன்பு, நான் கடைசி நேயரின் தொலைபேசி அழைப்பை எடுத்தேன்.

"சின்ரன், நான் மான்சன் என்ற இடத்தில் இருந்து பேசு கிறேன். உன் நிகழ்ச்சி சிந்தனையைத் தூண்டுவதாகவும், நிறைய பெண்களுக்கு உதவியாகவும் இருக்கிறது. இப்படி ஒரு நிகழ்ச்சியை நீ வடிவமைத்ததற்கு நன்றி. ஓரினச் சேர்க்கையாளர்கள் குறித்து நீ என்ன நினைக்கிறாய்? ஓரினச் சேர்க்கையாளர்களை ஏன்

எல்லோரும் நிந்திக்கிறார்கள். வெறுக்கிறார்கள்? சீனா ஏன் ஓரினச் சேர்க்கையை சட்டத்திற்கு புறம்பான செயல் என்று சொல்கிறது? ஓரினச் சேர்க்கையாளர்களுக்கும் மற்றவர்களைப் போல சுதந்திரமாய் வாழ உரிமை இருக்கிறது. அவர்களுக்கும் மற்றவர்களைப்போல் தனிப்பட்ட விருப்பம், காதல் எல்லாம் இருக்கிறது என்பதை ஏன் யாரும் புரிந்துகொள்ள மாட்டேன் என்கிறார்கள்.

அந்த நேயர் தன் கேள்விகளை தொடர்ந்துகொண்டே இருந்தார். எனக்குப் பதில் சொல்ல இயலாமல் வியர்த்தது. ஓரினச் சேர்க்கைப் பற்றி ஊடகத்தில் பேசக்கூடாது என்பது அரசாங்கக் கட்டுப்பாடு. இந்தக் கட்டுப்பாட்டு அதிகாரி ஏன் இந்தத் தொலைபேசி அழைப்பைத் தவிர்க்காமல் இணைப்பு கொடுத்தார் என்று எனக்குப் புரியவில்லை?

என்னால் இந்தக் கேள்விக்கு பதில் அளிக்காமல் தப்பிக்கவும் முடியாது. இது நேரலை நிகழ்ச்சி. ஆயிரக்கணக்கில் என் நேயர்கள் நிகழ்ச்சியை கேட்டுக்கொண்டிருக்கிறார்கள். அவர்கள் அனைவரும் என் பதிலுக்காக காத்திருக்கிறார்கள். நான் வெளிப்படையாக இது தடை செய்யப்பட்ட கருத்து என்று கூறவும் முடியாது. நிகழ்ச்சி முடிய இன்னும் பத்து நிமிடம் இருக்கிறது. நான் நேரமாகி விட்டது என்று தொலைபேசி அழைப்பை பதில் சொல்லாமல் துண்டிக்கவும் முடியாது. நான் வேண்டுமென்றே இசையை ஒலிக்கச் செய்தேன். அந்த நேரத்தில் சமயோசிதமாக நான் தப்பித்து விட்டாலும் இந்தக் கேள்வி என் நேயர்களின் மனதில் அலைமோதிக் கொண்டுதானே இருக்கும்? நானும் இதுவரை ஓரினச் சேர்க்கை குறித்து படித்தது இல்லை.

ஓரினச் சேர்க்கை என்பதற்கு வரலாற்றுப் பின்னணி இருக்கிறது. ரோமப் பேரரசில் துவங்கி சீனாவின் டாங் மற்றும் சாங் பேரரசு வரைக்கும் ஓரினச் சேர்க்கை குறித்த குறிப்புகள் இருக்கின்றன. இது குறித்து தத்துவார்த்தமான விவாதங்கள் எல்லாம் இருந்தும் சீனாவில் ஓரினச்சேர்க்கை காரணமில்லாமல் தவிர்க்கப்படுவதேன்?

இது எனக்குமே பதில் தெரியாத கேள்விதான். ஆனாலும் இப்பொழுது நான் சமாளித்தாக வேண்டும். நான் சரியாக சமாளிக்காது போனால் என் நிகழ்ச்சி பொறுப்பாளர் தன் வேலையை இழக்க நேரிடும். எனக்குப் பயத்தில் ஒன்றுமே புரியவில்லை. என் அறையிலிருந்து கட்டுப்பாட்டு அறையினுள்ளே பார்த்தேன். அவள் போனில் யாரிடமோ பேசிக்கொண்டிருப்பது போல் தோன்றியது. அவள் பேசி முடித்துவிட்டு அவசரமாக

நேயரின் தொலைபேசி அழைப்பைத் துண்டித்தாள். என் மேலதிகாரி என்னுடையை அலுவலக இண்டர்காமில் அழைத்து, சின்ரன், ஜாக்கிரதையாக பேசு" என்று எச்சரித்தார். இசையை நிறுத்திவிட்டு நான் பேச ஆரம்பித்தேன்.

"நேயர்களே, இப்பொழுது ஒரு நேயர், இயற்கைக்கு மாறான உறவு முறையில் இருக்கும் பெண்கள் குறித்து கேள்வி கேட்டார். ஓரினச் சேர்க்கை என்பது அவர் கூறியதுபோல இன்றைய நவீன சமூகத்தை சார்ந்தது அல்ல. ரோமப் பேரரசில், போர் வீரர்களை ஓரினச் சேர்க்கைக்கு அவர்கள் ஊக்குவித்தனர். இருந்தாலும், சமூக நடைமுறையில் அதன் பயன்பாடு குறித்து அன்றே கேள்வி இருந்தது. ஓரினச் சேர்க்கை இராணுவத்தில், தங்களது குடும்பங்களைப் பிரிந்து வாழும் இராணுவ வீரர்களின் இயற்கை உணர்வுகளுக்கு வடிகாலாகவே உபயோகப்படுத்தப்பட்டது. அது மட்டுமல்லாது வீரர்களுக்குள் உணர்வு சார்ந்த உறவுமுறை வரும்போது போர் முனையில் அவர்கள் ஒருவருக்கொருவர் அன்னியோன்யமாக இயங்குவதற்கும் வழி வகுத்தது.

சீனாவில் ஓரினச் சேர்க்கை என்பது டாங் மற்றும் சாங் பேரரசுடன் நின்றுவிடவில்லை. வடக்கே வேய் பேரரசிலும் இருந்ததாக வரலாறு கூறுகிறது. இந்த வரலாற்றுத் தகவல்கள் எல்லாமே ஏகாதிபத்தியத்தின் வரலாற்றில் இருந்து வந்ததே தவிர, சமூகத்தில் இந்த உறவு என்றுமே ஆதிக்கம் செலுத்தியதாக வரலாறு இல்லை. ஏனெனில் ஆணுக்கும் பெண்ணிற்கும் இடையேயான இயற்கையான காதல் உறவே மனித இனப்பெருக்கத்திற்கான தேவையை நிறைவு செய்யும். அதனால் அது குறித்த தேடலே மக்கள் மத்தியில் ஆதிக்கம் செலுத்தியது. நம் சீன அறிஞர்கள் சொல்லியதுபோல், "எல்லாம் அதனதன் இடத்தை தக்க வைத்துக் கொள்ள போட்டி போடுகிறது. முடிவை விதி தேர்ந்தெடுக்கிறது."

வாழும் ஒவ்வொருவருக்கும் அவர்கள் வாழ்க்கை முறை, அவர்களுடைய பாலியல் தேர்வுகள் எல்லாவற்றிக்கும் முழு சுதந்திரமும், உரிமையும் இருக்கிறது என்பதை இங்கு நாம் யாரும் மறுக்கவில்லை. மனித வாழ்வே மாறுதலுக்கு உட்பட்டதுதான். உலகநாடுகள் அனைத்துமே மனித வாழ்வின் எதிர்காலம் குறித்த தேடுதலில் ஓடிக்கொண்டிருக்கிறது. இதுதான் சரியான முறை என்று யாராலும் இன்னமும் வரையறுத்து சொல்ல இயலவில்லை. உலக வாழ்வில், இது சரி, இது தவறு என்று இறுதியான முடிவுக்கு இன்னமும் இங்கே யாரும் வர இயலவில்லை. எல்லோருமே முழுமையான இடத்தை அடையவே ஓடிக்கொண்டு இருக்கிறோம். இதற்கு நம் முன்னோர்களின்

வழிகாட்டுதல் தேவையாக இருக்கிறது. இப்பொழுது நமக்கு தேவை புரிதலும், தாங்கு திறனும் மட்டுமே.

நம் ஒவ்வொருவருக்கும் ஒரு வாழ்க்கையும், வெவ்வேறு அனுபவங்களும் இருக்கின்றன. நம் எல்லோருக்கும் வெவ்வேறு விருப்பங்களும், தேவைகளும் இருக்கின்றன. பாரபட்சம் இல்லா மல் வேறுபாடுகளை அங்கீகரிக்கலாம். ஆனால் ஓரினச் சேர்க்கை குறித்த நம் கருத்துகளை அனைவர் மீதும் நாம் திணிக்க முடியாது. நம்முடைய ஓரினச்சேர்க்கை நண்பர்கள் யாராவது மற்றவர்களால் மனக்கசப்பு அடைந்து இருந்தீர்களானால், அடுத்தவர்கள் வாழ்வின் மேல் அலட்சிய மனப்போக்கு உள்ள மனிதர்களே அவர்கள். அவர்கள் சார்பாக நான் உங்களிடம் மன்னிப்பு கேட்டுக் கொள்கிறேன். நம் எல்லோருக்கும் உலகை பற்றிய விசாலமான பார்வையும் புரிதலும் வேண்டும்.

என் வானொலி வர்ணனையை முடித்துக் கொண்டு இசையை ஒலிக்க விட்டு, நிகழ்ச்சியை நிறைவு செய்தேன். அப்பாடா ஒரு பெரிய பிரச்சனையை எளிதாக கடந்துவிட்டோம் என்று நிம்மதியான பெருமூச்சு வந்தது... வானொலி நிலைய அதிகாரி, மற்றும் பிற அதிகாரிகளும் என் அறைக்கு ஓடிவந்து விட்டனர். நிலைய அதிகாரி என் கையை இறுகப் பிடித்து மகிழ்ச்சியுடன் குலுக்கினார். அவர் கை பயத்தில் சில்லிட்டு வியர்வையால் நனைந்திருந்தது.

“நன்றி... நன்றி... சின்ரன், மிக அழகாக பேசி நிலைமையை சமாளித்து விட்டாய்” என்ற நிலைய அதிகாரியின் முகத்தில் பயமும் பரபரப்பும் போய் நிம்மதி தெரிந்தது. இன்னொரு அதிகாரி வார்த்தைகள் தடுமாறியபடி, “எங்கள் அனைவரையும் நீ காப்பாற்றி விட்டாய்” என்றார்.

எங்கள் தலைமை நிர்வாக அதிகாரி, “சரி சரி விடுங்கள். நாம் எல்லோரும் இந்த நாளை கொண்டாடுவோம். இன்றைய இரவு உணவு அனைவருக்கும் வானொலி நிலையத்தின் கணக்கில் நான் வாங்கித் தருகிறேன்” என்றார். அனைவரின் பாராட்டு மழையிலும் நனைந்து, பரவசமானேன்.

முதன் முறையாக ஓரினச் சேர்க்கை குறித்து, நான் கல்லூரியில் படிக்கும் போது ஏற்பட்ட அனுபவத்தில் தெரிந்துகொண்டேன். அப்பொழுது நான் பார்க்க நல்ல நிறமாக, கவர்ச்சியாக இருப்பேன். ஒரு பெண் என்னை முட்டை, பனிப்பந்து என்று செல்லப் பெயர் வைத்துக் கூப்பிடுவாள். அடிக்கடி என்னை உரசிக் கொண்டு, என் கன்னத்தை செல்லமாக கிள்ளுவாள்.

இதை கவனித்த விரிவுரையாளர் ஒருவர் கிண்டலாக, "என்ன ஓரினச்சேர்க்கை ஒத்திகை நடக்கிறதா" என்று கேட்டார்.

அந்த விரிவுரையாளர் என்ன சொல்ல வருகிறார் என்று எனக்குப் புரியவில்லை. "ஆண் ஆணை விரும்புவதும், பெண் பெண்ணை விரும்புவதும், நம் நாட்டில் சட்ட விரோதம் தெரியுமா" என்றார்.

"என்னது. அம்மா மகளை விரும்பக் கூடாதா? அப்பா மகனை விரும்பக் கூடாதா? இது எப்படி சட்ட விரோதமாகும்" என்று பதிலுக்குக் கோபமாக கேட்டேன்.

"ஐயோ. அது இரத்த சம்பந்தமான உறவு. பாலியல் ரீதியான உறவல்ல. உன்னுடன் பேசி பிரயோசனம் இல்லை. விடு" என்று சொல்லி அங்கிருந்து அகன்று போய் விட்டார்.

அதன் பிறகு, என் அம்மாவுடன் வேலை பார்த்த அலுவலகத் தோழிகளை மீண்டும் சந்திக்கும் நிகழ்வில் ஓரினச் சேர்க்கைப் பற்றி கேள்விப்பட்டேன். அம்மா வேலை பார்த்த இடத்தில் இரண்டு பெண்கள் ஒரே அறையில் தங்கி இருந்தார்களாம். அதன்பின் சிலநாட்களில், அலுவலக நிர்வாகம் அவர்கள் இருவருக்கும் தனித் தனி அறை ஒதுக்கியதாம். அவர்கள் இருவரும் அதை வேண்டாம் என்று சொல்லிவிட்டு ஒரே அறையிலேயே தொடர்ந்து தங்கி வந்தார்களாம். இருவரும் மிகவும் ஒற்றுமையாக, சகோதரிகள் போல பழகுவதை கண்டு ஒருவருக்கும் அவர்கள்மேல் சந்தேகம் வரவில்லை. நாளடைவில் அவர்கள் வயது தோழிகள் அனைவரும் திருமணமாகி குழந்தைகள், பேரக்குழந்தைகள் என்று குடும்பமாக வாழத் துவங்கிவிட்டனர். முதுமையின் தளர்ச்சியும், குடும்ப சுமைகளும் மனதையும், உடலையும் களைப்படையச் செய்ய தோழிகள் அனைவரும் அந்த இரு பெண்களையும் குறித்து பொறாமைப்பட்டனர். அவர்கள் இருவரும் ஒருவருக்கொருவர் ஆதாரமாக வாழ்ந்து கொண்டு எவ்வளவு மகிழ்ச்சியாக குடும்பத் தொந்தரவு இல்லாமல் இருக்கிறார்கள். அம்மாவின் இளமைக் காலத்தில், அவர்கள் இருவரும் சேர்ந்து இருப்பதன் அர்த்தம் ஒருவருக்கும் புரியவில்லை. தோழிகளை சந்திக்கும் நிகழ்வில்தான் அவர்கள் இருவரும் ஓரினச் சேர்க்கையாளர்கள் என்று பழைய தோழிகளில் ஒருவர் கூற எல்லோருக்கும் தெரிய வந்தது.

அந்தப் பழைய தோழிகளில் ஒருவர் இந்த இரு பெண்களையும் பற்றி கூறும்போது, "அவர்கள் இருவரும் வாழ்க்கையை எவ்வளவு சுதந்திரமாக அனுபவிக்கிறார்கள். ஆண்களினால் ஏற்படும் கசப்பு அனுபவங்கள் இல்லாமல், குழந்தைகளை வளர்க்க வேண்டுமே

அவர்கள் எதிர்காலம் என்ன ஆகுமோ என்ற எந்த கவலையும் இல்லாமல், எனக்கு அவர்களைப் பார்த்தால் ஒரு வகையில் பொறாமையாகக்கூட இருக்கிறது." அவர் வார்த்தைகளில் ஏக்கம் தெரிந்தது. எனக்கும்கூட புரியவில்லை ஓரினச் சேர்க்கை உறவு என்பது, வாழ்வதற்கு இன்னொரு பாதை அவ்வளவுதானே. இதை ஏன் சட்ட விரோதம் என்று கூறி கட்டுப்பாடு விதிக்கிறார்கள். இதை சமூக குற்றமாக கூட மக்களும் ஏன் நினைக்கிறார்கள்? கேள்விகள் எனக்குள் இருந்தாலும், இதை அங்கு யாரிடமும் கேட்டு விளக்கம் பெற எனக்கு தைரியம் வரவில்லை.

மகப்பேறு மருத்துவர் ஒருவரை நான் சந்திக்கும்போது கொஞ்சம் தைரியத்தை வரவழைத்துக் கொண்டு ஓரினச்சேர்கை குறித்து சில கேள்விகள் கேட்டேன். அவள் என்னை ஆச்சர்யத் தோடு பார்த்து, "நீ ஏன் இதைப் பற்றி கேட்கிறாய்?" என்றாள்.

"ஏன், இது கேட்கக் கூடாத கேள்வியா என்ன? ஓரினச் சேர்க்கையில் ஈடுபடும் பெண்கள் மற்ற பெண்களில் இருந்து எப்படி வேறுபடுகிறார்கள் என்று தெரிந்து கொள்ள விரும்புகிறேன்."

"வேறுபாடு என்றால் மன நிலையும், அவர்களது பாலியல் முறையும் மட்டும்தான். மற்றபடி அவர்களும் மற்றப் பெண்களைப் போன்றவர்கள்தான்" என்று பட்டும்படாமலும் பதில் சொல்லி விட்டு, இந்த விவாதத்துக்கு முற்றுப் புள்ளி வைப்பதுபோல் பதிலளித்தாள். அவளது முகபாவங்களைப் பார்க்கும்போது வேறு ஏதாவது பேசலாமா என்பதுபோல் இருந்தது.

" அது சரி, மற்ற பெண்களை போலத்தான் என்கிறீர்கள், மற்றப் பெண்களைப் போலவே இவர்களையும் நீங்கள் பெண்களாகவே அங்கீகரிக்கிறீர்களா?" அந்த மகப்பேறு மருத்துவர் இந்தக் கேள்விக்கு பதில் சொல்லாமல் தவிர்த்து விட்டார்.

என் நிகழ்ச்சியில் கேள்வி கேட்ட நேயரால்தான் எனக்கு ஓரினச்ரேர்க்கை குறித்த விழிப்புணர்வு வந்தது. அதன் பிறகு ஒரு வாரம் கழித்து, வேலை முடித்து வீட்டிற்குச் சென்று களைத்துபோய் தூங்கலாம் என்று யோசிக்கையில், தொலைபேசி அழைத்தது. அம்மாவாக இருக்குமோ... என்று நினைத்துக் கொண்டே தொலைபேசியை எடுத்தேன்.

"சின்ரன், உனக்கு என்னை நினைவு இருக்கிறதா? சென்ற வாரம் உன்னிடம் வித்தியாசமான கேள்விகேட்டு உன்னை சங்கடத்தில் ஆழ்த்தினேனே?"

எனக்கு சட்டென்று புரிந்து விட்டது. அந்த ஓரினச்சேர்க்கை கேள்வி கேட்ட பெண்தான் அது. எனக்கு மிகுந்த கோபம் வந்தது.

எப்படி இந்த வானொலி நிலைய உதவியாளர் என் வீட்டு தொலைபேசி எண்ணை எல்லோருக்கும் கொடுக்கிறாரென்று. நான் பதிலளிக்காமல் மவுனமாக இருக்கவே,

"தயவு செய்து எனக்கு எண் கொடுத்ததற்காக நீ உன் உதவி யாளர்களைக் கோபிக்காதே. நான்தான் உன் உறவினர் என்று பொய் சொல்லி உன் எண்ணை வாங்கினேன்" என்றாள் அவள்.

"சரி உங்களுக்கு என்ன வேண்டும் சொல்லுங்கள்" என்றேன் சலிப்போடு.

"சரி. நீ மிகவும் களைப்பாக இருக்கிறாய் என்று நினைக்கிறேன். நான் நாளை பேசுகிறேன்" என்று தொலைபேசி அழைப்பை துண்டித்துவிட்டாள். நானும் அசதியில் தூங்கிவிட்டேன். மறுநாள் இந்த தொலைபேசி அழைப்பு குறித்து சுத்தமாக மறந்து விட்டேன்.

ஆனால் அவள் சொன்னது போலவே மீண்டும் மறுநாள் அழைத்தாள். இதுபோல தினமும் அவள் வீட்டு தொலைபேசியில் அழைப்பது வாடிக்கையானது. ஆனால் நிறைய பேசாமல் சில வார்த்தைகள் பேசிவிட்டு வைத்து விடுவாள். அவளுடைய தொலைபேசி உரையாடலில் இசை குறித்து, நல்ல புத்தகங்கள் குறித்து, பொதுவான சமூக விசயங்கள் குறித்து பேசுவாள். அவற்றில் ஒரு சில எனக்கு உதவியாகவும் இருந்தது. அவள் ஒருபோதும் என்னை பேச விடுவதேயில்லை. அவளே பேசிவிட்டு சட்டென்று நீ தூங்கு. களைப்பாக இருப்பாய் என்று கூறி வைத்து விடுவாள்.

ஒரு நாள் இரவு ஒரு மணி இருக்கும், என் நிகழ்ச்சி முடித்து வெளியில் வரும்போது என் பக்கத்து வீட்டுகாரர் எனக்காக வாசலில் காத்து இருந்தார். ஒருபோதும் இதுபோல் அவர் வந்தது இல்லை. படபடப்புடன் அவரிடம் என்ன என்று கேட்டதற்கு என் வீட்டு வேலைக்கார பெண்ணிற்கு யாரோ ஒரு பெண் தொலைபேசியில் அழைத்து சின்ரனை விட்டுப்போ என்று மிரட்டியதாகவும், அதனால் அவள் பயந்து கொண்டு என்னை அழைத்து வரச் சொன்னதாகவும் சொன்னார். எனக்கு மிகவும் சங்கடமாக இருந்தது. அவசரமாக வீடு திரும்பினேன். மனம் முழுக்க கோபம் நிறைந்திருந்தது. நான் நினைத்தது போல் தொலைபேசி அழைத்தது. மறுமுனையில் அந்தப் பெண் பேசத் துவங்குமுன் நான் கோபத்தில், அவளைத் திட்டிவிட்டேன்.

"நான் பொதுவான விசயங்கள் பேசுவது, புத்தகங்கள் குறித்து பேசுவது, என் நிகழ்ச்சி குறித்து பேசுவது எல்லாம் சரி. ஆனால் ஒருவரையும் ஒருபோதும் என் தனிப்பட்ட வாழ்க்கையில்

பிரவேசிக்க அனுமதிக்க மாட்டேன். அப்படி நீ செய்வதானால் இனி என்னிடம் பேசாதே. நீ யார் என் வீட்டில் உள்ளவர்களிடம் பேச?"

நான் பேசி முடித்த பின் அவள் சில நிமிடங்கள் எதுவும் பேசாமல் அமைதியாக இருந்தாள். அதன் பின்,

"சரி. சின்ரன் உன்னுடன் இன்னொரு பெண் இருப்பது எனக்கு பிடிக்கவில்லை. நீ சொல்வது எல்லாம் சரி. ஆனால் நீ ஒருபோதும் நம் காதலை கைவிட முடியாது. நான் உன்னை விரும்புகிறேன்" என்றாள்.

அந்தப் பெண் இதுவரை தன் பெயரைக்கூட என்னிடம் சொன்னதில்லை. அவள் என்னை விரும்புவதால், எனக்கும் அவள் மேல் ஓர் ஆர்வத்தை உருவாக்க முயன்றிருக்கிறாள். அதன் பிறகு ஒரு வாரத்திற்கு நான் அந்தத் தொலைபேசி அழைப்பை எடுக்காமல் தவிர்த்தேன். பிரபலங்களின் மேல் இதுபோல ரசிகர்களுக்கு ஈர்ப்பு வருவது சகஜம் என்று இந்த நிகழ்வை நான் பெரிதாக எடுத்துக் கொள்ளவில்லை.

ஒரு நாள் மதியம், வானொலி நிலைய முதன்மை அதிகாரி உடனடியாக அவர் அலுவலகத்திற்கு வரச் சொல்லி, "மான்சான் வானொலி நிலையத்தில், தஹோன் என்ற தொகுப்பாளினி கடிதம் எழுதி வைத்துவிட்டு தற்கொலைக்கு முயன்று இருக்கிறார். அவர் தந்தை அந்தத் தற்கொலைக் கடிதத்தை எனக்கு அனுப்பி இருக்கிறார். அந்தப் பெண் உன்னை மிகவும் விரும்புவதாகவும், நீ அவளை வேண்டாம் என்று தவிர்த்து விட்டதாகவும் அதனால் தான் தற்கொலை செய்துகொள்ள முடிவுசெய்து விட்டதாகவும் எழுதி இருக்கிறாள்" என்றார்.

எனக்கு என்ன பேசுவதென்று தெரியவில்லை. எனக்கு அவள் யாரென்றும் தெரியாது. அவளும் ஒரு வானொலி தொகுப்பாளினி என்று இந்த நிமிடம்தான் எனக்கு தெரியும். அவளுடன் நான் பேச மறுத்தது இப்படி ஒரு விளைவை ஏற்படுத்தும் என்றும் நான் நினைக்கவில்லை. பெண்ணின் மேல் இன்னொரு பெண்ணுக்கு இந்த அளவு காதல் மோகம் பிறக்குமா?

தஹோனுக்கு உடனடியாக சிகிச்சை அளித்து உயிரைக் காப்பாற்றி விட்டார்கள். ஆனால் அவள் மயக்கம் தெளிந்த உடன் வெளிப்படையாகவே நான் சின்ரனை பார்க்க வேண்டும் என்று அழுது இருக்கிறாள் என்றார். அப்படி அவள் வந்தால், நீ கோபப்படாமல் பேசி அவளை அனுப்பிவிடு என்றார். எனக்கு தலை சுற்றியது.

சீனப் பெண்கள் / 163

அடுத்து சில நாட்கள் கழித்து, நிகழ்ச்சியை இன்னும் எப்படி மெருகூட்டலாம் என்ற திட்டம் குறித்து அலுவலகத்தில் விவாதித்துக் கொண்டிருந்தோம். அப்பொழுது என்னை யாரோ பார்க்க வந்திருப்பதாக என் சக தொகுப்பாளர் கூறினார். நாங்கள் இருவரும் வரவேற்பு அறைக்கு சென்றால், அங்கு இளம்பெண் ஒருத்தி ஆண் உடை அணிந்து கொண்டு அமர்ந்து இருந்தாள். அவளை பின்புறம் இருந்து பார்க்கும் எவரும் அவளை பெண் என்று சொன்னால் நம்ப மாட்டார்கள். அவளது ஓட்ட வெட்டிய தலைமுடி மற்றும் அவளது உடை அலங்காரம், நிமிர்ந்த தோரணை எல்லாமே ஓர் ஆணுக்குரிய லட்சணங்களாகவே இருந்தன. என்னைப் பார்த்த வினாடியில் அவள் பரவசமாகி, ஓடி வந்து என் இரு தோள்களையும் பிடித்துக் கொண்டு,

"நீ ஒன்றும் சொல்ல வேண்டாம். எனக்கு தெரியும். நீதான் என் சின்ரன்" என்றாள்.

"என்னது உன் சின்ரனா?" என் சக தொகுப்பாளர் அவளிடம் ஆச்சரியத்துடன் கேட்டார். எனக்கு திகைப்பில் பேச்சே வர வில்லை.

"ஆம். என் சின்ரன். நான் தான் தஹோான். உன் தஹோான்" என்று கட்டுப்படுத்த இயலாத மகிழ்ச்சியுடன் என்னைக் கட்டிப் பிடித்துக்கொண்டு குதித்தாள். என் சக தொகுப்பாளர் சப்தமிடாமல் அந்த இடத்தில் இருந்து நழுவி அலுவலகத்திற்குள் போய் சிலரை உதவிக்கு அழைத்துவரச் சென்றார்.

அவள் என்னை மிகவும் ஆர்வத்துடன் மேலிருந்து கீழ் வரைப் பார்த்து, "சின்ரன், நான் நினைத்ததைவிட நீ இன்னும் அழகாக இருக்கிறாய். பெண்மை நிறைந்தவளாய், மென்மையாய், ஆஹா... கடைசியில் நான் உன்னைச் சந்தித்துவிட்டேன். ஆறு மாதமாக உன்னைப் பார்க்க வேண்டும் என்று தவித்து கொண்டிருந்தேன். வா என் அருகில் வந்து உட்கார். நான் உன்னை நன்றாகப் பார்க்க வேண்டும். உன் நிகழ்ச்சியைப் பார்த்துவிட்டு உன்னைப் பற்றி என் இதயத்திற்குள் எப்படியெல்லாம் கற்பனை செய்து வைத்திருந்தேன் தெரியுமா?" என்றாள். என்னைப் பார்த்த மகிழ்ச்சி அவள் முகமெங்கும் பூரிப்பாய் மின்னியது.

அலுவலகத்தில் உள்ள இன்னும் நாலு தொகுப்பாளர்களும் வரவேற்பறைக்குள் வந்து அவர்கள் ஏதோ பேசிக் கொள்வதுபோல் எங்கள் இருவரையும் கவனிக்கத் துவங்கினர். அலுவலகத்தில் எல்லோருக்கும் இந்த விசயம் தெரியும் என்பதால் அசம்பாவிதம்

எதுவும் நடந்து விடக்கூடாதே என்ற அக்கறை அனைவருக்கும் இருந்தது.

“இதோ பார் சின்ரன், உனக்காக நான் என்ன கொண்டு வந்து இருக்கிறேன் என்று.” அவள் ஒரு புத்தகத்தைப் பிரித்து காட்டினாள். அதில் வித விதமாக பெண்கள் நிர்வாணமாக இருக்கும் படங்கள் இருந்தன. “சின்ரன், இந்தப் பெண்களின் உடலைப் பார். எவ்வளவு நளினமாக இருக்கிறது. இதோ இந்தப் பெண்ணின் உதடுகளைப் பார் எவ்வளவு கவர்ச்சியாக இருக்கிறது. இதை உனக்கு தனிப்பட்ட நேரம் கிடைக்கும் போதெல்லாம் ரசித்துப் பார்” என்று என்னிடம் புத்தகத்தைக் கொடுத்தாள்.

“சின்ரன், இதோ பார். இதை நான் உன் உடலில் தேய்த்தால் உனக்கு காம உணர்வு வரும். நீ சொர்க்கத்தில் இருப்பதுபோல் உணர்வாய்” என்று கூறி இரண்டு மூன்று பாலியல் உணர்வை தூண்டுவதற்கான செயற்கை பொருட்களை என் எதிரில் இருந்த மேஜையில் வைத்தாள். அவள் முகம் காதலுணர்வால் நிறைந்து தளும்பியது. அலுவலகத்தில் உள்ள ஆண் தொகுப்பாளர்கள் அருகில் உட்கார்ந்து கொண்டு இவை அனைத்தையும் பார்க் கிறார்கள் என்று எனக்கு மிகவும் சங்கடமாக இருந்தது. இயல்பான உணர்ச்சி இல்லாமல் இது போன்ற செயற்கை உறுப்புகளால் உருவாக்கும் காமம் மிருக உணர்ச்சியை ஒத்தது என்பது என் கருத்து. காமம் ஒரு பூ மலர்வதுபோல மென்மையாக இரண்டு உயிர்களுக்கு இடையில் துவங்கி கலவியில் ஈடுபட வேண்டும். அது போல் இல்லாது இன்னொரு துணை கிடைத்து விட்டது என்று செயற்கையாக உருவாக்குவது எப்படி மகிழ்ச்சியை க்கொடுக்கும். அது ஒரு செயலாக மட்டுமேதான் இருக்கும்.

என் மனநிலை புரியாமல், சூழலின் இறுக்கம் தெரியாமல், அவள் காதலின் வேகத்தில் பேசிக்கொண்டே இருந்தாள். “நம் முன்னோர்கள் இது போன்ற உடலின்ப விளையாட்டுகளை பெற விரும்பியும் அவர்களுக்கு அந்த வாய்ப்பு கிடைக்கவில்லை. நாம் இந்த செயற்கை உறுப்புகளால் நீண்டதொரு புணர்ச்சியின் இன்பத்தை அனுபவிக்க முடியும்.”

அவள் பேச்சை திசை திருப்ப முயற்சித்து, அவள் கையில் வைத்திருந்த விளம்பர காகிதங்களை காண்பித்து அது என்ன என்று கேட்டேன்.

“ஓ இதுவா, சீனாவின் ஓரினச் சேர்க்கையாளர்களுக்கான சங்கத்தின், வழி காட்டுதல்” என்று மிகவும் ஆர்வத்துடன் காகிதங்களை என் கையில் திணித்தாள். அந்தக் காகிதத்தின்

முதல் வரியை படித்தவுடனேயே, எனக்கு குமட்டிக் கொண்டு வாந்தி வருவது போல இருந்தது. வாய்வழி உடலின்பத்திற்கான வழி முறைகள். உங்கள் வாயின் மேற்பகுதியை.... என்று ஆரம்பித்து மிகவும் விவரமாக அதில் குறிப்பிடப்பட்டு இருந்தது. உடலுறவு பற்றிய விவரங்களை வெளிப்படையாக விவாதிப்பதில் எனக்கு ஒரு போதும் உடன்பாடு கிடையாது. அவள் என் முக மாறுதல்களைப் பார்த்து விட்டு, "சின்ரன் இதை நீ இப்பொழுதே படிக்க வேண்டும் என்பது இல்லை. வீட்டிற்கு சென்றதும் பொறுமையாக படி. இதன்படி நடந்தால், பாலியல் இன்பத்தின் உச்சத்துக்கே நீ செல்லலாம். நாம் இதை மெதுவாக ரசித்து செய்து பார்க்கலாம்" என்றாள்.

என் அலுவலக நண்பர்கள் அவள் பேச்சைக்கேட்டு அவர்களுக்குள்ளேயே கிண்டலாக நகைத்துக் கொண்டார்கள்.

அவர்கள் பார்ப்பதை தவிர்க்க, "நாம் நடந்துகொண்டே பசலாமா?" என்று அவளை அழைத்துக்கொண்டு வானொலி நிலையத்தின் வெளியில் வந்தேன்.

"நிஜமாகவா சின்ரன், இந்தத் தெருவில் நாம் இருவரும் இணைந்து நடந்து போவதைப் பார்ப்பவர்கள் நல்ல ஜோடி என்று பெருமையாக சொல்வார்கள். நாம் இருவரும் நல்ல இணையாக இருப்போம் என்றுதான் நானும் நினைக்கிறேன்" என்று கூறிக்கொண்டே என்னுடன் நடந்து வந்தாள். வழியெங்கும் நாம் எங்கே போகிறோம் என்று கேட்டுக்கொண்டே வந்தாள். தயவுசெய்து கேட்காதே வா என்று எதுவும் சொல்லாமல், சேவல் கோவிலுக்கு அழைத்து சென்றேன். நன்ஜாங் நகரத்தின் பிரசித்திப் பெற்ற கோவில் இது. இங்குள்ள கோவில் மணி அடித்தால் நகரம் முழுவதும் கேட்கும். எப்பொழுதாவது எனக்கு மனநிலை சரியில்லை என்றால் நான் இந்தக் கோவிலுக்கு வந்து, இங்குள்ள புத்தர் சிலைக்கு முன்பு சில மணி நேரங்கள் உட்கார்ந்துவிட்டு செல்வது வழக்கம். கோவிலுக்குள் நுழையும்போது அவள் கேட்டாள். இந்தக் கோவில் உள்ளே நான் வருகிறேனே, இந்த புத்தர் என் பிரச்சனைகளை தீர்த்து வைப்பாரா?"

தீர்ப்பாரா என்று கேட்பதே அர்த்தமற்ற கேள்வி. உணர்ச்சி களையும் அதற்கான காரணங்களையும் சுத்தம் என்ற பெயரால் நீக்குவது என்பது இயலாத காரியம் என்பது என் கருத்து என்றேன் நான் நிதானமாக. நாங்கள் கோவிலுக்குள் எங்கள் முதல் அடியை வைக்க, கோவிலின் மணி ஒலிக்கத் துவங்கியது. அவள் அமைதியாக சன்னக்குரலில், "சில நிமிடங்கள் என் இதயம் உணர்ச்சி வேகத்தில் நின்றுவிட்டது சின்ரன். ஏன்

அப்படி?" என்று என்னிடம் கேட்டாள். எனக்கு என்ன பதில் சொல்வதென்று தெரியவில்லை. புத்தர் சிலைக்கு முன்பு சென்று அமர்ந்தோம். நாங்கள் இருவரும் சில மணி நேரங்கள் எதுவும் பேசிக்கொள்ளவேயில்லை.

"நீ எப்பொழுது இருந்து பெண்களை நேசிக்கத் துவங்கினாய்.? உன் முதல் காதல் எந்தப் பெண்ணிடம் ஆரம்பித்தது?" என்று அவளிடம் மிகவும் அன்பாகவும் நிதானமாகவும் கேட்டேன்.

தஹோன். தன் கதையை சொல்லத் துவங்கினாள்.

தஹோன் பெண்ணாகப் பிறந்ததில், அவள் அப்பாவுக்கு மிகுந்த வருத்தம். அவர்கள் வம்சம் தழைக்க ஆண் பிள்ளை இல்லையே என்று அவர் மிகவும் ஏங்கினாராம். அவள் அம்மாவும் கர்ப்பப்பை புற்று நோய் வந்து சரியான கவனிப்பு இல்லாமல் இறந்து போய்விட்டாள். வேறு வழியில்லாமல், தஹோனை ஆண் பிள்ளை போலவே வளர்த்தாராம் அவள் தந்தை. அவளுக்கு நினைவு தெரிந்த நாள் முதல் அவள் ஆண் குழந்தைகளின் சட்டை போட்டுக் கொண்டு, அவர்களைப் போலவே முடியலங்காரம் செய்து கொண்டு, அவர்கள் விளையாடும் விளையாட்டுகளையே விளையாடிக் கொண்டிருப்பாளாம். இதனால் அவளுக்கு இயல்பாகவே ஆண்மைத்தனம் உடலில் அமைந்து விட்டது.

பதினான்கு வயதாகும்போது அவளுக்கு ஏற்பட்ட கசப்பான அனுபவத்தால், ஆண் பெண் குறித்த அவள் பார்வை மாறத் துவங்கியது. பள்ளி விடுமுறை நாட்கள் துவங்கியதும் தினமும் மாலை அவள் தன் நண்பர்களுடன் விளையாடிவிட்டு இரவில் தான் வீட்டுக்கு வருவது வழக்கம். அன்றும் அதுபோல் வீட்டுக்கு திரும்பி கொண்டிருக்கையில், மறைந்து இருந்த நான்கு ஆண்கள் அவளை வாயைப் பொத்தி கண்ணை கட்டி தூக்கிச் சென்றிருக்கின்றனர். அவள் எப்படியோ திமிறி பார்த்தும் முடியவில்லை. அவர்கள் நால்வரும் மிகவும் பலசாலியாக இருந்தனர். இவளால் ஒன்றும் செய்ய இயலவில்லை. அவளை மங்கலான வெளிச்சம் உள்ள பழைய கட்டடம் ஒன்றில் வைத்து அவள் கட்டுக்களை அவிழ்த்து விட்டனர். அந்தக் கட்டடத்தில் இன்னும் மூன்று பேர் இவர்களுக்காக காத்திருந்தனர். அவர்கள் அனைவருமே ஏற்கெனவே திட்டமிட்டு இவளைத் தூக்கி இருக்கிறார்கள். நீ ஆணா பெண்ணா உன் உடலில் என்ன இருக்கிறது என்று நாங்கள் பார்க்க விரும்புகிறோம் என்று சொல்லி அவளது உடைகளை களைந்து அவளை நிர்வாணமாக்கி இருக்கிறார்கள். அவளை நிர்வாணமாக வெளிச்சத்தில் நிற்க வைத்து பார்த்தவுடன், அவர்கள் அனைவருக்கும் அவளுடைய

இளமையான உடல் வெறியைத் தூண்டிவிட, ஏழு பேரும் மாறி மாறி அவளைப் பாலியல் வன்கொடுமைக்கு உள்ளாக்கி இருக்கிறார்கள். தஹோரான் தன் நினைவை இழக்கும் வரையிலும் அவளை அவர்கள் விடவே இல்லை. அவள் கண்விழித்து பார்த்தபோது அவளைச் சுற்றி நிர்வாணமாக ஆண்கள் படுத் திருப்பதை பார்த்தாள். சிறிது நேரம் மயக்கத்துடன் அவர்களையே விழித்துப் பார்த்துவிட்டு தன் உடைகளை அணிந்துகொண்டு அங்கிருந்து வெளியேறினாள். இந்த சம்பவத்தை மனம்விட்டு பேசக்கூட அவளுக்கு யாருமில்லை. அன்றிலிருந்து அவளுக்கு ஆண்கள் என்றாலே வெறுப்பாக மாறிவிட்டது. அவள் அப்பாவைக்கூட அவளுக்கு பிடிக்காமல் போய்விட்டது.

ஆனால் அவள் உடலில் இளமைக்கே உரிய உணர்ச்சிகள் ஆக்கிரமிக்க துவங்கின. அவள் அப்பா வேலை விசயமாக வெளியூர் போகிறேன் என்று சொல்லிப் போனதும், அவளது வகுப்பில் படிக்கும் பெண்ணை என்னுடன் இன்று இரவு வீட்டில் தங்கி கொள்கிறாயா என்று கேட்டு அழைக்க அவளும் சம்மதித்து வந்துவிட்டாள். அதுதான் பெண்ணுடனான அவளது முதல் காதல். இருவரும் நிர்வாணமாக ஒன்றாக படுத்ததும் என்ன செய்வது என்று தெரியாமல், அவள் உடல் முழுவதும் தன விரல்களால் தஹோரான் தடவ ஆரம்பித்தாள். பெண் உடலை தொடுவது அவளுக்கு புதிய அனுபவமாகவும், மிகவும் பிடித்ததாகவும் இருந்தது. அந்தப் பெண்ணின் சின்ன மார்பகங்களை தொடும் போது அவளுக்கு உடல் முழுவதும் வெப்பம் பரவி, மண்டைக்குள் எதுவோ ஒரு போதை ஆட்கொண்டது. அந்த அனுபவம் பிடிக்க அதன் பிறகு அவள் அடிக்கடி பெண்களைத் தேடி அவர்களை வீட்டிற்கு அழைத்து வர ஆரம்பித்து விட்டாள்.

அவளுக்கு பெண்கள் என்றால் அவர்களிடம் கிடைக்கும் அந்த உடல் அனுபவம்தான் இருந்ததே தவிர வேறு எதுவும் தெரியவில்லை. முதன் முறையாக, ஓரினச் சேர்க்கை மாநாடு சமயத்தில் அவளை விட பதினான்கு வயது மூத்த பெண் ஒருவருடன் அவள் தங்குவதற்கு ஹோட்டலில் அறை ஒதுக்கி இருந்தார்கள். அந்தப் பெண் தஹோரான் பெண்களிடம் நடந்து கொள்ளும் விதத்தைக் கேட்டு அறிந்துகொண்டு, இது அல்ல, இதற்கு மேலே, பாலியல் இன்பம் இருக்கிறது. புணர்ச்சியின்போது கிடைக்கும் உயர்ந்த மன நிலைக்கு ஈடு எதுவும் கிடையாது என்று கூறி, முதன் முறையாக செயற்கை உறுப்புகளை பயன்படுத்தி எப்படி உடலுறவில் ஈடுபடுவது என்று அவளுக்கு சொல்லி கொடுத்து இருக்கிறாள். உடலுறவில் வேறு வேறு நிலைகளில்

இன்பம் பெறுவது எப்படி, சீனாவின் வரலாறு ஓரினச்சேர்க்கை குறித்து என்ன சொல்கிறது என்ற அனைத்தையும் அவள்தான் தஹோனுக்கு தெளிவாக எடுத்துரைத்து இருக்கிறாள். அவளிடம் கிடைத்த அந்த முதல் இன்பத்தில் மயங்கி தஹோன் அவளை காதலிக்க துவங்கி விட்டாள். ஆனால் அந்தப் பெண்ணின் பழைய காதலி பல்கலைக்கழக விரிவுரையாளர். அவள் கார் விபத்தில் இறந்து விட்டாளாம். அவளைத் தவிர வேறு யாரையும் என்னால் காதலிக்க இயலாது என்று மறுத்து விட்டாளாம்.

தஹோன் சில நிமிடங்கள் எதுவும் பேசவில்லை. அமைதியாக இருந்தாள். நாங்கள் இருவரும் கோவிலைவிட்டு வெளியில் வந்தோம்.

தஹோன் அவளுடைய வானொலியில் சினிமா நிகழ்ச்சிகளை வழங்கும்போது அவளது நேயர் என் நிகழ்ச்சியை குறித்து சொல்ல, அவள் என் நிகழ்ச்சியை தொடர்ந்து கேட்கத் துவங்கி இருக்கிறாள். அதன் பிறகு நான்தான் அவளுக்கு ஏற்ற ஜோடி என்று நினைத்து மானசீகமாக காதலிக்க துவங்கி இருக்கிறாள்.

நான் வழக்கமாக வானொலியில் சொல்லும் விசயத்தை தஹோனிடமும் சொன்னேன்.

"உங்களால் ஒருவரை மகிழ்ச்சியடைய செய்யமுடியவில்லை என்றாலும் பரவாயில்லை. அவர்களுக்கு போலி நம்பிக்கை மட்டும் கொடுக்காதீர்கள். உண்மையில் உன்னை நான் பார்த்தது இன்று உன்னுடன் பேசியது எல்லாமே என்னால் மறக்கவே முடியாது. உன்னை சந்தித்ததில் எனக்கு மிகவும் மகிழ்ச்சி. ஆனால் நான் உனக்கு சொந்தமானவளாக, உன் காதலியாக ஒருபோதும் மாற முடியாது. புரிந்துகொள். காதல் என்பது இருவருக்குள்ளும் வரவேண்டும். ஒருவருக்கு மட்டுமே காதல் வந்து இன்னொருவரை காதலிக்க சொல்லி வற்புறுத்துவது காதலாகாது. ஆனால் யாரோ ஒருவர் உனக்காக எங்கோ காத்திருக்கலாம். உன் எல்லைகளை விரிவாக்கித் தேடு. உன் காதலி உனக்குக் கண்டிப்பாக கிடைப்பாள்" என்றேன். என் பேச்சில் குழப்பமடைந்தவளாக, "அப்படியானால் எனக்கு உன்மேல் வந்திருக்கும் அன்பிற்கு என்ன பெயர்?" என்று கேட்டாள்.

"என்னை உன் மூத்த சகோதரியாக நினைத்துக் கொள். சகோதரிகளுக்குள் இருக்கும் பாசம்தான் மிகவும் வலிமையானது" என்று அவளுக்கு புரிவதுபோல் கூறினேன். தஹோன், "நாம் பேசியதை மீண்டும் யோசித்துவிட்டு உன்னிடம் பேசுகிறேன்" என்று கூறி பிரிந்து சென்றாள்.

அடுத்து சில நாட்கள் கழித்து எனக்கொரு தொலைபேசி அழைப்பு பெயர் சொல்லா பெண்மணி ஒருவரிடமிருந்து வந்தது. நான் தொலைபேசியை எடுத்தவுடன், "தஹோன்" என்று அழைக்க அவள் மிக மகிழ்ந்து, "சின்ரன், எல்லோருக்கும் உன்னைப் போலவே அன்பும், இரக்க குணமும், அர்ப்பணிப்பும் இருந்து விட்டால் இந்த உலகம் அன்பு மயமாக அழகாக இருக்கும் அல்லாவா? என்னை உன் தங்கையாக ஏற்றுக்கொள்வாயா?" என்று கேட்டாள்.

8

நான் மட்டும் வானொலி தொகுப்பாளராக இல்லாதிருந்தால், ஆயிரக்கணக்கில் கடிதங்கள், பல்லாயிரக்கணக்கான நேயர்கள், விருதுகள், பெரிய பதவிகள் என இது எதுவுமே என்னை வந்து சேர்ந்திருக்காது. ஆனால் இத்துடன் என்னைக் குறித்த விமர்சனங்களும் பொறாமைகளும் அலுவலகத்தில் இல்லாமலில்லை. சீனப் பழமொழி ஒன்று இருக்கிறது.

"நீ நேராக நிற்கும் பட்சத்தில் வளைந்திருக்கும் நிழலைக் கண்டு ஏன் பயப்படுகிறாய்?" என்னைத் தாக்கும் எல்லா விமர்சனங்களையும் நான் சிரித்த படியே கடந்துபோய் விடுவேன். இறுதியில் சீனப் பெண்களின் குரல்களிலேயே அவரவர் கதைகள் என்ற என் முயற்சி என் அலுவலக நண்பர்களும் என்னுடன் நெருக்கமாக உதவியது.

வானொலி நிலையம் என் நிகழ்ச்சிக்காக பதிலளிக்கும் வசதியுடன் கூடிய நான்கு சிறப்பு தொலைபேசி இணைப்புகளை ஏற்பாடு செய்தது. ஒவ்வொரு தொலைபேசியிலும் நான்கு மணி நேரத்திற்கு பேச்சுகள் பதிவுசெய்யும் வசதி செய்யப் பட்டிருந்தது. ஒவ்வொரு நாளும் இரவு எட்டு மணிக்கு பிறகு இந்தத் தொலைபேசிகள் இயங்கத் துவங்கும். நிகழ்ச்சி குறித்த நேயர்களின் விமர்சனத்தை அவர்கள் அதில் பதிவுசெய்து விடலாம். இல்லை நேயர்களுக்கு என்னிடம் தங்கள் கதையை சொல்ல விருப்பமிருந்தால் அதில் பதிவு செய்துவிடலாம்.

உதவி தேவை என்றாலும் அதில் பதிவு செய்துவிட்டால் உடனே நடவடிக்கை எடுக்கப்படும். தொலைபேசி இணைப்பு கிடைத்த வுடனேயே என் குரலில் அவர்களை வரவேற்று அவர்கள் என்ன பேச விரும்புகிறார்கள் என்று கேட்பதுபோல் பதிவு செய்து ஒலிபரப்பியதால் அழைக்கும் நேயர்களும் என்னிடம் நேரில் பேசுவது போல் மிகவும் அன்னியோன்யமாக உணர்ந்து பேசினார்கள். அதிலும் குறிப்பாக தங்கள் கதைகளை பதிவு செய்பவர்கள், அவர்கள் விருப்பப்பட்டால் மட்டுமே அவர்கள் பெயர் மற்றும் தகவல்களை சொல்லலாம். இல்லாவிடில் தேவையில்லை. இதனால் நேயர்கள் கவலையில்லாமல் வெளிப்படையாக பேசினார்கள். ஒவ்வொரு நாள் காலையிலும் நான் வருவதற்காக என் அலுவலகத்தில் பணிபுரியும் அனைவரும் காத்திருக்கத் துவங்கினார்கள். அவர்கள் அனைவருக்குமே நேயர்கள் தங்கள் கதைகளை பயத்துடனும், அழுகையுடனும், மகிழ்ச்சியுடனும் பகிர்ந்துகொள்ளும் பதிவு செய்யப்பட்ட ஒலி நாடாவை கேட்பதில் தாங்க இயலாத ஆர்வம் இருந்தது. கதைகளும் கேட்பதற்கு மிகவும் சுவாரஸ்யமாக இருக்கும்.

ஒருநாள் நாங்கள் அனைவரும் ஒன்றாக அமர்ந்து ஒலி நாடாவை ஒலிக்கச் செய்து கேட்டோம்.

“ஹலோ, யாராவது இருக்கிறீர்களா? சின்ரனிடம் பேச முடியுமா? ஓ இது ஒலிநாடாவா...”

அதன் பிறகு சிறிது நேரம் அந்தப் பெண் பேசவேயில்லை. பின் மறுபடியும் பேசத் துவங்கியது...

“சின்ரன், வணக்கம். எனக்கு பயமாக இருக்கிறது. நான் உன்னுடைய நிகழ்ச்சியை தொடர்ந்து கேட்கும் நேயர் கிடையாது. உன் பகுதியை சேர்ந்தவளும் கிடையாது. சமீப காலமாகத் தான் உன் நிகழ்ச்சியை கேட்கத் துவங்கினேன். என் அலுவலக தோழிகள் உன்னைக் குறித்தும் உன் நிகழ்ச்சி குறித்தும் பேசிக் கொண்டிருந்தார்கள். நீ உன் அலுவலகத்தில் பெண்கள் தங்கள் எண்ணங்களை, தங்கள் கதைகளை தயக்கம் இல்லாமல் பதிவு செய்ய தொலைபேசி வசதி செய்திருப்பதாகவும், அந்தக் கதைகளை மறுநாள் உன் நிகழ்ச்சியில் ஒலிபரப்புகிறாய் எனவும், ஒலிபரப்பை கேட்ட நேயர்கள் அது குறித்த தங்கள் எண்ணங்களை உனக்கு உடனடியாக தெரிவிப்பார்கள். அதனால் பெண்களைக் குறித்தும் அவர்களது பிரச்சனைகள் குறித்தும் இந்தச் சமூகம் புரிந்து கொள்ள முடிகிறது என்றும் கேள்விபட்டேன்.

சில நாட்களாக தொடர்ந்து உன் நிகழ்ச்சியைக் கேட்டேன். எனக்கு உன் நிகழ்ச்சி பிடித்திருந்தது. உனக்கு வரும் அத்தனை

கதைகளையும் நீ ஒலிபரப்ப முடியாதென்பது எனக்குத் தெரியும். உன் நிகழ்ச்சியினால் நிறைய பெண்கள் உனக்கு நன்றி உடையவர்களாக இருப்பார்கள். பெண்கள் தங்கள் மனம்விட்டு பயமில்லாமல் பேச ஒரு இடம் கிடைப்பது எவ்வளவு பெரிய வரம் தெரியுமா? இது எங்கள் உணர்ச்சிகளை அடக்கி வைத்துக் கொண்டு அவஸ்தைப்படாமல் கொட்டித்தீர்க்க கிடைத்த ஒரு இடம். இது உடல் தேவையைவிட மிகவும் முக்கியமான தேவை. அந்த இடத்தை நீ உருவாக்கி கொடுத்திருக்கிறாய் நன்றி.

மறுபடியும் நீண்ட மவுனம்.

என்னுடைய கதையை உன்னிடம் சொல்ல வேண்டும் என்று தவிக்கிறேன். ஆனால் அதற்கான தைரியம் எனக்கில்லை. மிகவும் தயக்கமாக இருக்கிறது. என்ன மாதிரியான குடும்பத்தில் நான் வசித்துக் கொண்டிருக்கிறேன் என்று வெளிப்படையாக எல்லோரிடமும் சொல்ல வேண்டும் என்று ஆசை. நான் என்வாழ்வை ஒருபோதும் திரும்பிப் பார்ப்பதில்லை. ஒரு வேளை என் பழைய நினைவுகள், எனக்கு வாழ்வின் மீது இருக்கும் நம்பிக்கையை அழித்து விடுமோ என்ற பயம் உள்ளூர இருக்கிறது. காலம் எல்லாவற்றையும் மாற்ற வல்லது என்று படித்திருக்கிறேன். கிட்டத்தட்ட 40 வருடங்களைக் கடந்துவிட்டேன். இன்னமும் என் வெறுப்பும், வருத்தமும் மாறவில்லை. அது அப்படியே என் நினைவினுள் கனன்றுகொண்டே இருக்கிறது.

அவள் பெருமூச்சுடன் தொடர்ந்தாள்.

மற்றவர்கள் பார்வைக்கு, நான் நன்றாக வாழ்வதாகத்தான் தோன்றும். என் கணவர் அரசாங்கத்தில் பெரிய பதவியில் இருக்கிறார். என் மகன், தேசிய வங்கியில் மேலாளராக பணி புரிகிறான். என் மகள் தேசிய காப்பீடு அலுவலகத்தில் வேலை பார்க்கிறாள். நான் இந்தப் பகுதி அரசாங்கத்தில் வேலை பார்க்கி றேன். என் குழந்தைகளின் எதிர்காலம் குறித்தோ, வருமானம் குறித்தோ எந்தக் கவலையும் இல்லாத அருமையான வசதியான வாழ்வு எனது.

என் மகன் பிரமாண்டமான நவீன வசதிகள் கொண்ட அடுக்கு மாடிக் குடியிருப்பு வீட்டை வாங்கி இருக்கிறான். அதில் நான், என் மகன், மகள் மூவரும் மட்டுமே வசிக்கிறோம். எங்கள் வீடு ஆடம்பரமான பொருட்களால் அலங்கரிக்கப்பட்டது. ஆனால் இந்த வீடு சிரிப்பு சப்தமோ, மனிதர்கள் வாழும் சுவடோ இல்லாத வீடு. வீட்டில் மூவரும் இருந்தாலும் நாங்கள் ஒருவருடன் ஒருவர் பேசிக்கொள்ள மாட்டோம். யாராவது விருந்தினர் வந்தால் மட்டுமே வீட்டில் பேச்சுக் குரல் கேட்கும்.

இந்த வீட்டில் எனக்கு மனைவிக்குரிய அந்தஸ்தும் கிடையாது. தாய்க்கு இருக்கும் உரிமையும் பிள்ளைகளிடம் கிடையாது. என் கணவர் சொல்வார், நான் மக்கிப்போன துணிபோல. வீடு துடைக்கக்கூட உதவாத துணி. தேவையென்றால் செருப்பில் ஒட்டியிருக்கும் சேறு துடைக்க மட்டுமே பயன்படுத்தலாமென்று. இதை என் முகத்துக்கு நேரே சொல்வதில்கூட அவருக்குத் தயக்கம் கிடையாது.

அந்தப் பெண் உடைந்துபோய் தேம்பித்தேம்பி அழும் சப்தம் கேட்கிறது.

என்னால் தாங்க இயலாமல், பலமுறை நான் வீட்டை விட்டு வெளியேற யோசித்திருக்கிறேன். வெளியேபோய் எனக்கு பிடித்த இசையைக் கேட்டு வாழலாம். நல்ல குடும்பத்திற்காக ஏங்கி அது எனக்கு கிடைக்காதபோது, தன்மானம் உள்ள பெண்ணாகவாவது தனித்து என் எஞ்சிய நாட்களை ஓட்டி விடலாம் என்று துணிந்தேன். என் கணவர் மிகவும் அலட்சியமாக, நீ என்னைவிட்டு வெளியில்போய் ஒருநாள் கூட உயிருடன் இருக்க முடியாது. உனக்கு சாக விருப்பம் என்றால் போகலாம். எனக்கு என் அந்தஸ்து, கவுரவம் முக்கியம். நாலு பேர் என்னிடம் என்ன உன் மனைவி உன்னைவிட்டு பிரிந்துபோய் விட்டாளா என்று என் முகத்துக்கு எதிரே புறம் பேசுவதை என்னால் சகிக்க முடியாது. அதற்கு நீ செத்துப் போகலாம் தப்பில்லை என்று கூறிவிட்டார். அவரைப் பற்றி எனக்கு நன்றாகத் தெரியும். அவர் சொன்னது எதையும் இது நாள் வரை செய்யாமல் இருந்ததில்லை. அவருடைய அரசியல் எதிரிகள் ஒருவரையும் அவர் இதுவரை வாழ விட்டதில்லை. அவரை எதிர்த்த பெண்கள் அனைவரின் கணவர்களையும் உருத்தெரியாமல் அழித்திருக்கிறார். யாரையும் பழிவாங்க வேண்டும் என்றால் கருணையே இல்லாமல் செயல்படுவார். நான் மட்டும் எப்படி அவரிடமிருந்து தப்ப முடியும்?

எனக்குக் குழந்தைகள் இருவரும் பிறந்த உடனேயே அவர்களை இராணுவ காப்பகத்துக்கு கொண்டு சென்று விட்டார்கள். அங்கேயே அவர்கள் வளர்ந்து, படிக்கத் துவங்கி விட்டார்கள். குழந்தைகள் எங்களுடன் வளர்ந்தால், என் கணவரின் அரசியல் வாழ்வின் எதிரிகளால் பிரச்சனைகள் வரலாம். அது அவரின் மன நிலையைப் பாதிக்கலாம். அதனால் கட்சியின் நலன் கருதி, எங்கள் குழந்தைகள் எங்களைவிட்டு பிரிந்து வளர்ந்தார்கள். வருடத்திற்கு ஒரு முறை நாங்கள் எங்கள் குழந்தைகளைச் சென்று பார்க்கலாம். இது எங்களுக்கு மட்டுமல்ல பல இராணுவ உயர் அதிகாரிகளின் நிலையும் இதுதான்.

ஆனால் அவர்கள் ஒரு வாரத்திற்கு ஒருமுறை குழந்தைகளைப் பார்க்கலாம். எங்கள் குழந்தைகளுக்கு அப்பா அம்மா என்பது பெயரளவில் மட்டும்தான் என்றாகிவிட்டது. எங்கள் குழந்தைகள் வளரும்போது மற்றவர்களுக்கு கிடைக்காத சலுகைகளும் அதிகாரமும் அவர்கள் அப்பாவின் பதவியானால் கிடைத்தன. அந்தச் சலுகைகள் குழந்தைகளை மேலும் சிதைத்துவிட்டன. அவர்கள் அதிகார தோரணையுடனும், ஆளுமையுடனும், நாங்கள் உயர்ந்தவர்கள் என்ற மமதையுடனும் வளர்ந்தார்கள். அவர்களுக்கு அவர்களின் அப்பாவின் அதிகாரமும், பெயரும், புகழும் மட்டுமே பிரதானமாக தெரிந்தது. அவர்தான் உலகத்தின் சிறந்த மனிதர், நான் எதற்கும் உதவாத பெண்மணி என்ற முடிவுக்கு இருவரும் வந்துவிட்டனர். அவர்கள் அப்பாவே என்னை மதிக்காதபோது, இந்தக் குழந்தைகளிடம் மட்டும் நான் எதை எதிர்பார்த்துவிட முடியும்?

நான் மிகவும் சுதந்திரமாக வளர்ந்த பெண். என் பெற்றோர்கள் இருவரும் வெளிநாட்டில் படித்தவர்கள். அதனால் வாழ்வை பற்றிய பார்வை தொலைநோக்கு சிந்தனையுடன் தெளிவாக இருந்தது. என் வகுப்பு தோழிகள் மிகச் சிறிய வயதிலேயே பாரம்பரியம் கலாச்சாரம் என்று கூறி அவர்கள் பெற்றோர்களால் கட்டாய திருமணம்செய்து வைக்கப்பட்டனர். இதில் சில பெண்களின் கணவர்கள் படிக்கக்கூடாது என்று கூறியதால் பள்ளி படிப்பைப் பாதியிலேயே விட்டுவிட்டு மனைவி என்ற உறவிற்குள் நுழைந்தவர்களும் இருக்கின்றனர்.

என் பெற்றோர் சுதந்திர சிந்தனை உள்ளவர்களாக இருந்ததால், நான் படிக்க எந்த தடையும் இல்லாது இருந்தது. சீனாவில் சமூக கலாச்சார பண்பாடு கட்டுப்பாடுகளுக்குள் சிக்கி கொள்ளாத வாழ்வை நான் வாழ என் பெற்றோர் எனக்கு கொடுத்த சுதந்திரம் உதவியது. நான் என் பெற்றோருக்கு மிகவும் நன்றிக் கடன்பட்டிருக்கிறேன். அவர்கள் ஒருபோதும் எனக்கு கட்டுப்பாடு விதித்ததில்லை. என் தனிப்பட்ட சுதந்திரத்தில் தலையிட்டதில்லை. சீனாவின் பழமை வாய்ந்த சட்ட திட்டங்களை என்மேல் திணித்ததில்லை. என் பெற்றோர் மற்றும் விருந்தினருடன் ஒன்றாக உட்கார்ந்து உணவருந்தவும் அவர்களின் விவாதத்தில் கலந்துகொள்ளவும் எனக்கு உரிமை இருந்தது. எந்த அரசியல் கூட்டங்களுக்கு நான் போவதற்கும், எனக்குப் பிடித்த விளையாட்டை விளையாடுவதற்கும் எனக்கு முழு சுதந்திரம் இருந்தது.

புரட்சி, சீர்திருத்தக் கருத்துகள் நிறைந்த சிவப்பு நட்சத்திரம் என்ற புத்தகம் படித்தேன். வரலாற்று சம்பவங்களில் மட்டுமே நான்

அறிந்த புரட்சி பற்றி சிலாகித்து கூறியது இந்தப் புத்தகம். எனக்கு புரட்சியின் மேல் மிக ஆழ்ந்த நம்பிக்கையும் பிடிப்பும் ஏற்பட்டன. கட்சியின் புரட்சிப்படையில் சேர்ந்து பணியாற்றுவது என்று முடிவு செய்தேன். ஆனால் ஆச்சர்யம், என் எந்த முடிவிலும் இது வரை தலையிடாத என் பெற்றோர் என்னுடைய இந்த முடிவுக்கு எதிர்ப்பு தெரிவித்தனர். என்னுடைய செயல் விவேகமான செயல் அல்ல என்று எடுத்துரைத்தார்கள். ஆனால் என் இளமைக்கே உள்ள பிடிவாத குணத்தால், நான் மற்ற பெண்கள்போல சாதாரண வாழ்க்கை வாழப் பிறந்தவள் அல்ல என்று என் பெற்றோருக்கு நிரூபிக்க முடிவு செய்தேன். அன்று நான் எடுத்த முடிவு எவ்வளவு பெரிய முட்டாள்தனமான முடிவு என்று இன்று நான் வருத்தப்படுகிறேன். என் பெற்றோர் அவர்களது அனுபவத்தினால் எனக்கு எடுத்து சொல்லியும், நான் புரிந்து கொள்ளாமல் என் வாழ்வை நானே வீணடித்துக்கொண்டேன்.

பக்குவப்பட்ட மனதினால் உருவாக்கப்படாத திட்டங்கள் ஒருபோதும் கனிந்து பலன் தருவதில்லை என்று என் பெற்றோர்கள் எனக்கு சொன்ன அறிவுரைகள் இன்னமும் என் காதில் ஒலித்துக்கொண்டே இருக்கின்றன. அன்று நான் பக்குவம் இல்லாமல் எடுத்த முடிவுதான், புரட்சிப் படையில் சேர வேண்டும் எனபது. என் பெற்றோர்கள் எனக்கு சொன்ன அறிவுரை எனக்கு மட்டும் சொன்னதாக நான் கருதவில்லை. ஒட்டுமொத்த சீனாவின் எதிர்காலம் குறித்தும் கூறியதாகத்தான் நினைக்கிறேன்.

கதைகளில் வருவதைப்போல ஒருநாள் என் அழகான அருமையான பெற்றோரைப் பிரிந்து என்னுடைய துணிமணிகள் மற்றும் சில புத்தகங்களை எடுத்துக்கொண்டு புரட்சிப் பெண்போல் வீட்டைவிட்டு வெளியேறினேன். புரட்சிப் படையில் சேர்ந்த புதிதில் அந்தப் புதிய இடம், என்னுடைய கனவுப் பிரதேசம் போல தோன்றியது. விவசாயி யார், வீரர்கள் யார் என்று பிரித்தறிய முடியாத அளவு அனைவரும் அத்தனை வேலைகளையும் ஒன்று கூடிச்செய்தனர். ஆண்களும் பெண்களும் ஒரேபோல் உடையணிந்து சரிநிகர் சமமாக இருந்தனர். அணிவகுப்பு நடக்கும் இடங்களில் ராணுவ வீரர்களுடன், பொதுமக்களும் பாதுகாப்பில் ஈடுபட்டனர். எங்கள் தலைவர்களிலும் யார் அதிகாரத்தில் பெரியவர், சிறியவர் என்றில்லாமல் அனைவரையும் சமமாக பாவித்தனர். அனைவரும் ஒரே குரலில் சீனாவின் எதிர்காலம் குறித்து விவாதித்தனர். எங்களைச் சுற்றி போராட்டமும், இறப்பும் அன்றாட நிகழ்வானது. பழைய அரசியல் முறைகளை அடியோடு களைந்து சமத்துவத்தை உருவாக்க வேண்டும்

என்பதே குறிக்கோளாக இருந்தது. புரட்சிப்படை குழுக்களில் என்னைப் போன்ற மாணவிகளை இளவரசிகளைப்போல நடத்தினர். அது அத்தனையும் மூளைச் சலவை செய்யும் வேலை என்பதை அப்பொழுது நான் அறியாதிருந்தேன்.

புரட்சிக் குழுவில் ஆடல், பாடல் மூலம் ஏழை விவசாய மக்களிடம் விழிப்புணர்ச்சி ஏற்படுத்தும் திட்டம் ஒன்று செயல்பட்டது. அந்தத் திட்டத்தில் நான் விரும்பி இணைந்து கொண்டேன். நாங்கள் பிரச்சாரத்துக்கு சென்ற பகுதி மிகவும் பின்தங்கியது. அங்குள்ள மக்கள் வறுமையில் வாழும் விவசாயிகள். அவர்களுக்கு வாழ்வில் கொண்டாட்டம் என்றால், கல்யாணத்திலோ அல்லது இறப்பிலோ நடைபெறும் ஒரு நிகழ்ச்சி அவ்வளவுதான். நாங்கள் நிலச்சீர்திருத்தம் பற்றிய விழிப்புணர்வு பாடல்களை, இசைக் கருவிகள் வாசித்துக்கொண்டு வயல் வெளி ஓரங்களில் ஆடிக் கொண்டு சொல்வதை அவர்கள் கூட்டம் கூட்டமாக கூடி நின்று ரசித்தார்கள். பெரிய பணக்காரத்தனமான வாழ்வையே சிறுவயதில் இருந்து வாழ்ந்த எனக்கு, இந்த ஏழைகள் மத்தியில் வேலைபார்ப்பது உணர்வுப்பூர்வமாக பிடித்திருந்தது.

எனக்கு வாழ்வில் பெரிய லட்சியம் எதுவும் இல்லை. வசதியாக வளர்க்கப்பட்டவள் என்பதால், சிறுமியாக இருக்கும்போதே பாட்டு, நடனம் எல்லாம் கற்று கொடுத்திருந்தார்கள். கவலை என்பதே என்னவென்று தெரியாதவளாக இருந்ததால், என்னால் வாய்விட்டு ரசித்து சிரிக்க முடிந்தது. என்னைச் சுற்றி உள்ளவர்களையும் மகிழ்ச்சியாக வைத்திருக்க என்னால் முடிந்தது. இதனால் கட்சித் தலைமையில் இருந்து அடி மட்டத் தொண்டர்கள் வரையிலும் என்னை “வானம்பாடி பறவை” என்று அழைத்து பாசமாய் இருந்தார்கள். எங்கள் கட்சியின் மேல்மட்ட தலைவர்கள் அடிக்கடி விருந்து வைப்பதும் அதில் அனைவரும் இணைந்து கட்சியின் அடுத்த கட்ட நடவடிக்கைகளைப் பற்றி விவாதிப்பதும் வழக்கம். அந்த விருந்துகளில் உணவு பற்றிய பட்டியலுடன் என் நடனமும் கட்டாயம் இடம் பெறும் அளவுக்கு கட்சியில் நான் முக்கிய பிரமுகராக ஆகிவிட்டேன். அந்த விருந்தில் கலந்துகொள்ளும் அத்தனை தலைவர்களும் என்னுடன் ஆடாமல் விருந்தை முடிப்பதே இல்லை. இதை நான் பெருமை என்று கருதினேன். இந்த இளம் வயதில் எனக்கு கிடைத்த பெரிய அங்கீகாரம் என்று நினைத்தேன். என் பெற்றோர் பேச்சைக் கேட்டிருந்தால், எனக்கு இப்படிபட்ட செல்வாக்கான வாழ்வு கிடைத்திருக்காது என்று எண்ணி, அவர்கள் என் எதிர் காலத்திற்கு பழைய நம்பிக்கைகளில்

திளைத்து முட்டுக்கட்டை போடுகிறார்கள் என்று அவர்களை சுத்தமாக மறந்து போனேன்.

சின்ரன், உனக்கு இந்தப் பழமொழி தெரியுமா? "காட்டு கொக்குக்கு தானியம் தர ஆளில்லை. ஆனால் அது பெருவெளியின் சுதந்திரப் பறவை. கோழிப்பண்ணையில் உள்ள கோழிக்கு நிறைந்த தானியம் தரப்படுகிறது. ஆனால் பண்ணை வீட்டில், அந்த கோழியை எப்போது வேண்டுமானாலும் சூப் செய்ய பாத்திரம் தயாராக உள்ளது." அதன் வாழ்வின் நிமிடங்கள் எண்ணப்பட்டு கொண்டே இருக்கின்றன. வானம்பாடி பறவை என்றழைத்த கட்சி என்னை கோழிப்பண்ணை கோழியாக வளர்த்தது என்று பின்னாளில்தான் எனக்கு தெரிய வந்தது.

எனக்கு பதினெட்டாவது பிறந்தநாள் வந்தது. என் குழுவினர் அனைவரும் இணைந்து அதை பெரும் உற்சாகமாக கொண்டாட முடிவு செய்தனர். அவர்கள் நேசத்துக்குரிய வானம்பாடி நான் என்பதால் குழுவின் ஒவ்வொரு உறுப்பினரும் அதை தங்கள் பிறந்தநாள் போல பாவித்து ஆட்டம் பாட்டம் என்று கோலாகலமாக கொண்டாட்டத்தை ஆரம்பித்தனர். அங்கு எங்களிடம் பணம் இல்லை. அதனால் சர்க்கரை தண்ணியும் பிஸ்கெட்டுகளும் தான் பிறந்தநாள் உணவு. ஆனாலும் நிறைந்த மகிழ்ச்சி அங்கு தளும்பி நின்றது. நான் என்றைக்கும் இல்லாத உற்சாகத்துடன் இந்த வாழ்வு எனக்கு கிடைத்த வரம் என நினைத்து ஆடிக் கொண்டிருந்தேன். எங்கள் குழுவின் இராணுவத் தலைவர் என்னை அவரை தொடர்ந்து வரச் சொல்லி சைகை செய்தார். எனக்கு கொண்டாட்டத்தை பாதியில் விட்டுப் போக மனமேயில்லை. ஆனாலும் தலைவருக்கு கட்டுப்பட்டவர்கள் நாங்கள் என்பதால் அவரைப் பின் தொடர்ந்து சென்றேன்.

எங்கள் குழுவின் இராணுவத்தலைவர் மிகவும் நேர்மை யானவர். கண்டிப்பைகூட அன்பாகத்தான் வெளிப்படுத்துவார். அவர் மீது எனக்கு மிகுந்த மரியாதையும், அன்பும் உண்டு. ஆனால் இன்று அவர் முகம் சோர்ந்து காணப்பட்டது. அவர் ஏதோ குற்ற உணர்ச்சியில் அவஸ்தைப்படுவது புரிந்தது. ஆனால் அதை அவரிடம் கேட்குமளவு எனக்கு மன தைரியம் இல்லை. அவர் மிகவும் தயங்கி என் முகத்தை ஏறிட்டு பார்த்து, "கட்சி சொல்லும் எந்தக் கட்டளைக்கும் அடிபணிய தயாராக இருக்கிறாயா?" என்று கேட்டுவிட்டு தன் தலையை குனிந்து கொண்டார். எனக்கு சிரிப்பாக வந்தது. கட்சி என்று ஆணையிடும் என்று காத்து இருப்பவளாச்சே நான். இதைக் கேட்க இவருக்கு ஏன் இத்தனை சங்கடம்? எனக்கு ஒன்றும் புரியவில்லை.

“கட்சியின் ஆணைக்காக காத்து இருக்கிறேன். உயிரைக் கொடுத்தாவது கட்சியின் கட்டளையை திறம்பட முடிப்பது தானே ஒரு போராளியின் கடமை தலைவரே” என்று மிக உற்சாகத்துடன் அவருக்கு பதில் சொல்லிவிட்டு அவரைப் பார்த்து சிரித்தேன். ஆனால் அவர் சிரிக்காமல் முகத்தை இறுக்கமாக வைத்துக்கொண்டு நடந்தார்.

எனக்காகவே இரண்டு இராணுவ வீரர்கள் காத்திருந்தனர். அவர்களுடன் என்னை செல்லுமாறு எங்கள் குழுவின் இராணுவ தலைவர் கூறினார். நான் என் குழுவினரிடம் சொல்லிவிட்டு வந்து விடுகிறேன். பிறந்த நாள் விருந்தை பாதியில்விட்டு வந்துவிட்டேன் என்று கூறினேன். அதெல்லாம் ஒன்றும் தேவை இல்லை என்று கூறிவிட்டார். என்னை இராணுவ ஜீப்பில் அழைத்து வந்த இரண்டு ராணுவ வீரர்களும், அந்த இரண்டு மணி நேர பயணத்தில் என்னிடம் ஒரு வார்த்தைக்கூட பேசவில்லை. இரண்டு மணி நேர பயணத்திற்கு பின் நாங்கள் பிராந்திய அரசு வளாகத்திற்கு வந்து சேர்ந்தோம். அங்கு பிராந்திய அரசு வளாகத்தின் தலைமை அதிகாரி இராணுவ உடையுடன் காணப்பட்டார். அவரிடம் என்னை அழைத்துச் சென்று அறிமுகம் செய்தனர். அவர் என்னை மேலும் கீழும் பார்த்துவிட்டு, “பரவாயில்லை. ஒன்றும் மோசமில்லை” ஏன்று கூறினார். பின் என்னைப் பார்த்து, “இன்றுமுதல் நீ என் அந்தரங்க உதவியாளர். இனி நீ நிறையப் படிக்க வேண்டும். உன்னை கட்சிக்காக வேலை செய்ய தயார்செய்து கொள்ள வேண்டும்” ஏன்று கூறிவிட்டு ஒருவரை அழைத்து எனக்கு ஒதுக்கி இருக்கும் அறையைக் காட்டச் சொன்னார். எனக்கு ஒதுக்கப்பட்ட தனியறை புதிய மெத்தைகள் போடப்பட்டு, சொகுசாக அலங்கரிக்கப்பட்டிருந்தது. கட்சித் தலைவருக்கு வேலைசெய்வது வித்தியாசமான அனுபவம்தான் போலும் என்று யோசித்துக்கொண்டே களைப்பில் தூங்கிப் போனேன்.

பயணக் களைப்பில் ஆழ்ந்த தூக்கம். கை கால்களைகூட அசைக்க இயலாத அளவு அசதி. திடீரெண்டு என்மேல் எதுவோ கனமாக விழுந்ததுபோல் இருந்தது. அதன் பாரத்தில் எனக்கு மூச்சு முட்டியது. என் மார்பை முரட்டுக் கை ஒன்று பிடித்துக் கசக்க, வலியிலும், எதுவும் புரியாத கலக்கத்திலும் அழுகை வந்தது. என் உடலை என்னால் அசைக்க இயலவில்லை. உதவிக்கு யாரையாவது அழைக்க கத்த முயற்சித்தேன். அந்த முரட்டுக் கை என் வாயைப் பொத்தியது. “கத்தி தோழர்களின் தூக்கத்தைக் கெடுக்காதே” என்று மிரட்டியது. அந்தக் குரல், சற்று முன் சந்தித்த பிராந்திய அலுவலகத்தின் தலைமை

ராணுவ அதிகாரியினுடையது. அதிர்ச்சியில் உறைந்து போனேன். இதுதான் கட்சி எனக்கு கொடுத்த முக்கிய பணியா? இதைச் சொல்ல கூசிதான் என் குழுவின் தலைவர் சங்கடமாக இருந்தாரோ? பலவித குழப்பங்கள் அடுத்தடுத்து என்னை ஆக்ரமிக்கத் துவங்கின. என் உடலை திமிறி எழ முயற்சித்தேன். அந்தத் தலைவர், இனி நீ எனக்கு நியமிக்கப்பட்டவள். இதுவும் கட்சிப் பணிதான் என்றார். அவரது முரட்டுத்தனமான உடல் வெறிக்கு முன், என் எதிர்ப்பு எடுபடாமல் இரையாகினேன்.

மறுநாள் கட்சி மேலிடம் எனக்கு தகவல் தெரிவித்தது. இன்றைக்கு இரவு உன் திருமண விருந்து கலந்துகொள்ளவும் என. அன்றிலிருந்து அந்தத் தலைவர்தான் என் கணவர்.

புரட்சி பேசும் கட்சியில் பெண்ணின் உணர்வுகளுக்கு முன்னுரிமை கிடையாது. என்னைப் புணர்ந்து பார்த்து பிடித்துவிட்டதால் காலம் முழுக்க அந்த இராணுவ தலைவர் என்னை அனுபவிக்க, திருமணம் என்ற பந்தத்தில் கட்சி பணி நியமனம் செய்தது. தினமும் கணவருடன் விருப்பமில்லாமல் வேசிபோல் கடமைக்கு வாழ்ந்தேன். எங்களுக்குள் நடந்த ஒவ்வொரு புணர்ச்சியின்போதும், ஆயிரக்கணக்கில் புழுக்களை என் யோனிக்குள் கொட்டியதுபோல் அருவெறுப்பாக இருந்தது. இந்த அசூயையுடனே கர்ப்பம் தரித்து, பிள்ளைகள் பெற்றேன்.

அன்றிலிருந்து இன்றுவரை என்னை நானே கேட்டுக் கொள்வதுண்டு. என்னை மீறி இது எப்படி நடந்தது? புரட்சிமூலம் நடந்தது என் திருமணமா? கடந்த நாற்பது வருடங்களாக இந்த திருமண பந்தத்தில் உணர்ச்சி இல்லாமல், அவமானத்துடன் நான் வாழ்ந்து கொண்டிருக்கிறேன்.

என் கணவருக்கு அவரது கட்சிதான் எல்லாம். பெண் என்பவள் அவரது காம இச்சையை தணிப்பவள். அவ்வளவுதான். அதற்கு மேல் அவளுக்கு எந்த முக்கியத்துவமும் கிடையாது.

என் இளமை புரட்சிப் பணி என்ற பெயரில், அதிகாரி ஒருவனின் மோகவெறிக்கு பரிசாக பணி நியமனம் செய்யப்பட்டு முடக்கப்பட்டது. என் கனவுகள், நம்பிக்கைகள் நொறுக்கப்பட்டன. என்னை சுற்றி இருந்த அழகான விசயங்கள் யாவுமே ஓர் ஆணின் விருப்பங்களுக்கு அடங்கிப் போனது. இன்று ஒவ்வொரு நாளும் நான் என் பெற்றோரை நினைத்துக் கொள்வதுண்டு. என்ன நினைத்து என்ன செய்ய?”

அதன் பிறகு நீண்ட மவுனம். அவள் பேசவேயில்லை.

“மன்னிக்கவேண்டும் சின்ரன். நான் என்னைப் பற்றி

யோசித்துக் கொண்டிருந்தேன். என்னைப்பற்றிய அத்தனை தகவல்களையும் உன் தொலைபேசி பதிவு செய்து விட்டதா? நான் நிறையப் பேசி விட்டேனா? வாழ்வில் முதன் முறையாக பயமில்லாமல் நான் பேசி இருக்கிறேன். இப்போழுது என் மனம் லேசாக இருக்கிறது. எனக்கு மனம் திறந்து பேச வாய்ப்பளித்த உனக்கு நன்றி சின்ரன். உன் வானொலி நண்பர்களுக்கும் வானொலிக்கும் என் நன்றிகள். வணக்கம்."

நானும், என் அலுவலக நண்பர்கள் அனைவரும் வாய டைத்துப் போனாம். அவள் இறக்கி வைத்த வேதனையை நாங்கள் அனைவரும் சுமந்தோம். அதிர்ச்சியிலிருந்து நாங்கள் மீள சில மணி நேரங்கள் பிடித்தது. சீனாவின் புரட்சிப் பற்றி உலகமே வியந்து பேசுகிறது. ஆனால் அதன் புரட்சிக்குள் இப்படி ஒரு வக்கிர இராணுவ இச்சை ஒளிந்து இருந்தது புரிந்தவுடன், இதை எப்படி வகைப்படுத்துவது என்று புரியவில்லை. "எல்லாம் சரி, இக்கதை உண்மையாகவே இருக்கட்டும். ஆனால் இக்கதை ஒலிபரப்பானால் மக்களுக்கு நம் தலைவர்கள் மேலுள்ள நம்பிக்கை கள் சிதைந்து போகும்" என்று கூறி இந்தக் கதையை ஒலிபரப்ப என் வானொலி அதிகாரிகள் வழக்கம்போல் மறுத்து விட்டனர்.

9

பிராந்திய அரசு வளாகத்தின் தலைவருடைய மனைவியின் கதையை கேட்டவர்களுள் ஓல்டு சென்னும் ஒருவர். இதில் எனக்கு பெரிய ஆச்சர்யம் ஒன்றுமில்லை. கட்சியில் சேர்ந்து புரட்சியில் பணிபுரிய எனக்கு தெரிந்த நிறைய ஆண்கள் தங்கள் மனைவிகளையும், குழந்தைகளையும் கைவிட்டு பிரிந்து போய் இருக்கின்றனர். அவர்களுடைய பழைய மனைவிகள், குழந்தைகளை எதிரிகள் அடையாளம் கண்டு அவர்கள் வசப்படுத்தி வைத்திருப்பார்கள் என்பதால், கட்சி மேலிடம் அவர்கள் கட்சியில் வளர்ந்து முதன்மை தகுதிக்கு வந்ததும் அவர்களுக்கு புதிய மனைவிகளை, இணைத்து விடும்.

புதிய மனைவிகள் பெரும்பாலும் இளமை ஆர்வத்துடன் கம்யூனிஸ்ட் புரட்சியில் பங்குபெற வரும், மாணவிகளாகவே இருப்பார்கள். பெரும் பாலும் அவர்கள் வசதியான வீட்டுப் பெண்களாகவே இருப்பார்கள்.

அந்தப் பெண்களுக்குத்தான், ஏழ்மையின் வேதனை அதிகமாக பாதிக்கும். அவர்கள் புரட்சி சித்தாந்தத்தில் மயங்கி அதில் ஈடுபட்டு இருக்கும் தலைவர்களை குறித்த மாயையில் சிக்கிக் கொள்வர். இந்தத் தலைவர்களின் முதல் மனைவிகள் பெரும் பாலும் ஏழை விவசாய குடும்பத்தினை சேர்ந்த வர்களாக இருப்பார்கள். அவர்களுக்கு படிப்பறிவும்

இருக்காது. புரட்சியில் ஈடுபட்டு, தலைமைக்கு வந்து, பணம் பதவி வந்தவுடன் இந்தத் தலைவர்களின் தேவை பழைய விவசாய மனைவி அல்ல. படித்த இளமையான வசதியான பெண்கள்தான். இந்த மாணவிகள் இளமையாகவும் படித்தவர்களாகவும் இருப்பதால் முதலில் கட்சி சார்பில் இவர்கள் ஆசிரியையாகவோ, அலுவலகப் பணியாளர்களாகவோ நியமிக்கப்படுவார்கள். அதன் பின் இவர்களைப் பார்த்து தேர்வு செய்யும் தலைவர்களுக்கு திருமணம் என்ற பெயரில் விருந்தாக அனுப்பப்படுவார்கள். ஒரு வகையில் புரட்சியை தூண்டிலாக போட்டு பிடிக்கப்படும் மீன்கள்தான் தலைவர்களின் புதிய மனைவிகள்.

1950இல் கம்யூனிஸ்ட் கட்சி சீனாவின் பெரும்பான்மையான இடங்களில் ஆட்சி அமைத்ததும், புதிய அரசாங்கத்தின் மிகப் பெரிய பிரச்சனையாக உருவெடுத்தது தலைவர்களின் பழைய மனைவிகளை என்ன செய்வது என்பதுதான். கட்சியின் முதன்மை அதிகாரத்தைப் பிடித்து பெய்ஜிங் நகரில் முக்கியப் பொறுப்பில் இருக்கும் தலைவர்களின் முதல் மனைவிகள் தங்கள் குழந்தைகளைத் தூண்டிலாக வைத்து, தலைவராகி செல்வாக்கு பெற்ற கணவர்களுடன் மீண்டும் இணைய முயற்சித்தார்கள். புதிய அரசு சீனாவின் புதிய சீர்திருத்த கொள்கைகளாக பெண்கள் சுதந்திரம், பாலியல் சுதந்திரம், ஒருவனுக்கு ஒருத்தி என்று பிரகடனப்படுத்தி இருந்தார்கள். அதனால் இந்த மனைவிகளை என்ன செய்வது என்று புரியாத குழப்பத்தில் கட்சி தவித்தது. கட்சியின் புதிய தலைவர்கள் புதிய மனைவிகளுடன் ஆடம்பரமான புதிய வாழ்வைத் துவங்கி விட்டனர். அந்தப் பழைய மனைவிகளும் குழந்தைகளும் எங்கு செல்வார்கள்? எங்கு தங்குவார்கள்? இதற்கான சட்டமும் சரியாக வரையறுக்கப்படாதபட்சத்தில் எந்த அடிப்படையில் இதற்கு சுமுக தீர்வை எட்ட முடியும்?

விவரம் புரியாத வெகுளியான, கிராமத்து இளம்பெண்ணாக இருந்த நம்மை நாம் அணிந்திருக்கும் அறியாமை என்னும் முக் காட்டை விலக்கி உலகில் ஒரு பெண்ணாக வலம்வர காரணமே நம் கணவர்கள்தானே என்ற நன்றியுணர்வு, முதல் மனைவிகளிடம் இருப்பது மட்டும்தான், இந்த பழைய கணவர்களும், புதிய தலைவர்களுக்குமான துருப்புச் சீட்டு. இவர்களின் வெற்றிக்காக பல வருடங்கள் வறுமையில் உழன்று, கஷ்டங்களை சுமந்த முதல் மனைவிகளுக்கு இவர்கள் கொடுத்த நம்பிக்கை வார்த்தைகளை இந்தத் தலைவர்கள் காப்பாற்ற தவறிவிட்டு, அழகும் இளமையும் படிப்பும் உள்ள மாணவிகளை புதிய மனைவிகளாக்கிக்கொள்ள இந்தத் துருப்புச் சீட்டுதான் அவர்களுக்கு உதவுகிறது. இதனால்

சமூகத்தில் வெளிப்படையாகவே புதிய மனைவிகள், மிகவும் எளிதாக தங்கள் வாழ்வை செல்வாக்காக வாழ்வதில் எந்தத் தடையும் இல்லாது இருக்கிறது.

இறுதியில் அரசாங்கம் இந்தப் பெண்களை அங்கீகரித்து கட்சி என்ன இடத்தை இவர்களுக்கு கொடுக்கப் போகிறது என்பதற்கான சட்டத்தை வரையறை செய்தது. அதாவது பழைய மனைவிகளுக்கு அரசியலில் சிறப்பு சலுகைகளும், உரிமைகளும், வாழ்நாள் முழுக்க இவர்களுக்காகும் செலவிற்கான முழுத் தொகைக்கும் கட்சித் தலைமை உறுதி அளித்தது. அரசாங்கத்தின் இந்த புதிய சட்டத்தை முழுமையாகக்கூட புரிந்து கொள்ளாமல், இந்தப் பெண்கள் தங்களது கிராமங்களுக்கு, குழந்தைகளுடன் திரும்பி சென்று, கணவருடன் இணைந்து குழந்தைகளை வளர்ப்பதான நம்பிக்கையுடன் வாழ்வைத் தொடர்ந்தனர். கிராமத்து மக்களும் கைவிடப்பட்ட இந்த அபலைப் பெண்களுக்காக குரல் கொடுக்கவோ, அரசாங்கத்தை எதிர்க்கவோ தைரியமற்று மவுனம் காத்தனர். ஏனெனில் அவர்களும் அரசாங்கத்தை நம்பியே வாழ்ந்து வந்தனர். எது எப்படியோ, சில புத்திசாலி பெண்கள் விவரமாக அவர்களுக்கு கொடுக்கப்பட்ட சிறப்பு சலுகைகளையும், உரிமைகளையும் பயன்படுத்தி தங்கள் வாழ்வை சிரமம் இல்லாமல் வாழ கற்றுக் கொண்டனர். அரசாங்கம் கொடுக்கும் உதவிப் பணம் மிகவும் சொற்பத் தொகையாகவே இருக்கும். அது குழந்தைகளின் செலவிற்கு மட்டும்தான் சரியாக இருக்கும். சிலர் இவை எவற்றையும் எதிர்பார்க்காமல் மறு திருமணம் செய்து கொண்டார்கள்.

இதுபோன்ற பாதிக்கப்பட்ட பெண்களில் ஒருத்தி ஓல்டு சென்னிடம் கேட்டாளாம். "அரசின் சிறப்பு சலுகைகளை பயன்படுத்திக் கொள்கிறோம் என்ற பெயரில், என் புண்ணில் நானே உப்பை வைத்து தேய்த்துக் கொண்டு எரியுதே என்று ஏன் கதற வேண்டும்? என்னைச் சுற்றி உள்ளவர்கள் என் கணவரின் அந்தஸ்தை பதவியை குறித்து புகழ்ந்து பேசும்போது நான் அவரை இன்னமும் அதிகமாக இழந்ததாகத் தவிக்கிறேன். இதை யாரிடம் சொல்லி புலம்புவது?" நியாயமான கேள்விதானே.

பிறகுதான் எனக்குத் தெரிய வந்தது, தொலைபேசியில் அழைத்து பேசிய அந்தப் பெண் போலவே பலரும் விருப்ப மில்லாமலேதான் தலைவர்களுக்கு மனைவியாகி இருக்கின்றனர். தங்கள் கணவர்கள் குறித்து எந்தக் கேள்வியும் கேட்க உரிமை யில்லாத வாழ்வை வாய்திறக்காமல் வாழ்வதே அவர்களுக்கு விதிக்கப்பட்டு இருந்தது. கிட்டத்தட்ட சீனாவின் பாரம்பரியம் இந்த வகையில் காக்கப்பட்டது எனலாம். கணவர்களிடையே

புதிய மனைவிகளுக்கான எதிர்பார்ப்புகள் நிறைவேறாமல், இருவருக்குள்ளும் உருவாகும் இடைவெளி, இணங்கிப்போகும் மனைவியினால் பெரிதான விரிசல் இல்லாமல், வாழ்க்கை சுமுகமாக செல்லும்போதே, கணவர்களுக்கு மனைவிகள்மேல் உள்ள காதலும், ஈர்ப்பும் தீர்ந்து போய் அவள் குடும்பத்தில் ஒரு கருவியாக மட்டுமே மாறிப் போகிறாள்.

வார இறுதியில் அம்மாவைப் பார்க்க வீட்டிற்கு போயிருந்தேன். மனம் முழுக்க அந்தத் தலைவரின் மனைவியின் வாக்குமூலம் நெஞ்சில் நெருஞ்சி முள்ளாய் உறுத்திக்கொண்டே இருந்தது. "எப்படியம்மா, கொஞ்சம்கூட காதல் இல்லாமல், கடமைக்கு திருமணம் செய்துகொண்டு, இயந்திரம்போல் உணர்வே இல்லாமல் வாழ்ந்து பிள்ளை பெற்றுக்கொள்வது? அப்படி வாழ்வதும் சிறையில் இருப்பதும் ஒன்றுதானே?" என்று சொல்லிவிட்டு அம்மாவிடம் அந்தத் தலைவரின் மனைவியின் கதையைச் சொன்னேன். அம்மா என்னை திருப்பி கேட்டாள்," எத்தனை பேர் சீனாவில் காதலித்துத் திருமணம் செய்துகொண்டு வாழ்கிறார்கள் என்று நினைக்கிறாய்? அப்படியே திருமணம் செய்து கொண்டவர்களில் எத்தனை பேர் காதலுடன் கருத்தொருமித்து, அன்புடன் வாழ்கிறார்கள் என்று நினைக்கிறாய்? திருமணம் என்பது சமூக கடமைகளில் ஒன்றாக, ஒரு ஒப்பந்தமாக மாறிப் போய் காலம் ஆயிற்று சின்ரன்" என்றார்.

"அம்மா, நீ ஏன் இப்படிச் சொல்கிறாய்?" என்று நான் ஒன்றும் புரியாமல் கேட்க, அம்மா பதில் எதுவும் சொல்லாமல் அறையைவிட்டு வெளியேறினாள். எனக்கு நன்றாகத் தெரியும் அம்மா தினமும் என் நிகழ்ச்சியைக் கேட்கிறாளென்று. ஆனால் எப்பொழுதாவது தான் நாங்கள் மனம்விட்டு, உணர்வுகளைப் பகிர்ந்துகொள்வோம். சிறுவயதில் அம்மா என்னைக் கட்டி யணைத்து முத்தமிட்டதே கிடையாது. நான் பெரியவளான பிறகோ, சீனாவின் பாரம்பரியம், கலாச்சார கட்டுப்பாடுகளின் விதிகள்படி எங்கள் இருவருக்குமிடையே அன்பு இருந்தாலும் ஒருவருக்கொருவர் பெரிதாக வெளிக்காட்டிக்கொள்ள இயலாமலே வாழவேண்டிய கட்டாயமிருந்தது.

1945 லிருந்து 1985 வரை புரட்சி இயக்கம் மீண்டும் தீவிரமாக வலுப்பட்ட காலங்களில் ஏராளமான சீனக் குடும்பங்கள் சிதைந்து பிரிந்துவிட்டன. அரசாங்கம் வலுக்கட்டாயமாக கணவன், மனைவி குழந்தைகள் எல்லோரையும் திசைக்கு ஒருவராக பிரித்துப் போட்டது. இதற்கு எங்கள் குடும்பமும் விதி விலக்கல்ல. அம்மாவும் அப்பாவும் வேலை நிமித்தமாக

வேறு வேறு இடங்களில் வசித்ததால், எனக்கு நினைவு தெரியும் வரை என்னை வளர்த்தது என் பாட்டிதான். எனக்கு என் அம்மா யார், அவளது விருப்பங்கள் என்ன என்று எதுவுமே தெரியாது. அவள் என்னைக் கட்டிப்பிடித்து முத்தமிட்ட நாட்களைக்கூட நினைவிற்கு கொண்டுவர நினைக்கிறேன். அப்படி ஒரு சம்பவம் என் வாழ்வில் நடந்ததாகவே தெரியவில்லை. அம்மாவை முதன் முதலில் பார்க்கும்போது நான் அம்மா என்று அழைக்கக்கூட மறுத்ததாக பாட்டி கூறுவாள். என்னைப் பெற்றெடுத்த அம்மாவைப் பற்றி நான் அதிகம் தெரிந்துகொள்ள மிகவும் விரும்பினேன். அவளிடம் கேட்க எனக்கு ஏராளமான கேள்விகள் இருக்கின்றன. பத்திரிக்கையாளராக எனக்கு இருந்த அனுபவமும், செய்திகளை எப்படி சம்பந்தபட்டவரிடமிருந்து தெரிந்துகொள்வது என்ற என் பத்திரிக்கையாளர் அறிவினாலும், அம்மாவிடம் மெதுவாகப் பேசி அவள் கதையைத் தெரிந்து கொண்டேன்.

வணிகத்திற்கு பெயர் பெற்ற பரபரப்பான ஷாங்காய், அரசியல் அதிகார மையமான பெய்ஜிங் போன்ற நகரங்களை போலல்லாது அமைதியான ஊர் அம்மாவின் பிறந்த ஊரான நான்ஜிங். நவீன சீனாவை வடிவமைத்த சன் யாட் சென் தன் இறுதிக் காலங்களை அமைதியாக கழிக்க விரும்பி வாழத் தேர்ந்தெடுத்த ஊர் நான்ஜிங்தான். நான்ஜிங்கில் மிகப்பெரிய பாரம்பரியம் கொண்ட பரம்பரை பணக்கார முதலாளித்துவ குடும்பத்தில் பிறந்தவர் என் அம்மா. வாழ்வை ரசித்து வாழ பிரியப்பட்டவர்களுக்காகவே படைக்கப்பட்ட ஊர் நான்ஜிங்.

அம்மாவின் குடும்பத்திற்கு சொந்தமான பரம்பரை சொத்து நான்ஜிங்கில் இருந்தது. தெற்குப் பகுதியின் விரிவாக்கத்தில் இருந்து, மேற்கு பகுதியின் எல்லை மற்றும் சுமார் 3 கிலோ மீட்டர் கிழக்கு பகுதி வரை அவர்களுக்கு சொந்தமான நிலம் நான்ஜிங் நகரத்தின் முக்கியப் பகுதியில் அமைந்திருந்தது. என் தாத்தா அந்த பிரதேசத்தின் மூன்று திசையிலும் இருந்த சணல் தொழிற்சாலைகள் அனைத்திற்கும் தலைவராக இருந்தார்.

அவர் அதிகம் படிக்கவில்லை எனினும் வெற்றிகரமான தொழிலதிபராக விளங்கினார். அவருக்கு கல்வி, எதிர்கால வாழ்விற்கு எவ்வளவு முக்கியம் என்று தெரிந்திருந்தது. அவருடைய ஏழு குழந்தைகளையும் நல்ல பள்ளிகளில் படிக்க வைத்தார். அது மட்டுமல்லாது நான்ஜிங்கில் சொந்த பள்ளிக்கூடமும் கட்டினார். திறமை இல்லாத பெண்களிடம் நல்லொழுக்கம் இருக்காது என்று பொதுவான கருத்து அந்தக் காலத்தில்

நிலவியதால், அவருடைய பெண்கள் அனைவருக்கும் நல்ல கல்வியைக் கொடுத்தார்.

1949இல்தான் சீனாவை குடியாட்சி (மக்களாட்சி) நாடாக வும், பெய்ஜிங் நகரை சீனாவின் புதிய தலைநகரமாகவும் அதிகாரப்பூர்வமாக சேர்மன் மாவோ அறிவித்து வழி நடத்திச் சென்றார். சீனப் பொதுவுடைமைக் கட்சிக்குள்ளும், சமூகத்திலும் "பூர்சுவாக்கள்" ஊடுருவி இருப்பதாகவும், அவர்கள் சீனாவில் மீண்டும் முதலாளித்துவத்தைக் கொண்டுவர முயல்வதாகவும் குற்றம் சாட்டிய சீனத்தலைவர் மாவோ, பண்பாட்டுப் புரட்சி யொன்றைத் தொடங்குவதாக அறிவித்தார். இது மாவோவின் அதிகாரத்திற்கு சவாலாக இருந்தவர்களை குறிவைத்து அமைந்தது. இத்தகையவர்களை புரட்சிக்குப் பிந்திய வகுப்புப் போராட்டம் மூலம் இனங்கண்டு நீக்க வேண்டும் என வலியுறுத்திய மாவோ, இதற்காகச் சீன இளைஞர்களின் சிந்தனைகளையும், செயற் பாடுகளையும் ஒன்று திரட்டுவதற்காக இளைஞர்களைக் கொண்ட செம்படை ஒன்றையும் அமைத்தார். இந்த இயக்கம் படைத்துறை, நகர்ப்புறத் தொழிலாளர், கட்சித் தலைமை போன்ற எல்லா இடங்களுக்கும் பரவியது. புரட்சியின் புதிய அரசாங்கம் ஆட்சிப் பொறுப்பிற்கு வந்ததும், முதலாளித்துவ குடும்பங்களை குறிபார்த்து வேட்டையாடத் துவங்கியது. என் அம்மாவின் உடன் பிறந்த சகோதரர்கள் அனைவரும் புரட்சி இயக்கத்தின் கொள்கைகளால் ஈர்க்கப்பட்டு அதில் தங்களை இணைத்துக் கொண்டனர்.

சீனப் பண்பாட்டு புரட்சியின் தீவிர செயல்பாடுகளுக்கு அமைக்கப்பட்ட செம்படை எங்கெல்லாம் பரம்பரை பணக்காரர் கள் இருக்கிறார்களோ அவர்களை எல்லாம் தேடித் தேடிச் சென்று பழிவாங்கினர். இந்தக் கிளர்ச்சியாளர்களால் தன் குடும்பத்துக்கு எந்த ஆபத்தும் வந்து விடக்கூடாது என்று தாத்தா முன்னெச்சரிக்கை நடவடிக்கையாக தன் சொத்துகள் அனைத்தையும் 1950, 1959, 1963 என்று மூன்று பாகங்களாகப் பிரித்து அரசாங்கத்திடம் ஒப்படைத்தார். அதற்கு அவர் சொன்ன காரணம், நம் சொத்து பரம்பரையாக முப்பாட்டன் காலத்தில் இருந்து வந்ததுதான். அதை என் உழைப்பால் நான் இன்னும் அதிகமாக பெருக்கினேன். இருந்தாலும் புதிய கொள்கைகள், புதிய அரசாங்கம் வந்துவிட்டதால், நாமும் அந்த அமைப்பிற்கு தலை வணங்கிதான் ஆக வேண்டும். இது ஒரு வகையாக நாட்டுக்கு தாத்தா செய்த தியாகம்தான். ஆனால் இந்தத் தியாகங்களை சீனப் பண்பாட்டு புரட்சியின் செம்படையினர் கவனத்தில் கொள்ளவே இல்லை. தாத்தாவின் செயல்பாடுகளுக்காகவும்,

அவரது வெற்றிகரமான தொழில் திறமைக்காகவும் மாவோவின் பரம எதிரிகளால் தாத்தா புகழப்பட்டவர் என்பதால் சிறையில் தனிமைப்படுத்தப்பட்டு பழிவாங்கப்பட்டார்.

என் தாத்தா சிறைக்குச் செல்லும்போது அவருக்கு வயது 70. சீனப் பண்பாட்டு புரட்சியின், செம்படையின் சிவப்பு காவலர்களால் கைது செய்யப்பட்டு சிறையில் அடைக்கப்பட்ட அத்தனை பணக்காரர்களும் "முதலாளித்துவ பிரதிநிதிகள்" என்ற பெயராலேயே அழைக்கப்பட்டனர். அதற்காகவே அவர்கள் அவமானப்படுத்தப்பட்டு சித்ரவதைகளை அனுபவித்தனர். என் தாத்தாவுடன் சிறையில் ஒன்றாய் இருந்த முதியவர், சிறையில் அவருக்கு நடந்த அவமானத்தினால் ஆத்திரமும், அவமானமும் தாக்க வேதனையில் இறந்துவிட்டார். ஆனால் தன் வேதனை எதையும் காட்டிக் கொள்ளாமல், என் தாத்தா புன்சிரிப்புடனேயே எல்லாவற்றையும் தாங்கி கொண்டார். சிறையில் என்ன உணவு கொடுத்தாலும் சாப்பிட முடிந்த எல்லாவற்றையும் ஒதுக்காமல் சாப்பிட்டு வந்தார். இந்த வயதிலும் தளராத அவரைப் பார்த்த காவலர்கள் அவரால் கவரப்பட்டு, அவருக்கு மற்றவர்களுக்கு கொடுப்பதைவிட நல்ல உணவுகளை கொடுக்க ஆரம்பித்தனர். என் தாத்தா சிறையிலிருந்து விடுவிக்கப்பட்டபின், அதற்காக மகிழ்ச்சியில் குதிக்கவும் இல்லை. அவரது சிறை நண்பர்கள் இறந்து விட்டார்கள் என்று வருத்தப்படவும் இல்லை. அவரிடமிருந்து பறிக்கப்பட்டுவிட்ட சொத்துகளுக்காக வேதனைப்படவும் இல்லை. வழக்கம்போல் தன் உணர்வுகளை தனக்குள்ளேயே அடக்கிக்கொண்டு வாழ்ந்தார். அவரது தன்னம்பிக்கையும் தைரியமும், பல சோதனைகளைக் கடந்து அவரை வீழ்ந்து விடாமல் வாழ வைத்தது.

அம்மா அவளது பதினான்கு வயதில் கம்யூனிஸ்ட் கட்சியின் இளைஞர் அணியில் சேர்ந்தாள். அதிலேயே பணிபுரிந்து தனது பதினாறாவது வயதில் கட்சியின் இராணுவப் பிரிவில் சேர்ந்து பணியாற்றினாள். நான்ஜிங் பிரிவில் அம்மாவின் பாட்டு, நடனம் மட்டுமல்ல அவளது படிப்பில் முதல் மாணவியாக இருந்த திறமைகள் இவற்றால் அவள் அனைவராலும் விரும்பப்படும் ஒரு பெண்ணாக புகழ் பெற்றாள். தேசிய இராணுவத்தின் அனைத்து போட்டிகளிலும் வெற்றி பெற்று கட்சியில் அனைவராலும் பாராட்டப்பட்டாள். தன் குடும்ப பின்னணி அவளது எதிர்காலத்தை எப்படி முற்றுகையிட்டு வாழ்வை சிதைக்கப்போகிறதென்று அப்பொழுது அவள் அறியவில்லை. அம்மாவின் திறமைகளுக்காக அவளுக்கு உடனடியாக இராணுவ தொழிற்சாலையில் வேலை கிடைத்தது. அது ஜெர்மன் தொழில்

நுட்பத்துடன் இணைந்து நடத்தப்பட்ட தொழிற்சாலை. அங்கு இராணுவக் கருவிகள் செய்வதற்கு புதிய கருவி ஒன்றை அம்மா கண்டுபிடித்தார்.

அவர்களது திறமையைப் பாராட்டி புகைப்படம் எடுக்க அழைத்தபோது, தன் குடும்பப் பின்னணி காரணமாக முதல் வரிசையில் நிற்க மறுத்து கடைசியில் நின்றாள் அம்மா. சீனா ரஷ்யா பிரிவின்போது அம்மாவைப் பற்றி சிறப்பு விசாரணை நடத்தப்பட்டது. அவளது குடும்பப் பின்னணி காரணமாக அவள் கட்சிக்கு எந்த அளவு உண்மையாக இருக்கிறாள் என்று சிறப்பு புலனாய்வு வேறு நடத்தப்பட்டு அவளது நடவடிக்கைகள் கண்காணிக்கப்பட்டன. அவள் எவ்வளவு உண்மையாக இருந்தும் அவளை கட்சி மேலிடம் நம்பாமல் அவளது எல்லா வேலைகளுக்கும் அவளுக்கு தகுதி இருந்தும் மறுக்கப்பட்டாள். கிட்டத்தட்ட முப்பது வருட காலம் தனக்கு திறமை இருந்தும் அவளுக்கு போதிய அங்கீகாரம் கொடுக்காமல் கட்சி மேலிடம் அவளை உதாசீனப்படுத்தியது. அவளை விட திறமை குறைந்த அவளது தோழிகளுக்கு முன்னுரிமை கொடுக்கப்பட்டது.

அம்மா எவ்வளவு மனவலிமைமிக்கவள் மற்றும் புத்திசாலி என்பதற்கு மிகச் சரியான உதாரணம் அவள் அப்பாவை திருமணம் செய்துகொள்ள முடிவெடுத்ததுதான்.

அம்மா அப்பாவை திருமணம் செய்துகொள்ளும்போது, அவர் இராணுவ பயிற்சி பள்ளியில் எல்லோராலும் மதிக்கப்படும் முதல் தர பயிற்சியாளராக பணிபுரிந்தார். அப்பா அழகானவர் கிடையாது. ஆனால் மிக திறமையானவர். அம்மா அப்பாவை காதலுக்காக திருமணம் செய்து கொள்ளவில்லை. அவரது கல்வி அறிவுக்காகவும், தன்னை யார் என்று நிரூபிப்பதற்காகவும் தான் திருமணம் செய்துகொண்டார் எனலாம். அப்பாவைப் பற்றி அம்மா கூறும் போதெல்லாம் அவர் எவ்வளவு பெரிய திறமை சாலி என்று குறிப்பிட்டு பேசுவார். அவர் இயந்திர தொழில் நுட்பங்களிலும், கணினி தொழில் நுட்பத்திலும் தேசிய அளவில் புகழ் பெற்றவர். மற்றும் பல வெளிநாட்டு மொழிகளிலும் பேசும் வல்லமை உள்ளவர். அவரைத் திறமைசாலி என்று கூறும் அம்மா, அப்பாவை நல்ல கணவர் என்றோ, அவர் நல்ல குடும்பத் தலைவர் என்றோ சொன்னது இல்லை.

அப்பா தன் வேலையில் மிகவும் ஈடுபாடு உள்ளவர். அவர் எப்பொழுதும் தன் ஆராய்ச்சியின் சிந்தனையிலேயே இருப்பார். ஒரு முறை புத்தகம் படித்துக்கொண்டே வீட்டுக்கு வந்தவர் அடுத்த வீட்டுக்குள் நுழைந்து, அவர்கள் வீட்டு வரவேற்பறையில் படுத்துத் தூங்கியும் விட்டார். இவர் ஏன்

நம் வீட்டில் வந்து தூங்குகிறார் என்று வியப்படைந்த அந்தக் குடும்பத்தினர், அவரை எழுப்பா மல், அம்மாவிடம் வந்து சொல்லி அம்மா போய் அப்பாவை எழுப்பி கூப்பிட்டு வந்தார். அப்பா வேலையின் நிமித்தமாக அடிக்கடி வெளியூர் போய் விடுவார். அவர் எப்பொழுதாவது தான் வீட்டிற்கு வருவதால் எங்களுக்கும் அப்பாவுடன் ஒரு அன்னியோன்யமான உறவு இருக்கவில்லை. அவர் வந்து போகும் உறவினர் போலவே எங்களுக்குத் தெரிந்தார். அவர் வீட்டிற்கு வந்தாலும் இதுபோல் பக்கத்து வீட்டிற்கு போய்விடுவது போன்ற குளறுபடிகளை செய்து அம்மாவிடம் திட்டு வாங்குவார். அப்பா குளறுபடிகளுக்கு பெயர் போனவர் எனும் அம்மாவின் கருத்தை நானோ என் அண்ணனோ எவ்வளவோ முயன்றும் சரி செய்ய முடியவில்லை.

1950 முதல் 1980 க்கு இடையிலான காலகட்டத்தில், அரசியல் இயக்கங்களின் பாதிப்புகள், பாரம்பர்யத்தின் அழுத்தங்கள் போன்றவற்றால் சீனாவில் ஏராளமான ஆண்களும், பெண்களும் ஒருவர் மேல் ஒருவர் கொண்ட அனுதாபத்தினாலும், மேலோட்டமான இனக்கவர்ச்சியினாலும் திருமணம் என்ற பந்தத்தை ஒரு சமூக ஒப்பந்தம் போலவே செய்துகொண்டனர். இதனால் காதலோ, உணர்ச்சியோ இல்லாது மகிழ்ச்சி இல்லா மணவாழ்வு சமூகத்தின் சாபக்கேடானது.

என் பெற்றோர் இருவருக்குமே இருட்டடிக்கப்பட்ட வேதனையான முதலாளித்துவ பின்னணி இருந்ததால், ஒருவர் மேல் ஒருவருக்கு ஏற்பட்ட அனுதாபம் திருமண பந்தத்தில் முடிந்தது. மண வாழ்க்கை ஆரம்பித்தவுடன் இருவரும் ஒருவரை யொருவர் நேசித்தார்களா? அவர்களின் தாம்பத்ய உறவு மகிழ்ச்சி யாக இருந்ததா? என்ற விவரங்களை அவர்களிடம் கேட்க எனக்கு தயக்கம் இருந்தது. அதற்கான மன வலிமை எனக்கு வரவே இல்லை. அரசியல் நெருக்கடிகளால் குடும்பத்தில் ஒவ்வொருவரும் ஒவ்வொரு இடத்தில் வாழ வேண்டிய நிர்பந்தம் உருவானதும், என் பெற்றோர் அவர்கள் குடும்ப பின்னணியால் விசாரணைக்கைதிகளாக சிறையில் அடைக்கப்பட்டதாலும், மகிழ்ச்சி இல்லாத குடும்ப சூழல்களே எங்கள் கசப்பான நினைவுகளாகத் தங்கி விட்டன.

நான் ஒரு மாதக் குழந்தையாக இருக்கும்போதே, என் பாட்டி வீட்டுக்கு அனுப்பப்பட்டு விட்டேனாம். நான் என் வாழ்நாளில் மூன்று வருடங்கள்தான் என் அம்மாவுடன் வசித்திருக்கிறேன். என்னுடைய ஒரு பிறந்தநாள்கூட என் குடும்பத்துடன் கொண்டாடிய நினைவு எனக்கு இல்லை. எப்பொழுதெல்லாம் விசில் அடித்து கிளம்பும் ரயிலைப்

பார்க்கிறேனோ அப்பொழுதெல்லாம் என் அம்மாவை நினைத்துக்கொள்வேன்.

எனக்கு ஐந்து வயதிருக்கும். என் பாட்டி என்னை பெய்ஜிங் ரயில் நிலையத்திற்கு அழைத்து வந்தார். நாங்கள் இருவரும் பிளாட் பாரத்தில் நின்று கொண்டிருந்தோம். அந்தப் பகுதி முழுவதும் மக்கள் நடப்பதும், ரயில்கள் வந்து போவதுமாக பரபரப்பாக இருந்தது. நீண்ட நேரம் காத்திருந்ததால் பொறுமையிழந்த நான் பாட்டியின் கைகளை மடக்கி சீனாவின் குத்து விளையாட்டை விளையாட ஆரம்பித்தேன். கைகளை எனக்குக் கொடுத்துவிட்டு பாட்டி தூரத்தில் யாரும் வருகிறார்களா என்று பார்த்து கொண்டிருந்தாள். அப்பொழுது நீண்ட விசில் அடித்துக்கொண்டு ரயில் ஒன்று வந்து நின்றது. ரயிலில் இருந்து மிக அழகான ஒரு பெண்மணி இறங்கி எங்கள் இருவரையும் நோக்கி வந்தார். அவளின் அழகான நடையும், நடைக்கு தகுந்தாற்போல் அவள் கைகள் வீசி நடந்ததும், ஒரு நாட்டியம் போல் இருந்தது. எனக்கு அந்தப் பெண்மணியை பார்த்ததும், ஏதோ கனவில் ஒரு தேவதையைப் பார்ப்பதுபோல் இருந்தது.

பாட்டி என்னை அழைத்து பார் உன் அம்மா வருகிறாள் என்று கூறினாள். எனக்கு தெரிந்து அன்றுதான் முதன் முதலில் அவளைப் பார்க்கிறேன். நான் ஊரில் மற்ற பெண்களை பார்த்தால் அத்தை என்றுதான் கூப்பிடுவேன். அதனால் பாட்டி எவ்வளவு சொல்லியும் எனக்கு அம்மா என்று அழைக்க வரவில்லை. அத்தை என்றே கூறினேன் அழைத்தேன். அந்தப் பெண்மணி என் அருகில் வந்து என் கைகளை பிடித்தாள். அவள் கண்கள் கண்ணீரால் நிறைந்து இருந்தது. அவள் முகம் வருத்தமாக இருந்தாலும், என்னைப் பார்த்து சிரிக்க முயன்றாள். பாட்டி மறுபடியும் என்னிடம் அம்மா என்று கூப்பிடு எனச் சொல்லவில்லை. பாட்டியும் அம்மாவும் கொஞ்ச நேரம் மவுனமாக எதுவும் பேசாமல் இருந்தனர். அம்மாவை முதல் முதல் பார்த்த இந்த நினைவு ஏனோ அடிக்கடி என் மனக்கண்ணில் வந்து வந்து போகும். நானும் ஒரு குழந்தையைப் பெற்று தாயான பின்புதான் எனக்கு அம்மா அந்த காலத்தில் குழந்தைகளை பிரிந்து எவ்வளவு வேதனைப்பட்டிருப்பாள் என்று புரிந்தது. தன் மகளே தன்னை அம்மா என்று அழைக்க மறுத்த அந்த தருணம் அவள் என்ன நினைத்து இருப்பாள்? அவள் மனம் என்ன பாடுபட்டு இருக்கும் என்று இன்று நினைத்து பார்த்தால் எனக்கு வேதனையாக இருக்கிறது.

நான் லண்டனில் படித்துக்கொண்டிருக்கும்போது அந்த ஊரின் கலாச்சாரம் எனக்குப் புரிபடவில்லை. லண்டன்

வாழ்க்கை சிரமமாக இருக்கிறதென்று தொலைபேசியில் அழைத்து அம்மாவிடம் சொன்னேன். அதற்கு அம்மா, "கவலைப்படாதே. பெண்ணென்றால் என்னவென்று புரிந்து கொள்ள உனக்கு கிடைத்திருக்கும் வாய்ப்பு இது" என்று கூறினாள். நான் திகைத்துப் போனேன்.

"என் வாழ்வின் முக்கியமான தருணங்களில் தவறான முடிவுகளால் நான் மிகவும் பாதிக்கப்பட்டேன். நீயும் அதே போன்ற தவறை உன் வாழ்வில் செய்து விடாதே என்று அம்மா அடிக்கடி எனக்கு புத்திமதி சொல்வாள்.

இரண்டாவது முறை நான் லண்டனில் இருந்து சீனா வந்த போது என் லண்டன் தோழியைப் பார்க்க அம்மா உதட்டுச்சாயம் பூசிக்கொண்டு வந்திருந்தாள். இதுபோன்ற ஒப்பனைகளுடன் அவளை நான் பார்ப்பது இதுதான் முதல்முறை. அப்பா மிக அரிதாகவே அம்மாவின் நளினம் குறித்து தனது வியப்பினை வெளிப்படுத்துவார். அன்று அவரும் அம்மாவை வியந்து பார்த்தார். கடந்த நாற்பது வருடங்களில் அம்மா ஒப்பனைகள் செய்ததே கிடையாது. அப்பாவுக்கு அம்மாவின் புதிய இந்தத் தோற்றம் பெரும் ஆச்சரியம்.

10

நவீன சீனாவின் புதிய முகம் சவக்களையை போர்த்தியதாகவே உள்ளது. சீனப் பண்பாட்டு புரட்சி நாட்டையே தலைகீழாக மாற்றி விட்டது. மக்களுக்கு நெருக்கடிகள் அதிகமாகி அவர்கள் அன்றாட வாழ்வை நிம்மதியாக வாழ முடியாத அளவு வாழ்க்கை சிக்கலாகி, பெரும்பான்மையானவர்கள் மனநலம் குன்றியவர்களாக மாறவும் வழிவகுத்து விட்டது. குடும்பம் என்பது சமூக நிர்பந்தங்களினால் ஏற்பட்ட ஒப்பந்தமாகவே மாறிவிட்டது. இங்கு குடும்ப அமைப்பு இருக்கும், ஆனால் அவர்களுக்குள் உணர்வு ரீதியாலான அன்பு, பாசம் எதுவும் இருக்காது. இளைய தலைமுறையினர், அவரவர் வாழ வேண்டிய தேவைகளுக்காக வேலையைத் தேடி ஓட வேண்டும். வேலை கிடைத்து விட்டால், அவர்களின் திருமண வாழ்விற்கான சேமிப்புகளை அவர்கள் தொடங்க வேண்டும். இதற்கிடையில் இளவயதில் உருவாகும் காதல் பெரும்பாலும் நிறைவேறாமல் ஏக்கமும் தனிமையுமாக கடந்து போய் விடும். பெற்றோர்களுக்கோ அரசியல் மாற்றங்கள், சமூக எழுச்சி எல்லாவற்றிற்கும் இடையில்தான், குடும்பத் தேவைகளைப் பூர்த்தி செய்துகொண்டு குழந்தைகளை வளர்த்து படிக்க வைக்க வேண்டியதாகயிருக்கிறது. பெற்றோராயினும், பிள்ளைகளாயினும் அவர்கள் முன் முதலில் நிற்பது நடைமுறை பிரச்சனைகளைக் களைந்து வாழ்வை எப்படி எதிர்கொள்வது என்பதுதான். இதன் பிறகே

குடும்ப பாசம், காதல் எல்லாம். உணர்வுகளின் அடித்தளத்தில் அமைக்கப்படாத உறவுகளைக் கொண்ட குடும்பத்தில் வாழும் பெண்களின் ஏக்கமும் தேடலுமே சீனதேசம் எங்கும் அலைந்துகொண்டிருக்கிறது. அதனாலேயே, சீனாவில் நிறைய சோகம் ததும்பும் காதல் கதைகளை நீங்கள் படிக்கலாம். அந்தக் கதைகளில் மலர்ந்து நறுமணம் வீசும் பூக்களின் வாசமும் இருக்காது. அற்புதமாக கனிந்த பழத்தின் சுவையும் இருக்காது. வெறுமை நிறைந்த கதைகளுக்கு இங்கே பஞ்சமில்லை.

1994இல் சீனாவின் மிகப் புகழ் பெற்ற கின் குஹா பல்கலைக் கழகத்தின் *(Qinghua university)* 83வது ஆண்டு விழாவில் கலந்து கொள்ள அப்பா சென்றார். அவர் திரும்பி வந்ததும், அவருடைய இரண்டு வகுப்புத் தோழர்கள் மறுபடி இணைந்த கதையை கூறினார். ஜிங்க்யிவும் குடாவும் படிக்கும் காலத்திலேயே ஒருவரை ஒருவர் நேசித்தார்கள். படிப்பு முடிந்ததும், சீனப் புரட்சி இயக்கத்தின் தேவைக்காக இருவரும் சீனாவின் வேறு வேறு எல்லைகளில் பணியில் நியமிக்கப்பட்டார்கள். சீனப் பண்பாட்டு புரட்சி காரணமாகவும், அவரவர் பணியிடத்தில் கட்சியின் பாதுகாப்பு கருதியும் கட்டுப்பாடு இருப்பதால் பல வருடங்களாக இருவரும் ஒருவரையொருவர் தொடர்பு கொள்ள இயலவில்லை. ஆனாலும் ஜிங்க்யி என்ற அந்தப் பெண் தன் காதல் மேல் நம்பிக்கை வைத்து, 45 வருடங்களாக தன் காதலனைத் தேடிக் காத்திருந்திருக்கிறாள். பல்கலைக்கழகத்தில் பழைய மாணவ மாணவிகள் சந்திக்கும் நிகழ்வு முதன் முறையாக இப்பொழுதுதான் நடத்தப்பட்டது. நிச்சயம் தன் காதலன் வருவான் என்று 45 வருடத்திற்கு பிறகு ஆவலுடன் வந்த ஜிங்க்யி, காதலனைப் பார்த்ததும் அவனைக் கட்டிப் பிடித்து அவள் அன்பைத் தெரிவிக்க இயலவில்லை. காதலன் தன் மனைவி குழந்தைகளோடு வந்தான். ஜிங்க்யி எல்லோரையும் போல சம்பிரதாயமாக காதலனின் கைகளைப் பிடித்து குலுக்கி விட்டு, அவனைப் பார்த்து வெறுமையாக புன்னகைத்து, தன் மனக்குமுறல்களையும் காதலையும் அடக்க இயலாமல் வேதனையுடன் எங்கள் அனைவருக்கும் முன் விழாவை விட்டு வெளியேறிவிட்டாள். இவர்கள் இருவரையும் பார்த்துக் கொண்டிருந்த எங்கள் வகுப்பு தோழர்கள் அனைவரும் முகம் சிவந்து கண் கலங்க, வேதனையுடன் பார்த்து கொண்டிருந்தோம். எங்கள் உணர்வுகளை அடக்க இயலாமல் தவித்தோம். பாவம் ஜிங்க்யி. இவர்கள் இருவரின் காதலைப் பார்த்து அந்தக் காலத்தில் நாங்கள் மிகவும் பொறாமைப்படுவோம். காதலர்கள் என்றால் இவர்கள் இருவரைப் போலத்தான் இருக்க வேண்டும் என்று நான் பல முறை நினைத்ததுண்டு என்று வேதனையுடன் அப்பா

தன் பழைய நினைவுகளை என்னுடன் பகிர்ந்து கொண்டார். என்றுமில்லாமல், மிக அதிகமான கவலையுடனும், விதியை நொந்து கொண்டு ஆதங்கத்துடனும் மனச் சோர்வுடனும் பேசினார்.

ஜிங்க்யி திருமணமே செய்து கொள்ளவில்லையா என்று அப்பாவிடம் கேட்டேன். கண்டிப்பாக குடா எனக்காக காத்திருப்பான் என்ற நம்பிக்கையுடன் அவள் அவனுக்காக இன்று வரை காத்திருந்தாள் என்றார். அவர்களுடைய ஒரு சில வகுப்புத் தோழர்கள்கூட அவளுக்கு அறிவுரை கூறி இருக்கின்றனர். இது முட்டாள்தனமான காத்திருப்பு. குடாவுக்கு உன்மேல் இருந்தது இளமைக்கே உரிய இனக்கவர்ச்சி அவ்வளவுதான். ஆனால் அவள் யார் என்ன கூறினாலும் கவலை கொள்ளாது நம்பிக்கையை மட்டுமே ஆதாரமாகக் கொண்டு காத்திருந்தாள் என்றார்.

கடுமையான அரசியல் எழுச்சியால் நாடே கொந்தளித்துக் கொண்டிருக்கும்போது குடும்பங்கள் பிரிந்து, உறவுகளே இல்லாது போகும் காலத்தில் ஒரு பெண் காதலின் மேல் நம்பிக்கை வைத்து 45 வருடங்கள் காத்திருந்தாள் என்றால் அது சீனாவின் அதிசயம் இல்லையா? நான் அப்பாவிடம், "நான் ஜிங்க்யி பற்றி கேள்விப்படும் விசயங்களை வைத்துப் பார்க்கும்போது அவள் சேற்றில் முளைத்த செந்தாமரைப்போல, இந்த அரசியல் சமூக சேற்றில் மலர்ந்த தாமரைபோல தோன்றுகிறாள்" என்றேன். எனக்கு ஜிங்க்யின் மனநிலை குறித்து அறிந்துகொள்ள ஆவலாக இருந்தது. குடாவை 45 வருடம் கழித்து பார்த்த அவள் எப்படி உடைந்து போயிருப்பாள்?

ஜிங்க்யி வேலை பார்க்கும் இடத்தின் விலாசம் மற்றும் தொலைபேசி எண்ணை அப்பாவுடைய பல்கலைக்கழக நண்பர்களின் டைரியில் கண்டுபிடித்து எடுத்து விட்டேன். அதில் அவளுடைய வீட்டு முகவரியோ, தொலைபேசி எண்ணோ இல்லை. அவள் வேலை பார்க்கும் தொழிற்சாலை எண் மட்டுமே இருந்தது.

அவள் வேலை பார்ப்பது மலையின் உச்சியில் அமைந்துள்ள இராணுவத்தின் சோதனை முயற்சிகளுக்கான பொருட்கள் தயாரிக்கும் தொழிற்சாலை. வசிப்பதற்கான அடிப்படை வசதிகளோ போக்குவரத்து வசதிகளோ சரியாக இல்லாத மலைகிராமம் அது.

அங்கு போக தீர்மானித்ததும் முதலில் தொலைபேசியில் அழைத்து அவளுக்கு தகவல் சொல்லி விடலாம் என்று அழைத்

தேன். ஆனால் அவள் இன்னும் பெய்ஜிங் நகரில் இருந்து திரும்பி வரவில்லை. நீங்கள் கொஞ்சம் அங்கிருந்து கிளம்பி விட்டார்களா என்று விசாரித்து சொல்கிறீர்களா என்று என்னைத் திருப்பி கேட்டார்கள். நான் சரி என்று கூறிவிட்டு அவருடன் படித்த வகுப்பு மாணவர்கள் சிலரை விசாரித்துச் சொல்லும்படி கேட்டேன்.

அடுத்து சில வாரங்கள் சென்றும் ஜிங்க்யி பற்றி ஒரு தகவலும் தெரியவில்லை. அவள் பெய்ஜிங்கில் இருந்து தொலைபேசியில் அழைத்து தனக்கு விடுமுறை வேண்டும் என்று கேட்டதாக தொழிற்சாலையில் தகவல் கூறினார்கள். ஒருவேளை அவள் குடாவைத் தேடி போயிருக்கக் கூடுமோ என்ற சந்தேகத்தில், குடாவின் தொழிற்சாலைக்கு அழைத்துக் கேட்டேன், அவரோ, “அவளுக்கு என்ன ஆச்சு?” என்று என்னைத் திருப்பிக் கேட்டார். அடுத்த சில வாரங்கள் நான் அவள் நண்பர்கள், அப்பா என அனைவரிடமும் அவளைப் பற்றிய தகவலெதுவும் தெரிந்ததா என்று கேட்டேன். ஒருவரிடமும் அவள் பேசவில்லை. யாருக்கும் அவள் எங்கிருக்கிறாள் என்று தெரியவில்லை. எனக்கு மிகவும் கவலையாகிவிட்டது. இந்த சீனாவில் அவள் எங்கோ தொலைந்து போய்விட்டாள். காதலனை குடும்பத்துடன் பார்த்தவுடன் மனமுடைந்து தற்கொலை போன்ற முடிவுகளுக்கு போயிருப்பாளோ என்று ஒரு சந்தேகம் வந்தது. ஆனால் தொழிற்சாலைக்கு அழைத்து விடுமுறை மட்டுமே கேட்டிருக்கிறாள் என்றால், நிச்சயம் வேலைக்கு திரும்பிவரும் முடிவுடன்தான் இருக்கிறாள். எனவே இறந்திருக்க வாய்ப்பில்லை என்று நிம்மதி வந்தது. என் அன்றாட அலுவல்களுக்கிடையில் அவளைத் தொடர்ந்து தேடிக்கொண்டே இருந்தேன். எனக்கு அவள் யார் என்று தெரியாது. ஆனால் அவளின் அபரிதமான காதல் பற்றித் தெரியும். அதனால் அவள்மேல் எனக்கு அளவுக்கு அதிகமான ஈர்ப்பும், அன்பும் உருவாகியிருந்தது. நான் நிச்சயம் அவளைச் சந்திக்க வேண்டுமென்று விரும்பினேன்.

ஒருநாள் மாலை என்னைத் தொலைபேசியில் அழைத்த நேயர், தான் தைகு ஏரியின் அருகேயுள்ள வூக்சி ஹோட்டலில் பணிபுரிவதாகவும் அந்த ஹோட்டலில் ஒரு பெண்மணி தங்கி யிருக்கிறாள் என்றும், ஆனால் அவள் தன் அறையை சுத்தம் செய்ய யாரையும் உள்ளே விடுவதில்லை. அவளும் அறையைவிட்டு வெளியே செல்வதில்லை. நாங்கள் தொலைபேசியில் அழைத்தால் மட்டுமே பதில் சொல்வதால் அவள் உயிருடன்தான் இருப்பதாக

நம்புகிறோம். நீங்கள் அவளை சந்தித்து பேச இயலுமா என்றும் கேட்டாள்.

என்னுடைய நிகழ்ச்சி முடிந்ததும், அந்த ஹோட்டலுக்கு தொலைபேசியில் அழைத்துத் தனிமையில் இருக்கும் அவளிடம் பேச முயற்சித்தேன். அவள் தெளிவாக எனக்கு யாருடனும் பேச விருப்பமில்லை என்று பதிலளித்தாள். அவளைப் பற்றி எனக்கு எப்படித் தெரியும் என்று கேட்டாள். நீ தங்கியிருக்கும் ஹோட்டலில் பணிபுரிபவர்கள் உன் குறித்து கவலை தெரிவித்தார்கள் என்றேன். அவர்களுக்கு என் நன்றியைத் தெரிவியுங்கள் என்று கூறினாள். எனக்கு ஒரே ஆச்சரியம். அவள் தான் தங்கியிருக்கும் ஹோட்டலில் உள்ளவர்களுக்கு எங்கோ இருந்து பேசும் என்னை நன்றி சொல்லச் சொல்கிறாளே. என்ன மாதிரி பெண் அவள் என்று யோசித்தேன். நிறைய மனிதர்களிடம் பேசிய அனுபவத்தில், இதுபோல் பேசுபவர்கள் மனநிலை பாதிக்கப்பட்டு வாழ்வில் நம்பிக்கை இழந்து வெறுப்பில் இருப்பவர்களாக இருப்பார்கள் என்பதை என்னால் புரிந்து கொள்ள முடிந்தது. அது மட்டுமல்ல அவள் நான் உன் நிகழ்ச்சியை இதுவரைக் கேட்டதும் இல்லை, கேட்கும் எண்ணமும் இல்லை என்று பட்டென்று கூறிவிட்டு தொலைபேசி இணைப்பைத் துண்டித்து விட்டாள்.

ஆனால் நான் அவளை விடுவதாக இல்லை. தொடர்ந்து ஒவ்வொரு நாளும் என் நிகழ்ச்சி முடிந்ததும் அவளை அழைத்து பேசுவதை வழக்கமாக வைத்துக் கொண்டேன். நான் இதனை தற்கொலை எண்ணத்தை கைவிட அழைக்கும் தொலைபேசி சேவை போலவே பாவித்து அவளிடம் நம்பிக்கை கொடுத்து பேசத் துவங்கினேன. தொடர்ந்த என் முயற்சியில் அவள் மெதுவாக என்னைத் தன்னிடம் உரையாட அனுமதித்தாள். ஆனாலும் தன்னைப் பற்றி அதிகம் சொல்லாமல், என்னைப் பற்றி அதிக விவரங்கள் கேட்டாள்.

ஆனால் அதன் பிறகு நான் தொலைபேசியில் அழைத்தால் அவள் என்னுடன் பேசுவதைத் தவிர்த்துவிட்டாள்.

அடுத்த சில நாட்களில் நான் வூக்சி பகுதியில் வசிக்கும் போக்குவரத்து காவலாளிகளின் வாழ்வைக் குறித்து பேட்டி எடுக்க வேண்டியிருந்தது. அச்சமயம் சிறிது நேரத்தை ஒதுக்கி, உலகத்தைவிட்டு விலகி தனியறையில் தவமிருக்கும் அந்தப் பெண்ணையும் எப்படியாவது சந்திப்பது என்று தீர்மானித்துக் கொண்டேன்.

தைகு ஏரியின் அருகேயுள்ள வூக்சி ஹோட்டலிலேயே தங்குவதற்கு அறை எடுத்தேன். அறைக்குள் நுழைந்ததும், குளித்து

விட்டு நாளைய பேட்டிக்கு கேள்விகள் தயார் செய்துவிட்டு தூங்கலாம் என முடிவு செய்தேன். உடைகளை களைய ஆரம்பிக் கும்போதே தொலைபேசி அழைத்தது.

“சின்ரன், நான் இந்த ஹோட்டலின் மேலதிகாரி. இப்பொழுது தான் நீங்கள் வந்திருப்பதாக எங்கள் அலுவலக உதவியாளர் கூறினார். என்ன உதவி வேண்டுமென்றாலும் கூறுங்கள்.”

“நன்றி. நான் உங்களிடம் ஒரு விசயம் கேட்கலாமா?”

“கண்டிப்பாக சின்ரன்” என்றார் அந்த பெண் மேலதிகாரி.

“இங்கு தனியாக ஒரு பெண்மணி தங்கியிருக்கிறாள் என்று ஒருமுறை எனக்கு வானொலி நிலையத்திற்கு உங்கள் ஹோட்டலில் இருந்து அழைத்துக் கூறினார்கள். அந்தப் பெண் இன்னமும் இங்கு தங்கியிருக்கிறாளா? அவள் அறை எண்ணை எனக்கு சொல்ல முடியுமா?”

“அவள் அறை என் 4209. என் அறையில் இருந்து பார்த்தால் அவளின் அறை தெரியும். அவள் இரவு முழுவதும் அந்த ஏரியை பார்த்துகொண்டே அமர்ந்திருப்பாள். பகலில் தூங்குவாள் என்று நினைக்கிறேன்” என்று அவளைப் பற்றிய விவரங்களை கூறினாள் மேலதிகாரி.

அவள் பேசி முடித்ததும், நாளைக்கு பார்ப்பதைவிட இன்று இரவே பேசுவது சரியாக இருக்கும் என்று தோன்றியது. எனக்கு கிடைக்கும் ஒவ்வொரு நிமிடமும் பொன் போன்றது. உடனே நான் அந்தப் பெண்ணின் அறைக்குச் சென்றேன்.

ஏதோ வேகத்தில் அவள் அறை வாசல்வரை சென்று விட்டேன். ஆனால் சில நிமிடங்களில் என் தைரியம் எங்கு காணமல் போனது என்று தெரியவில்லை. எப்படி அழைப்பது? என்று தயக்கமாக இருந்தது. என்னவானாலும் சரி பேசிடுவோம் என்று கதவைத் தட்டினேன். “நான் சின்ரன். உங்களிடம் தொலை பேசியில் பேசியது நான்தான். எனக்கு உங்களைப் பார்க்க வேண் டும். தயவுசெய்து கதவைத் திறங்கள்” என்று கத்தினேன்.

எந்த பதிலும் இல்லை. மூடிய கதவு மூடியபடியே இருந்தது. நான் மீண்டும் கதவை தட்டவும் இல்லை. மறுபடி பேசவும் இல்லை. அமைதியாக காத்திருந்தேன். அவள் நிச்சயம் கதவிற்கு பின்புறம் நின்று கொண்டு நான் மேலும் ஏதாவது பேசுவேனா என்று காத்திருப்பாள் என்று தோன்றியது. இருவரும் எதுவும் பேசிக் கொள்ளவில்லை எனினும், எங்களிடையே நிலவிய மவுனம் எங்களுக்கு எங்கள் மனநிலையை புரிய வைத்தது.

நான் காத்திருந்தேன். பத்து நிமிடம் கழித்து அவளது குரல் கதவினிடையே கசிந்து வந்தது.

“சின்ரன் இன்னமும் நீ அங்கு நிற்கிறாயா?”

“ஆமாம். நீங்கள் கதவைத் திறப்பீர்கள் என்று காத்திருக்கிறேன்” என்றேன் மென்மையாக.

சப்தமில்லாமல் கதவு திறந்தது. கண்களில் ஆர்வத்துடனும், சோர்வான முகத்துடனும் என்னை உள்ளே வரச்சொல்லி சைகை செய்தாள்.

அறை மிக சுத்தமாகவும், நேர்த்தியாகவும் இருந்தது. சுவரை ஒட்டி ஒரு பெரிய பயணப்பை இருந்தது. அது தவிர அறையி லிருந்த பொருட்களனைத்தும் அதனதன் இடத்தில் வைக்கப் பட்டிருந்தது. அறையின் ஓர் ஓரத்தில் உடனடியாக சமைத்து சாப்பிடக் கூடிய நூடுல்ஸ் காணப்பட்டது. நிம்மதியாக இருந்தது. அப்பாடா! அவள் பட்டினி கிடக்கவில்லை.

அவளுக்கு மிக அருகில் சென்று அமர்ந்து கொண்டேன். எதுவும் பேசாமல் அமைதியாக முதலில் அவள் பேசட்டும் எனக் காத்திருந்தேன். அவள் இருக்கும் மனநிலையில் நான் ஏதாவது கேட்டு, அவள் மறுபடியும் தன்னை கூட்டுக்குள் சுருக்கிக் கொண்டால் என் எல்லா முயற்சியும் வீணாகி விடும். ஆனால் அவள் பேசுவதாக தெரியவில்லை. அவள் முகத்தில் நிறைய தயக்கங்கள் தெரிந்தன. அவளுக்கு என் மேல் நம்பிக்கை வந்தால்தான் மனம் திறந்து பேசுவாள் என்று புரிந்தது. எப்படி ஆரம்பிக்கலாம் என்று யோசித்துக்கொண்டே இருந்தேன். என் கண்கள், இரவு நேர ஏரியைச் சுற்றி அலை பாய்ந்தது. எங்கள் மவுனத்திற்கு இடையே ஏரியின் தண்ணீர் “க்ளக்” என்று தாள மிசைத்துக் கொண்டிருந்தது.

தைகு ஏரி சீனாவின் மூன்றாவது பெரிய ஏரி. இந்த ஏரியைச் சுற்றி உள்ள நிலப் பரப்பில் ஆங்காங்கே பூங்காக்களும் நீச்சல் குளங்களும் நிறைந்திருந்தன. ஒரு சில இடங்களில் அழகிய நீரோடைகளும் காணப்பட்டன. தைகு ஏரியை ஒட்டி மிகவும் பிரசித்திப் பெற்ற பிலோ வசந்த தேயிலைக்காடு இருக்கிறது. பிலோ என்கிற அழகிய பெண் தான் உயிரையே வைத்திருக்கும் காதலன், மிகக் கொடிய நோயால் வாடியதைக் கண்டு அவனைக் காப்பாற்ற வேண்டுமென்பதற்காக தன்னுடைய இரத்தத்தை ஊற்றி இந்தத் தேயிலைக் காட்டை வளர்த்தாளாம். இந்த தேயிலை துளிர்களை வைத்து அவனுக்கு சிகிச்சை அளிக்க நாளடைவில் காதலன் குணமடைந்தானாம். ஆனால் இரத்தத்தை ஊற்றி வளர்த்ததால் பிலோ பலவீனமடைந்து

இறந்து போனாளாம் என்று இந்த அழகிய நிலப்பகுதி குறித்து புராணக் கதை ஒன்றுண்டு.

சீனாவின் அமர காதல் கதைகளை மனதில் அசை போட்டுக் கொண்டு, தண்ணீரின் தாளத்தை ரசித்துக்கொண்டு அமைதியாக அந்தப் பெண்ணின் அருகில் அமர்ந்திருந்தேன். எங்கள் மவுனத்தை எட்டிப் பார்த்த சூரியன், தன் பொன்னிற கதிர்களை வீசி அதை இன்னும் அழகாக்கினான்.

வார்த்தைகளற்று மரணித்துக்கொண்டிருந்த எங்கள் நேரத்தை தொலைபேசி அழைப்பு பிழைக்க வைத்தது. அந்த அழைப்பு எனக்கானது. மணி இப்பொழுது காலை 7.30. இன்னும் ஒரு மணி நேரத்தில் நான் போக்குவரத்து அலுவலகத்தில் மக்கள் தொடர்பு அதிகாரியைச் சந்தித்து போக்குவரத்து விதிகள் மற்றும் விளம்பரங்கள் குறித்து செய்தி சேகரிக்க வேண்டும். என்னை அழைத்துச் செல்ல ஹோட்டல் வரவேற்பறைக்கு கார் வந்து விட்டது. நான் நிமிர்ந்து அந்தப் பெண்ணின் கண்களைப் பார்த்து, அவள் கைகளை வாஞ்சையுடன் பிடித்துக் கொண்டு "எனக்காக கொஞ்சம் சாப்பிட்டு ஓய்வெடுங்கள்" என்று கூறி விட்டுக் கிளம்பினேன்.

அந்த நாள் இடைவிடாத பேட்டிகள், சந்திப்புகள் என்று பத்திரிக்கையாளரின் வழக்கமான பரபரப்பான நாளாக முடிந்தது. வெவ்வேறு இடங்களுக்கு சென்று செய்திகள் சேகரித்தேன். ஒவ்வொரு இடத்திற்கும் போகும் போதும் பயணத்தின் இடையே காரில் சிறிய பூனைத் தூக்கம் போட்டேன்.

ஹோட்டல் அறைக்கு திரும்பியதும் என் படுக்கையின் மேல், ஹோட்டல் பணியாளர்கள் என் கையெழுத்து கேட்டு வைத்திருந்த குறிப்புகள் காத்திருந்தன. ஆனால் அது எதையும் கவனத்தில் கொள்ளாமல், குளித்து விட்டு மீண்டும் அந்தப் பெண்மணியைப் பார்க்க அவள் அறைக்குச் சென்றேன். இன்றும் அவள் என்னிடம் பேச விரும்பவில்லை என்றாலும் பரவாயில்லை. அவளருகில் உட்கார்ந்து அவளது மவுனத்தைப் பகிர்ந்துகொள்வதுகூட அவளுக்கு நான் செய்யும் உதவியாகத்தான் இருக்கும். அவளும் நான் வருவேன் என்று கதவுக்கு பின்னால் காத்திருந்தாள் போலும். நான் நடந்து வந்து அறை வாசலில் நின்ற உடனேயே நான் அழைக்காமலேயே கதவு திறந்தது. நான் உள்ளே நுழைந்ததும் அவள் என்னைப் பார்த்து சிரிக்க முயற்சி செய்தாள்.

நேற்று போலவே இன்றும் நாங்கள் இருவரும் அருகருகில் அமர்ந்து ஏரியின் நீரை வேடிக்கை பார்த்தோம். அது நேற்று

போல் இல்லாமல் இன்று நிலவின் ஒளியில் மின்னியது. அவ்வப்பொழுது காற்று நீரை தழுவிச் செல்ல நீரின் கூச்சம், அலையலையாய் விலகி சேர்ந்தது. மற்றபடி ஏரியும் எங்களைப் போல அமைதியாகவே இருந்தது.

விடிந்ததால் நான் நேரமாகி விட்டது என்று கிளம்பினேன் அவள் என் கையை பிடித்து குலுக்கினாள். அது பலவீனமாய் இருந்தது. ஆனால் அந்தப் பிடிப்பில் ஏதேதோ உணர்வுகளின் கலவை புரிந்தது. அவள் மனதின் ஏக்கம் மவுனக் குரலாய் என் காதில் ஒலித்தது.

வேலை முடிந்து அறைக்கு திரும்பியதும், அவசரமாக முடிக்க வேண்டிய எழுத்து வேலைகள் இருந்தன. நான் எப்பொழுதுமே என் நிகழ்ச்சியை ஆர்வத்துடன் கேட்டு, என் கையெழுத்துக்காக காத்திருக்கும் நேயர்களை ஏமாறவிடுவதில்லை. ஹோட்டல் பணியாளர்கள் கேட்ட கையெழுத்து அனைத்தையும் போட்டு அறை மேஜையின் மீது வைத்தேன்.

அறை எண் 4209க்குச் சென்றேன். இரண்டு நாட்களாக இரவு முழுவதும் இருவரும் ஒன்றும் பேசாமல் ஒன்றாய் இருந்திருக்கிறோம். எனினும், எங்களுக்குள் யுகம்யுகமாய் பழகிய நெருக்கத்தை உணர முடிந்தது. வார்த்தைகளில் என்ன இருக்கிறது அர்த்தம் இல்லாத ஓசைகள் என்பதைத் தவிர? வழக்கம்போல எனக்காக கதவிற்கு பின்னால் அவள் காத்திருந்தாள். அறைக்குள் நுழைந்து அவள் அருகில் அமர்ந்துகொண்டு காலையில் நான் கிளம்புகிறேன் என்றேன். பலவீனமாக என் கையைப் பிடித்து குலுக்கி சிரித்தாள். அவளது மனநிலை என்னவாக இருக்கும் என்று என்னால் யூகிக்க முடிந்தது. இருந்தும் நான் என்ன செய்ய முடியும்? எதுவானாலும் அவள் மனம் திறந்து பேசினால்தானே. நான் யோசித்துக்கொண்டிருக்கும் போதே தலையணையின் அடியில் இருந்து பாதி கிழிந்த பழைய புகைப்படம் ஒன்றை என் கையில் கொடுத்தாள். 1940இல் அவள் மாணவியாக இருந்தபோது எடுத்த படம். அந்தப் பெண் இளமையும் சந்தோசமுமாக காணப் பட்டாள். அந்தப் புகைப்படத்தின் பின்னால், பேனா மையில் எழுதப்பட்டிருந்தது. அதில்

“நீர் ஒரு போதும்...” என்று காணப்பட்டது. அதன் அருகில் சமீபத்தில் எழுதியது போல், அழுத்தமாக சில வார்த்தைகள் காணப்பட்டன. “ பெண்கள் நீரைப் போல. ஆண்கள் மலையைப் போல “ என்று இருந்தது. அந்த புகைப்படத்தின் கிழிக்கப்பட்ட மீதி, இந்தப் பெண்ணின் மன வேதனைக்கு காரணமான ஆணாக இருக்கக்கூடும்.

நான் அந்த ஹோட்டலில் இருந்து வெளியேறினேன். ஆனால், அவளைவிட்டு வெளியேறவில்லை.

நான்ஜிங் திரும்பியதும் நேராக பெற்றோரைப் பார்க்கச் சென்றேன். அவர்களுக்காக வூக்சியில் இருந்து சில பொருட்களை வாங்கி வந்திருந்தேன். நான் வீடு வந்து சேருவதற்கு இரவு நேரமாகி விட்டதால், அப்பாவும், அம்மாவும் தூங்கி விட்டனர். நான் வீட்டிற்குள் வந்து விட்டேன் என்பதை அறிந்து அம்மா படுக்கை அறையில் இருந்து என் அறைக்கு தொலைபேசியில் அழைத்து, "எல்லாம் சரியாக நடந்ததா?" என்று கேட்டார். தூக்க கலக்கத்தில் அம்மாவுக்கு என்ன பதில் சொன்னேன் என்று நினைவில் இல்லை.

காலையில் அப்பா என்னை அவசரமாக எழுப்பினார். எழ நினைத்து எழுந்து உட்கார்ந்ததாக நினைவு. ஆனால் நான் எழுந்திருக்கவே இல்லை. மனம் நினைப்பதை உடல் செய்ய இயலாத அளவு களைப்பில், மனமும் உடலும் வேறு வேறு திசையில் பயணித்தன. அப்பா தன் கையில் ஒரு புகைப்படத்தை வைத்துக்கொண்டு மீண்டும் என்னைக் குலுக்கி எழுப்பினார். பாதிக் கண்களைத் திறந்து அவரைப் பார்க்க முயன்றேன். கண்கள் தூக்கம் மிச்சம் இருக்கிறது என்று சொல்லி எரிந்தன. நான் நேற்றிரவு களைப்பில் என் புத்தகங்களை மேஜையில் போடும்போது, கடைசியாக அந்தப் பெண் என்னிடம் கொடுத்த புகைப்படம் தவறி தரையில் விழுந்திருக்கிறது. அதை கையில் வைத்துக் கொண்டு இது உனக்கு எங்கே கிடைத்தது? இதுதான் அவள் "ஜிங்க்யி" என்றார் அப்பா பதட்டத்துடன்.

நொடியில் தூக்கம் பறந்து போய், கண்ணில் மின்னலடித்தன.

"சரியாகப் பார்த்து சொல்லுங்கள் அப்பா." நம்ப முடியாமல் அவர் முகத்தையே பார்த்துக்கொண்டிருந்தேன்.

"எப்படி இந்த அழகு தேவதையை மறக்க முடியும்? அந்தக் காலத்தில் என் வகுப்பு மாணவர்கள் அனைவரும் இவள் பின்னால்தான் அலைவார்கள்." அப்பா முடிக்கும் முன் அவரை அளவெடுப்பது போல் கிண்டலாக பார்த்து,

"நீங்களுமா அப்பா?" என்றேன். அப்பா உள்ளே திரும்பி பார்த்து,

"உங்க அம்மா காதில் விழுந்து விடப்போகிறது. அவள் உடனே தன் கற்பனை சிறகை விரித்து காட்சிகளை அவளே வடிவமைத்து என்னுடன் ஒரு மாதத்திற்கு சண்டை போடுவாள்" என்றார் வெட்கச் சிரிப்புடன். அப்பாவின் இந்தப் பதிலிலும், அம்மாவின்

சந்தேகத்திற்குள்ளும் உறைந்திருப்பது அவர்களிடையேயான காதலைத் தவிர வேறென்ன? ஆனால் அம்மா ஒருபோதும் இதை ஒத்துக்கொள்ள மாட்டாள்.

அப்பாவிடம் பேசிக்கொண்டே என் பையை எடுத்துக் கொண்டு புறப்படத் தயாரானேன். என்னுடைய பரபரப்பான நாளின் ஒவ்வொரு நொடியும் எங்கோ மன ஆழத்தில் ஜிங்க்யி வாழ்ந்துகொண்டே இருந்தாள். அவளின் தீவிரமான காதல் என்னை அடிமையாக்கியிருந்தது. இப்பொழுது நான் சந்தித்த வூக்சி ஹோட்டல் அறைப் பெண்தான் ஜிங்க்யி என்றால் என்னால் எப்படி பொறுமையாக இருக்க முடியும்? ஜிங்க்யி தன் காதலனுடன் சேர்ந்தால் எவ்வளவு மகிழ்வாளோ, அதைவிட அதிகமான ஆவலும் பரபரப்பும் என்னைத் தொற்றிக்கொண்டது. கேள்வியுடன் என்னைத் துரத்திக்கொண்டு வந்த அம்மாவையும் அப்பாவையும், புன்சிரிப்புடன் ஓரங்கட்டிவிட்டு வழியில் என் வானொலி நிலையத்தின் பொது நிர்வாக அதிகாரியை சந்தித்து பொய் சொல்லி நான்கு நாட்கள் விடுமுறை வாங்கிக்கொண்டு வூக்சி போகும் ரயிலைப் பிடிக்க ஓடினேன்.

என் மனம் முழுக்க ஜிங்க்யி குறித்த கேள்விகள் ஒன்றுடன் ஒன்று பின்னிக் கொண்டு சிக்கலாகி கிடந்தன. வழக்கத்தை விட ரயில் மிகவும் மெதுவாக போவதுபோல் ஓர் உணர்வு. நேரம் தவழ்ந்து, ஊர்ந்து சென்று கொண்டிருந்தது.

என்னை மீண்டும் ஹோட்டல் வரவேற்பறையில் பார்த்த அலுவலக உதவியாளர் வியப்புடன் ஏதோ பேச வாயெடுத்தாள். நான் அவளை நோக்கி ஒரு சிரிப்பு சிரித்துவிட்டு அவசரமாக படிகளில் ஏறி ஓடி அறை எண் 4209இன் வாசலில் நின்றேன். ஏன் என்று புரியவில்லை. சட்டென்று ஒரு தயக்கம் என்னைத் தொற்றிக்கொண்டது. என்ன செய்வது? எப்படி அழைப்பது? இரண்டு முறை கதவைத் தட்ட முயன்று, கை தானாக துவண்டு விழுந்தது. புரியாத பரவச கலக்கம் என்னை ஆளுமை செய்தது. ஒரு வழியாக மனதை தைரியப்படுத்திக்கொண்டு கதவைத் தட்டினேன்.

"ஜிங்க்யி, நான் சின்ரன் வந்திருக்கிறேன்." என்ற என் குரலை கேட்ட நொடியில் கதவு திறந்தது.

அவளுடன் மவுனமாக கழித்த இரண்டு இரவுகளுக்கே எனக்குள் இத்தனை கனம் என்றால், நம்பிக்கை மட்டுமே சுமந்து மவுனமாக நாற்பத்தைந்து வருடமாக காத்திருந்த அந்தக் காதலியின் மனம் என்ன பாடுபடும்.

"நீ இன்னும் போகவில்லையா? உனக்கு எப்படி என்

பெயர் தெரியும்?” மிகவும் உரிமையுடன் என்னிடம் பேசினாள் ஜிங்க்யி.

அவளை பரபரவென்று இழுத்து வந்து அறையின் ஜன்னலருகே உட்கார வைத்தேன். ஆனால் இந்தமுறை என்னால் அமைதியாக இருக்க முடியவில்லை. அவள் கரங்களைப் பிடித்துக்கொண்டு, என் தந்தையிடமிருந்து அவளைப் பற்றி நான் தெரிந்துகொண்ட விவரங்களை அவளிடம் சொன்னேன். நான் பேசப் பேச, அவள் கண்களில் இருந்து கண்ணீர் வழிந்த வண்ணம் இருந்தது. கண்களைத் துடைக்கக்கூட கவனமில்லாது அவள் நான் பேசுவதைக் கேட்டு கொண்டிருந்தாள். எனக்குள்ளே எழுந்த கேள்விகளுக்குள் மூழ்கி மூச்சுவிட முடியாமல் திணறி னேன்.

ஆனாலும், சுதாரித்துக்கொண்டு, “நீங்கள் இன்னமும் குடாவைப் பற்றி நினைத்துக் கொண்டிருக்கிறீர்களா?” என்று கேட்டேன்.

குடா என்ற பெயரை நான் உச்சரித்த வினாடியில் அவள் மயங்கி படுக்கையில் பேச்சு மூச்சில்லாமல் விழுந்தாள். பதட்டத்தில் எனக்கு என்ன செய்வதென்று புரியவில்லை. ஹோட்டலின் வரவேற்பறைக்கு தொலைபேசியில் அழைத்து ஆம்புலன்சை அழைக்கச் சொன்னேன்.

ஜிங்க்யியை அழைத்துக் கொண்டு இராணுவ மருத்துவ மனைக்குச் சென்றேன். அவசரப் பிரிவுக்குள் அழைத்துச் சென்று அவளுக்கு சிகிச்சை அளித்தார்கள். என்னை உள்ளே அனுமதிக்கவில்லை. நான் வெளியில் நின்று கொண்டு, கண்ணாடி வழியாக உள்ளே நடப்பதைப் பார்த்துக் கொண்டிருந்தேன். கண்களில் கண்ணீர் வழிய, “ஜிங்க்யி எழுந்திரு...” என்று தொடர்ந்து சொல்லிக் கொண்டே இருந்தேன். என் மனக்குரல் ஜிங்க்யிக்கு கேட்கும் என்று நம்பி பைத்தியக்காரி போல பேசிக்கொண்டிருந்தேன். டாக்டர் என் தோளைத் தட்டி அழைக்கும் வரை நான் சுய நினைவில் இல்லை.

“பயப்படத் தேவையில்லை சின்ரன். ஜிங்க்யி பலவீனமாக இருக்கிறாள். அவள் மனது நிறைய பாதிக்கப்பட்டிருக்கிறது. எல்லா பரிசோதனைகளும் பயப்படும்படி எந்த அறிகுறியும் காட்டவில்லை” என்று டாக்டர் கூறியதும்தான் எனக்கு நிம்மதி வந்தது. மருத்துவமனையின் இன்னொரு அறையில் ஓய்வெடுக்க சென்றேன். சிந்தனை முழுவதும் ஒன்றுக்கொன்று தொடர்பில்லாத விசயங்கள் ஆக்கிரமித்து, தலைசுற்றத் துவங்கியது. எங்கோ நழுவி நழுவி மிகப்பெரிய பள்ளத்திற்குள் இழுத்துக்கொண்டே போவது

போல் தூக்கம் என்னை ஆட்கொண்டது. தூக்கத்தில் எங்கோ ஒரு பெண் கதறி அழுவது போலவும், வேதனையில் துடிப்பது போலவும் கனவு கண்டு பாதித் தூக்கத்தில் எழுந்து விட்டேன்.

நிலைகொள்ளாமல் ஜிங்க்யியை சென்று பார்ப்பதும், திரும்பி வருவதுமாக இருந்தேன். அவள் தொடர்ந்து நான்கு நாட்களாக தூங்கிக்கொண்டே இருந்தாள். எனக்கு அவளைத் தனியே விட்டு போக மனமில்லை. கையில் பணமும் இல்லாததால், பொது அறையிலேயே தங்கி பகலில் ஜிங்க்யி அறையில் அமர்ந்து அவளையே பார்த்துக்கொண்டிருந்தேன்.

ஐந்து நாட்கள் கழித்து எழுந்ததும் முதலில் அவளுக்கு தான் எங்கே இருக்கிறோம் என்ற குழப்பம் இருந்தது. அவளிடம் நடந்ததை மெதுவாகக் கூறினேன். அவள் நன்றியுடன் என் கைகளைப் பிடித்து இறுக்கி கோர்த்துக்கொண்டாள். சரியான சாப்பாடும் தூக்கமும் இல்லாமல் பல நாட்கள் இருந்ததால் அவள் உடல் பலவீனமாக இருந்தது. ஐந்து நாட்கள் தொடர்ந்த தூக்கமும், செலுத்தப்பட்டிருந்த மருந்துகளும் அவளுக்குத் தெம்பை கொடுத்திருந்தன. கட்டிலில் சாய்ந்து உட்கார்ந்துகொண்டு, தலையணையை மடியில் வைத்து அணைத்துக்கொண்டு பேச ஆரம்பித்தாள்.

1946 ஜிங்க்யி கல்லூரியில் சேர வந்திருந்த முதல் நாளே குடாவை பார்த்திருக்கிறாள். மற்ற மாணவர்களை ஒப்பிட்டு பார்க்கும்போது குடா ஒன்றும் அழகனல்ல. அதேபோல் மற்ற துறைகளில் அசாதாரண சாதனை புரிந்தவனுமல்ல. அவனை அவள் முதலில் பார்க்கும்போது மற்ற மாணவர்களுக்கு அவர்களுடைய பெட்டிபடுக்கைகளை எடுத்து செல்வதற்கு உதவுவதை கண்டு அவன் கல்லூரியின் கூலித் தொழிலாளி என்றே எண்ணியிருக்கிறாள். வகுப்பில் ஜிங்க்யின் ஆடல் பாடலுக்கு மற்ற மாணவ மாணவிகள் கரகோஷம் செய்து மகிழும்போது, குடா அவை எதிலும் கலந்து கொள்ளாமல் புத்தகம் படிப்பதிலேயே கவனம் செலுத்துவான். பெரும்பாலும் தனிமையில் புத்தகம் படிப்பது மட்டுமே அவன் முழுநேர பொழுதுபோக்காக இருந்தது.

ஊரெங்கும் வெண்ணிற பனியால் மூடி இருந்த ஒரு நாள் வகுப்பில் எல்லா மாணவ, மாணவியரும் பனிமனிதன் செய்யும் போட்டியில் ஈடுபட்டனர். அதில் ஜிங்க்யி தான் இரண்டு பனி மனிதன் செய்யப் போவதாக கூறி கேண்டி புதரின் குச்சிகளை வைத்து அந்த மனிதனுக்கு முகத்தை உருவாக்கவும் முடிவு செய்தாள். அது போக்குவரத்து அதிகம் இல்லாத காலம்.

கேண்டி புதரின் குச்சிகளை, பனியில் பல மைல்கள் நடந்து பெய்ஜிங் எல்லைக்கு சென்று எடுத்து வர வேண்டும்.

சாதாரணமாக ஜிங்க்யி எதைச் சொன்னாலும் செய்யும் அவளது வகுப்பு மாணவர்கள் இதைச்செய்ய ஆர்வம் காட்ட வில்லை. சப்தமிடாமல் சிலர் அவர்கள் அறையில் சென்று படுத்து உறங்கிவிட்டனர். ஜிங்கியி மிகவும் ஏமாற்றமடைந்து இனி இவர்களுடன் எந்த விளையாட்டிலும் ஈடுபடப்போவதில்லை என்று கோபமடைந்தாள். அன்று மாலை பனிப்பொழிவு அதிகமாக இருந்தது. மங்கலான விளக்கொளியில் பனியில் நனைந்த மனிதன் ஒருவன் ஜிங்க்யின் அறைக்கு சென்று, கேண்டி புதரின் குச்சிகளை அவளிடம் கொடுத்துவிட்டு அவள் பதிலை எதிர்பார்க்காமல் திரும்பி சென்றான். அவளுக்கு அது குடா என்பது தெளிவாக தெரிந்தது. மறுநாள் குடாவை நேரில் பார்த்து நன்றி சொல்லும்போது, அவன் இது என்ன பிரமாதம். நான் ஆண். இதை செய்வது எனக்கு எளிது என்று கேட்டுவிட்டு சென்று விட்டான். அவள் பிரமித்து போனாள். அன்றிலிருந்து குடாவை கவனிப்பது அதிகமானது. மற்ற ஆண்களின் குணங்களில் இருந்து அவன் வேறுபட்டு நிற்பது அவளுக்கு மிகவும் பிடித் திருந்தது. இவளுக்காக அந்தக் கல்லூரியின் அத்தனை ஆண் களும் தவமிருக்க, இவளோ குடாவின் கண் பார்வைக்காக ஏங்கலானாள். இவளே காரணங்களை உருவாக்கிக்கொண்டு அவனிடம் பேசினாள்.

ஜிங்க்யி குடாவிடம் நெருங்கிப் பழகுவதைப் பார்த்து ஆத்திரமடைந்த மற்ற மாணவர்கள், அவனைக் கிண்டல் செய்ய ஆரம்பித்தனர். அவன் அவற்றை எல்லாம் பொருட்படுத்தாமல், "மனிதர்களுக்கு உண்மை எது, பொய் எது என்று தெரியும். அவர்கள் உண்மைக்கு மட்டும்தான் முதலிடம் கொடுப்பார்கள்" என்று கூறி அமைதியாகிவிடுவான். இதைக் கேள்விப்பட்ட ஜிங்க்யி இதுதான் உண்மையான ஆண்மகனுக்கு அடையாளம் என்று அவன் மேல் முன்பை விட அதிக காதல் கொண்டாள்.

அந்த வருட இறுதியில் கல்லூரி பரிட்சை ஆரம்பிக்கும் நேரம், குடா இரண்டு நாட்களாக வகுப்புக்கு வரவில்லை. என்ன காரணம் என்று கேட்டதற்கு அவனது அறைத் தோழர்கள் அவன் களைப்பில் தூங்கிக் கொண்டிருக்கிறான் என்று சொன்னார்கள். திருமணமாகாத ஆண்களும் பெண்களும் ஒன்றாக பழகவோ, தொட்டுக்கொள்ளவோ கூடாது என்ற சமூக கட்டுப்பாடு இருந்த காலம். அதனால் ஜிங்க்யி குடாவின் அறைக்கு செல்ல அனுமதி இல்லை. ஆனால் அவள் அதற்காக சோர்ந்து போய் விடவில்லை. எல்லா மாணவர்களும் வகுப்பில் இருந்த சமயம்

யாருக்கும் தெரியாமல் குடாவின் அறைக்கு சென்று அவன் கை, நெற்றி எல்லாம் தொட்டு பார்க்க அவனுக்கு கடுமையான ஜுரம் என்று தெரிய வந்தது. அவள் உடனே எல்லா மாணவர்களையும் அழைத்து டாக்டரை வரவழைக்கச் சொல்லி அவனுடைய சிகிச்சைக்கு ஏற்பாடு செய்தாள்.

பத்து நாட்கள் வரை கடுமையான ஜுரத்தில் இருந்த குடாவை கவனித்து கொள்ள, அவனைத்தான் நான் திருமணம் செய்து கொள்ளப் போகிறேன் என்று கூறி கல்லூரி தலைமையிடம் அனுமதி வாங்கி அவனை பார்த்துக் கொண்டாள். குடாவிற்கு அவளை மிகவும் பிடித்து போனது. அடுத்த நான்கு வருடங்களும் இருவரும் ஒன்றாகவே இருந்தனர். அதனால் இவர்களிருவரையும் கணவன் மனைவியாகவே கல்லூரியில் படித்த அனைவரும் அங்கீகரித்துக் கொண்டனர். அதன் பிறகு இருவரும் கம்யூனிஸ்ட் கட்சியில் இணைந்து பணியாற்றினர். இருவரும் கட்சியின் புரட்சி பணியில் நன்றாகப் பணிபுரிந்து நல்ல தகுதி சான்றிதழ் பெற்றிருந்தார்கள். எனவே இராணுவ பணிக்கு தேர்வு செய்யப்பட்டு இருவரும் வேறு வேறு எல்லைகளில் பணியில் நியமிக்கப்பட்டனர்.

இருவரும் ஒன்றாக அமர்ந்து தங்களது இரண்டு வருட பணி முடிந்ததும், கட்சி மேலிடத்திடம் திருமண ஒப்பந்தத்தில் இணைய அதிகாரப்பூர்வ அனுமதி வாங்கி திருமணம் செய்துகொண்டு தைகு ஏரிக்கரையில் அமைந்திருக்கும் குடாவின் வீட்டினருகே புதிய வாழ்க்கையைத் துவங்குவது என முடிவு செய்தனர்.

அவர்கள் இருவரும் பேசிக் கொண்டது போல ஒருவருடம் பிரிந்து இருந்தாலும், ஒருவருக்கொருவர் எழுதிக் கொண்ட கடிதங்களால் மன உணர்வுகளைப் பகிர்ந்து கொண்டனர். திடீரென்று வந்த கொரியன் யுத்தத்தால் அவசர பணியாக ஜிங்க்யி சிறப்பு இராணுவ தளவாட உற்பத்தி தொழிற்சாலையின் ஆராய்ச்சி பிரிவுக்கு தற்காலிக மாற்றல் செய்யப்பட்டாள். இராணுவ ரகசியங்களைப் பாதுகாக்க வேண்டிய அவசியத்தால் அவளுக்கு வெளித் தொடர்புகள் மறுக்கப்பட்டது. அந்த சிறப்பு பணியில் பணிபுரியும் ஒருவருக்கும் விடுமுறை கிடையாது. குடும்பத்தினரை பார்க்கவும் அனுமதி கிடையாது. இராணுவக் கட்டுப்பாடுகள் அதிகம் உள்ள மத்திய சீனாவின் பகுதி இது. குடாவுக்கு கிழக்கு சீனாவிற்கு விமானப் படையில் பணி புரிய மாற்றலாகிவிட்டது. அவன் தனது புதிய விலாசத்தை ஜிங்க்யிக்கு எழுதி அனுப்பி, கடிதங்கள் போட்டும் அவளிடமிருந்து எந்த பதிலும் இல்லை.

மூன்று வருடத்திற்கு பிறகு, ஜிங்க்யி சீர்திருத்த கருத்துகளை புரட்சிப் படைக்கு பயிற்சி கொடுக்கும் சிறப்பு பிரிவில்,

இராணுவ அதிகாரியாக பணிபுரிய கிராமப் பகுதிக்கு அனுப்பி வைக்கப்பட்டாள். அங்கிருந்து கொண்டு தனது பழைய நண்பர்களை தேடி குடா குறித்து விசாரிக்க ஆரம்பித்தாள். குடா கட்சி மேலிடத்தின் சந்தேகத்தின் பேரில் அவன் எதிர்க் கட்சியின் உளவாளியாக பணி புரிந்தான் என்று குற்றம் சாட்டப் பட்டு தனிமைச்சிறையில் வைக்கப்பட்டிருக்கிறான் என்று கண்டுபிடித்தனர். ஆனாலும் இராணுவம் அவனை விடுவிக்காமல் அவனிடம் யாரும் தொடர்பு கொள்ள இயலாத சூழல். குடாவின் நினைவில் மிகவும் சோர்ந்து போனாள் ஜிங்ய்பி. எனக்கு எதுவும் வேண்டாம். குடாவுடனான குடும்ப வாழ்வு போதும் என்று சொல்ல அவளை ஒருபோதும் கட்சியோ இராணுவ தலைமையோ அனுமதிக்கப் போவதில்லை. இராணுவத்தில் அவளது ஆராய்ச்சி வெற்றி அடைந்ததால் ஜிங்ய்யின் உயிருக்கு ஆபத்து என்று அவளை தலைமறைவாக வைத்து பாதுகாத்தது இராணுவம். சிறையில் இருந்த குடா என்ன ஆனான் என்று யாராலும் கண்டுபிடிக்க இயலவில்லை. அவன் சிறையிலேயே இறந்து விட்டானா என்று எல்லா வகையிலும் விசாரித்தும் ஒரு விவரமும் தெரியவில்லை. குடாவை அவள் தைகு ஏரிக்கு கூட வந்து தேடிவிட்டாள். ஆனாலும் அவனைக் கண்டு பிடிக்க முடியவில்லை.

குடா குறித்து செய்தி எதுவும் கிடைக்கவில்லை எனினும் அவன் எங்கோ உயிருடன் இருக்கிறான் என்று அவள் உள் மனது சொன்னது. மனம் சொன்ன நம்பிக்கையில் அவள் காத்திருந்தாள்.

1994இல் பல்கலைக்கழகத்தின் பழைய மாணவர்களின் சந்திப்பு என்றவுடன் மிகவும் ஆவலுடன் குடாவின் பெயர் இருக்கிறதா என்று தேடிப் பார்த்தாள். இல்லை. அவளுக்கு ஏமாற்றமாக இருந்தாலும் நூலிழையில் அவளது நம்பிக்கை ஊசலாடிக்கொண்டிருந்தது.

அவளது வகுப்பு மாணவ மாணவிகளுக்காக ஒதுக்கப்பட்ட அறைக்கு சென்றதும் முதலில் ஜிங்ய்யியை ஒருவருக்கும் அடையாளம் தெரியவில்லை. கடந்த 45 வருடங்களாக ஓயாத உழைப்பும் காதலின் ஏக்கமும் அவளை ஓடாகத் தேய்த்து உருமாற்றியிருந்தது. அவளுக்கும் யாரையும் அடையாளம் தெரியவில்லை. எல்லோரையும் வயோதிகம் வேறு ஆட்களாக மாற்றியிருந்தது.

ஆனால் அவளுக்கு முதுகைக் காண்பித்துகொண்டு உட்கார்ந்திருந்த ஒரு நபரை மட்டும் முகத்தை பார்க்காமலேயே

அவளுக்கு அடையாளம் தெரிந்தது. இத்தனை வருடமும் தேடித்தேடி கிடைக்காத, கடினமான வாழ்க்கை சூழலிலும் அவளுக்கான ஒரே நம்பிக்கையான குடாதான் அது. பூமி நழுவி கால்களைவிட்டு எங்கோ போய்க் கொண்டிருப்பது போல் உணர்ந்தாள். அடுத்த அடி எடுத்து வைக்க இயலாமல் கால்கள் வேராகி பூமிக்குள் புதைந்தது. அவள் உடல் முழுவதும் சிலிர்த்தது. பரவசத்தில் இதயம் துடிக்க மறந்து மயங்கிச் சாய்ந்தாள். அவள் அருகில் நின்று கொண்டிருந்த கல்லூரி உதவியாளர் அவள் கீழே விழுந்து விடாமல் தாங்கிப் பிடித்தார். அவள் கை மட்டும் குடாவை நோக்கி சுட்டிக்காட்டிக் கொண்டிருந்தது.

தன்னை சுதாரித்துக்கொண்டு எழ முயற்சிக்கும் அதே நேரம் மனமோ ஓடிச்சென்று அவனைக் கட்டிக்கொள்ள துடிக்கின்றது. அவள் கை காட்டும் திசை பார்த்து அந்த உதவியாளர் அவளை கைத்தாங்கலாக குடாவின் அருகில் அழைத்து செல்கிறார். பின் புறமாக தன் கைகளை அவன் தோள் மேல் வைக்க போகும்போது, குடாவின் வார்த்தைகள் அவள் காதில் விழுகிறது. கண்களில் அவளையும் அறியாமல் கண்ணீர் பெருகுகிறது. யாரும் அறியாமல் தன் கண்ணீரைத் துடைத்துகொள்கிறாள்.

“இது என் மனைவி ஜின்லேன். இது என் மூத்த மகள் நியான்ஹா, என் இரண்டாவது மகள் ஜின்ஹுயா, இது என் கடைசி மகள் யூஹா.”

குடா தன் குடும்பத்தினரை மகிழ்ச்சியாக அறிமுகப்படுத்தும் வார்த்தைகள் காதில் விழ உறைந்து போகிறாள் ஜிங்க்யி. குடா யாரோ கூப்பிட்டதுபோல் திரும்பினான். ஒருவேளை ஜிங்க்யின் மனதின் ஓலம் அவன் மனதிற்கு கேட்டதோ என்னவோ? ஜிங்க்யியைப் பார்த்ததும் அவனால் பேச முடியவில்லை. கண் கலங்க அவளையே பார்த்துக் கொண்டிருந்தான். அவனுள்ளும் நீறு பூத்த நெருப்பாய் காதல் கணன்று கொண்டுதான் இருந்திருக்கிறது.

அவன் வார்த்தைகள் தடுமாற்றத்துடன் வந்தன.

“ஜிங்க்யி!”

குடாவின் மனைவி கண் இமைக்காமல் ஜிங்க்யியை பார்க்கிறாள். மூவரின் மனநிலையும் ஒத்தாற்போல் யார் முதலில் மவுனத்தைக் கலைப்பது என்று போரிடுகிறது.

குடாவின் மனைவி ஜிங்க்யின் கையைப் பிடித்து, நீங்கள் இறந்து போய்விட்டதாக கிடைத்த செய்திக்கு பிறகுதான் இவர்

என்னைத் திருமணம் செய்துகொண்டார் என்று அவர்கள் காதலை மதித்து தன்னிலை விளக்கம் அளித்துவிட்டு இருவரும் மனம் விட்டு பேசட்டும் என்று அந்த இடத்தில் இருந்து ஒதுங்கி சென்றாள்.

ஆனால் ஜிங்க்யி அவளைப் போக விடாமல், அவள் கையைப் பிடித்து இழுத்து அவளை அருகில் இருத்திக்கொண்டாள்.

“தயவு செய்து போகாதே. எனக்கு குடாவை தனிமையில் பார்க்கும் சக்தி கிடையாது. நாங்கள் இருவரும் இளைஞர்களாக இருந்த பொழுது காதலித்தோம். அது வேறு. இறந்தகாலம். இன்று நீங்கள் அழகான குடாவின் குடும்பம். தன் குழந்தைகளுடன் அன்பாகவும், மகிழ்ச்சியுடனும் வாழும் குடாவின் வாழ்க்கையை என் சிறு மூச்சு காற்றுகூட சிதைத்துவிடக் கூடாது. அவன் நிம்மதிதான் என் நிம்மதி. உங்களை சின்னதாகக்கூட நான் வேதனைப்படுத்த விரும்பவில்லை.”

ஜிங்க்யி இதைப் பேச வேண்டுமென்று தீர்மானம் செய்திருக்க வில்லை. அவளது நேர்மையும், குடாவின் மீது அவள் வைத்திருந்த உண்மையான நேசமும் அவளை அப்படி பேச வைத்தது.

குடாவின் அருகில் இருந்த அவனது இளைய மகள் ஜிங்க் யின் கைகளைப் பற்றிக் கொண்டு,

“ஓ... நீங்கதான் ஜிங்க்யி? என் அப்பா, அம்மா இருவரும் உங்கள் மேல் அளவுக்கதிகமான அன்பு வைத்திருப்பவர்கள். சகோதரிகள் எங்கள் மூவரின் பெயரும் ஜிங்க்யி என்றுதான் துவங்கும். உங்கள் மேலுள்ள அன்பால் அப்படி எங்களுக்கு வைத்திருக்கிறார்கள்” என்றவுடன் குடாவின் பரந்த மனமும், நிறைந்த காதலும் அவளை நெகிழ வைத்தது.

அவள் குடாவின் குழந்தைகளை முத்தமிட்டுவிட்டு, யாரிடமும் சொல்லாமல், ஹோட்டலுக்கு திரும்பினாள்.

குடா சிறைச்சாலையில் இருக்கும்போது இன்னொரு அரசியல் கைதியும் அதே பெயரில் இருந்ததால் குடாவின் பெயரை மாற்றச் சொன்னார்கள். ஆகவே குடாஜிங்க் என்று ஜிங்க்யி பெயரைத் தன்னுடன் சேர்த்து கொண்டான். அந்த குடா என்ற அரசியல் கைதி பின் இறந்து விட்டான். ஜிங்க்யிக்காக அவளது வகுப்பு மாணவர்கள் குடா குறித்து விசாரித்து அவன் இறந்து விட்டதாக அவளுக்கு தகவல் தந்திருக்கிறார்கள். இது அனைத்தும் பழைய மாணவர்கள் சந்திப்பில்தான் அவளுக்கு தெரிய வந்தது. சீனப் பண்பாட்டு புரட்சியும் மாறிய அரசியல்

நிலைப்பாடுகளும் எத்தனையோ குடும்பங்களைப் பிரித்து குழப்பத்திலாழ்த்தி ஊழித்தாண்டவம் ஆடிவிட்டிருந்தன. அந்த கோரத்தாண்டவத்தில் குடா, ஜிங்க்யின் அழகிய காதலும் சிக்கி சிதைந்து போனது.

கடைசியாக என்னிடம் ஜிங்க்யி கூறியது:

“45 வருடமாக குடாவை மனதில் சுமந்து, எத்தனையோ அரசியல் பிரச்சனைகளுக்கு இடையேயும் என் குடாவை நான் கண்டுபிடித்து சேருவேன் என்ற நம்பிக்கை மட்டுமே என்னை உயிர் வாழ வைத்தது. இளைய ரத்தம் எங்களுக்குள் புரட்சியை விதைத்தது. எந்த அரசியல் வாழ்விற்காக நாங்கள் பிரிந்து, வாழ்வைத் தியாகம் செய்தோமோ அதே அரசியல் எங்கள் வாழ்வைக் கொன்று புதைத்துவிட்டது. இத்தனை வருடங்களில் என் ஏக்கத்தில் வெளிப்பட்ட கண்ணீரை சேமித்திருந்தால், இந்த தைகு ஏரியைவிட பெரியதாக இருக்கும். இனி என் வாழ்வில் குடா இல்லை என்றாகி விட்ட பிறகு, அவன் நினைவுகளை என் மனதில் இருந்து நான் வெளியேற்ற வேண்டாமா? அதற்கு இந்த தைகு ஏரி எனக்கு உதவி செய்யும் என்றுதான் இங்கு வந்தேன். ஆனால் 45 வருட காதலை எப்படி ஓரிரு மாதத்தில் மறக்க முடியும்? முடியவில்லை. இந்த வேதனையை என்னால் தாங்கவும் முடியவில்லை. நான் என்ன செய்வது சின்ரன்?”

ஜிங்க்யி வார்த்தைகளில் தெரிந்த வெறுமை, எனக்குப் புரிகிறது. ஆனால் அவளுக்கு என்னிடமும் பதில் இல்லை. என்னால் அழத்தான் முடிந்தது. என்னுடைய பச்சாதாபமோ, ஆறுதல் வார்த்தைகளோ இங்கு எந்தப் பயனும் தரப் போவதில்லை.

ஜிங்க்யி சொன்னாள், “ஆண்கள் மலை போன்றவர்கள். பெண்கள் நீரோடை போன்றவர்கள்.” இது சரியான ஒப்பீடா? என்று என் நிகழ்ச்சியில் ஜிங்க்யி கதையை சொல்லி முடித்ததும் நேயர்களிடம் கேள்வி கேட்டேன். ஒரு வாரத்துக்கு இருநூறு கடிதங்களுக்கு மேல் வந்தன. “என் நண்பன் பிக் லீ கூறும்போது, சீன ஆண்கள், தங்களை குறித்த படங்களை வரைய, பெண்களை பயன்படுத்திக் கொள்கிறார்கள். நீரோடையில் பிரதிபலிக்கும் மலையின் பிம்பம்போல....! ஆனால் உண்மையில் நீரோடை மலையின் மேலேதானே உற்பத்தி ஆகி கீழே விழுகிறது? இதில் எதை உண்மை எனக் கொள்வது?”

11

நிகழ்ச்சியில் நான் விவாதிக்கும் விசயங்கள் நேயர்களிடையேயும் நண்பர்களிடையேயும் பெரும் சர்ச்சைக்கு உள்ளாகி ஆங்காங்கே அது விவாதப் பொருளாகிவிடும். எனக்கும் தங்கள் கருத்து களைத் தெரிவிப்பார்கள். இன்றைய நிகழ்ச்சியில் நான் சிறப்புக் குழந்தைகள் குறித்து பேசியது நிறைய பேருக்கு ஆவலைத் தூண்டி விட்டுள்ளது. நான் அலுவலகம் முடிந்து வீட்டிற்கு கிளம்பும்போது வழியில் ஓல்ட் வூ என்னைப் பார்த்துவிட்டார். ஓல்ட் வூ என் நிகழ்ச்சியை தவறாமல் கேட்டு என்னிடம் அவரது கருத்துகளை விவாதிப்பார். சீனாவின் அரசியல் அதிகாரத்தினால், மக்களுக்கு எதைக் குறித்தும் அதிக ஆவலுடன் பேச வாய்ப்பில்லாது போய் விட்டது. பெரும்பாலும் ஊடகம் தனக்கான சுதந்திரத்தை இழந்து அரசியலின் பிரச்சார பீரங்கி யாகவே செயல்படுவதால் இவர்கள் என்ன பெரிதாக சமுதாயத்திற்குத் தேவையான கருத்துகளைப் புதிதாக சொல்லப் போகிறார்கள் என்று மக்கள் சோர்ந்து போய்விட்டார்கள். அதிலும் ஓல்ட் வூ போன்ற நடுத்தர வயதினர்கள் பெரும்பாலும் தங்கள் வாழ்வு முடிந்து விட்டதாகவே கருதி இப்பொழுதே வயோதிகத்தை உணரத் துவங்கி விடுகிறார்கள். இவர்களுள் விதி விலக்காக ஓல்டு வூ மிகவும் உற்சாகமாக ஒவ்வொரு விசயத்தையும் அணுகி ஆராய்வதும், அதைக் குறித்த புதிய கருத்துகளை எடுத்துரைப்பதும் எனக்கும் உற்சாகம் தரும் ஒன்றாகத்தான் நான் நினைக்கிறேன்.

"உன் நேயர்கள் உன்னிடம் நிகழ்ச்சியில் பேசுவதைக் கேட்டேன். அவர்கள் எல்லோரும் சிறப்புக் குழந்தைகள் மேல் நாம் இரக்கம் காட்ட வேண்டும். அவர்களை புரிந்து கொள்ள வேண்டும் என்று கூறினார்கள். இரக்கம் காட்ட வேண்டும் என்ற வாதம் சரி. இயல்பாகவே பெரும்பாலும் சிறப்புக் குழந்தைகள் என்றாலே இரக்கம் தானாகவே வந்து விடும். ஆனால் அவர்களை அவர்களது இயல்போடு புரிந்து கொள்வது சாதாரண மக்களுக்கு மிகக் கடினமான செயல்" என்று ஓல்டு வூ, தன் கருத்துகளை என்னிடம் பகிர்ந்து கொண்டார். அவர் போகுமிடம் வந்து விட்டது. அவர் சென்று விட்டார். ஆனால் யோசித்துப் பார்த்தால் அவர் கூறியதிலும் சிறிது நியாயம் இருக்கத்தான் செய்கிறது.

காலையில் அலுவலகத்திற்குள் நுழையும் முன்பே எல்லோரும் மேஜையைத் தட்டி ஏதோ பேசிக் கொண்டிருந்தனர். அனைத்து ஊழியர்களும் செய்தி ஆசிரியர் அலுவலகத்தில் குழுமி உட்கார்ந்து கொண்டும், நின்றுகொண்டும் பேசிக்கொண்டிருந்தனர். அனை வரும் அவரவர் கருத்தை சொல்வதால் கலவையான சப்தம் கேட்டதே தவிர வார்த்தைகளின் கோர்வை புரியவில்லை. எல்லோரும் ஒன்று கூடி விவாதித்தால் நான் அந்த இடத்தில் இருந்து எச்சரிக்கையாக நழுவி விடுவேன். நான் அந்த அறையை கடந்து செல்ல முயற்சிக்க ஓல்டு சென்,

"எங்கு நழுவிப் போகிறாய்? இது நீ பற்ற வைத்த நெருப்பு தான். நீதான் தீர்வு சொல்ல வேண்டும் இங்கு வா" என்றார்.

"சார் கூப்பிடுகிறார். என்னவென்று கேட்டுவிட்டு வருகிறேன். ஒரு நிமிடம்" என்று சொல்லிவிட்டு ஓல்டு சென்னிடமிருந்து தப்பி, வானொலி நிலைய தலைமை நிர்வாகியின் அலுவலகத்திற்கு சென்றேன்.

"இப்பொழுதுதான் நினைத்தேன். வந்து விட்டாய். வா சின்ரன் உட்கார்" என்றார் தலைமை நிர்வாகி.

அவரது வரவேற்பைப் பார்த்தால் ஏதோ பெரிய விசயமாக பேசப் போகிறார் என்று புரிந்தது. எனக்கு பயத்தில் வியர்த்து விட்டது. சீனாவின் கடுமையான அரசியல் சூழலில் பத்திரிகை யாளராக வாழ்க்கை நடத்துவது கொடுமை. எந்த நிமிடம் நம்மை பற்றி என்ன புகார் வருமோ? நாம் என்ன பதில் சொல்ல வேண்டுமோ என்று எப்பொழுதும் போருக்குத் தயாராக இருப்பது போலவே வாழ வேண்டும்.

"சின்ரன், இது உனக்கு வந்த தொலைபேசி அழைப்புகளின் குறிப்புகள். இவையனைத்தையும் பார்க்கும்போது உண்மை

யாகவே உன் நிகழ்ச்சி வரவேற்பைப் பெற்றிருக்கிறது என்று நினைக்கிறேன்" என்று கூறி தொலைபேசி அழைப்பு குறித்த பதிவேட்டை என் பக்கம் நகர்த்தினார்.

அதில் குவோமிடங் லெப்டினெண்ட் ஜெனரலின் மகள் மனநல மருத்துவமனையில் இருக்கிறாள். விவரங்களுக்கு டாக்டர் லீயை தொடர்புகொள்ளவும் என்று குறிக்கப்பட்டிருந்தது. எங்கள் நிலைய அதிகாரி மிகவும் மதிநுட்பம் வாய்ந்தவர். அவர் ஒரு வேலையை சொல்கிறார் என்றால் அது நிச்சயம் சுவாரஸ்யமானதாகத்தான் இருக்கும். சிறிய செய்தியாக இருந்தாலும் அதைக் கண்டுபிடித்து அதனுள் பொதிந்திருக்கும் செய்திகளை நுட்பமாக ஆராய்ந்து அதனை பெரிய பரபரப்பு செய்தியாக மாற்றும் கலையில் அவர் கை தேர்ந்தவர்.

நான் டாக்டர் லீயை தொடர்புகொண்டேன். அவர் "இது குறித்து நாம் நேரில் பேசுவோமே" என்றார். மிகவும் முக்கியம் வாய்ந்ததொரு செய்தியாக இருக்கும் என்று உள் மனம் சொன்னது. அதனால், காலம் தாழ்த்தாமல் உடனே சென்றேன்.

டாக்டர் லீ, குவோமிடங் லெப்டினெண்ட் ஜெனரல் மகளின் அறைக்கு அழைத்துச் சென்றார். அங்கு வெளிறிப் போன முகத்துடன் ஒரு பெண் எங்களை நோக்கித் திரும்பினாள்.

"சிலின், இவங்க சின்ரன், உன்னைப் பார்க்க வந்து இருக்காங்க" என்றார் டாக்டர் லீ.

சிலின் எந்த உணர்ச்சியும் இல்லாமல், மவுனமாக அமர்ந்திருந்தாள். யாரோ யாரிடமோ பேசிக்கொண்டு இருக்கிறார்கள் என்ற பாவனையுடன் அவள், நாங்கள் இருவர் அந்த அறையில் இருக்கிறோம் என்ற உணர்வே இல்லாது அமைதியாக இருந்தாள்.

"அவள் தன் எதிரே எதுவும் இல்லை என்பது போன்ற உணர்வைப் பிரதிபலிக்கிறாள். ஆனால் நாம் அதைப் பொருட்படுத்தாமல் அவளுக்கு கொடுக்க வேண்டிய மரியாதையைக் கொடுக்க வேண்டும். அவள் பிறக்கும் போதே சிறப்பு குழந்தையாக பிறக்கவில்லை. அவளுக்கு நாம் பேசுவது, நம் உணர்வுகள் எல்லாம் புரியும்" என்று டாக்டர் லீ தன் பேச்சை தொடர்ந்தார்.

"நேற்று சிலின் குடும்பத்தினர் உன் நிகழ்ச்சியைக் கேட்டு இருக்கின்றனர். அதனால் உன்னை சந்திக்க நேரம் கேட்கச் சொன்னார்கள். நான் இப்பொழுது மற்ற நோயாளிகளைப் பார்க்க வேண்டும். இங்கு நீ சிறிது நேரம் இருந்தால் சிலினின் உறவினர்கள் வந்து விடுவார்கள்" என்றார்.

எனக்குக் கொஞ்சம் தயக்கமாக இருந்தது. இதற்குமுன்

மனநலம் பாதிக்கப்பட்டவர்களுடன் தனிமையில் நான் இருந்ததில்லை. இருந்தாலும் சரி என்று சொன்னேன். டாக்டர் சென்றதும் சிலினிடம் பேச முயற்சி செய்தேன். அவள் நான் பேசுவதை கவனித்தாள். ஆனால் அதற்கு எந்த விதமான உணர்ச்சியும் காட்டாமல் அசைவில்லாமல் உட்கார்ந்திருந்தாள். எனக்கு என்ன செய்வதென்று தெரியவில்லை. அருகில் இருந்த பேனாவையும் பேப்பரையும் எடுத்து அவளை வரையத் துவங்கினேன். அவள் ஓர் அசைவும் இல்லாமலே அமர்ந்திருந்தாள். என்னை அவள் கண்டுகொள்ளவே இல்லை.

சிலின் பார்ப்பதற்கு சீனஓவியம் போல் அழகாக இருந்தாள். அவள் வயது கிட்டத்தட்ட 40 இருக்கலாம். ஆனால் வயதை மீறிய இளமை அவளிடம் இருந்தது. சின்ன மெல்லிய உதடுகள், உணர்ச்சிகளை வெளிப்படுத்தவில்லையெனினும், சிரிப்பது போன்றே தோன்றியது. கூர்மையான நாசி, வசீகரிக்கும் கண்கள் என சிலை போன்று அமர்ந்திருந்தாள். நான் வரைந்து முடிப்பதற்குள் சிலினின் உறவுக்காரர்கள் வந்து விட்டனர். அவளின் அத்தையும், அத்தையின் பெண்ணும்.

சிலினின் அத்தை வாங் யூ பத்திரிக்கை ஒன்றில் கணக்காளராக வேலை பார்க்கிறார். அவர் கலகலவென்று பேசும் சுபாவம் உள்ளவராக இருப்பது எனக்குக் கொஞ்சம் ஆறுதலாக இருந்தது. சிலின் அவர்கள் வீட்டின் கடைக்குட்டி. அவளுடைய சகோதரிகள் மற்றும் அண்ணன் போல் இல்லாமல் இவள் மிக பாதுகாப்பாக வளர்க்கப்பட்டாள்.

சீனாவில் 1945ஆம் வருடம் சீனப் பொதுவுடமைக் கட்சிக்கும், குவோமிடங் அல்லது சீனத் தேசியவாதக் கட்சிக்கும் இரண்டாவது சீன-ஜப்பானிய போருக்குப் பின்னர் முரண்பாடு ஏற்பட்டு உள்நாட்டுப் போர் மூண்டது. இதில் சோவியத் ஒன்றியத்தில் இருந்து பொதுவுடமைக் கட்சி சிறிய அளவு உதவி பெற்றது. ஐக்கிய அமெரிக்காவிடம் இருந்து சீனத் தேசியவாதக் கட்சி உதவி பெற்றது. மாவோவின் திறமையான மக்கள் ஒன்று திரட்டலிலும், ஒழுங்கமைப்பிலும், படை நகர்த்தலாலும் ஆயுதபலம் மற்றும் வீரர்களின் எண்ணிக்கை குறைவாகயிருந்தாலும் சீனப் பொதுவுடமைக் கட்சி வெற்றி பெற்றது. சீன பொதுவுடமைக் கட்சியின் அதிகாரபூர்வ வரலாற்றில் இது விடுதலைப் போர் எனப்படுகிறது.

உள்நாட்டு கலகத்தினால் சீனா இரண்டு பாகமாக பிரிக்கப்பட்டது. இதில் சிலினுடைய அப்பாவிற்கு பதவி உயர்வு கிடைத்து. 'சியாங்கை செக்'கினுடைய இராணுவத்தில் பெரிய பதவியில் நியமிக்கப்பட்டார்.

பொதுவாக கம்யூனிஸ்ட்டுகளின் புரட்சி சீனாவில் வெற்றி பெற்றதற்கு மிக முக்கிய காரணம் விவசாயிகளின் ஒத்துழைப்பு தான். குவோமிடங் பகுதியில் 98 சதவிகிதம் விவசாயிகளே நிறைந் திருந்தனர். ஆனாலும் இப்பகுதி விவசாயிகள், கம்யூனிசத்திற்கு ஆதரவு தரவில்லை. இதனால் பிரிட்டன் மற்றும் அமெரிக்கப் படைகளின் உதவிகளால் குவோமிடங்கை 'சியாங் கை செக்'கின் இராணுவம் தன் கட்டுபாட்டுக்குள் கொண்டு வந்து, கம்யூனிஸ்ட் பகுதிகளான தைவானைக் குறி வைத்து நகர்ந்தது. நெருக்கடியான இந்தப் போர்முனையில் குவோமிடங் இராணுவ அதிகாரிகளில் பலர் போர் முற்றுகையை சரியாக கணிக்காமல் தங்கள் குடும்பத்தினரை பாதுகாக்கத் தவறி விட்டனர். அதில் சிலின் குடும்பமும் ஒன்று.

1949ஆம் வருடம். அப்போது சிலினுக்கு ஏழு வயது. அவள் இரண்டு வருடம் பெய்ஜிங்கில் தன் பாட்டி வீட்டில் வளர்ந்தாள். சிலினை பள்ளியில் சேர்க்க வேண்டும் என்று நான்ஜிங்கிற்கு அழைத்து வரச்சொல்லி அவளின் அம்மா, பாட்டிக்கு கடிதம் எழுதிவிட்டாள். சிலின் அப்பா அலுவல் விசயமாக வேறு இடத்திற்கு செல்வதால், வீட்டில் குழந்தைகளைப் பார்த்துக் கொள்ள வேண்டும். உள்நாட்டுக் கலவரம் வேறு. எந்த நிமிடமும் எதுவும் நடக்கலாம். எனவே என்னால் அங்கு வர இயலாது சிலினை நீங்களே அழைத்து வந்து விட்டுவிடுங்கள் என்று அவள் கடிதத்தில் எழுதியிருந்தாள். ஆனால் பாட்டிக்கு முதுமை காரணமாகவும், வழியெங்கும் அதிரடி தாக்குதல்கள் நடப்பதாலும் கலவரத்திற்கு நடுவில் அவளால் செல்லமுடியாது என்று சிலினின் அத்தை வாங் யூ அவளை அழைத்துக்கொண்டு நான்ஜிங் செல்வது என்று முடிவானது.

அது குவோமிடங் என்னும் "சீன தேசியவாதக் கட்சி" மற்றும் கம்யூனிஸ்ட்டுகளுக்கு இடையேயான போர் உச்சத்தை அடைந்த நேரம். சிலினும், வாங் யூவும் சென்ற பாதையில் யாங்கிட்ஷ் ஆற்றின் இருகரையிலும் பதட்டம் நிலவியது. மக்கள் புரட்சிப் படை அதிரடியாக ஆற்றைக் கடந்து செல்லத் துவங்கியது. நான்ஜிங்கில் செம்படை சிவப்பு காவலர்களால் பெரிய போர்க்களமே உருவாகி இருக்கிறது என்று செய்திகள் வந்தவண்ணம் இருந்தன.

எப்படியாவது சிலினை அவள் அம்மாவிடம் சேர்த்துவிட வேண்டுமென்ற பிரயாசையுடன் அத்தை அவளை அழைத்துக் கொண்டு வீட்டினருகே சென்று விட்டாள். வீட்டை நெருங்கும் போதுதான் தெரிந்தது அவர்கள் வீடு செம்படையின் சிவப்பு காவலர்கள் வசம் சென்று விட்டதென்று. அவர்கள் வீட்டின்

முகப்பில் செங்கொடி ஒன்றை பறக்க விட்டடிருந்தனர். அத்தைக்கு சின்னக்குழந்தையை வைத்துக்கொண்டு என்ன செய்வதென்று தெரியவில்லை. அந்த தெருவில் வசிப்பவர்கள் செம்படைக்கு பயந்து எதுவும் பேச மறுத்துவிட்டனர். அவர்கள் வீட்டிற்கு எதிர்வீட்டில் வசிப்பவர், "அவர்கள் எங்கே சென்றார்கள் என்று தெரியாது. அந்த அம்மா கலவரக்காரர்கள் வரும்முன் குழந்தைகளை காப்பாற்ற வேண்டுமே என்று, அவர்களை அழைத்துச் சென்றுவிட்டார்" என்றார். செம்படையின் சிவப்புக் காவலர்கள் இன்னமும் அங்கு ரோந்து சுற்றிக்கொண்டு சந்தேகப்படுபவர்களை விசாரித்துக் கொண்டிருக்கின்றனர். சிலின் யாரென்று தெரிந்தால் அவள் உயிருக்கே ஆபத்தாக முடியும் என்று அத்தை அவசரமாக அந்தத் தெருவிலிருந்து வெளியேறி கால்போன போக்கில் நடக்கத் துவங்கினர். இந்தக் கலவர சூழலில் திரும்பவும் பெய்ஜிங் போக முடியாது. எனவே எங்கு போவதென்று தெரியாமல் சில மைல்கள் நடந்ததும் ஒரு வீட்டில் அத்தை சிலினை தன்மகள் என்று சொல்லி தங்க இடம் கேட்டு தங்கினார்கள். சிலின் இராணுவ அதிகாரியின் மகள் என்ற உண்மை தெரிந்தால் அவர்கள் இருவரின் உயிருக்கும் ஆபத்து என்று அத்தை பொய் சொல்லிவிட்டாள். அதன்பிறகு அவர்கள் விசாரித்ததில், தங்களைப் பாதுகாத்துக் கொள்ள அந்த இராணுவ அதிகாரியின் குடும்பம் தைவானுக்கு சென்றுவிட்டது என்றும், சிலினின் அப்பா தலைமறைவாகி விட்டதால் அவரைப் பழிவாங்க வந்த செம்படையின் சிவப்புக் காவலர்கள் அவளின் அம்மாவைக் கொன்றுவிட்டனர் என்றும், உயிரைக் காப்பாற்றிக்கொள்ள அவளின் அண்ணனும், அக்காவும் எங்கோ ஓடி விட்டார்கள் என்றும் செய்தி கிடைத்தது. சிலின் யாரும் இல்லாத அநாதையாகி விட்டாள். இந்தக் கலவர நேரத்தில் ஊரைத் தாண்டி திரும்பி சொந்த ஊருக்கும் போகமுடியாது. எனவே அங்கேயே ஒரு வீட்டில் அடைக்கலம் கேட்டு இருவரும் தங்கிவிட்டனர். தங்குவதற்கு இடம் கிடைத்து விட்டாலும், இருவருக்கும் உணவுக்கு வழி இல்லாதிருந்தது.

அவர்கள் தங்கி இருந்த வீட்டின் சொந்தக்காரர் நீங்கள் இன்னும் எத்தனை நாள் இப்படி வறுமையில் கஷ்டப்படுவீர்கள். புதிய அரசு பள்ளிகளுக்கு ஆசிரியைகளை நியமிக்கிறார்கள். நீங்களும் முயற்சி செய்யுங்கள் என்று வாங் வூ விடம் சொன்னார். நம்பிக்கை இல்லாமல் விண்ணப்பித்த வாங் வூவிற்கு ஆசிரியை வேலை கிடைத்தது. வாங் யூ சிலினைவிட பதிமூன்று வயது தான் மூத்தவள். இருந்தாலும் தாங்கள் யார் என்று அடையாளம் தெரிந்து விடக்கூடாது என்ற பயத்தில் சிலினை தன்னை அம்மா என்று அழைக்கச் சொல்லி, இருவரும் அம்மாவும் பெண்ணுமாக

தங்களை அடையாளப்படுத்திக் கொண்டனர். வாங் யூ வேலை பார்க்கும் பள்ளியிலேயே அவர்களுக்கு தங்குவதற்கு ஓர் அறை கிடைத்தது. அதையே அவர்கள் வீடாக்கிக்கொண்டு, சிலினும் அந்தப் பள்ளியிலேயே படிக்கத் துவங்கி விட்டாள்.

வாங் யூ தன்னை வயதானவளாக காட்டிக் கொள்ள மிகவும் சிரமப்பட்டாள். சிலினிடமும் எந்தக் காரணத்தை முன்னிட்டும் அவள் அப்பாவின் பெயரையோ அவள் குடும்பம் குறித்த செய்திகளையோ யாருக்கும் சொல்லக்கூடாது என்று எச்சரிக்கை செய்திருந்தாள். சிலினுக்கு அத்தை ஏன் இப்படி சொல்கிறாள் என்று புரியவில்லை. எனினும் அவள் வார்த்தைகளுக்கு கட்டுப்பட்டு யாரிடமும் அவள் குடும்பத்தை பற்றி சொன்னதும் இல்லை. ஒருநாள் குழந்தைகள் குட்டி குட்டிப் பைகளை வைத்து விளையாடினார்கள். அப்பொழுது விளையாட்டு சுவாரஸ்யத்தில், சிலின் இதுபோன்ற குட்டிப் பைகளை என் அப்பா விளையாடக் கொடுப்பார். அதில் சின்னச் சின்ன வாத்துகள் பதித்திருக்கும் என்று சொல்லிவிட்டாள். அவளுடன் விளையாடிய குழந்தைகள் அதை அவர்கள் வீட்டில் சொல்ல, செய்தி பெரியவர்கள் வரைக்கும் சென்று விட்டது.

வாங் யூவின்மேல் பள்ளி நிர்வாகத்திற்கு சந்தேகம் வந்து விட்டது. வாத்து சின்னம் போட்ட பை என்றால் அது இராணுவம் உபயோகிக்கும் பைகள் ஆயிற்றே. நீங்கள் யார் உங்கள் கணவர் யார் என்ற முழு விவரமும் தெரிவிக்க வேண்டும் என்று ஆணையிட்டு விட்டார் பள்ளியின் நிர்வாகி. சூழலின் இறுக்கம் புரிந்து செய்வதறியாது வாங் யூ கலக்கம் அடைய, பள்ளியின் தலைமை ஆசிரியர் பதட்டத்துடன் வாங் யூவை சந்தித்து.

"தயவு செய்து நீங்கள் இருவரும் கண்காணாத பிரதேசத்துக்கு ஓடிவிடுங்கள். சிலின் சீன தேசியவாதக் கட்சியின் இராணுவ அதிகாரியின் பெண் என்று செம்படையின் சிவப்பு காவலர்கள் தெரிந்து கொண்டனர். எதிரிகளின் குடும்பத்திற்கு அடைக்கலம் கொடுத்தேன் என என்னையும் சிறையில் போட்டு விடுவார்கள் போல் தெரிகிறது. உங்கள் இருவரையும் கைது செய்தால் நீங்கள் நிறைய சித்திரவதை அனுபவிப்பீர்கள். உங்களிடம் இருந்து எனக்கு எந்த விளக்கமும் வேண்டாம் ஓடி விடுங்கள்" என்று இருவரையும் துரத்தி விட்டார்.

அழக்கூட அவகாசம் இல்லாமல் சிலினை அழைத்துக் கொண்டு, அந்த இரவில் நடந்தே நான்ஜிங்கைவிட்டு வெளியேறினாள் வாங் யூ, எங்கு போவது என்றும் தெரியவில்லை. யாரிடமும் உதவியும் கேட்க முடியாது. அரசியல் அதிகாரத்தை எதிர்த்து ஒருவரும் உதவி செய்ய முன் வரவும் மாட்டார்கள். புரட்சி

செம்படையின் சிவப்புக் காவலர்கள் இருவரையும் பிடித்தால் அவர்கள் நிலைமை என்னவாகும் என்று நினைக்கையில் அவளுக்கு பயம் அதிகமானது. குழந்தையை ஓய்வெடுக்கக்கூட அவகாசம் கொடுக்காமல் நடந்துகொண்டே இருந்தாள்.

இரவு முழுவதும் நடந்தும் நான்ஜிங் எல்லையை அவர்கள் இன்னமும் கடக்கவில்லை என்று புரிந்தது. குழந்தை சிலினுக்கு இதுபோல் நடந்து பழக்கமில்லை. அவள் நடக்க முடியாமல் கால்கள் தடுமாறத் துவங்கின. இனி ஓய்வெடுக்காமல் ஓர் அடிகூட எடுத்துவைக்க முடியாது என்று அவளுக்குப் புரிந்து விட்டது. வேறு வழியில்லாமல் சாலையோரத்து அடர்ந்த புதர்களின் இடையே இருவரும் மறைந்து கொண்டனர். அந்தப் புதரின் இலைகள் பனியில் நனைந்து ஈரமாக காணப்பட்டன. ஆனாலும் அதைத்தவிர வேறு வழியில்லை என்பதால் அந்த பனியின் ஈரத்திலேயே உட்கார்ந்து விட்டனர். களைப்பும் பசியும் அவர்களை வாட்டின. குழந்தை சோர்ந்து போய் அத்தை மடியில் படுத்துத் தூங்கி விட்டாள். சப்தம் வராமல் அழுதபடியே வாங் யூவும் குழந்தை சிலினை அணைத்துக்கொண்டு அந்தப் புதரின் மறைவில் தூங்கி விட்டாள்.

“நீங்கள் இருவரும் ஏன் இங்கே தூங்குகிறீர்கள்?” என்ற கேள்வி சப்தமாக காதில் விழ வாங் யூ திடுக்கிட்டு விழித்தாள். அவளருகே நடுத்தர வயதுடைய பெண் ஒருத்தியும், உயரமான மனிதன் ஒருவனும் நின்று கொண்டிருந்தனர். இவளுக்கு என்ன பதில் சொல்வதென்று புரியவில்லை. யாரிடமும் எதுவும் பேசவும் அவளுக்கு பயமாக இருந்தது.

“இந்த இடம் மிகவும் சில்லென்றும், ஈரமாகவும் இருக்கிறது. குழந்தைக்கு ஆகாது. எழுந்திரு. இங்கு பக்கத்தில் எங்காவது வீட்டில் இடம்கேட்டு உறங்கலாம்” என்று அந்த நடுத்தர வயதுப் பெண்மணி அக்கறையுடன் பேசினாள்.

“இல்லை குழந்தை மிகவும் சோர்வாக இருக்கிறாள். இனி இவளால் நடக்கவே முடியாது” என்று அந்தப் பெண்மணிக்கு வாங் யூ பதில் கூறினாள்.

“நான் குழந்தையைத் தூக்கிக் கொள்கிறேன்” என்று கூறி அந்த மனிதன் சிலினை தூக்கி தன் தோளில் போட்டுக்கொண்டான். அவர்களுடன் வாங் யூ நடக்க ஆரம்பித்தாள்.

“நீங்கள் எங்கே போக வேண்டும்” என்று அந்தப் பெண் கேட்க வாங் யூவிற்கு என்ன சொல்வதென்று தெரியவில்லை.

“எங்கே போவதென்று தெரியவில்லை. ஆனால் நான்ஜிங்கை

விட்டு உடனே வெளியேற வேண்டும்" என்று சொல்லும்போதே அவளுக்கு அழுகை வந்தது.

அந்தப் பெண் வாங் யூவை கட்டியணைத்து, "பிடிக்காத திருமணத்தில் இருந்து தப்பித்து ஓடி வருகிறாயா? கவலைப்படாதே. நான் உனக்கு உதவி செய்கிறேன். அவன் என் மகன். இவர் என் கணவர் என்று தூரத்தில் நின்று கொண்டிருந்த நடுத்தர வயது மனிதனைக் காண்பித்தாள்.

அவளுடைய கணவன் இரக்கமுள்ளவனாகவும், படித்தவன் போலவும் காணப்பட்டான். அவன் எல்லோரையும் துரிதப் படுத்தினான். "இப்பொழுது நமக்கு பேச நேரமில்லை. நாம் எல்லோரும் தப்பிக்க வேண்டிய அவசரத்தில் இருக்கிறோம். விடிந்து விட்டது. எந்த நேரத்திலும் புரட்சிப் படையினர் வரக்கூடும். நாம் எல்லோரும் ஒன்று சேர்ந்து குழுவாக போவது தான் நல்லது. இந்தக் கலவர பூமியில், எப்படி ஒரு குழந்தையையும் உன்னைப்போல பெண்ணையும் விட்டுப்போவது. டிங், அந்தப் பெண்ணை அழைத்து வா..." என்று கூறிக்கொண்டே அவன் எல்லாப் பொருட்களையும் எடுத்துக்கொண்டு வேகமாக நடக்கத்துவங்கினான். அவர்கள் மகன் குவாவெய் சிலினை தோளில் உட்கார வைத்துக்கொண்டு அவனுடன் இணைந்து நடக்கலானான். நானும் டிங்க்கும் அவர்கள் பின்னால் தொடர்ந்து சென்றோம்.

அந்த நடுத்தர வயது மனிதன் பெயர் வாங் டுஒ. அவன் நான்ஜிங் பள்ளியில் தலைமை ஆசிரியராக வேலை பார்த்தவன் என்று அவன் பேச்சில் இருந்து தெரிந்து கொண்டாள் வாங் யூ. லி டிங் அவளது கணவனின் பள்ளியில் நிர்வாகத்தைக் கவனித்துக் கொண்டாள்.

வாங் டுஒவின் குடும்பம் பாரம்பரியமாக "யாங்க்சௌ" என்ற ஊரில் கல்வித் தொழிலில் ஈடுபட்டிருந்தனர். 'உருவாக்கும் முன்பு அழித்தாக வேண்டும்', 'குழப்பத்திற்கு அஞ்சாதே' போன்ற தலைவர் மாவோவின் பொன்மொழிகள் வழி காட்டிய காலமது. பழைய சிந்தனைகள், பழைய பண்பாடு, பழைய வழக்கங்கள், பழைய பழக்கங்கள் ஆகிய 'நான்கு பழமைகள்' ஒழிக்கப்படுவது முதன்மைப்பட்ட காலம். அது மக்களின் மத்தியில், குறிப்பாக மாணவர்களின் மத்தியில், 'சிவப்புக் காவலர்கள்' உருவான காலம். பழைய பண்பாட்டின் சின்னங்களையும் மற்றும் அது சார்ந்த மனிதர்களையும் 'அப்புறப்படுத்துதல்' பெருமைக்குரிய பொதுச் சேவையாகக் கருதப்பட்டது. படித்தவர்களால்தான் இந்த 'அசுத்தங்கள்' பரவுகின்றன என்ற அடிப்படையில் பள்ளி கல்லூரிகளின் ஆசிரியர்கள், எழுத்தாளர்கள், கலைஞர்கள்

போன்ற 'எதிரிகள்' சிவப்புக் காவலர்களின் முக்கியக் குறிகளாக இருந்தனர். இதற்காக கல்விச் சாலைகள் மூடப்பட்டன. பள்ளிகள் இரண்டு ஆண்டுகள் மூடப்பட்டன. நாட்டில் மாறி மாறி வந்த அரசியல் குழப்பங்கள், உள்நாட்டு போர், போன்ற காரணங் களால் அவர்களால் அந்தக் கல்வி நிறுவனத்தை நடத்த இயலாது போய் விட்டது.

வாங் டூஒவிற்கு திருமணமானதும், அவர்களது பாரம்பரிய கல்வி நிறுவனத்திற்கான வீடும், கல்வி நிறுவனத்தை நடத்தும் உரிமையும் அவருக்குக் கொடுக்கப்பட்டது. யாங்க்செள ஊரில் வாங் டு ஒ விற்கு அவர்கள் முன்னோரின் பள்ளியை தொடர்ந்து நடத்த ஆசை. ஆனால் அவர் மகனின் உயர்கல்விக் காகவும், செம்படை சிவப்புக் காவலர்கள் கல்வியாளர்களை "அழித்தொழித் தல்" செய்வ தாலேயும், அந்த சின்ன கிராமத்தில் பள்ளியை ஆரம்பிக்காமல் நான்ஜிங்கில் ஆரம்பிக்க எண்ணி அங்கு இடம் பெயர்ந்தனர். பத்து வருடங்கள் நான்ஜிங்கில் வாழ்ந்து இருக்கிறனர். ஆனால் நான்ஜிங்கில் பள்ளி ஆரம்பிக்க வேண்டும் என்ற தன் கனவினை அவரால் செயல்படுத்த முடி யவேயில்லை. முடிவுறாத அரசியல் கலகங்கள், அதிகாரத்தின் அதீத தலையீடு காரணமாக பலமுறை வாங் டூஒ தன் கிராமத்திற்கு திரும்பி விடும் முடிவை எடுத்திருக்கிறார். அப்பொழுதெல்லாம் மகனின் கல்வியைக் காரணம் காட்டி லி டிங் மறுத்து வந்தாள். இப்பொழுது அரசியல் பிரச்சனைகளும் கட்டுக்கடங்காமல் போய்விட்டடது. பையனின் படிப்பும் முடிந்துவிட்டது. இனி நிம்மதியாக கிராமத்தில் நமக்கென்று சொந்தமாக இருக்குமிடத்தில் பள்ளியை ஆரம்பித்துவிடலாம் என்று அவர்கள் ஊர் திரும்பிகொண்டிருக்கின்றனர். லி டிங் தன் கதை முழுவதும் சொன்னாலும், வாங் யூவிற்கு தன்னைப் பற்றி கூற தைரியம் வரவில்லை. அடுத்தவர்கள் பற்றிய அனாவசிய விசயங்களை நம் தலையில் போட்டு வைத்துக் கொள்வதும் ஆபத்தானது என்று படித்தவர்கள் நன்கு அறிவர். எனவே லி டிங் குடும்பத்தினர் வாங் யூ குறித்து அதிகம் விசாரிக்கவில்லை.

குவாங் பேரரசை ஆட்சியிலிருந்து அகற்ற சன் யாட் சென் தலைமையில், "தேசியவாதம், ஜனநாயகம், மக்களின் வாழ்வாதாரம்" என்னும் மூன்று கொள்கைகளை அடிப்படையாகக் கொண்டு இந்த சீனப் புரட்சி தொடங்கியது. இது சுமார் இரண்டாயிரம் ஆண்டுகளாக சீனாவில் இருந்து வந்த 'முடியாட்சி' முறையை முடிவுக்குக் கொண்டு வந்தது. புதிய கம்யூனிஸ்ட் அரசாங்கம் வருவதற்கு முன்பு 45 வருடம் சீனாவில் அதிகாரவர்கத்தின் அடக்கு முறையும், குழப்பங்களும் சொல்லிமாளாது. ஒவ்வொரு நாளும் ஒவ்வொருவர் நாங்கள்தான் அரசு அதிகாரத்தில்

இருக்கிறோம் என்று பிரகடனப்படுத்துவார்கள். மக்கள் யாருக்கு பயந்து வாழ்வது என்று தெரியாமல், குழம்பி நின்ற காலங்கள் அவை. அப்பொழுது மக்கள் தங்களுக்கான விதிகளாக வகுத்துக் கொண்டவை: “தேசப்பற்றை வெளிப்படுத்தாதே. குடும்ப விசயங்களை அதிகம் யாரிடமும் விவாதிக்காதே. ஒன்று இன்னொன்றை விழுங்கிக் கொண்டு இருக்கிறது. பலசாலி ஆள்கிறான்”. மக்கள் ஒருவருக்கொருவர் நட்பு பாராட்டவும் பயந்து, தீவுகளைப் போல் திட்டுத் திட்டாக தனித்தனியே பிரிந்து வாழத் துவங்கிவிட்டனர். இந்த சூழலில் வாங் யூவிற்கு உதவிக்கு லி டிங் குடும்பம் கிடைத்தது அபூர்வமானது. ஆனால் சமூகத்தில் அவள் பட்டவலிகளால், அவளால் யாரையும் நம்ப முடியவில்லை.

“யாங்க்செள” நான்ஜிங் அருகில் ஆற்றங்கரையோரம் அமைந்துள்ள அழகிய கிராமம். இந்தக் கிராமத்தில் விளைந்து தயாராகி சீனா முழுவதும் பிரபலமான உணவுப் பொருட்கள், பதப்படுத்தப்பட்ட காய்கறிகள், இஞ்சி, மற்றும் உலர் பழங்கள். “யாங்க்செள” கிராமத்தில் உணவுப் பொருட்கள் மட்டுமல்ல இந்த ஊர் இளம்பெண்கள்கூட நல்ல சிவந்த நிறமும் அழகும் மிக்கவர்கள்.

வாங் டுஓ குடும்பம் இல்லாத பொழுது அவரின் பாரம் பரிய வீட்டை கிராமத்தைச் சேர்ந்த வயதான தம்பதியினர் பார்த்துக் கொண்டனர். அதனால் அந்த வீடுமிக சுத்தமாகவும், நேர்த்தியாகவும் இருந்தது. ஆற்றங்கரையோரம் அமைந்துள்ள அந்த வீடு காற்றோட்டமாகவும், வெளிச்சமாகவும் சீனாவின் பாரம்பரிய அழகை வெளிப்படுத்துவதாகவும் இருந்தது.

ஊருக்குள் வந்ததுமே, வாங் யூவிற்க்கும் சிலினுக்கும் கடுமையான ஜுரம் வாட்ட ஆரம்பித்தது. உள்ளூர் வைத்தியர் ஒருவரை அழைத்து காண்பிக்க சீனாவின் மூலிகை மருந்துகளை அரைத்து கசாயம் வைத்து கொடுக்க சொல்லி சென்றார். லி டிங் மூலிகைகளை அரைத்து கசாயம் வைத்து கொடுத்து அவர்களை கவனித்து கொண்டாள். காய்ச்சல் குறைந்த பிறகும் சிலின் இயல்பான வாழ்விற்குள் வர மிகவும் தயக்கம் காட்டினாள். பழைய நினைவுகள் தந்த கசப்புணர்வினால் ஊரில் உள்ள குழந்தைகளை லிடிங் அழைத்து சென்று அறிமுகப்படுத்தினாலும் அவள் வாங் யூ வின் பின்னால் ஒளிந்துகொண்டு யாரிடமும் பழக மறுத்தாள்.

வாங் டு ஓவின் புதிய பள்ளிக்கு ஊருக்குள் நல்ல பெயர் கிடைத்தது. அந்தப் பள்ளியிலேயே உதவியாளராக வாங் யூ சேர்ந்து கொண்டாள். அந்த குடும்பத்தினரின் பாசத்தில்

மகிழ்ந்து சிலின் ஏன் யாருடனும் பழக மாட்டேன் என்கிறாள். அவளது பின்னணி என்ன என்று எல்லா விவரங்களையும் வாங் வூ ஒளிவு மறைவு இல்லாமல் சொல்லிவிட்டாள். லிடிங், வாங் டுஒ இருவருமே அவளுக்கு ஆறுதல் சொன்னதுடன் அவளது நல்ல குணத்தை புரிந்துகொண்டு அவர்களது மகனுக்கே அவளைத் திருமணம்செய்து வைத்தனர். எல்லோரும் சிலினை கவனமாகப் பார்த்து படிக்க வைத்தனர். அவள் படிப்பில் சிறந்து விளங்க ஆரம்பித்தாள். அந்த மாகாண பள்ளிகளுக்கு இடையே நடந்த கட்டுரைப் போட்டியில் மாகாணத்திலேயே முதலாவது மாணவியாக வந்தாள்.

அந்த வருடம் குழந்தைகள் தின விழாவிற்கான ஆயத்த வேலைகளில் வாங் யூ வும், அவள் கணவன் குவோவும் ஈடுபட்டி ருக்கையில் ஒரு பெண் ஓடிவந்து மைதானத்தில் சிலின், சில பையன்களுடன் சண்டைப் போடுகிறாள் என்று கூறினாள். உடனே எல்லோரும் அங்கு விரைந்து போய் பார்க்க அங்கு கூட்டமாக பையன்கள் நின்று கொண்டு, நீ அநாதை, தவறான வழியில் பிறந்தவள் என்று கத்திக்கொண்டிருந்தனர். சிலின் அவர்களிடம் இல்லை இல்லை என்று கத்திக்கொண்டிருந்தாள். வோ அவர்களிடம் இவளுக்கு அப்பா அம்மா எல்லோரும் இருக்கிறார்கள். ஏன் இப்படி அவளை சித்ரவதை செய்கிறீர்கள் என்று அவர்களை மிரட்டி சிலினை வீட்டிற்கு அழைத்து வந்து விட்டான். அவள் வீட்டிற்கு வந்ததும் காய்ச்சல் வந்து பிதற்ற ஆரம்பித்து விட்டாள். டாக்டர் வந்து பார்த்து, அவள் மிகவும் பதட்டமாக இருக்கிறாள். அவளை சிறிது அமைதியாகப் பார்த்துக் கொள்ளுங்கள் இல்லாவிடில் அவளுக்கு மனச்சிதைவு ஏற்பட எல்லா வாய்ப்புகளும் இருக்கின்றன என்று சொல்லி சென்றார். சிலின் மிக அழகாகவும் இளமையுடன் இருப்பதால் அந்த கிராமத்து இளைஞர்கள் அவளைக் கட்டிப்பிடிக்க வந்து இருக்கிறார்கள். இவள் அனுமதிக்காமல் கத்திக் கூச்சல் போட்டதும், நீ தவறானவள் என்று கத்தி இருக்கின்றனர்.

இந்த நிகழ்ச்சிக்கு பிறகு சிலின் தன் பெற்றோரைப் பற்றி தெரிந்து கொள்ள மிகவும் ஆர்வம் காட்டினாள். சில சமயங்களில் வாங் யூ சொல்லவில்லை என்றால் அதற்காக அவளிடம் கோபப்பட்டு அலறுவது போன்ற செயல்களில் ஈடுபட்டாள். சிலினின் நடவடிக்கைகள் மனநிலை பாதிக்கப்பட்டவர்களின் செயல்களைப் போலவே இருந்ததால், அவளை பற்றிய உண்மைகள் தெரியாவிடில் அவள் இன்னமும் உளவியல் ரீதியாக பாதிக்கப்படுவாளோ என்று பயந்து எல்லா உண்மைகளையும் சிலினிடம் சொல்லி விட்டாள் வாங் யூ.

சீனப் பண்பாட்டு புரட்சி மிக மோசமாக மக்களின் அன்றாட வாழ்வை பாதிக்கும் ஒன்றாக இருந்தது. கலாச்சார சீர்திருத்தம் பேசும் புரட்சியாளர்கள் திருமணம் ஆனவர்களின் மறுமணத்தை ஆதரிக்கவில்லை. திருமணபந்தம் தாண்டிய இன்னொருவருடனான உறவு கள்ள உறவு என்று தண்டிக்கப்பட வேண்டிய குற்றமாக கருதப்பட்டது. அந்த வகையில் சிலினை முதல் கணவனுக்கு பெற்றுவிட்டு நீ எப்படி குவோவை இரண்டாவதாக திருமணம் செய்து குழந்தைப் பெற்றாய் என்று வாங் யூ, லிடிங், குவோ, வாங் டு ஒ அனைவரையும் செம்படையின் சிவப்பு காவலர்கள் தாக்கினர். அவர்களின் தாக்குதல் எல்லாவற்றையும் அனைவரும் அமைதியாக தாங்கினரே தவிர வாங் யூ குறித்து ஒரு வார்த்தைகூட சொல்லவில்லை. செம்படையின் காவலன் குவோவின் காலை அடித்து உடைத்து விட்டான். வாங் யூவின் குழந்தை பயத்தில் அறைக்குள் சென்று ஒளிந்து கொண்டான். அந்த காவலர்கள் வாங் யூவின் வயிற்றில் தன் காலால் உதைக்க முயற்சிக்க, சிலின் பயத்தில் “அவர்களை தயவு செய்துவிட்டு விடுங்கள். என் தாய் தந்தையர் தைவானில் இருக்கின்றனர். என் தந்தை பெயர் ஜாங் ஜாங்க்ரென் தாய் வாங் சிங்” என்று கூற, லி டிங், இல்லை அவள் உளறுகிறாள். அவளுக்கு எதுவும் தெரியாது என்று கத்த அந்தச் செம்படை கலாச்சாரக் சிவப்புக் காவலர்கள் எதையும் தங்கள் காதில் போட்டுக் கொள்ளவில்லை. அனைவரையும் கைது செய்து சிறையில் அடைத்தனர்.

1980ஆம் வருடம் வாங் யூவையும், குவோவையும் செம்படை யின் அதிகாரி ஒருவர் சந்தித்து, சிலின் சொன்ன பெயர்களின் ஆதாரம் வைத்துப் பார்க்கையில் அவள் சொன்னது உண்மை என்று புரிகிறது என்று கூறி அனைவரையும் விடுதலை செய்தார். சிறை வாழ்க்கை உடலையும் மனதையும் பாதித்ததால் அவமானம் தாங்காமல் வாங் டுஒ வெளியே வந்ததும் விஷம் குடித்து இறந்துவிட்டார். சிறையில் அடி தாங்காமல் கீழே விழுந்து லி டிங் ஒரு பக்கம் உணர்வு இல்லாமல் பக்கவாதம் பாதித்து படுத்தபடுக்கை ஆனாள். குவோ கால் உடைந்து கட்டையின் உதவியால் நடக்கத் துவங்கினான். பத்து வருட சிறை வாழ்க்கையை அவர்களின் குடும்பம் செய்யாத தவறுக்கு அனுபவித்து, வாழக்கையே சிதறிப் போனது.

செம்படையின் சிவப்புக் காவலர்களுக்கு வானளாவிய அதிகாரம் கொடுக்கப்பட்டிருந்தது. அவர்கள் எந்த வீட்டிலும் நுழையலாம். மாவோ ஒப்புக்கொள்ளாத கருத்துகளையும் கலை வெளிப்பாடுகளையும் அழிக்கலாம். இவர்களால் கைது செய்யப்பட்ட சிலர் சிறைக்கு அனுப்பபட்டனர். லட்சக் கணக்கானவர்கள் ‘உடல் உழைப்புச் சிறை’களுக்கு அனுப்பப்

பட்டார்கள். உடல் உழைப்பு சிறை என்பது விவசாயக் கூலியாக அடிமை வாழ்வை வாழ்வது. இவர்கள் சிறையில் அடைபட்டு கிடந்த நாட்களில் செம்படையின் சிவப்புக் காவலர்கள் சிலினை மலை கிராமத்து விவசாயிகளிடம் ஒப்படைத்து, அங்கு உடல் உழைப்பு சிறை வேலை பார்க்க சொல்லி இருக்கிறார்கள். அவள் இதுபோன்ற வாழ்க்கைக்குப் பழக்கம் இல்லாதவள். இதனால் மனநிலை மேலும் பாதிக்கப்பட்டு தனக்குத்தானே பேசிக் கொள்வது பாறைகளில் ஏறி நின்று நான் அநாதை இல்லை என்று கத்துவது, சிரிப்பது என்று உலாவி இருக்கிறாள். அங்கு இருந்த விவசாயி ஒருவன் சிலினை மலை உச்சிக்கு அழைத்து சென்று, முதலாளித்துவத்தில் முறைகெட்டுப் பிறந்தவளா ? என்று கேட்க அவள் ஆக்ரோசமாக இல்லை என்று கத்த அவளை விட அதிகமாக அவன் கத்த பயத்தில் உறைந்து போனவளை, "முதலாளித்துவத்தின் நாயே. நீ அழிக்கப்பட வேண்டியவள்" என்று கூறி மிக கொடூரமாக வன்புணர்வு செய்திருக்கிறான். உன் மகனுக்கு, உன் இரத்தத்தை பாலாக்கி ஊட்டும் இந்த மார்புக்காம்புகள் உனக்கு தேவையில்லை என்று கூறி அவளின் மார்புக்காம்புகளை கடித்து துப்பி அவள் பிறப்பு உறுப்பை சிதைத்து விட்டான். அவனது மிருக இச்சை தாங்காமல் அந்த சின்னப் பெண் மயங்கி விட்டாள். மயங்கி கிடந்தவளை வயதான பெண்மணி ஒருத்தி பார்த்து அழைத்து வந்து தன்னுடன் தங்க வைத்துக்கொண்டாள். ஆனால் உடல் முழுவதும் ரத்த களறி யாக இருந்த அந்த சின்னப் பெண் சிலின் அந்தச் சம்பவத்தின் அதிர்ச்சியால் பேசும் சக்தியை இழந்து மனப்பிறழ்வுக்கு ஆளாகி விட்டாள்.

அவள் வயிறு, பிறப்புறுப்பு, பின் பாகங்கள் எல்லாம் இரத்தம் உறைந்து போய் இருந்திருக்கிறது. காலையிலிருந்து மாலை வரை அவளை மிருகத்தனமாக அவன் பாலியல் வன்முறை செய்திருக்கிறான். அதிகப்படியான புணர்வில் அவளது பிறப்புறுப்பு சிதைந்து கிழிந்து தொங்கிகொண்டு இருந்திருக்கிறது. மிக மோசமாக சிதைக்கப்பட்டு கிடந்த சிலினை அழைத்து வந்த கிழவி, அவளது கொடூரமான காயங்களைப் பார்த்தாலும்கூட அவளால் எதுவும் செய்ய இயலவில்லை. சிலினுக்கு அவள் உதவுகிறாள் என்று தெரிந்தாலே செம்படை சிவப்புக் காவலர்கள் முதலாளித்துவப் பெண்ணுக்கு உதவுகிறாயா என்று அவளை சித்ரவதை செய்வார்கள். அதற்கு பயந்து அந்தக் கிழவி தனக்கு தெரிந்த மூலிகை வைத்தியம் செய்து சிலினின் உயிரை மட்டும் காப்பாற்றி விட்டாள். வாங் யூவின் உடல் நிலை தேறியதும் அவள் செம்படையின் சிவப்புக் காவலர்களை சந்தித்து சிலின் எங்கு இருக்கிறாள் ? அவளை நாங்கள் திரும்பவும் எங்கள்

வீட்டில் வைத்துக்கொள்ள விரும்புகிறோம் என்றதும் அவர்கள், கிராமத்தில் இருந்து அவளை அழைத்து வந்து ஒப்படைத் திருக்கிறார்கள். அவளது அலங்கோல நிலையைப் பார்த்து டாக்டரிடம் காண்பிக்க, அடுத்தடுத்த அதிர்ச்சியில் அவள் கொடூரமாக பாதிக்கப்பட்டிருக்கிறாள். இனி ஒன்றும் செய்ய முடியாது என்று கூறி விட்டனர்.

"அவளது நிலை எங்கள் அனைவருக்கும் புரிகிறது. இருந் தாலும் எங்கள் வாழ்க்கைக்கு பிறகு அவள் எப்படி வாழ்வாள்? அவளது தேவைகளை நிறைவேற்றிக் கொள்ள தெரிந்தால் போதும் என்று நினைக்கிறோம். ஆனால் இன்னொருபுறம் அவளுக்கு நினைவு வந்துவிட்டால் தனக்கு நேர்ந்த அந்தக் கொடூரமான வன்புணர்வு அவள் நினைவில் மீண்டும் மீண்டும் வந்து பாதிக்குமோ என்ற கவலையும் எங்களுக்கு இருக்கிறது. நாங்கள் தொடர்ந்து அவளுக்கான சிகிச்சையை செய்துகொண்டுதான் இருக்கிறோம்."

அலுவலகத்திற்கு திரும்பி வந்ததும், எல்லோரும் வீட்டிற்கு சென்றிருந்தனர். அப்படியே எதுவும் பேசாமல் அமைதியாக வெறுமையுடன் அமர்ந்திருந்தேன்.

மறுநாள் வானொலி நிலைய இயக்குனரிடம் சென்று, சிலினின் கதையை இன்று என்னால் ஒலிபரப்பு செய்ய இயலாது என்று கூறினேன். அவருக்கு ஒரே ஆச்சர்யம்.

"எப்பொழுதும் நாங்கள்தான் வேண்டாம் என்று சொல் வோம். நீ ஒளிபரப்ப வேண்டும் என்று அடம் பிடிப்பாய். இன்று உனக்கு என்ன ஆயிற்று" என்றார் கிண்டலாக.

"மீண்டும் சிலினின் கதையை நினைவில் கொண்டு வந்து சொல்லும் அளவுக்கு எனக்கு மன தைரியம் இல்லை. அது மிகப்பெரிய கொடுமை. எந்தப் பெண்ணுக்கும் இப்படி ஒரு கொடுமையான வாழ்வு அமையக் கூடாது. என்னால் தாங்க முடியவில்லை" என்று கண் கலங்கக் கூறினேன். அவர் இன்னும் ஏதாவது கேட்டால் உடைந்து போய் அழுது விடுவேனோ என்ற அளவில் நான் பலவீனமாக இருந்தேன். அவர் என் மன நிலையைப் புரிந்து கொண்டார்.

நான் கேட்கும் ஒவ்வொரு கதையையும் குறித்து ஓல்டு வூ மிகவும் சுவாரஸ்யமாக என்னுடன் விவாதம் புரிவார். அதுவும் சிறப்புக் குழந்தைகள் குறித்து பேச அவர் மிகவும் விருப்பம் கொண்டிருந்தார். ஆனால் எதிர்பாராத விதமாக நுரையீரல் பாதிப்பில் அவர் இறந்துவிட்டார். அவர் நினைவேந்தல் நிகழ்ச்சிக்கு

போக வேண்டி இருந்தது. நான் மவுனமாக என் உணர்வுகளை அவருடன் பகிர்ந்து கொண்டேன். எனக்குத் தெரியும் ஓல்டு வூ நான் மனதால் பேசியதைக் கேட்டு இருப்பாரென்று. மனிதர்கள் இந்த உலகைவிட்டு மறைந்த பிறகும் நம்முடைய நினைவுகளில் வாழ்கின்றனர். நினைவுகளுக்கு அழிவில்லை. சில நேரங்களில் அவர்கள் உங்கள் காதில் கிசு கிசுப்பதையும் அவர்கள் முகம் உங்கள் எதிரில் வந்து மறைவதையும்கூட நீங்கள் உணர இயலும்.

12

சீனப் பெண்கள் குறித்து ஆராய்ந்து எழுதும் என் முயற்சியில் உற்சாகம் ததும்பி விளையாடும் இளம்பெண்களின் கதைகளைத்தான் நான் முதலில் எழுத முடிவுசெய்தேன். ஆரம்பத்தில் எனக்கு அவ்வளவாக அனுபவம் இல்லாதிருந்தது. ஆனால் இப்பொழுது எனக்கு ஆழ்ந்த புரிதல் இருக்கிறது. என்னால் மிகத் தெளிவாக தேர்ந்த அறிவுடன் பிரச்சனைகளை ஆராய்ந்து புரிந்துகொள்ள முடிகிறது. அதனாலேயே பாதிக்கப் பட்டவர்களின் கதைகளைக் கேட்டவுடன் அவர்களின் வலியை நானும் முழுமையாக உணர்கிறேன். கதைகளைக் கேட்கும் சமயங்களில் என் நரம்புகள் மரத்துப் போகின்றன. அவர்களின் வலிகளும் வேதனைகளும் என்னைக் கொன்று புதைக்கிறது. ஒவ்வொரு முறையும் எதிர்வினை ஆற்ற இயலாமல் தோற்றுப் போய் திரும்புகிறேன்.

என் வாழ்க்கையினுள்ளேயும் கொந்தளிப்புகள் இல்லாமல் இல்லை. ஆனாலும் என் பத்திரிக்கை யாளர் வாழ்க்கையில் நான் நாளுக்கு நாள் வெற்றி களையே குவித்துக் கொண்டிருக்கிறேன். நிகழ்ச்சியின் திட்டவளர்ச்சி இயக்குனராக எனக்கு பதவி உயர்வு கிடைத்தது. அதாவது தகவல் ஒலிபரப்பு துறையின் மொத்த வடிவமைப்பு பொறுப்பும் என்னிடம் ஒப்படைக்கப்பட்டது.

என் புகழும் செல்வாக்கும் உயர்ந்ததால் என்னால் சந்திக்க இயலாத உயரத்தில் இருந்த

பெண்களும் இப்பொழுது எளிதில் என்னால் சந்திக்க முடிந்தது. கட்சி தலைவர்களின் மனைவிகள், இராணுவத்தில் பணிபுரியும் பெண்கள், மதநிறுவனத்தில் பெரும் பதவிகளில் இருக்கும் பெண்கள் மற்றும் சிறையில் இருக்கும் பெண்கள் என யாரையும் எப்பொழுது வேண்டுமானாலும் என்னால் சந்திக்க முடிந்தது. அப்படி ஒரு சந்திப்பு எனக்கு சமூக பாதுகாப்புதுறையின் விருது வழங்கும் விழாவில் நடந்தது. பொது மக்களின் விழிப்புணர்விற்காக நான் சில நிகழ்ச்சிகளை வடிவமைத்து செயல்படுத்தினேன். அதற்காக அந்த துறையில் இருந்து எனக்கு, "சமூக விழிப்புணர்வு மலர்" என்ற விருதை வழங்கினார்கள். இந்த விருது ஒன்றும் பெரிய கொண்டாட்டத்துக்குரியதல்ல. இருந்தாலும் இந்தப் பிரதேசத்தில் இப்படிப்பட்ட விருதை வாங்கும் முதல் பெண்மணி நான்தான். அது மட்டுமல்ல இந்த விருது எனக்களிக்கும் கவுரவத்தினால் நான் இன்னும் அதிக பெண்களைக் கவர முடியும். நான் சந்திக்க வேண்டும் என்று கேட்டால் நிறைய பெண்கள் விருப்பத்துடன் சந்திப்பார்கள்.

சீனா விருந்தோம்பலுக்கு பெயர் போனது. சாப்பாடுதான் சொர்க்கம் என்ற தாரக மந்திரமே சீனாவின் வாழ்க்கை முறை. சீனாவில் சாப்பிடுவதும், குடிப்பதும்தான் வாழ்வின் சுவாரஸ் யமான நிகழ்வுகள். விருந்து வைப்பதற்காகவே காரணங்களைத் தேடி கண்டுபிடிப்பார்கள். நான்கு பேருக்கு விருது கொடுத்ததற்கு நானூறு பேருக்கு விருந்து ஏற்பாடு செய்யப்பட்டிருந்தது. காவல் துறையில் பெண் ஒருவருக்கு விருது கிடைத்திருப்பது அன்றைய விருந்தின் மையப்பொருளாக விவாதிக்கப்பட்டது. நேருக்கு நேர் நின்று வாழ்த்துகளை சொல்வதும், ஒன்றுமில்லாமல் என்னை வானளாவ புகழ்வதும், உன்னால் நான் கவரப்பட்டேன் என்று கூறுவதும், அர்த்தமில்லாத கேள்விகளைக் கேட்பதும் இதுபோன்ற விருந்துகளில் முக்கியமான சம்பிரதாயமாக இருக்கும். அது எனக்கு அறவே பிடிக்காத ஒன்று. எனவே இந்தக் கேளிக்கையில் இருந்து விலகி ஓடிவிடலாம் என நழுவி வாசலை நோக்கி சென்றேன். வராந்தாவில் சில பணியாளர்கள் நின்றுகொண்டிருந்தனர். அவர்கள் என்னைப் பார்த்ததும் வழியைவிட்டு ஒதுங்கி நில்லுங்கள் என்று குரல் கொடுத்தனர். நான் ஒதுங்கி சுவற்றுடன் சுவராக ஒட்டி நின்றேன். சங்கடமான சூழலில் இப்படி நிற்பது அங்குள்ள என் சக விருந்தினர்களின் மீளாய்வை காட்டிலும் மோசமானதல்ல. சில நிமிடங்களில் தலைமைக் காவல் அதிகாரி அங்கு வந்தார். நான் அங்கு என்ன செய்கிறேன் என்று ஆச்சரியத்துடன் என்னிடம் கேட்டார்.

எனக்கு அவருடன் முன்பே பழக்கம் இருப்பதனால் என் சங்கடத்தை வெளிப்படையாகக் கூறினேன். அவர் சிரித்தபடி,

"நீ இந்த இடுக்கில் ஒளிந்துகொண்டு சிரமப்பட வேண்டாம். என்னுடன் வா. உனக்கு இன்னும் நல்ல விசயங்களை அறிமுகப் படுத்துகிறேன்" என்று கூறி நடந்தார். நான் அவரைப் பின் தொடர்ந்து சென்றேன்.

"உள்ளே வா..." என்றபடி தலைமை காவல் அதிகாரி அறைக்குள் சென்றார். அதிகார வர்க்கத்தின் அந்தரங்கத்திற்குள் நுழைய எனக்கு எப்பொழுதுமே சிறு தயக்கம் உண்டு. நாட்டில் மக்கள் தங்குவதற்கு இடம் இல்லாமல் தவிக்கிறார்கள். இங்கோ அரண்மனை போன்றதொரு அறை இவர்கள் ஓய்வெடுக்க காத்திருக்கிறது. நாங்கள் இருவரும் இந்த அறையில் ஒன்றாக இருக்கிறோம் என்பது வெளியில் தெரிந்தால் என்ன பேசுவார்கள்? என பல சிந்தனைகள் சில நிமிடங்களுக்குள் என்னுள் வலம் வந்தன. அவர் என் தயக்கத்தை சரியாகப் புரிந்துகொண்டு, "வதந்திகளுக்கு பயப்படாதே... வெளியில் காவலுக்கு ஆட்கள் இருக்கிறார்கள். ஓ... எனக்கு மிகவும் களைப்பாக இருக்கிறது" என்று பேசிக்கொண்டே அறைக்குள் இருந்த சோபாவில் விழுந்தார்.

அறைக்கு வெளியே இருந்த காவலாளி மென்மையாக கதவைத் தட்டி, "சார் உங்களுக்கு வேறு எதுவும் தேவை இருக்கிறதா?" என்று மிக மரியாதையுடன் கேட்டான்.

"இல்லை. ஒன்றும் வேண்டாம்" என்று மிகவும் மென்மையாக, நேசக் குரலில் அவனுக்கு பதிலளித்தார். சீனாவில் அதிகாரத்தில் இருக்கும் எல்லா அதிகாரிகளும் தலைவர்களும் தங்களுக்கு கீழ் வேலைப்பார்க்கும் பணியாளர்களிடம் இப்படித்தான் பணிவுடன் பேசுகிறார்கள். இது அனைத்து மேலதிகாரிகளுக்குமான குணாதிசயங்களில் ஒன்றாகவே இருக்கிறது. சீனர்களிடையே மேன்மை குணங்களையும், தாழ்வு மனப்பான்மையையும் சமன்படுத்தும் இதுபோன்ற அணுகுமுறையை யார் உருவாக்கி இருக்கக்கூடும் என்று நான் எப்பொழுதும் யோசிப்பதுண்டு. பின் ஒருநாள் இது பற்றி என் வியப்பை வெளிப்படுத்திய போது, சீனத்தலைவர் மாவோதான் அந்த நல்ல பண்பினை உருவாக்கியவர் என்று ஓல்டு சென் கூறினார்.

தலைமை காவல் அதிகாரி தலையை அழுத்திப்பிடித்துக் கொண்டே சோபாவில் காலை நீட்டி படுத்துவிட்டார்.

"சின்ரன், நான் இப்பொழுதுதான் ஹுனான் சென்று நிறைய சிறைச்சாலைகளில் ஆய்வு செய்து வந்தேன். அங்கு இருக்கும் பெண் கைதி ஒருத்தி பற்றி கேள்விப்பட்டேன். மிகவும் சுவாரஸ்யமாக இருந்தது. உனக்கும்கூட அவளைப்

பிடிக்கக்கூடும். அவள் பலமுறை சிறைக்கு வந்து சென்றிருக்கிறாள். சட்டத்துக்கு புறம்பான செயல்களில் ஈடுபடுபவர்களுடன் கூட்டு சேர்ந்து தகாத செயல்களில் ஈடுபடுவது, பாலியல் குற்றங்கள் என அவள் மீது பல குற்றங்கள் இருக்கின்றன. அவளுக்கு மிகவும் சோகமான குடும்ப பின்னணியும் இருக்கிறது. உனக்கு அவளைப் பேட்டி எடுக்க விருப்பம் இருந்தால் சொல், நான் அதற்கு ஏற்பாடு செய்கிறேன்" என்று கேட்டார். நான் அவரை நிமிர்ந்து பார்த்து நன்றி சொன்னேன். அவர், "சீனப் பெண்கள் உண்மையில் மிகவும் கடினமான வாழ்வைக் கடந்து வர வேண்டியிருக்கிறது. உன் நிகழ்ச்சியை நான் பலமுறை கேட்டிருக்கிறேன். வேதனையாகவும் நெகிழச் செய்வதாகவும் இருக்கும். கடந்த நூற்றாண்டுகளில் எத்தனை சீனப் பெண்கள் வாழ்வில் பூரண மகிழ்ச்சி நிறைந்திருந்தது என்று சொல்ல முடியும்? என் மனைவி சொல்வாள் சீனப் பெண்கள் புன்னகையை மற்றவர்களுக்கு கொடுத்துவிட்டு பதிலுக்கு மன வலிகளைப் பெற்று வாழ்கிறார்கள் என்று. அவள் உன் நிகழ்ச்சியை மிகவும் விரும்பிக் கேட்பாள். ஆனால் நான் விடுவதில்லை. அவள் மிக உணர்ச்சிமயமானவள். ஒரு சில கதைகளை அவள் உள்வாங்கிக் கொண்டு பல நாட்கள் தூக்கம் வராமல் புலம்பிக்கொண்டே வேதனைப்பட்டிருக்கிறாள். பேசிக்கொண்டே இருந்தவர் சிறிது அமைதியாகி உறுதியான வார்த்தைகளில், நெகிழும்படி சொன்னார்: "எனக்கு முன் அவள் இறந்து போக கூடாது. அதை என்னால் தாங்க முடியாது." அதைச் சொல்லும்போது அவர் கண்கள் கண்ணீர் பெருகியது.

எனக்குத் தெரிந்து தலைமைக் காவல் அதிகாரி அவரது உறுதியான மனதிற்கு பிரபலமானவர். அஞ்சாமல் எந்த செயலை யும் செய்து முடிக்கும் வீரமுள்ளவர். அவரைப் பல வருடங்களாக நான் அறிவேன். ஆனால் அவருக்குள்ளும் இப்படியொரு மென்மையான பகுதி உள்ளது என்பது எனக்கு இன்றுதான் தெரியும். சீன ஆண்கள் ஆளுமைக்கும் மரியாதைக்கும் உரியவர் களாகத்தான் தங்களை முன் நிறுத்திக் கொள்வர். அவர்களது உணர்ச்சிகரமான மென்மையான இன்னொரு பக்கத்தை யாரும் அறியாமல் மறைத்து வைத்து விடுவார்கள். எங்கள் இருவருக் குமான அறிமுகத்தில் இன்றுதான் முதன்முதலாக பணி நிமித்தம் இல்லாமல், ஆண் பெண் உறவு பற்றி பேசுகிறோம். அவருக்கு அவர் மனைவிமேல் உள்ள காதல் என்னை நெகிழ வைத்தது.

இரண்டு வாரங்கள் கழித்து மலைமேல் அமைந்துள்ள ஹுனான் பெண்கள் சிறைக்கு காவல் துறையின் ஜீப் என்னை அழைத்துச் சென்றது. எல்லா சிறைகளின் அமைப்பை ஒத்ததாகவே

இந்தச் சிறையும் இருந்தது. மதில் சுவர் மேல் அமைந்திருக்கும் கண்காணிப்பு கேமரா மற்றும் சுழலும் ஒளி விளக்குகள், மின்சார வேலிகள், அதனுள்ளே ஆயுதம் ஏந்திய காவலர்கள், ஆங்காங்கே அமைந்துள்ள உயரமான கட்டடங்கள் என அந்த இடத்திற்குள் நுழைந்ததுமே ஒருவித பயமும் பதட்டமும் மனதினுள் எழுவதை தடுக்க இயலவில்லை. பிரதான வாயில் வழியாக அதிகாரிகள் போன்றோர் தான் வர இயலும். எங்கள் கார் பக்கத்தில் உள்ள சிறிய வாயில் வழியே உள்ளே சென்றது.

அந்தக் கட்டடத்தின் உயரமும் கட்டுமானமும் பார்த்து இவ்வளவு பெரிய கட்டடத்திற்கு எத்தனை பெரிய ஜன்னல்கள் வைத்திருக்க வேண்டும் என்று கற்பனைசெய்து பார்த்தேன். பின்புறம் பரந்த உயரமான உடைந்த ஜன்னல்கள் அமைந்திருந்தன. உள்ளே நுழைந்ததும் இயந்திரங்கள் இயங்கும் சப்தங்கள் அந்த சூழலின் அமைதியை மாற்றித் தொழிற்சாலைபோல் தோன்றச் செய்தது. சிறைச்சாலைக்குள் கைதிகள் ஏதாவது வேலை செய்தே ஆக வேண்டும். தையல் வேலைகளில் ஆரம்பித்து கார் தயாரிப்பு வரை அனைத்து வேலைகளும் உள்ளே நடைபெறும். சிலர் மிகவும் கடினமான வேலைகளான கல் உடைத்தல், தச்சு வேலை போன்றவற்றில் ஈடுபடுத்தப்படுவார்கள். சீருடைகள், பாத்திரங்கள், சிலகருவிகள் ஆகியவையும் அங்கு அடுக்கி வைக்கப்பட்டிருந்தன. அதனுள்ளே ஓர் அலுவலக அறையும் படிக்கும் அறையும் காணப்பட்டது.

பிரதான கட்டடத்தின் உள்ளே நுழைந்தவுடன் கண்காணிப்பு அறை மற்றும் சிறையின் காவலதிகாரிகள் தங்கும் அறை அமைக்க பட்டுள்ளது. மற்ற சிறைகளில் இருந்து ஹுனான் சிறை இரண்டு விதத்தில் வேறுபடுகிறது. ஒன்று ஹுனான் குளிர் பிரதேசம் என்பதால் அதன் உயர்ந்த சுவர்களில் அடர்ந்து படர்ந்துள்ள பச்சை நிற பாசியும், ஆங்காங்கே திட்டுத் திட்டாக பூஞ்சை பிடித்துள்ள சுவர்களும். இன்னொன்று காண்போர் குலை நடுங்கச் செய்வதுபோல் கத்தி, வேலை வாங்கும் சீருடையில் இருக்கும் பெண் காவலர்கள். தலைமைக் காவலரின் கடிதம் படித்ததும் சிறையின் தலைமை நிர்வாகி எனக்கு உரிய மரியாதைகளைக் கொடுத்து ஹுவாவை பேட்டி எடுக்க தனி அறை ஏற்பாடுசெய்து கொடுத்தாள்.

ஹுவா ஏறக்குறைய என் வயதை ஒத்த பெண்ணாக இருந்தாள். அவள் கைதிகளின் உடையில் சிறிது அமைதியின்மையுடன் காணப்பட்டாள். ஒருவேளை அவளது ஆளுமை இந்த உடையில் குறைந்து இருப்பதாகக்கூட அவள் உணரலாம். அவளது தலைமுடி குட்டையாக வெட்டப்பட்டிருந்தது.

அவள் பார்ப்பதற்கு மிகவும் அழகானவள். ஆனால் அவளது முகத்தின் இறுக்கமும் சிடுசிடுவென்ற பார்வையும் பார்க்க கீறல் விழுந்த சீனத்து பளிங்கு சிலைபோல் இருந்தாள். நான் அவளிடம் பேசத்துவங்கும் போதே, நீ என்ன தவறுக்காக இந்த தண்டனை அனுபவிக்கிறாய் என்று கேட்கவில்லை. நீ ஏன் சமூக விரோதிகளுடன் கூட்டுசேர்ந்து, சட்ட விரோத செயல்களில் ஈடுபட்டாய் என்றும் கேட்கவில்லை.

"உன் குடும்பப் பின்னணி குறித்து சொல்லமுடியுமா?" என்றுதான் ஆரம்பித்தேன்.

"நீ யார் என் குடும்பத்தைப் பற்றிக் கேட்க? நீ என்ன அவ்வளவு அதிகாரம் படைத்தவளா, உன்னிடம் நான் மண்டியிட்டு என் குடும்பத்தைப் பற்றி விவரிக்க?" என்று கடுமையாக என் முகத்தைப் பார்த்துக் கேட்டாள்.

"ஏனென்றால் நீயும் என் வயதை ஒத்த பெண். நாம் இருவரும் ஒரே காலகட்டத்தில் வசிக்கிறோம். நீயும் என்னைப் போன்றே என்பதால் கேட்டேன்." பதட்டப்படாமல் நான் இப்படி மென்மையாக பதில் சொல்வேன் என்று அவள் எதிர்பார்க்கவில்லை. சட்டென்று அமைதியானாள்.

"ஓஹோ அப்படியானால் என் கதையைக் கேட்டு என் வேதனைகளை தாங்கும் மனவலிமை உனக்கு இருக்கிறதா?" என்றாள் கிண்டலாக.

அவளுடைய இந்தக் கேள்விக்கு என்னால் உடனடியாக பதில் சொல்ல இயலவில்லை. அவள் கேள்வி என்னை நேரிடையாகத் தாக்கியது. என்னால் அவள் வலிகளை தாங்க முடியுமா? என் வாழ்வின் கசப்பான கடந்தகால நிகழ்வுகளை மறக்க இன்னமும் நான் சிரமப்பட்டுக் கொண்டுதான் இருக்கிறேன். அவள் கேள்வியில் நியாயம் இருக்கத்தான் செய்கிறது. உண்மை என்னை தாக்கித் ஊமை ஆக்கியது. என் மவுனத்தைப் பார்த்து அவள் என்னை வென்றதாகக் கருதி சிறைக் காவலரை அழைத்து எங்கள் தனி அறையை திறந்து விடச் சொன்னாள். அந்தக் காவலர் கதவைத் திறக்கலாமா என்று என்னை குறிப்பாகப் பார்த்தாள். நான் மவுனமாக தலையசைத்து சரி என்று சைகை செய்தேன்.

தடுமாறியபடி சிறைக் காவலர்கள் தங்கி இருக்கும் இடத்தில் எனக்கு ஒதுக்கப்பட்ட அறைக்கு வந்து படுக்கையில் விழுந்தேன். அந்த இரவு எனக்கு மிகவும் கொடுமையானதாக இருந்தது. என் சிந்தனை முழுக்க நான் மறக்க வேண்டும் என்று நினைத்த குழந்தைப்பருவ நினைவுகள் ஆக்ரோசமாய் மீண்டெழுந்து வந்து என்னை ஆக்கிரமித்தன. அவள் கேள்விகளால் அவற்றை

கிளர்ந்தெழச் செய்து விட்டாள். என்னால் என்ன முயன்றும் அந்த இரவின் தனிமையில் அந்தக் கொடுமையான கனவு போன்ற சம்பவங்களில் இருந்து வெளி வர இயலவில்லை.

1958இல் பெய்ஜிங்கில் நான் பிறந்தேன். சீனாவில் பஞ்சம் உச்சத்தில் இருந்த காலம் அது. உணவுத் தட்டுபாடும் வறுமையும் சீனாவை வாட்டியது. ஒவ்வொரு நாளும் ஓர் ஆளுக்கு இவ்வளவு சோயாபீன்ஸ்தான் என்று கணக்கு பார்த்து மக்கள் உணவை உண்டனர். என் வீட்டின் அருகில் வசித்த என் வயதுக் குழந்தைகள் குளிரிலும் பசியிலும் வாடி பலவீனமாக சோர்ந்து கிடந்தனர். வறுமையின் கொடுமை அவர்களை விரக்தியின் விளிம்பிற்குத் தள்ளியிருந்தது. குழப்பமான அரசியல் சூழ்நிலைகளும் பணக்காரர்களை நாட்டின் எதிரியாக நினைக்க வைத்திருந்தது. எங்கள் வீட்டில் வசதிக்குக் குறைவில்லை. எனக்குப் பிடித்த வெளிநாட்டு சாக்லேட்டுகளை வரவழைத்து எனக்குக் கொடுத்தார்கள். பாட்டியின் வீட்டில் பெற்றோர் இல்லாமல் வளர்ந்ததால் எனக்கு செல்லம் அதிகம். என் அறை வாசலில் பூக்களின் வாசமும், பறவைகளின் கீதமும் கேட்ட படி இருக்கும். செல்வந்தரின் வீட்டு செல்லப் பெண்ணாக வளர்ந்தேன். அதனால் எங்கள் வீட்டருகில் வாழ்ந்த ஏழைக் குழந்தைகளுக்கு என்னைப் பார்த்தாலே பிடிக்காது. என்னை அவர்கள் விரோதியாகவே பார்த்தார்கள். சாலையில் என்னைப் பார்த்தாலே கிண்டலாக சிரிப்பார்கள். இவை என் குழந்தைப் பருவத்தில் வாடிக்கையான நிகழ்வுகள். ஏழைக் குழந்தைகள் அவர்களின் இயலாமையினால் இப்படி நடந்து கொள்கிறார்கள் என்று என்னால் புரிந்து கொள்ள முடிந்தது. வளர வளர, வாழ்வில் சாக்லேட்டைத் தாண்டியும் ஓர் உலகம் இயங்குகிறது என்பதை என் அனுபவங்கள் எனக்கு சொல்லித் தந்தன.

சிறுமியாக இருந்தபோது எனக்கு தலை வாரி, பூ வைத்து அழகுபடுத்துவது பாட்டியின் தினசரி பொழுதுபோக்குகளில் ஒன்று. இரண்டு சடைபோட்டு அதன் முடிவில் ரிப்பன் வைத்து இறுக்கிக்கட்டி ரிப்பனை பூபோல் போடாமல் அவள் திருப்தியடைய மாட்டாள். எனக்கு என் சடை குறித்து பெருமை அதிகம். நடக்கும் போதும், ஓடும்போதும் என் தலையை ஆட்டி ஆட்டி சடைகள் ஆடுவதை ரசித்துக்கொண்டே இருப்பது எனக்கு மிகவும் பிடிக்கும். இரவில்கூட என் சடையை பாட்டி அவிழ்த்து விடாமலிருக்க, அவற்றை கவனமாக தலையணையின் இருபக்கமும் போட்டுக்கொண்டு படுப்பேன்.

என் பெற்றோரும் தம்பியும் சீனச் சுவரின் அருகிலுள்ள இராணுவ முகாம்களினருகில் வசித்து வந்தனர். எனக்கு ஏழு

வயதாகும் போதுதான் முதன் முறையாக நான் என் பெற்றோரு டன் வசிக்கச் சென்றேன்.

சீனத்தலைவர் மாவோ சீனப் பண்பாட்டுப் புரட்சி ஒன்றை அறிவித்து, சீன இளைஞர்களின் சிந்தனைகளையும், செயற் பாடுகளையும் ஒன்று திரட்டுவதற்காக இளைஞர்களைக் கொண்ட செம்படை ஒன்றையும் அமைத்தார். இந்த செம்படையின் முக்கிய வேலை பழைய பண்பாட்டின் சின்னங்களையும் மற்றும் அது சார்ந்த மனிதர்களையும் 'அப்புறப்படுத்துதல்'. அது நாட்டின் பெருமைக்குரிய பொதுச்சேவையாகக் கருதப் பட்டது. பார்வையாளர்களின் கரகோஷத்துக்கு மத்தியில் நூற்றுக்கணக்கான நூல்களை எரிப்பதும், பழங்கலைப் பொருட் களை நொறுக்குவதும், 'எதிரி'களைச் சித்திரவதை செய்வதும், சிதைப்பதும், அடித்துக் கொல்லுவதும் தெருக்களில் நடந்தன. இவைகளில் பெரும்பான்மையான செயல்கள் இளைய சமுதா யத்தினரால் செய்யப்பட்டன. படித்தவர்களால்தான் இந்த 'அசுத் தங்கள்' பரவுகின்றன என்ற அடிப்படையில் பள்ளி கல்லூரிகளின் ஆசிரியர்கள், எழுத்தாளர்கள், கலைஞர்கள் போன்ற 'எதிரி'கள் 'சிவப்புக் காவலர்'களின் முக்கியக் குறிகளாக இருந்தனர்.

நான் சென்ற அன்றே எங்கள் வீடு "செம்படை" எனப்படும் புரட்சிப் படையினரால் சுற்றி வளைக்கப்பட்டது. என் அப்பா சீனாவின் பொறியியல் வல்லுனர்கள் சங்கத்தின் உயர்நிலை உறுப்பினர். அதுமட்டுமல்லாது அவர் மின்சார இயந்திரங்களின் தொழில்நுட்பத்தில் வல்லுநரும்கூட. எனவே என் அப்பாவின் அறிவு, படிப்பு மற்றும் என் பெற்றோரின் பணக்கார பின்புலம் போன்றவை செம்படையினருக்கு அவர்களை எதிரிகள் என்று என்ன வைத்தது. எங்கள் வீடு பழமைவாய்ந்த பொருட்களால் அலங்கரிக்கப்பட்டிருக்கும். பழமையான பொருட்கள் என்றாலே விலையுயர்ந்தவைதானே. அதனால் எங்கள் அப்பாவை முதலாளித்துவத்தின் பிரதிநிதி என்று செம்படையினர் முத்திரை குத்தினர். அவர்கள் கூட்டமாக திரண்டு வந்து எங்கள் வீட்டில் இருந்த புத்தகங்களை எடுத்து வாசலில் போட்டுக் கொளுத்தினர். அதனுடன் சேர்த்து வீட்டில் இருந்த பழமைவாய்ந்த பொருட்கள், என் பொம்மைகள் எல்லாம் எரிந்து போயின. என் அப்பாவை கைது செய்து அழைத்துச் சென்றுவிட்டனர்.

அந்த நெருப்பு என் நம்பிக்கைகளை, என் கர்வத்தை, என் சந்தோசங்களை என எல்லாவற்றையும் சேர்த்து எரித்தது. செம்படையினர்களில் ஒருத்தி பெரிய கத்தரிக்கோலுடன் என் அருகே வந்தாள். அவள் கையில் சிவப்பு நிற கைப்பட்டை

அணிந்திருந்தாள். நான் என்ன என்று யோசிக்கும் முன், என் சடையை அவள் கையில் எடுத்து, “பணக்காரத் திமிரின் அடையாளம் இது” என்று கூறி சடையை வெட்டினாள். அதைத் தூக்கி எரிந்துகொண்டிருக்கும் நெருப்பில் வீசியெறிந்தாள். என் கண்முன்னே என் கர்வமிக்க சடைகள் இரண்டும் கருகி சாம்பலாக மாறின. அவள் என் முகத்தைப் பார்த்து கோபமாக, “இன்று முதல் நீ சடைபின்னி ரிப்பன் வைப்பதற்கு தடை விதிக்கிறேன். அது முதலாளித்துவத்தின் அடையாளம்” என்று என்னை எச்சரித்தாள்.

ஒரேநாளில் எங்களது வாழ்வை சீனப் பண்பாட்டு புரட்சியின் செம்படை சிதைத்து, எங்கள் குடும்பத்தை நடுதெருவுக்கு இழுத்துப்போட்டது. அப்பா சிறைக்குச் சென்றபின் அம்மாவுக்கு எங்களைப் பார்த்துக்கொள்ள எப்போதாவதுதான் நேரம் கிடைத்தது. தினமும் அவள் வீட்டிற்கு நேரம் கழித்து வருவதும், வந்த பின்பும் ஏதாவது எழுதிக்கொண்டே இருப்பாள். என்ன எழுதுகிறாள் என்று தெரியாது. ஆனால் நான் ஒன்றும் பேசாமல் அவளைப் பார்த்துகொண்டே இருப்பேன். நானும் என் தம்பியும் அப்பா வேலைபார்த்த தொழிற்சாலையின் உணவுவிடுதிக்கு சென்று தினமும் எங்களுக்கு உணவு வாங்கி வருவோம். அது பெரும்பாலும் முள்ளங்கி அல்லது முட்டைக்கோசாக இருக்கும்.

அதிசயமாக ஒருநாள் அம்மா பன்றி இறைச்சி வாங்கிவந்து அதை இரவு முழுவதும் சமைத்தாள். காலையில் வேலைக்கு கிளம்பும்முன் என்னை அழைத்து, “பள்ளியில் இருந்து வீட்டிற்கு வந்ததும் அந்த இறைச்சியைச் சுட வைத்து நீயும் தம்பியும் சாப்பிடுங்கள். எனக்கு வைக்க வேண்டாம். உங்கள் இருவருக்கும் ஊட்டச்சத்து வேண்டும்” என்றாள்.

நான் பள்ளியில் இருந்து திரும்பியதும், பக்கத்து வீட்டிலிருந்த தம்பியை வீட்டிற்கு அழைத்துவந்து நாம் இருவரும் இன்று நல்ல உணவு சாப்பிடப்போகிறோம் என்று சொன்னேன். அவன் மிகுந்த மகிழ்ச்சியுடன் மேஜைக்கு அருகில் உட்கார்ந்துகொண்டு நான் சமைப்பதை வேடிக்கை பார்த்தான்.

எங்கள் அடுப்பு வடக்கு சீனர்கள் உபயோகிப்பதைப் போன்று உயரமாக, செங்கற்களால் கட்டப்பட்டது. அதன் உயரத்தை வைத்துப் பார்க்கும்போது, நான் மிகவும் குள்ளமாக இருப்பேன். என்னால் எம்பி அடுப்புக்கரியைத் தூக்கி அடுப்பின் உள்ளேபோட முடியவில்லை. நான் பக்கத்திலிருந்த நாற்காலியை இழுத்து அடுப்பருகே போட்டு அதிலேறி கரிகளைப் போட முயற்சித் தேன். இதுதான் நான் முதன் முறையாக தனியாக

அடுப்பைப் பற்ற வைப்பது. எனக்கு அடுப்பினுள்ளே எப்பொழுதும் தணல் இருக்கும் என்று தெரியாது. உள்ளே இருக்கும் விறகை நான் எம்பி இழுக்க முயற்சித்தேன். அதில் இருந்த சூடு பட்டு என் உள்ளங்கை வெந்துபோய், நான் ஐயோ! என்று அலறிக்கொண்டே கீழே விழுந்தேன்.

நான் அலறித்துடிக்கும் சப்தம் கேட்டு பக்கத்து வீட்டிலிருப்பவர்கள் ஓடி வந்துவிட்டனர். எங்கள் வீட்டிற்கு அருகாமையில் வசிக்கும் மருத்துவர் ஒருவரை அழைத்ததற்கு, அவசர சிகிச்சைக்கு அனுமதி எழுதி வாங்கி வந்தால்தான் வந்து பார்க்கமுடியும் என்று கூறிவிட்டார். பக்கத்து வீட்டில் வசிக்கும் வயதான கல்லூரி விரிவுரையாளர் சோயா சாஸ் ஊற்றினால் தீப்புண் ஆறிவிடும் என்று கூறி ஒட்டுமொத்த புட்டியையும் என் கையில் ஊற்றி விட்டார். கை எரிச்சல் தாங்காமல் நான் தரையில் விழுந்து புரண்டு கத்தினேன்.

நான் விழித்துப் பார்க்கும்போது என் அம்மா கட்டுப்போட்டிருந்த என் கையை தன் கைகளுக்குள் வைத்துக்கொண்டு கவலையுடன் அமர்ந்திருந்தாள். அன்று எனக்கு இன்னொரு விசயமும் புரிந்தது. செம்படையினர் என் அப்பாவை கைது செய்துவிட்டதால், அரசியல் காழ்ப்புணர்ச்சி காரணமாக எனக்கு மருத்துவம் செய்ய பக்கத்து வீட்டு மருத்துவர் மறுத்து விட்டார்.

நிலச்சுவான்தாரின் மகள் என்பதால் அம்மாவையும் விசாரணைக் கைதியாக அழைத்துச் சென்றுவிட்டனர். பெற்றோர்கள் சிறையில் இருப்பதால், நானும் என் தம்பியும் குழந்தைகள் காப்பகத்திற்கு அழைத்துச் செல்லப்பட்டோம்.

என் பெற்றோர்கள் அரசியல் கைதிகள் என்பதால், நான் பள்ளியின் விழாக்களில் பங்கு பெறக்கூடாது என்று பள்ளி நிர்வாகம் தடைவிதித்தது. என் வயதொத்த குழந்தைகளை நான் புரட்சிக்கருத்துகளுக்கு எதிராக சொல்லி திசை திருப்பிவிடுவேன் என்று நான் பாடவோ, ஆடவோ, விளையாட்டுகளில் பங்கு பெறவோ அனுமதி மறுக்கப்பட்டது. எங்கள் வகுப்பின் முதல் இருக்கைகள் விவசாயிகள், இராணுவ வீரர்கள் மற்றும் தொழிலாளர்களின் குழந்தைகளுக்கு ஒதுக்கப்பட்டது. எனக்கு கண்பார்வை சரியாகத் தெரியாது. கிட்டப் பார்வைக்கு கண்ணாடி அணிந்திருந்தேன். இருந்தாலும் நான் நிலச்சுவான்தார்களின் வாரிசு என்பதால் எனக்கு வகுப்பில் கடைசி இருக்கையே ஒதுக்கப்பட்டது. நான்தான் வகுப்பிலேயே குள்ளமானவள். இருந்தும் என் உடற்பயிற்சி ஆசிரியர் என்னை வரிசையில் கடைசியாகத் தான் நிற்க வைப்பார். ஏனென்றால் அவள் அடுத்த

தலைமுறையை தயார் செய்யும் செம்படையினைச் சேர்ந்தவர். "வேரில் இருந்து புறப்பட்ட சிவப்புத் தளிர்கள்" என விவசாய மற்றும் தொழிலாளர் குழந்தைகளைப் பாராட்டி அவர்களுக்கு முதலிடம் கொடுப்பதும், எங்களை பணக்கார வீட்டில் பிறந்த ஒரே குற்றத்திற்காக பாரபட்சமாக ஒதுக்கப்பட்டவர்களாக நடத்துவதும் பள்ளியில் எழுதப்படாத விதிகளாக இருந்தது.

இரண்டு வயதிலிருந்து பதினான்கு வயதிற்குட்பட்ட பன்னிரெண்டு ஒழுக்கம் கெட்ட குழந்தைகளை பள்ளி நிர்வாகம் தேர்வு செய்தது. அதில் நானும் என் தம்பியும் சேர்க்கப்பட்டோம். ஒழுக்கம்கெட்ட குழந்தைகள் என அழைக்கப்பட்ட நாங்கள் அனைவருமே நல்ல வசதியான வீட்டில் பிறந்தவர்கள். எங்கள் பெற்றோர் பரம்பரை பணக்காரர்கள் என்பதால் சிறைக்கு அனுப்பப்பட்டனர். அதனால் நாங்களும் ஒழுக்கம் கெட்ட குழந்தைகள் என்று அழைக்கப்பட்டோம். எங்களுக்கு தினமும் பள்ளி நேரம் முடிந்ததும் நன்னடத்தை வகுப்பெடுப்பார்கள். அந்த வகுப்பிற்கு தேர்வு செய்யப்பட்ட குழந்தைகள் மற்ற குழந்தைகளோடு மாலை நேரத்தில் விளையாட முடியாது. நாங்கள் நன்னடத்தை வகுப்பில் புரட்சிப் படையின் கொள்கைகள் பற்றியும், சீனாவின் புதிய அரசியல் கொள்கைகள் பற்றியும் படிக்க வேண்டும். எங்களுக்கு திரைப்படம் பார்க்கவும் அனுமதி யில்லை. என் வயதுக் குழந்தைகள் விளையாடுவதைப் பார்க்க ஏக்கமாக இருக்கும். ஆனால் நாங்கள் முதலாளித்துவத்தின் பிரதிநிதியாக பார்க்கப்பட்டு இளம் குற்றவாளிகளைப் போலவே நடத்தப்பட்டோம். எங்கள் பெற்றோர்கள் சிறையில் இருந்தார்கள். நாங்கள் பள்ளியில் சிறையில் இருந்தோம் அவ்வளவுதான் வித்தியாசம்.

பள்ளியின் உணவுக் கூடத்தில் எங்கள் பன்னிரெண்டு பேரை யும், ஓரமாக நிறக வைத்து விடுவார்கள். மற்ற குழந்தைகள் உணவு வாங்கிச் சென்ற பின்தான் எங்களுக்கு உணவு வழங்குவார்கள். ஏனெனில் என் அம்மாவின் அப்பா பிரிட்டிஷ் மற்றும் அமெ ரிக்க ஏகாதிபத்தியவாதிகளுக்கு உதவி செய்தவர்களாம். அவர்கள் சீனர்களின் உழைப்பில் உணவை சேகரித்து, அவர்கள் முதுகிலேறி சவாரி செய்தவர்களாம். அவர்களின் வாரிசான எங்களுக்கும் பிறப்பிலேயே அவை இரத்தத்தில் இருக்குமாம். இப்படிப்பட்ட நன்னடத்தைகள் எங்களை மாற்றும் முயற்சி என்பது செம்படையினரின் தீர்மானம்.

செம்படையினரின் பிரதிநிதிகள் தினமும் எங்களுக்கிடும் கட்டளைகள்தான் நாங்கள் தினமும் கேட்கும் பேச்சுகள். அதைத்தவிர வேறு எதுவும் பேச எங்களுக்கு அனுமதி இல்லை.

விடியலின்போது ஒரு குரல் சப்தமாக ஒலிக்கும். “எழுந் திருங்கள்.”

அதன் பின்பு நாங்கள் அவசர அவசரமாகக் கிளம்பி வரிசையில் வந்து நிற்போம். “வகுப்பிற்குச் செல்லுங்கள்” என்று இன்னொரு கட்டளை ஒலிக்கும். அதன் பிறகு மதியம், “உண விற்குச் செல்லுங்கள்” என்று குரல் ஒலிக்கும்.

மாலை, “நம் தலைவர் மாவோவின் புரட்சி தத்துவங்களைப் படியுங்கள்” என்பார்கள்.

நாங்கள் வாய்விட்டு சப்தமாக வரிசையாக மாவோவின் புரட்சிக்கருத்துகளை ஒப்பிப்போம்.

“படுக்கைக்கு செல்லுங்கள்” என்பார்கள், தூங்கி விடுவோம்.

குடும்பத்தின் அன்பு என்றால் என்னவென்று தெரியாமல், ஒருவருக்கொருவர் நேசத்துடன் பார்த்து சிரித்துக்கொள்ளக் கூட முடியாமல், குழந்தைப் பருவத்திற்கான விளையாட்டோ, கொண்டாட்டமோ இல்லாது ஓவ்வொரு நாளும் விடிவதும் முடிவதுமாக கைதிகளாய் வளர்ந்தோம். எங்களுக்கான வேலைகளை நாங்களே செய்துகொள்ள வேண்டும். வயதில் மூத்தவர்கள் சிறியவர்களுக்கு அவர்கள் துணியை துவைக்க உதவி செய்யலாம். தினமும் நாங்கள் முகத்தையும், கால்களையும் கழுவிக் கொள்ளலாம். வாரத்திற்கு ஒரு முறை தலைக்கு குளிக் கலாம். இரவில் நாங்கள் ஆண் பெண் குழந்தைகள் பாரபட்சம் இல்லாமல், வைக்கோல் பிரிகளால் தயாரிக்கப்பட்ட ஒரே நீண்ட படுக்கையில் படுத்து உறங்க வேண்டும். என் அருகே என்னு டனே இருக்கும் என் தம்பியிடம்கூட நான் பேச முடியாத கொடுமையுடனேயே எங்கள் குழந்தைப் பருவம் கடந்தது. பள்ளியில் நாங்கள் உணவருந்தச் செல்லும் நேரமே எங்களுக்கு மகிழ்வூட்டக்கூடியது. நாங்கள் உணவிற்காக அணிவகுத்துச் செல்லும்போது உணவு வழங்குபவர் எனக்கு சிறிய உணவு பொட்டலங்களை யாருக்கும் தெரியாமல் கொடுத்து விடுவார். என் புன்சிரிப்பை யாரும் அறியாவண்ணம் அவருக்கு பதிலாக சொல்லிவிட்டு உணவுப் பொட்டலத்தை மறைத்து எடுத்துவந்து நானும் தம்பியும் உன்போம்.

ஒரு நாள் உணவிற்காக நானும் என் தம்பியும் வரிசையில் காத்திருந்தோம். தம்பிக்கு அப்பொழுது மூன்று வயது தான். அன்று தேசிய கொண்டாட்ட நாள். அதனால் கோழி வறுவல் சிறப்பு உணவாக வழங்கினர். காற்றில் கோழி வறுவலின் வாசம் மிதந்து வந்தது. மற்ற குழந்தைகள் வரிசையில் நின்று கோழி வறுவலை வாங்கி சென்றுகொண்டிருந்தனர். எனக்கும் தம்பிக்கும்

வாயில் எச்சில் ஊறியது. எங்களுக்கு கோழி தின்றதே மறந்து போயிருந்தது. ஆனால் செம்படையின் சிவப்புக் காவலர்கள் எங்களுக்கு மட்டும் கோழி வறுவல் கிடையாதென்று கூறி விட்டனர். என் தம்பி திடீரென்று தனக்கு கோழி வறுவல் வேண்டும் என்று ஓவென்று அழ ஆரம்பித்து விட்டான். எங்கே தம்பியின் அழுகுரல் செம்படையின் சிவப்புக் காவலர்கள் காதில் விழுந்து எப்பொழுதும் கொடுக்கும் உணவையும் இல்லை என்று எங்களை துரத்தி விடுவார்களோ என்று எனக்கு பயம் வந்தது. முடிந்தவரை அவன் வாயைப் பொத்தி அவன் அழுகையை நிறுத்த முயற்சி செய்தேன். நான் தடுக்க தடுக்க அவன் அதிகமாக அழ ஆரம்பித்தான். என் இயலாமையில் எனக்கும் அழுகை வந்து நானும் அவனுடன் சேர்ந்து அழுதுகொண்டே அழாதே என்று கெஞ்ச ஆரம்பித்தேன்.

தம்பியையும் என்னையும் பார்த்த அங்கிருந்த சமையல்கார பெண் ஒருத்தி, சட்டென்று அவளுக்கு வைத்திருந்த கோழி வறுவலை எடுத்து தம்பியின் கையில் கொடுத்துவிட்டு ஒன்றும் பேசாமல் அங்கிருந்து அகன்று சென்று விட்டாள். என் தம்பி அழுகையை நிறுத்திவிட்டு, மகிழ்ச்சியுடன் என்னைப் பார்த்து சிரித்து கோழியை தின்ன வாயருகே கொண்டு போனான். தூரத்தில் இருந்து இதைப் பார்த்துகொண்டிருந்த செம்படையின் சிவப்பு சீருடை அணிந்த காவலாளி வேகமாக ஓடிவந்து தம்பி வாயில் வைத்திருந்த கோழி வறுவலை பிடுங்கித் தரையில் எறிந்து அதைத் தன் காலணியால் நசுக்கியபடி, என் தம்பியைக் கோபமாக முறைத்து,

"ஏகாதிபத்தியத்தின் நாய்களே, உங்களுக்கு கோழி வறுவல் கேட்கிறதா?" என்று அதிகாரத்துடன் கேட்டான்.

அன்று அந்தக் காவலாளி முறைத்த முறைப்பும், அதிகார தோரணையின் கொக்கரிப்பும், என் தம்பிக்கு என்னவாக மனதில் பட்டதோ தெரியவில்லை. அன்று முழுவதும் அவன் எதுவும் சாப்பிடவில்லை. அவன் அப்படியே தனக்குள் ஒடுங்கி விட்டான். அதன் பிறகு அவன் எப்பொழுதுமே கோழி வறுவலுக்கோ வேறு ஆடம்பர உணவிற்கோ ஆசைப்படவே இல்லை. என் வாழ்வின் இறுதி வரை என்னால் மறக்க முடியாத சம்பவம் இது.

"நானும் என் தம்பியும் அந்த சிறுவர் காப்பகத்தில் சுமார் ஐந்து வருடம் இருந்தோம். மற்றவர்களை ஒப்பிடும்போது நாங்கள் மிகவும் அதிர்ஷ்டசாலிகள்தான். அங்கு பத்து வருடம் வாழ்ந்த குழந்தைகளும் இருந்தார்கள். காப்பகத்தில் நாங்கள் ஒருவருக்கொருவர் உதவி செய்து கொண்டோம். ஆனால் எங்கள் அனைவருக்கும் வெளி உலகில் சிறிய இடம்கூட

இல்லாமல் போய்விட்டது. நாங்கள் அனைவரும் வெளியில் சென்றாலே மக்கள் எங்களை தீண்டத்தகாதவர்கள் போல ஒதுக்கி வைத்தனர். நாட்டின் அரசியல் விசயங்கள் புரிந்த பெரியவர்கள் எங்களை அனுதாபத்துடன் பார்ப்பார்களே தவிர அவர்களும் வெளிப்படையாக எங்களுடன் பேச தயாராக இல்லை. எங்கள் வயதை ஒத்த குழந்தைகளுக்கும் இளைஞர்களுக்கும் எங்களைப் பார்த்தாலே கிண்டல் செய்வதும் அவமானப்படுத்துவதும் பொழுதுபோக்காக இருந்தது. எங்கள் உடைகளில் அவர்கள் காறித் துப்புவதுபோன்ற செயல்களில் ஈடுபடும்போது அவமானமும் கோபமும் தாக்க எங்கள் எதிர்ப்பை நாங்கள் எப்படி காண்பிப்பது என்று தெரியாமல் மவுனமாக தலைக் குனிந்தபடி அந்த இடத்தைவிட்டு அகன்று விடுவோம். இதனால் எங்கள் மேல் எங்களுக்கே வெறுப்பு வர ஆரம்பித்தது. ஏன் பணக்கார குடும்பத்தில் பிறந்தோம் என்று பல நாட்கள் அழுதபடியே தூக்கம் வராமல் தவித்திருக்கிறேன்.

எனக்கு நன்றாக நினைவில் இருக்கிறது. வகுப்பில் என் தோழி என்று நான் நினைத்திருந்தவள் ஒருநாள், "என் அம்மா சொன்னாள். உன் தாத்தா ஆங்கிலேயர்களுக்கு சீனர்களின் சதையையும், இரத்தத்தையும் உணவாக கொடுத்தவராம். கொடூரமான அரக்ககுணம் படைத்த நிலச் சுவான்தாராம் அவர். அவரது பேத்தி நீ. உனக்கு மட்டும் எப்படி நல்ல புத்தி இருக்கும்? நீயும் கேவலமானவளாகத்தான் இருப்பாய்" என்று கூறி என் முகத்தில் காறித் துப்பிவிட்டு போய் விட்டாள். அதன் பிறகு அவள் என்னு டன் பேசவே இல்லை.

செம்படையின் சிவப்புக் காவலர் சிறுவன் ஒருவன் எந்தக் காரணமும் இல்லாமல், நீ முதலாளித்துவத்தின் வாரிசு என்று சொல்லி என்னை அடித்து விட்டான். என்னால் எதிர்க்க முடியாமல் பயந்துபோய் வகுப்பின் கடைசி வரிசையில் அழுது கொண்டு அமர்ந்திருந்தேன். எனக்கு யாரும் இல்லாமல் நான் அனாதையாகி விட்டதுபோல் இருந்தது. எங்கள் ஆசிரியர் ஒருவர் என் பின்னால் வந்து நின்று என் தோளைத் தட்டி, தன் பின்னால் வருமாறு ஜாடை காட்டினார். அவர் மிகவும் நல்லவர். சில ஏழைக் குழந்தைகளுக்கு உதவி செய்திருக்கிறார் என்பது எனக்கு தெரியும். அவரை பின் தொடர்ந்து சென்றேன். அவர் விளையாட்டு மைதானத்தை ஒட்டி இருந்த இருண்ட பழைய தகர கொட்டகை ஒன்றிற்குள் நுழைந்தார். அங்கு பள்ளியின் தேவை இல்லாத பொருட்கள் போட்டு வைக்கப்பட்டிருந்தன. அவர் என்னை உள்ளே இழுத்து கதவை மூடி விட்டார். உள்ளே ஒரே இருட்டாக இருந்தது. நடக்க நடக்க இருட்டுக்கு கண் பழகிப்

போனது. ஆனால் அந்த அறையில் எழுந்த அழுகிப்போன நாற்றம் மட்டும்தான் தாங்க இயலவில்லை. ஆனால் என்ன ஆச்சர்யம். அந்த இருளின் உள்ளே வெளிச்சமான ஓர் அறை இருந்தது. அது மிகவும் கவனமாக தேர்ந்தெடுக்கப்பட்ட புத்தகங்களால் ஆன நூலகம்.

அந்த ஆசிரியர் என்னிடம் சொன்னார், நாளைய தலைமுறை யினரை தயார் செய்வதற்காக ரகசியமாக நான் வடிவமைத்து இருக்கும் நூலகம் இது. செம்படையினர் எப்படி இருந்தாலும் கவலையில்லை. ஆனால் அவர்களால் புத்தகம் இல்லாமல் வாழ இயலாது. புத்தகங்களைப் படிக்காமல் யாரும் இந்த உலகத்தை புரிந்துகொள்ள முடியாது. புத்தகங்களைப் படிக்காமல் நீ உன் சிந்தனையை வளர்த்துக்கொள்ள முடியாது. புத்தகங்களைப் படிக்காமல் இயல்பாக மனித சேவைகூட செய்ய முடியாது என்று அவர் ஆர்வத்துடன் பேசினார். அவர் அந்த அறையின் சாவி ஒன்றை எனக்கு கொடுத்து யாருக்கும் தெரியாமல் நான் எப்பொழுது வேண்டுமானாலும் அங்கு வந்து படிக்கலாம் என்று கூறினார். சீனாவின் சீர்திருத்தம் பற்றி பேசிக் கொண்டிருக்கும் சிவப்பு உடை அணிந்த செம்படையினர் எரிக்கத் துடிக்கும் புத்தகங்கள் இவைதான் என்று எனக்கு புரிந்தது.

அந்த அறை பள்ளியின் கழிவறைக்கு அருகில் இருந்ததால் எனக்கு மிகவும் வசதியாக இருந்தது. மற்ற குழந்தைகள் மைதானத்தில் விளையாடிக் கொண்டிருக்கும்போது யாரும் அறியாமல் நான் அறைக்கு உள்ளே சென்று படிக்க துவங்கினேன்.

முதல் சில நாட்கள் நான் அந்த அறைக்கு சென்ற போது அங்கு வீசிய துர்நாற்றம் எனக்கு அருவெறுப்பாக இருந்தது. அதன் பிறகு ஜன்னலில் சிறிய ஓட்டைப்போட்டு மைதானத்தில் விளையாடும் குழந்தைகளை வேடிக்கைப் பார்க்க ஆரம்பித்தேன். ஒருநாள் எனக்கும் அங்கே விளையாட இடம் கிடைக்கும் என்று நான் நம்பினேன். ஆனால் அதன் பிறகு என் கவனம் முழுவதும் படிப்பில் திரும்பியது. எனக்கு புத்தகங்களில் எழுதி இருப்பதை புரிந்துகொள்வது மிகவும் சிரமமாக இருந்தது. முதலில் ஆசிரியர் எனக்கு புரியாத வார்த்தைகளின் அர்த்தங்களை சொல்லி தந்தார். ஆனால் அதன் பிறகு அகராதி ஒன்றை வாங்கி வந்து புரியாத வார்த்தைகளுக்கு அதில் அர்த்தம் பார்த்து புரிந்து கொள்ள கற்றுகொடுத்தார். ஆனாலும் சில விசயங்கள் எனக்கு புரிந்தும் புரியாமலும் படித்தேன். சீனர்கள் குறித்த வரலாறும் வெளிநாடுகள் பற்றிய சுவாரஸ்யமான வரலாறுகளும் என்னைக் கவர்ந்தன. பல்வேறு நாட்டு வரலாறுகளைப் படிக்க படிக்க எனக்கு வாழ்வின் பல பரிணாமங்கள் புரியத் துவங்கின.

வரலாற்று கதாநாயகர்களின் கதைகள் மட்டுமல்ல அன்றாட வாழ்வில் போராடி வென்ற சாமான்யர்களின் கதைகள்கூட எனக்கு மிகவும் பிடித்தது. ஆனால், வாசிப்புப் பழக்கம் எனக்கு தொடர்ந்ததும் மனதிற்குள் பதில் இல்லா ஆயிரம் கேள்விகளும் முளைத்தன. என்னைச் சுற்றி கேள்விகள் வலை பின்னிக்கொண்டு என்னை மூழ்கடித்தன.

கலைக்களஞ்சியம் படித்தது எனக்கு வாழ்வில் மிகப்பெரிய உதவியாக இருந்தது. சைக்கிளில் இருந்து சின்னச்சின்ன வீட்டு உபயோக மின்சாரப் பொருட்கள் வரை என்னால் தனியாக பழுது பார்க்க முடிந்தது. எனக்கு வாசிப்பில் ஆழ்ந்த ஈடுபாடு வந்ததும் பெரியவளானதும் நான் சிறந்த வழக்குரைஞராகவோ, பத்திரிக்கையாளராகவோ அல்லது எழுத்தாளராகவோ ஆக வேண்டும் என்று விரும்பினேன். ஆனால் இராணுவத்தில் நிர்வாகியாக பணிபுரியும் வேலையே எனக்குக் கிடைத்தது. என் தொழிலை நான் தேர்ந்தெடுத்துக் கொள்ளலாம் என்ற சுதந்திரம் கிடைத்தவுடன் பன்னிரெண்டு வருடம் பணி புரிந்த இராணுவ வேலையை விட்டுவிட்டு பத்திரிக்கையாளரானேன்.

மற்ற குழந்தைகளுடன் விளையாட வேண்டும் என்ற என் கனவு நனவாகவே இல்லை. ஆனால் போர்கள் குறித்தும் அதனால் அடைந்த உயிர்ச்சேதங்கள் பற்றியும் இரத்தம் தோய்ந்த கதைகளை அந்த இரகசிய நூலகம் எனக்கு விவரமாக சொல்லி புரிய வைத்தது. எனக்கு விளையாட்டைவிட வாசிப்பில் ஆர்வம் அதிகமாகி நான் மிகவும் மகிழ்ச்சியாக உணர்ந்தேன். போர்க்களம் குறித்த கதைகளைப் படிக்கும்போது நல்ல வேளை நாம் அமைதியான சூழலில் பிறந்திருக்கிறோம் என்று என்னை நானே தேற்றிக்கொண்டேன். கதைகளுக்குள் எனக்கு கிடைத்த சுவாரஸ்யமான அனுபவங்கள் அந்தக் கூரைக்கு வெளியே எனக்காகக் காத்திருக்கும் பொய்யான உலகை மறக்கடித்தது.

முதன் முதலாக நம்மைச் சுற்றி உள்ள மக்களைப் பார்த்து ரசிப்பதன் மூலம் எப்படி அழகையும் மகிழ்ச்சியையும் உணர்வது என்று எனக்கு கற்றுகொடுத்தவன் யின் டா.

யின் டா ஓர் அநாதை. அவனுக்கு அவன் பெற்றோரை எப்படி இழந்தான் என்ற சம்பவம்கூட நினைவில் இல்லை. அவனுக்கு நினைவு தெரிந்த நாள் முதல் அவன் வாழ்ந்த கிராமத்தில் வீட்டின் அருகே வசித்தவர்களின் அரவணைப்பில் வளர்ந்தான். அவன் வீடாக வசித்தது ஒரு கட்டில் மட்டுமே போடப்பட்ட குறுகிய சின்னக்கூரை வீடு. அந்தக் கிராமத்து மக்கள் இரக்கப்பட்டு கொடுத்த உணவுதான் அவனுக்கு சாப்பாடு. அவர்கள் கொடுத்த உடைதான் அவனுக்கு உடைகள். அவன்

எப்பொழுதும் சொல்வான், எனக்கு நூறு அம்மா, நூறு அப்பாக்கள் என. கிராமத்தையே அவன் உறவாக நினைத்தான். இரக்கம்கொண்ட மனிதர்கள் வளர்த்த அன்பு மகன் யின் டா.

யின் டாவிடம் நல்ல உடைகள் கிடையாது. குளிர்காலத்தில் அவன் வெயில் கால உடைகள் மேலேயே ஒரு கடினமான பருத்தி மேலங்கியையே அணிந்திருப்பான். அவனைச் சுற்றி வாழ்ந்த கிராமத்து மனிதர்களும்கூட வறுமையில் வாடுபவர்கள் தான். அதனால் அவன் இருப்பதிலேயே நிறைவாய் வாழ்ந்தான்.

யின் டா என்னைவிட ஆறு வயது மூத்தவன். இருந்தும் நானும் அவனும் இராணுவ பள்ளியில் ஒரே வகுப்பில் படித் தோம். சீனப் பண்பாட்டு புரட்சியின் காரணமாக நாட்டின் எல்லா பள்ளிகளும் கல்வி நிலையங்களும் இயங்காமல் மூடி வைக்கப்பட்டன. இராணுவம் நிர்வகிக்கும் பள்ளிகளும் கல்வி நிலையங்களும் மட்டுமே நடத்தப்பட்டன. இந்தப் பள்ளி களில் படிக்கும் குழந்தைகளுக்கு தேசிய உணர்வும் புரட்சிக் கருத்துகளும் பாடங்களாக வைக்கப்பட்டிருந்தன. விவசாயிகள் மற்றும் கிராமத்து குழந்தைகள் படிக்கவேண்டும் என்ற புரட்சிப் படையினரின் முடிவால் கிராமத்தில் இருந்து குழந்தைகள் இராணுவ பள்ளிகளில் அனுமதிக்கப்பட்டனர். அவர்கள் இதற்கு முன்பு படிக்க இயலாமல் இருந்ததால் வயதில் மூத்தவர்கள் கூட சிறிய வகுப்புகளில் சேர்ந்து படிக்க வேண்டியதிருந்தது. பதினான்கு, பதினைந்து வயதில்கூட ஏராளமான கிராமத்து குழந்தைகள் ஆரம்பப் பள்ளிகளில் முதலாம் வகுப்பில் படித்தார்கள்.

செம்படையினரின் குழந்தைகள் என்னை அடிக்கும் போதெல்லாம் அவர்களைப் பெயர் சொல்லி அழைத்து கடிந்து கொண்டு அவர்களை விலக்கி என் பக்க நியாயத்தில் நின்று யின் டா பேசுவான்.

சமயங்களில் என் மீதே வெறுப்பாகி நான் வகுப்பில் மூலையில் நின்று அழும் போதெல்லாம், பள்ளியில் காவலுக்கு இருக்கும் செம்படையினரிடம் கெஞ்சி அனுமதி வாங்கி என்னைக் கிராமத்தினுள் சுற்றுலா அழைத்துப் போவான். அவன் எனக்கு வறுமையில் வாடும் பல ஏழை விவசாய குடும்பங்களை அறிமுகப் படுத்தியிருக்கிறான். ஒருவேளை உணவுக்குக்கூட வழியில்லாத அந்த ஏழைகளை மகிழ்ச்சியாக வைத்திருப்பது எது என்ற உண்மையை அவன் எனக்கு நேரிடையாக அறிமுகப்படுத்தினான். மதிய உணவு இடைவெளியில் பள்ளியின் மறுபுறம் இருக்கும் மலை உச்சிகளுக்கு அழைத்து சென்று அங்கிருந்த பூக்களையும், தொட்டுச் செல்லும் மேகங்களையும், மரங்களையும் ரசிக்கச்

சொல்லி உற்சாகப்படுத்துவான். பார்ப்பதற்கு ஒரே மாதிரி இருக்கும் மரங்களைக் காட்டி, “எல்லா மரங்களும் பார்க்க ஒன்றுபோல் இருந்தாலும், ஒரு இலை போன்று இன்னொரு இலை இருக்காது. வாழ்க்கை மிகவும் அற்புதமானது. தண்ணீர் தன்னைக் கொடுத்து நம்மை வாழவைக்கிறது. அதுதான் வாழ்வின் தத்துவம்” என்று அவன் அன்று சொன்னது என் மனதில் பதிந்து போனது.

நீ படித்த நகரத்தின் இராணுவப் பள்ளி உனக்குப் பிடித் திருந்ததா? என்று அவன் கேட்டபோது யோசித்துப் பார்த்தேன். எனக்கு எதுவும் பிடிக்கவில்லை. அங்கு ரசிக்கக் கூடிய இடங்களே இல்லாமல் எங்கும் பர பரவென்று ஓடும் மக்களும், புகைகளும் தான் சூழ்ந்திருக்கும். இதுபோன்ற அழகிய சூழல் அங்கு இருக்காது என்று கூறினேன். அதற்கு அவன் அப்படி நினைக்கக்கூடாது. நகரங்களின் அத்தனை வீடுகளிலும் என்ன சுவாரஸ்யம் ஒளிந்து இருக்கிறது என்று பார்க்க கற்றுக்கொள். அங்கு வாழும் மனிதர்கள் எப்படிப்பட்டவர்கள்? என்று அவர்களை ரசிக்க கற்றுக்கொள். வாழ்வை ரசனையுடன் அணுகினால் நீ வாழும் இடம் உனக்கு மகிழ்வையும் நிம்மதியையும் தரும் என்று கூறினான்.

யின் டாவின் அறிவுரைப்படி என்னைச் சுற்றியுள்ள மனிதர்களை ரசிக்கத் துவங்கினேன். என்னைச் சுற்றி நிகழும் சம்பவங்களைக் கூர்ந்து கவனிக்கத் துவங்கினேன். ஆனால், அவை அனைத்தும் பொய்யான முகமுடிகளை அணிந்தவைகளாகவும் துரோகங்களைச் சுமந்ததாகவும் என்னை ஒவ்வொரு நாளும் புரட்டிப்போட்டு கொல்வதாகவும்தான் இருந்தது. அதன் பிறகு நான் என்னுடைய சொந்த முடிவுகளுக்குள் சுருண்டுகொண்டு வாழ ஆரம்பித்தேன். என் கற்பனைகளுக்கு வடிவம் கொடுத்து நான் வாழத் துவங்கியதும் முகத்தில் அறையும் நிஜத்தையும் நான் எதிர் கொள்ள வேண்டிய தேவைகள் இருந்ததால், மகிழ்ச்சிக்கும் துன்பத்திற்கும் இடையில் ஊசலாடிக்கொண்டே வாழ்வை அனுபவித்தேன்.

1960ன் ஆரம்பத்தில் சீனாவுக்கும் ரஷ்யாவுக்கும் இடையே யான உறவு முற்றிலுமாக முறிந்துபோனது. சீனாவின் வடக்குப் பகுதி முழுவதும் ஆயுதமேந்திய இராணுவ வீரர்கள் ஆக்ரமிக்கத் துவங்கினர். ஒவ்வொரு நகரம் மற்றும் சிறிய ஊர்களில்கூட சாலைகளில் ஏவுகணைத் தாக்குதலில் இருந்து பாதுகாத்துக்கொள்ள பதுங்குகுழிகள் வெட்டப்பட்டன. பெரிய நகரங்களில் சாலைகளுக்கு கீழே சுரங்கம் போன்றே பதுங்குக் குழிகள் ஆயிரக்கணக்கில் மக்கள் பதுங்கி கொள்ள வசதியாக தயார் செய்யப்பட்டன. அவரவர்க்கான பதுங்கு குழிகளை அவரவர்களே தயார்செய்து கொள்ள வேண்டும்

என்று கட்டளைப் பிறப்பிக்கபட்டது. ஏழு வயது குழந்தைகள் கூட மண்வெட்டிகளை கையில் எடுத்து வெட்ட வேண்டும். அவர்களுக்குக்கூட விலக்கு கிடையாது. அந்தக் குழிகளில் சில நாட்கள் தாங்கும் அளவு உணவு சேமித்து வைத்துக்கொள்ள அறிவுறுத்தப்பட்டது.

நாங்கள் படித்த பள்ளிகளில் மலையடிவாரத்தில் எங்களுக் கான பதுங்கு குழிகளை நாங்களே வெட்டிக்கொண்டோம். எங்களை இரண்டு குழுக்களாக பிரித்துவிட்டனர். ஒரு குழு சுரங்கத்தின் உள்ளேயும் ஒரு குழு சுரங்கத்தின் வெளியேயும் வேலை பார்த்தோம். எனக்கு சுரங்கத்தின் உள்ளேதான் வேலை கொடுக்கப்பட்டது. ஆனால் நான் சுரங்கத்தின் வாயில் பகுதியில் வேலை பார்க்க ஆரம்பித்தேன். ஏனெனில் நான் பெண். அது மட்டுமல்ல, நான் மிகவும் பலவீனமானவளும்கூட.

அன்று நாங்கள் அரைமணி நேரம்தான் வேலை பார்த்தி ருப்போம். மிகப் பெரிய சப்தம் கேட்டது. அந்த சுரங்கம் இடிந்து விழுந்தது. நான்கு மாணவர்கள் அதனுள் புதைத்து போய் விட்டார்கள். அதில் ஒருவன் யின் டா.

நான்கு நாட்களுக்குப் பின் அவர்கள் உடல்களைத் தோண்டி எடுத்து உடைகளை வைத்துத்தான் அவர்களை அடையாளம் கண்டுபிடித்தார்கள். ஆனால் ஒதுக்கப்பட்ட குழந்தைகளான நாங்கள் அந்த நால்வரையும் கடைசியாக பார்க்க அனுமதி இல்லை. எனக்கு யின் டா குறித்த கடைசி நினைவு உயிரற்ற உடலாக அவனைத் தூக்கிச் சென்றபோது ஆடிக்கொண்டே சென்ற அவன் கைதான்.

யின் டா ஒருமுறை எனக்கு ஒரு பாடலைக் குறித்து சொன் னான். அது,

“பனிமலை பார்வையாளன்” என்ற திரைப்படத்தில் இடம் பெற்ற பாடல். அதில் இடம்பெற்ற அருமையான வரிகள் தனது நண்பனின் கடைசி நினைவுகள் பற்றிக் குறிப்பிடும். போர் முடிந்து சீனா புதிய கொள்கைகளுடன் அரசை அமைத்து சுதந்திர சிந்தனைகள் வெளிப்பட ஆரம்பித்த காலத்தில் மீண்டும் இந்தத் திரைப்படம் திரையிடப்பட்டது. யின் டாவின் நினைவுகள் என்னுள் மீண்டும் சூறாவளியாய் மையம் கொண்டது.

“என் இனிய சிநேகிதனே. மீண்டும் நான் உன் அழகிய கருணை முகத்தை பார்க்கப் போவதில்லை.

ஓ! என் நண்பனே. நான் பாடும் பாடலை நீ மீண்டும் கேட்கப் போவதில்லை” என்று முடியும் அப்பாடலின் வரிகள்

யின் டாவைப் பொருத்தவரை உண்மையாகிப் போனது. எனக்குப் புரியவில்லை. தன் வாழ்க்கை இப்படித்தான் முடியப் போகிறது என்று உணர்ந்தே யின் டா எனக்கு ரசனைகளைக் கற்றுக்கொடுத்து இந்தப்பாடலையும் மலை உச்சியில் பாடிக் காண்பித்தானோ?

13

ஹாுவானான் சிறைச்சாலையில் தங்கியிருந்த முதல்நாள் இரவு என்னால் தூங்கவே முடியவில்லை. சிந்தனைகள் தறிகெட்டு அலை பாய்ந்ததால், தூங்க ஆரம்பித்த உடனேயே கொடூரமான கனவுகள் என்னை உசுப்பி எழுப்பி விட்டன. கண்விழித்து எழுந்து உட்கார்ந்த பின்பும் என் வகுப்பில் சிவப்பு சீருடை அணிந்த புரட்சியாளர்களின் குழந்தைகள் என்னை விரட்டி விரட்டி அடித்த காட்சிகள், புகைப்படலம் போல் தெரிந்தன. விடியற்காலை வரை விழித்திருந்துவிட்டு எனக்குள் நானே பேசிக்கொண்டேன். என்னுடைய கடந்த காலங்களை இனி நினைத்து ஒன்றும் ஆகப் போவதில்லை. மீண்டும் மீண்டும் பழைய விசயங்களை மனதில்போட்டு புரட்டி எடுப்பதால், வேதனைகளும் வலிகளும் தான் மிஞ்சும். இன்று ஹாுவாவை சந்திக்க வந்து இருக்கிறேன். அவளின் நம்பிக்கையை எப்படிப் பெறுவது? அவளுக்கு என் மேல் நம்பிக்கை வந்தால்தான் மனம்விட்டுப் பேசுவாள்? என்று சிந்தனைகளை ஒருமுகப்படுத்தினேன். நான் சிறைச்சாலை வார்டன் அவர்களிடம், “நான் மீண்டும் இன்றைக்கு ஹாுவாவை சந்திக்க முடியுமா?” என்று கேட்டேன்.

இன்றைக்கு அவளுடைய நெருடலும், எதிர்ப்புத் தன்மையும் காணாமல் போயிருந்தது. அவளது முகம் வலிகளால் நிறைந்து வழிந்தது. அவள் என்னை வியப்பாக பார்த்ததில் இருந்து நான்

புரிந்துகொண்டேன். நானும் இன்று கொஞ்சம் வித்தியாசமாக தோன்றுகிறேன் என்று. நேற்று இரவு முழுவதும் துன்புறுத்திய பழைய நினைவுகளை களைந்து தெளிவாக இருக்கிறேனோ என்னவோ!

ஹுவா தனது கதையை அவள் அம்மாவில் இருந்து ஆரம்பித்தாள். அவள் அம்மா அவளுக்கும் அவள் சகோதர, சகோதரிகளுக்கும் எப்படி பெயர் தேர்வு செய்தாள் என்பதில் துவங்கினாள். அம்மா எப்பொழுதும் சொல்வாளாம்.

“இந்த உலகில் இயற்கையில் ஆரம்பித்து எல்லா பொருட்களும் அதனதன் இடத்தைத் தக்க வைத்துக்கொள்ளவே பாடுபடுகின்றன. ஆனால் மரங்கள், மலைகள், பாறைகள் போன்றவை மிகவும் வலிமை வாய்ந்தவை. எனவே என் குழந்தைகளுக்கு இயற்கையின் அதிசயங்களையே பெயராக வைத்தேன்” என்பாளாம். ஹுவாவின் அக்காவின் பெயர் “ஷு” அதாவது மரம் என்று பொருள். அவளது அண்ணன் பெயர் “ஷான்” மலை என்று அர்த்தம். அவளது தம்பிக்கு பாறை என்று பொருள் வருமாறு “ஷி” என்று பெயர் வைத்தாள். ஹுவா சின்ன வயதிலேயே அழகியாக இருந்ததால் பூக்கள் என்ற பொருளில் ஹுவா என்று வைத்தாளாம்.

ஹுவாவினுடைய அம்மாவின் ரசனை குறித்து எனக்கு பிரமிப்பாக இருந்தது. அவள் அனேகமாக நல்ல பாரம்பரிய பின்னணியில் வளர்ந்தவளாக இருக்கக்கூடும். என் அருகிலிருந்த மேஜையில் இருந்த வெந்நீரை ஒரு டம்ளரில் ஊற்றி ஹுவாவிற்கு கொடுத்தேன். இந்த ஹுனான் குளிருக்கு தொண்டைக்கு இதமாக இருக்கும். அவள் அதை தன் இரு கைகளிலும் அனைத்த மாதிரி பிடித்துக் கொண்டு, அந்த கண்ணாடி டம்ளரில் இருந்து வெளிவரும் ஆவியைப் பார்த்துக்கொண்டே தலைகுனிந்து முணுமுணுத்தாள், “என் பெற்றோர் ஜப்பான்காரர்கள்.” அதிர்ச்சியுடன் அவளைப் பார்த்தேன். இது எனக்கு புதிய செய்தி. ஹுவாவின் குற்றப் பதிவேடுகளில் எங்குமே அவள் ஜப்பான் நாட்டைச் சேர்ந்தவள் என்று சொல்லவில்லை.

என் அம்மாவும், அப்பாவும் பல்கலைக்கழகத்தில் ஜப்பான் மொழி விரிவுரையாளராக வேலை பார்த்தனர். மற்றவர்களைக் காட்டிலும் பல்கலைக்கழக நிர்வாகம் எங்களுக்கு அதிக சலுகை கொடுத்தது. எங்கள் குடும்பத்திற்கு இரு அறைகள் ஒதுக்கப்பட்டன. என் அக்கா என்னையும், என் அண்ணனையும் அவளது நண்பர்கள் வீட்டிற்கு அழைத்துச் செல்வாள். நண்பர்களின் அம்மா என்னை ஜப்பானில் பேசச் சொல்லி ரசிப்பாள். மற்றவர்களைவிட என் ஜப்பான் மொழி சிறிது சிறப்பாகவும்

இருக்கும். எனக்குத் தெரிந்த வகையில் நான் அங்குள்ள குழந்தைகளுக்கு சின்னச் சின்ன வாக்கியங்கள் பாடல்கள் சொல்லி தருவேன். உணவைக்கூட மறந்து நான் ஜப்பான் மொழி ஆர்வத்தில் திளைத்து இருப்பதைப் பார்த்து அக்கா எனக்கு உணவு எடுத்து வந்து கொடுப்பாள். எப்பொழுதும் என்னை கவனமாக பார்த்துகொண்டு என் தவைகளை நிறைவேற்றி அக்கா மிகவும் பாசமாக என்னை பாதுகாத்தாள்.

என் அக்காவைக் குறித்து எங்கள் வீட்டில் எல்லோருக்கும் பெருமை அதிகம். அப்பா எப்பொழுதும் அக்காவை பற்றி சொல்லும் போது அவள் எல்லா முடிவுகளிலும் மிகவும் அறிவுக் கூர்மையுடன் யோசித்து செயல்படுகிறாள் என்று கூறுவார். அவள் அம்மாவிற்கு அவளது பாடங்களைத் தயார் செய்வதற்கு உதவி செய்வாள். அம்மா இல்லாத நேரங்களில் என் தம்பியை அம்மாவைப் போல் மிக அக்கறையுடன் பார்த்துக்கொள்வாள். அதே நேரம் நானும் அண்ணனும் சாப்பிட்டோமா, படித்தோமா என்றும் கவனமாக இருப்பாள். எங்கள் குடும்பம் மிகவும் பாசமும், குதூகலமும் நிறைந்த குடும்பம். விடுமுறை நாட்களில் அப்பா எங்கள் அனைவரையும் அவர் முதுகில் சவாரி ஏற்றிக்கொண்டு மூச்சு இரைக்க இரைக்க, ஜப்பானின் தேவதைக் கதைகளில் வரும் கிழவன் மலையை முதுகில் தூக்கி வருவதுபோல நான் கிழவன் மலைகளைத் தூக்கி வருகிறேன் என்று வீட்டைச் சுற்றி வருவார். அவரால் முடியவில்லை என்றாலும் நாங்கள் போதும் என்று சொல்லும் வரை அவர் கஷ்டப்பட்டு எங்களை சுமந்து சுற்றி வருவார். நாங்களனைவரும் சந்தோசமாக சிரித்துக்கொண்டே இருக்க வேண்டும் என்பது அப்பாவின் விருப்பம். அதற்காக அவர் வீட்டில் இருக்கும் சமயங்களில் நாங்கள் எதிர்பாராத மாறுவேடத்தில் வந்து எங்களை மகிழவைப்பார்.

அப்பாவுடன் நாங்கள் ஒளிந்து விளையாடும்போது நான் கட்டிலில் போர்வைக்குள்ளே ஒளிந்துகொண்டு, ஹூவா போர்வைக்குள் இல்லை என்று வெகுளித்தனமாக சப்தம் கொடுப்பேன். அவர் போர்வை வரைக்கும் வந்து பார்த்து விட்டு என்னைப் பார்க்காமல் செல்வதுபோல் சென்று விடுவார். அவர் என்னைப் பார்க்கவில்லை என்று நான் கைகொட்டி சிரிப்பேன். ஒருமுறை அப்பா சமையலறையில் ஒளிந்து கொண்டு அவசரமாக தப்பிக்க வெளியே வர அவர் தலை முழுக்க மாவும், தானியங்களும் கொட்டி பூதம்போல் வெளியில் வந்தார். அன்று நாங்கள் அவரைப் பார்த்து சிரித்தது இன்றும் பசுமையாக ஞாபகம் இருக்கிறது என்று சொல்லி சிரித்தாள். அவள் குடித்துக் கொண்டிருந்த தண்ணீர் புரைக்கு ஏறி அவளுக்கு இருமல் வந்தது.

அவள் தண்ணீரை அருந்தி தன்னை ஆசுவாசப்படுத்திக் கொண்டாள். பழைய நினைவுகள் தந்த மகிழ்ச்சி அவள் முகத்தில் பிரதிபலித்தது.

எல்லா மகிழ்ச்சியும் 1966 வரைதான். எங்கள் இருண்ட காலம் அப்பொழுதுதான் துவங்கியது. என் கண் முன்னாலேயே அந்த அற்புத குழந்தைப் பருவம் தீயில் கருகி அழிந்தது.

கோடை காலத்தின் சாயங்கால வேளை. என் அம்மாவும் அப்பாவும் வெளியில் சென்றிருந்தார்கள். நானும் அண்ணனும் எங்கள் பள்ளிப் பாடங்களை எழுதிக்கொண்டிருந்தோம். தம்பி விளையாடிக் கொண்டிருந்தான். அக்கா நாங்கள் ஒழுங்காக படிக்கிறோமா என்று பார்த்துகொண்டிருந்தாள். அப்பொழுது வீட்டிற்கு வெளியே சப்தம் கேட்டது. சமயங்களில் எங்கள் பகுதி இளைஞர்கள் ஒன்று கூடி விளையாடுவதும், கேலி கிண்டல் செய்து சப்தம் போடுவதும் வாடிக்கை. அப்படி ஏதாவது இருக்கும் என்று நாங்கள் எங்கள் வேலையைப் பார்த்துக் கொண்டிருந்தோம். ஆனால் கூச்சல் நெருங்கி எங்கள் வீட்டு வாசலிலேயே கேட்டது.

“ஜப்பானின் முதலாளித்துவ நாய்கள் ஒழிக. வெளிநாட்டு ஒற்றர்கள் ஜப்பான் நாய்கள். நாட்டைவிட்டு ஓடுங்கள்” என்று கூச்சல் வாசலில் அதிகமாகவே, அக்கா வீட்டின் கதவை திறந்து வாசலில் நின்று கொண்டு அவளது நண்பர்களில் ஒருவன் அந்த கூட்டத்தில் இருக்கவும் அவனிடம் விவரம் கேட்டாள். அந்த இளைஞனுக்கு அக்காவின் வயது. அது மட்டுமல்ல அவன் அக்காவிடம் நன்றாக பழகக்கூடிய நண்பனும்கூட.

“என்ன செய்கிறீர்கள் நீங்கள்? என்ன விசயம்? அம்மாவும் அப்பாவும் வீட்டில் இல்லை?” என்று அவள் சொன்ன மாத்திரத் தில் கூட்டத்தில் தலைமை போல் நின்றிருந்த பெண் அக்காவிடம் “குழந்தை உனக்கு தெரியாது. உன் அம்மாவும் அப்பாவும் ஜப்பான் முதலாளிகளின் கைக்கூலிகள். நிலச்சுவான்தார்களின் ரகசிய உளவாளிகள். நீ அவர்களின் உளவு வேலை குறித்து முழுத் தகவல்களும் எங்களுக்குத் தரவேண்டும்” என்றாள்.

“என்ன எங்கள் அப்பாவும் அம்மாவும் ரகசிய உளவாளி களா? உளவாளிகளை நாங்கள் திரைப்படத்தில்தான் பார்த் திருக்கிறோம். அவர்கள் தந்திரம் மிகுந்தவர்களாக இருப்பர். நாங்கள் அப்படியா இருக்கிறோம்?” என்று கூறி கதவைப் பட்டென்று சாத்திவிட்டு, எங்கள் அனைவரையும் தோளைத் தொட்டு சமாதானப்படுத்தினாள். “பயப்படாதீங்க. இப்ப அம்மா

வும் அப்பாவும் வந்துடுவாங்க. நாம நடந்ததை அவங்ககிட்டே சொல்வோம்" என்றாள்.

என் அண்ணனுக்கு எப்பொழுதும் சிவப்பு சீருடை அணிந்த புரட்சியாளர்களைப் பிடிக்கும். அந்த இயக்கத்தில் சேர வேண்டும் என்று கூறிக்கொண்டே இருப்பான். அவன் நடந்த விசயங்களைப் பார்த்து,

"அப்படி இவர்கள் சொல்வது போல் அம்மாவும் அப்பாவும் ரகசிய உளவாளிகள் என்றால் நான் பெய்ஜிங் போய் அவர்களுக்கு எதிராக புரட்சியில் ஈடுபடுவேன்" என்று கோபமாக சொன்னான்.

அக்கா அவனைப் பார்த்து முறைத்துவிட்டு, "முட்டாள் மாதிரி பேசாதே" என்றாள்.

நேரமாகி இருட்டத் துவங்கியது. கூச்சல் போடுவதை நிறுத்திவிட்டு, வெளியில் அனைவரும் அமைதியாக நின்று கொண்டிருந்தனர். அவர்கள் அனைவரும் வீட்டிற்குள் வந்து சோதனை செய்ய மும்முரமாக இருந்தனர். அக்கா வாசலை மறைத்துக்கொண்டு கதவை மூடிவிட்டதால் அவர்களால் உள்ளே நுழைய முடியவில்லை. ஆனால் அதன் பிறகு எங்கள் அப்பாவை நாங்கள் பார்க்கவே முடியவில்லை.

ஹுவாவின் முகம் இறுகிப் போனது.

சீனாவின் சீர்திருத்த புரட்சிக் காலங்களில் யாரெல்லாம் பரம்பரை பணக்காரர்களோ, யாரெல்லாம் மிக அதிகமாக படித்தவர்களோ, யாரெல்லாம் தொழில்நுட்ப வல்லுனர்களோ, வெளிநாட்டு தொடர்பில் வியாபாரம் செய்கிறவர்களோ, 1949க்கு முந்தைய அரசாங்கத்தில் வேலை பார்த்தவர்களோ அவர்கள் எல்லோரும் புரட்சிக்கு எதிரானவர்களாகவும், உளவாளிகளாகவும் முத்திரை குத்தப்பட்டனர்.

இதுபோன்ற குற்றச்சாட்டுகளில் ஏராளமானோர் குற்ற வாளிகள் என்று சிறைச்சாலையில் அடைக்கப்பட்டனர். சிறைச் சாலைகள் எல்லாம் நிரம்பி வழிய ஆரம்பித்தன. இதில் சுமார் பத்து கோடி மனிதர்கள் பாதிக்கப்பட்டதாக வரலாறு கூறுகிறது. உடனே இதற்கு மாற்று ஏற்பாடாக நிறைய படித்தவர்களை நகரத்திற்கு ஒதுக்குபுறமாக உள்ள சின்ன கிராமங்களில் உள்ள விவசாயிகளுக்கு விவசாய கூலிகளாக பணிக்கு அமர்த்தினர். இதனை 'உடல் உழைப்புச் சிறை' என்றழைத்தனர். லட்சக்கணக்கான கல்லூரி விரிவுரையாளர்கள், பொறியியல் வல்லுனர்கள், மருத்துவர்கள், கல்வியாளர்கள் எல்லோரும் வயல் வெளிகளில் கூலிகளாக வேலை பார்ப்பது,

மாடுமேய்ப்பது போன்ற அடிமட்டத் தொழில்களில் ஈடுபடுத்தப் பட்டனர். அவர்களது மாலை நேரங்களில் காரை கூட பாத்திராத மின்சார விளக்குகளின் பயன்பாடுகூட அறியாத படிப்பறிவில்லா விவசாயிகளிடம் பாடம் படிக்க வேண்டும். இவர்கள்மேல் படிக்கப்படும் குற்றப்பத்திரிக்கையை ஒத்துக் கொண்டு அவர்களிடம் மன்னிப்பு கேட்க வேண்டும். இவர்கள் சரியாக இருக்கிறார்களா என்று மேற்பார்வை பார்க்க சிவப்பு சீருடை அணிந்த புரட்சிக் காவலர்கள் அருகில் இருப்பார்கள். என் பெற்றோரும் இதுபோன்ற கூலி வேலைக்கு அனுப்பப்பட்டு புதிய கல்விக் கொள்கையின்படி அரிச்சுவடியில் இருந்து மீண்டும் படிக்க ஆணையிடப்பட்டார்கள்.

விவசாயிகள் இந்த படித்த மேதைகளுக்கு அவர்கள் கதிர் அறுக்கும்போது என்ன பாட்டு பாடுவார்கள், விவசாய வேலையின்போது எப்படி பாடிக் கொண்டே வேலை பார்ப்பது, பன்றியை எப்படி அறுத்து தோலை நீக்கி இறைச்சி ஆக்குவது போன்றவற்றை நடைமுறை பாடமாக சொல்லித் தருவார்கள். விவசாயிகளுக்கு படிப்பறிவு இல்லாததால் நிறைய நடைமுறை சிக்கல்கள் ஏற்படும். அவற்றை இந்த படித்த கல்வியாளர்களோ, தொழில் நுட்ப வல்லுனர்களோ எடுத்துச் சொன்னால், உங்களுக்கு என்ன தெரியும் என்று கூறி இவர்களை நிராகரித்து விடுவார்கள்.

பெண்கள் கல்லூரியின் விரிவுரையாளர் ஒருவரை பேட்டி எடுத்தபோது, அவர் சொன்னார் அவரை மலை மேல் இருக்கும் விவசாயப் பெண் ஒருத்தியிடம் வேலைக்கு அனுப்பினார்களாம். அப்பொழுது வயலில் இறங்கி இவரை கோதுமை நாற்றுகளை நடச் சொன்னார்களாம். இவருக்கு எது கோதுமை நாற்று, எது களை எடுக்க வேண்டிய பயிர் என்று எதுவும் புரியவில்லையாம். தவறாக செய்துவிடக் கூடாதே என்று அந்த விவசாயப் பெண்ணிடம் கேட்டதற்கு அவள் "இந்தச் சின்ன விஷயம்கூட தெரியவில்லை, நீயெல்லாம் எப்படி பள்ளியில் குழந்தைக்கு பாடம் சொல்லித் தருவாய்? உனக்கே ஒன்றும் தெரியவில்லை என்று சொன்னால் உன்னிடம் படிக்கும் குழந்தைகள் எப்படி உன்னிடம் மரியாதையாக நடப்பார்கள்?" என்று பொரிந்து தள்ளி விட்டாளாம். வறுமையின் பிடியில் ஒருவேளை உணவு கூட இல்லாத சூழலில் எப்படி வாழ்க்கை நடத்துவது என்று அந்தக் கிராமத்தில் கற்றுக்கொண்டேன் என்றார். இதுதான் 'வலிமையும் வளமும் மிகுந்த சீனா' என்ற இலட்சிய இலக்கை தனது கொள்கையாக அறிவித்த சீனத்தலைவர் மாவோவின் சீனப் பண்பாட்டுப் புரட்சி.

ஹுவா தனது கதையைத் தொடர்ந்து சொல்ல ஆரம்பித்தாள்.

“ஒருநாள் எங்கள் அம்மா இரவு நேரம் கழித்து வந்தாள். நாங்கள் அனைவரும் படுத்து விட்டோம். ஆனால் நான் அம்மா வந்த சப்தம் கேட்டு விழித்துக் கொண்டேன். அம்மா அக்காவிடம் சொல்லிக்கொண்டிருந்தாள். “அப்பாவைச் சிறையில் வைத்து விட்டார்கள். எங்கு வைத்திருக்கிறார்கள் என்று சொல்ல மறுக்கிறார்கள். இன்றிலிருந்து நானும் சிறப்பு மாலை நேர வகுப்பு களுக்கு பாடம் படிக்கப் போக வேண்டும். தினமும் எவ்வளவு நேரமாகும் என்று சொல்ல முடியாது. நான் தம்பியைக் கூட்டிச் செல்கிறேன். நீ ஷான், ஹுவா இருவரையும் பத்திரமாக பார்த்து கொள். நீ வளர்ந்தவள் உனக்கு எல்லாம் நன்கு புரியும். நானும் அப்பாவும் உளவாளிகள் அல்ல. எங்களுக்கு துரோகம் என்ன என்று தெரியாது. உண்மையில் ஜப்பான் மொழியை பலருக்கும் பயிற்றுவிக்க வேண்டும் என்றுதான் வந்தோம். எங்களைச் சுற்றி என்ன நடக்கிறது என்று ஒன்றும் புரியவில்லை. தவறே செய்யாத எங்களை ஜப்பான் மொழி பயிற்றுவிக்கிறோம் என்ற ஒரே காரணத்திற்காக குற்றம் சாட்டி சிறையில் அடைக்கிறார்கள். தயவு செய்து நிலைமையைப் புரிந்துகொண்டு தம்பியையும் தங்கையையும் பார்த்துக்கொள். பள்ளியில் இருந்து வரும் வழியில், காட்டுக் கீரைகள் பறித்து வந்து சாப்பாட்டில் கலந்து கொள். நீங்கள் அனைவரும் வளரும் குழந்தைகள். நீங்கள் எல்லோரும் நன்றாக சாப்பிட வேண்டும். இரவு படுக்கப் போகும் முன் அடுப்பின் மேல் பகுதியை மூடி வைத்துவிட்டு படுக்க வேண்டும். அப்பொழுது தான் விஷ வாயு அடுப்புக் கரியில் இருந்து கசிந்து உங்களை பாதிக்காது.

வீட்டைவிட்டு வெளியில் போவதானால் கதவு, ஜன்னல் களைச் சரியாக சாத்தி இருக்கிறாயா என்று பரிசோதித்து விட்டுச் செல். வீட்டில் இருக்கும்போது ஒருவருக்கும் கதவை திறக்காதே. சிவப்பு புரட்சிப் படை காவலர்கள் வந்து வீட்டை சோதனை போட வேண்டும் என்று சொன்னால் தம்பியையும், தங்கையையும் அழைத்துக் கொண்டு வெளியில் போய் விடு. அவர்கள் பயப்படாமல் இருப்பார்கள். தம்பியும் தங்கையும் தூங்கச் செல்லும்போதே நீயும் அவர்களுடன் சேர்ந்து தூங்கு. நான் வரும் வரை நீ காத்திருக்க வேண்டாம். எனக்கு ஏதாவது தகவல் சொல்ல வேண்டும் என்றால், சின்ன துண்டுச் சீட்டில் எழுதி மேஜை மேல் வைத்து விடு. நான் பார்த்துக் கொள்கிறேன். நானும் ஏதாவது சொல்ல வேண்டுமென்றால் நான் போகும் முன்பு உனக்கு எழுதி வைத்துவிட்டுச் செல்கிறேன். ஜப்பான் மொழியால்தானே இவ்வளவு பிரச்சனையும் என்று பயந்து

விடாதே. விடாமல் ஜப்பான் மொழியையும், அதன் கலாச்சாரத் தையும் பற்றி நிறையப் படி. அறிவு ஒருபோதும் வீணாகப் போகாது. அது என்றாவது ஒரு நாள் நமக்கு பயன்படும். ரகசியமாக படி. எதற்காகவும் பயப்படாதே. இந்த நிலை விரைவில் மாறிவிடும்.

என் அக்கா பயத்தில் உறைந்து போய்விட்டாள். அம்மா பேசப் பேச சிலை போல் அவள் நின்றிருக்க அவள் கண்களில் இருந்து கண்ணீர்வழிந்தது. அதை துடைக்க வேண்டும் என்ற சிந்தனைகூட இல்லாது அவள் அம்மாவைப் பார்த்துக் கொண்டி ருந்தாள். நான் என் போர்வைக்குள்ளே தலையை இழுத்து கொண்டு சப்தமில்லாமல் அழுதேன். நான் அழுவதை என் அம்மா பார்ப்பதை நான் விரும்பவில்லை.

என் தம்பி அம்மா வேண்டும் என்று எப்படி அழுதான் என்று இன்றும் நினைத்துப் பார்த்தால் நான் கலங்கி விடுவேன். அவள் கண்கள் நீரே இல்லாமல் வறண்டு போய் காணப்பட்டது. பட்ட வலிகளால் அவள் மரத்துப்போய் விட்டாள்.

அதன் பிறகு எங்கள் அம்மாவை நாங்கள் பார்ப்பது மிகவும் அரிதாகி விட்டது. எனக்கும் தம்பிக்கும் நன்றாக தெரியும். அம்மா இரவில் எங்கள் கூடத்தான் படுத்து உறங்குகிறாளென்று. எத்தனை மணிக்கு வருகிறாள் போகிறாள் என்று தெரியாது. ஆனால் அவள் வந்து போயிருக்கிறாளென்று அவள் அக்காவிற்காக விட்டு போகும் குறிப்புகள் வழியாக நாங்கள் தெரிந்து கொள்வோம்.

நடு இரவில் சிறுநீர் கழிக்க எழுந்தால் அம்மாவைப் பார்க்க லாம் என்று நான் கண்டுபிடித்தேன். அம்மாவைப் பார்க்க வேண்டும் என்பதற்காக நான் இரவு படுக்கப் போகும் முன்பு என்னால் முடிந்த அளவு நீரை குடித்துவிட்டு படுப்பேன். நான் சாமத்தில் எழுந்து பார்க்கும் போதெல்லாம் அம்மா தூங்காமல் விழித்துக்கொண்டேதான் இருப்பாள். நான் எழுந்திருக்கும் போதெல்லாம் அம்மா என்னை வருடிக்கொடுப்பாள். அவளது மென்மையான கைகள் இப்பொழுதெல்லாம் மிகவும் சொர சொரப்பாக மாறிவிட்டது. நான் என் முகத்தை அவள் கைகளில் தேய்த்துக்கொள்ள விருப்பப்படுவேன். ஆனால் என் அக்கா சொல்வாள் அம்மா ஓய்வெடுப்பதை நான் தடுக்கிறேனென்று. எனக்கு அம்மாவைப் பார்க்க பாவமாக இருக்கும். அவளைத் தொந்தரவு செய்யாமல் சென்று படுத்துக்கொள்வேன்.

நான் இரவு முழுவதும் அம்மாவைப் பார்க்கும் ஆசையில் எழுந்து கொள்வதால், பகல் முழுவதும் தூங்கி வழிவேன். ஒரு சமயம் பள்ளியில்,

“அரசியலின் உயர்ந்த கட்டளைகள்” பற்றிய பாடம் நடக்கும்போது நான் தூங்கிவிட்டேன். நல்லவேளை என் ஆசிரியை மிகவும் நல்ல பெண்மணி. என்னை விளையாட்டு மைதானத்தின் ஓரத்திற்கு அழைத்துசென்று, “நம் தலைவர் மாவோவின் அரசியலின் உயர்ந்த கட்டளைகள் குறித்து படிக்கும்போது தூங்குவதை சிவப்புப் புரட்சி படையினர் பார்த்தால், நீ தலைவருக்கு எதிரானவள் என்று உன்னை தண்டிப்பார்கள். எச்சரிக்கையாக இரு” என்றாள். அவள் என்ன சொல்கிறாள் என்று உண்மையிலேயே எனக்குப் புரியவில்லை. ஆனால் தலைவர் மாவோ பற்றிய பயம் மிகவும் அதிகமானது. ஏனென்றால் அந்த ஆசிரியையின் கணவர், உள்ளூர் சிவப்பு நிற புரட்சிப்படையின் ஒரு பிரிவுக்கு தலைவர். நான் அவசர அவசரமாக ஏன் தூங்கினேன் என்று ஆசிரியைக்கு விளக்கிச் சொன்னேன். எங்கள் ஆசிரியை நீண்ட நேரம் மவுனமாக என்னையே பார்த்துக்கொண்டிருந்தாள். எனக்கு அவள் என்ன சொல்வாளோ என்ற தவிப்பு அதிகமானது. அதன் பிறகு அவள் என் தலையை அன்பாக தடவிக் கொடுத்தபடி, “உங்க அம்மா விரைவில் வீட்டிற்கு வந்துவிடுவாள்” என்று சொன்னாள். என்ன ஆச்சர்யம். ஆசிரியை சொன்னபடியே என் அம்மா வீட்டிற்கு சீக்கிரம் வர ஆரம்பித்தாள். நாங்கள் இரவில் படுக்க தயாராகும் போது அவள் வந்துவிடுவாள்.

முன்னைவிட அம்மா மிகவும் மாறிவிட்டாள் என்று நாங்கள் அவளிடம் சொல்வோம். அவள் எதுவும் சொல்லாமல் அங்கிருந்து நகர்ந்து போய் விடுவாள். அவள் மேலும் அப்பா மேலும் நாங்கள் வைத்து இருந்த நம்பிக்கையை அவள் காப்பாற்ற இயலாமல் போய் விட்டதே என்ற குற்ற உணர்ச்சி அவளுக்கு இருப்பதை எங்களால் உணர முடிந்தது. என் அண்ணா மிகவும் தைரியசாலி. அம்மாவிடம் தான் பெய்ஜிங் போய் மாவோவின் புரட்சிப் படையில் சேரப் போவதாக கூறி அவளிடம் விவாதம் செய்வான். அவள் பதில் எதுவும் பேசாமல் அகன்று போய் விடுவாள். மெதுவாக எங்கள் குடும்ப வாழ்வு இயல்பு நிலைக்கு திரும்பியது. ஒருநாள் அம்மா மிகவும் ஏக்கப் பெருமூச்சுடன், “அப்பா விரைவில் வீடு திரும்பிவிட்டால் போதும்” என்று சொன்னாள்.

அவள் அப்படிக் கூறியதை நாங்கள் ஒருவரும் ரசிக்கவில்லை. எங்கள் அனைவருக்கும் அப்பாவை மிகவும் பிடிக்கும். அவரை நாங்கள் நேசிக்கிறோம். ஆனால் அவர் இப்படி ரகசிய உளவாளி என்ற பெயரில் சிறைக்கு சென்றது எங்கள் அனைவருக்கும் வருத்தமே. அதனால் அவரை நாங்கள் ஒதுக்கி வைக்கவே விரும்புகிறோம்.

சிறிது நாட்களுக்கு பிறகு 1969இல் இலையுதிர்க்காலம் துவங்கிய போது, அப்பா விடுதலையான பின்பு தன் வாழ்வில் ஒரு உறுதியான நிலைப்பாட்டை எடுக்க வேண்டும் என்று என் அக்காவும் சிவப்புப் புரட்சி படையினரின் மாலை நேர வகுப்பிற்கு செல்ல வேண்டும் என்று கூறினாள்.

செம்படை சிவப்புக் காவலர்களின் மாலை நேர வகுப்பில் சீர்திருத்த கருத்துகளை கொள்கையாக ஏற்றுக் கொண்டவர்களுக்கு அனுமதி கொடுப்பார்கள். அதன் பிறகும் விரும்பி சிலர் அந்த வகுப்பில் சேர்ந்தார்கள் என்பதை நான் அறிவேன். விரும்பி அந்த வகுப்பில் சேர்ந்த எந்த பெண்களின் வீடுகளிலும் சோதனைகள் நடக்கவில்லை. அவர்கள் வீட்டில் யாரும் விசாரணைக் கைதியாக கைது செய்யப்பட்டு சிறைக்கு அனுப்பப் படவில்லை. அவர்கள் வீட்டில் உள்ளவர்கள் முன்பே சிறைக்கு சென்று இருந்தால் அவர்கள் உடனடியாக விடுதலையும் செய்யப்பட்டு விட்டார்கள். இந்த கம்யூனிச சித்தாந்தம் எனக்கு மிகவும் பிடித்திருந்தது. வகுப்பில் சேர்பவர்களை "காம்ரேட்" என்றழைத்து அவர்களை தொந்தரவு செய்யாமல் இருந்ததைப் பார்க்க எனக்கு மகிழ்ச்சியாக இருந்தது. இது முன்பே தெரிந்திருந்தால் நான், அக்கா, அம்மா எல்லோரும் அப்பா இருக்கும்போதே இந்த வகுப்பில் சேர்ந்து, செம்படை சிவப்புக் காவலர்களுடன் இணைந்து "காம்ரேட்" ஆகி இருக்கலாம். அப்பாவும் சிறைக்கு சென்றிருக்க மாட்டார்.

சரி பரவாயில்லை. இப்பொழுதாவது அக்காவுக்கு விவரம் புரிந்து மாலை நேர வகுப்புக்கு சென்று விட்டாளே என்று நிம்மதியாக இருந்தது. விரைவில் அப்பாவும் விடுதலை ஆகி விடுவார் என்று நம்பிக்கை வந்தது. நாங்கள் அனைவரும் ஆவலுடன் அக்கா வகுப்பு முடிந்து வருவதற்காக காத்திருந்தோம். அம்மாவும் நிலை கொள்ளாமல் பரபரப்புடன் ஜன்னல் அருகே அமர்ந்திருந்தாள். எனக்கும் தூக்கம் வரவேயில்லை. வகுப்பில் அக்காவிற்கு என்ன சொன்னார்கள் என்று தெரிந்து கொள்ளும் ஆர்வம் எனக்கும் இருந்தது.

அம்மா என்னைப் படுக்கச் சொல்லியும், நான் தூங்காமல் அமர்ந்திருந்தேன். இறுதியில் வாசலில் காலடி ஓசை கேட்டது. ஓர் ஆண் சன்னக்குரலில் பேசுவது போல் வெளியில் கேட்டது. ஆனால் அவன் என்ன பேசுகிறான் என்று எனக்கு தெளிவாகக் கேட்கவில்லை. அக்கா வீட்டினுள் வந்து அறைக்குள் நுழைந்ததும் அம்மா பரபரப்புடன் ஓடி வந்து, "எப்படி இருந்தது?" என்று கேட்டாள். அவள் குரல் பயத்தில் நடுங்கியது. அக்கா எதுவுமே பேசாமல் அப்படியே படுக்கையில் விழுந்தாள். அம்மா அவள்

சீனப் பெண்கள் / 257

உடை மாற்றுவதற்கு உதவ முற்பட்டாள். அக்கா அம்மாவின் கையைத் தட்டி விட்டாள். போர்வையை தன்னைச் சுற்றி மூடிக் கொண்டு படுத்து விட்டாள். எனக்கு மிகவும் ஏமாற்றமாக இருந் தது. இவ்வளவு நேரம் எதற்காக காத்திருந்தோம். இப்படி அக்கா ஒன்றுமே சொல்லாமல் படுத்து விட்டாளே என்று இருந்தது.

அன்று இரவு அம்மா நீண்ட நேரம் அழுது கொண்டே இருந்தாள். அவள் எதற்கு அழுகிறாள் என்று எனக்குப் புரிய வில்லை. அக்கா செம்படை சிவப்புக் காவலர்களில் ஒருத்தியாக, "காம்ரேட்"டாக மாறியதில் அம்மாவுக்கு ஏன் இவ்வளவு துக்கம்? நாளைக்கு அண்ணாவும்கூட அதில் சேரப்போவதாக சொல்லிக்கொண்டிருக்கிறான். இது குடும்பத்திற்கு நல்லது தானே. அந்த வகுப்பில் சேர்ந்தால், நாங்கள் யாரும் சிறைக்கு செல்லத் தேவையில்லை. முன்புபோல் அப்பாவை மண்டியிடச் சொல்லி முதுகில் சவாரி செய்து விளையாடலாம்... என் அக்கா அவளிடம் எதுவும் பேசாமல் படுத்துவிட்டாள் என்றா? இல்லை நாங்கள் முன்புபோல் அவள் மேல் பிரியமாக இல்லை என்று அவள் கவலைப்படுகிறாளா? எனக்குக் குழப்பமாக இருந்தது. நான் அப்படியே தூங்கிவிட்டேன்.

அன்று இரவு நானும் அந்த மாலை வகுப்புக்கு போவதுபோல் எனக்கு கனவு வந்தது. ஆனால் நான் அந்த வகுப்பறையின் வாசலுக்குப் போகும்போதே அந்தக் கதவு அடைக்கப்பட்டு விட்டது. நான் விழித்துக் கொண்டேன். அக்கா ஒவ்வொரு நாளும் வகுப்பிற்குச் சென்று மிகவும் தாமதமாக வீட்டிற்கு வந்தாள். வரும்போதே களைப்பாக வருவாள். எதுவும் பேசாமல் தூங்கி விடுவாள். எனக்கு அவளிடம் வகுப்பில் என்ன பயிற்சி கொடுக்கிறார்கள் என்று கேட்டுத் தெரிந்துகொள்ள ஆசை. நாளைக்கு நானும் இந்த வகுப்பில் சேர்ந்தால் என்ன செய்ய வேண்டும் என்று முன்பே தெரிந்துகொள்வது நல்லதுதானே. ஆனால் அவள் மிகவும் களைப்பாக வருவதால், அது மிகவும் கடினமான பயிற்சி என்று மட்டும் புரிந்தது. அப்படியானால் என்னைப் போன்ற சின்னக் குழந்தைகளை அந்தப் பயிற்சியில் சேர்த்துக்கொள்ள மாட்டார்கள் போலும். ஆனால் நான் வளர்ந்தவுடன் நிச்சயம் அந்தப் பயிற்சியில் சேர்வேன் என்று நினைத்துக் கொண்டேன்.

ஆனால் அதன் பிறகு சில மாதங்கள் அக்காவுக்கு நல்ல பயிற்சியாகிவிட்டது போலும், அதனால் வகுப்பின் நேரங்களை அதிகப்படுத்தி விட்டார்கள். அவள் மாலையில் நான் பள்ளியில் இருந்து வருவதற்கு முன்பே செம்படையின் புரட்சி வகுப்பிற்கு சென்றுவிட்டு இரவு நான் தூங்கிய பின்புதான் வீட்டிற்கு

வருவாள். எனவே எனக்கும் அவளுக்கும் பேச வாய்ப்பே இல்லாது போய்விட்டது. அவள் வகுப்பு பற்றிய விவரங்களை கேட்கவே முடியவில்லை.

ஒருநாள் அவள் வகுப்பிற்கு போன உடனேயே வீட்டிற்கு திரும்பி விட்டாள். அவளை வீட்டில் கொண்டு வந்து விட்ட மனிதன் சொன்னான், "ஷூ கொஞ்ச நாட்களாகவே மிகவும் பலவீனமாக இருக்கிறாள். இன்றைக்கு அவள் மயக்கம் போட்டு விழுந்து விட்டாள். அரசியல் பயிற்றுவிப்பாளர் அவளை வீட்டில் விடச்சொன்னார்" என்று அக்காவை வீட்டில் விட்டுவிட்டு அந்த மனிதன் சென்று விட்டான்.

அம்மா அதிர்ந்துபோய், அக்காவைப் பார்த்தாள். அக்கா அம்மாவின் காலில் பட்டென்று விழுந்து, "அம்மா நான் எதுவும் செய்வதற்கில்லை. எனக்கு அப்பா சீக்கிரம் விடுதலை ஆகி வரவேண்டும் அவ்வளவுதான்" என்று அழுதாள்.

அம்மா வாயடைத்துப் போனாள். எதுவும் பேச இயலாமல் மயங்கி விழுந்தாள். என் அண்ணா வேகமாக அவளைத் தாங்கிப் பிடித்து கட்டிலில் படுக்க வைத்தான். அவன் என்னையும், தம்பியையும் கையைப் பிடித்து பக்கத்து அறைக்கு அழைத்துச் சென்றான். எனக்கு அவனுடன் செல்ல விருப்பமில்லை. இருந்தும் சென்றேன். அக்காவும், அம்மாவும் எதற்கோ வருத்தப்படுகிறார்கள். ஆனால், அது என்ன என்று எனக்குப் புரியவில்லை.

ஆனால் அக்கா அழுதுகொண்டே பேசியது என் காதில் கேட்டது. "என் ஒரே நோக்கம் அப்பா விடுதலையாகி வரவேண் டும் என்பதுதான். நான் என்ன செய்வது?" என்றுதான் அக்கா அழுதாள். இது நிச்சயம் மகிழ்ச்சியான விசயம்தானே. அப்பா வீட்டிற்கு வந்தால் எவ்வளவு கொண்டாட்டமாக இருக்கும். இதற்கு ஏன் இருவரும் அழுகிறார்கள். விடை தெரியா கேள்வி களுடன் பக்கத்து அறைக்குள் சென்று படுத்து அப்படியே தூங்கி விட்டேன். கடந்த சில மாதங்களாக என் மனதில் எழுந்த கேள்விகளுக்கு அடுத்த நாளே விடை கிடைத்தது. வலியும் வேதனையுமாக...!.

அடுத்த நாள் நான் பள்ளிக்குச் செல்ல தயாராகி வெளியில் வந்தேன். அக்காவை கொண்டுவந்து வீட்டில்விட்ட, சிவப்பு சீருடை அணிந்த புரட்சிப் படையின் மனிதன் எனக்காக வாசலில் காத்திருந்தான். அரசியல் புரட்சி செம்படை பயிற்று விப்பாளர் எனக்கு புரட்சிப் படையில் சேர அழைப்பு விடுத்தி ருப்பதாகவும், அதனால் நான் மாலை நேர வகுப்பில் சேர

வேண்டும் என்று கட்டளையிட்டு இருப்பதாகவும் தகவல் சொன்னான். என்னால் அவன் பேச்சை சுத்தமாக நம்ப முடியவில்லை. எனக்கு பதினோரு வயதுதான் ஆகிறது. நான் புரட்சிப்படையில் இப்பொழுதே சேர்ந்து என்ன கற்றுக்கொள்ள முடியும் என்று தெரியவில்லை. ஒருவேளை என் ஆசிரியை நான் மிகவும் ஒழுக்கமான மாணவி என்று சொல்லி இருப்பாளோ?

ஆனால் எனக்கு ஒருவகையில் மிகவும் மகிழ்ச்சியாக இருந்தது. அக்காவையும் அம்மாவையும் போல என்னையும் புரட்சிப் படைக்கு கூப்பிடுகிறார்கள். வீட்டிற்குப் போய் உடனே அம்மாவிடம் சொல்ல வேண்டும் என்று ஆசைப்பட்டேன். ஆனால் அந்த மனிதன் என்னிடம் உன் அம்மாவிடம் முன்பே சொல்லியாகி விட்டது என்று கூறினான்.

என்னை அழைத்துச் சென்ற சிவப்புக் காவலன் என்னிடம் ஒரு சின்ன சிவப்புப் புத்தகத்தைக் கொடுத்தான். அது முழுக்க தலைவர் மாவோவின் புரட்சிக் கருத்துகள் எழுதி இருந்தன. "உன் பெற்றோர் ரகசிய உளவாளிகள் என்று உனக்குத் தெரியுமா" என்று அவன் என்னிடம் கேட்டான். எனக்கு என்ன சொல்வதென்று தெரியவில்லை. கண்களை அகல விரித்து அவரைப் பார்த்தேன். ஆம் என்று சொன்னால் இவர்கள் என்னைப் புரட்சிப்படையில் சேர்த்துக் கொள்ளமாட்டார்களோ என்று பயமாக இருந்தது. நான் பதில் எதுவும் சொல்லவில்லை.

"இந்த வகுப்பில் படிக்கும் அனைவரும் சிவப்பு சீருடைப் புரட்சிப் படையினர் என்பது உனக்குத் தெரியுமா?" அவன் மறுபடியும் கேட்டான்.

நான் தலையாட்டினேன். எனக்கு சிவப்பு சீருடை புரட்சிப்படையில் சேர மிகவும் ஆசையாக இருந்தது. அதில் சேர்ந்துவிட்டால் எங்களை யாரும் திட்டமாட்டார்கள். நான் மற்றவர்களுடன் லாரியில் ஏறி ஊர்வலமாகச் சென்று கோஷங்கள் போடுவேன். தெருவில் சிவப்பு சீருடை அணிந்து சென்று மாவோவின் புரட்சிக் கருத்துகளை மக்களிடம் சொல்வேன். இது எனக்கு அதிகாரத்தையும், மதிப்பையும் கொடுக்கும்.

"ரகசிய உளவாளிகளுக்கு நம் புரட்சிப்படையின் செயல்களை சொல்லக் கூடாது என்ன" என்றான் அந்த மனிதன்.

நான் திரைப்படங்களில் ரகசிய உளவாளிகள் பற்றியும், அரசியல் தலைவர்களின் ரகசியக் கூட்டங்கள் பற்றியும் வரும் காட்சிகளை நினைத்துப் பார்த்தேன். நான் தடுமாறியபடி "தெரியும் நான் ரகசியங்களை யாரிடமும் பகிர்ந்து கொள்ள மாட்டேன்" என்று கூறினேன்.

என்னை விறைப்பாக நிற்கச் சொன்னான். அதன்பிறகு, "தலைவர் மாவோவின் மீது ஆணையாக புரட்சி செம்படையினரின் ரகசியங்களைப் பாதுகாப்பேன்" என்று சொல் என்றான்.

எனக்குப் பெருமையாக இருந்தது. அதேபோல் வணக்கம் வைத்து தலைவர் மாவோவின்மேல் சத்தியம் செய்தேன்.

"நல்லது. முதலில் நீ தலைவர் மாவோவின் கேள்விகளைப் படி. சாப்பிட்ட பின் நாம் அதற்கான பதில்கள் பற்றி விவாதிப் போம்" என்றான்.

எனக்கு வியப்பாக இருந்தது. இங்கு வகுப்பு ஆரம்பிக்கும் முன் சாப்பிட உணவுக்கூட கொடுப்பார்களா? பரவாயில்லையே! பின் ஏன் அக்கா இந்தப் புரட்சிப்படையின் வகுப்பு பற்றி எனக்குத் தெளிவாகக் கூறவில்லை. ஒருவேளை அவளும் தலைவர் மாவோவின் பெயரில் சத்தியப் பிரமாணம் செய்து இருக்க லாம் என்று தோன்றியது. இல்லையில்லை. நானும், தம்பியும் எப்பொழுதும் உணவு என்றால் மிகவும் விருப்பப்படுவோம். அதனால் இதைச் சொன்னால் நான் பொறாமைப்படுவேன் என்று சொல்லி இருக்கமாட்டாள். எனக்குள் இத்தனை சிந்தனை களும் ஓடிக்கொண்டிருந்தது. மாவோவின் சிவப்பு நிற குட்டி புத்தகத்தை விரித்து படிக்க ஆரம்பித்தேன். எனக்கு ஒரு வரிகூட புரியவில்லை. எனக்கு அதை புரிந்து கொள்ளும் வயதும் இல்லை.

நான் சாப்பிட்டு முடித்ததும், இன்னும் இரண்டு புரட்சிப் படையை சேர்ந்த இளைஞர்கள் உள்ளே வந்தனர். அவர்கள் என் அக்காவை விட இரண்டு வயது மூத்தவர்களாக இருப்பார்கள் என்று நினைக்கிறேன். அதில் ஒருவன் என் அருகில் வந்து, "நீ தலைவர் மாவோவின்மீது சத்தியம் செய்து விட்டாயா? புரட்சிப் படையின் முதல் விதியே சத்தியத்தை மீறக்கூடாது என்பதுதான்" என்றான். "நான் எடுத்துவிட்டேன்" என்று தலையை ஆட்டினேன்.

"சரி இன்று வகுப்பு முடிய சிறிது நேரமாகும். அதுவரை நீ கொஞ்சம் ஓய்வெடு" என்று கூறினார்கள். அவர்களில் ஒருவன் என்னைத் தூக்கி தோளில் போட்டுக்கொண்டு போய் கட்டிலில் படுக்க வைத்தான். அவன் என்னைப் பார்த்து சிரித்தபடி என் ஆடைகளை அவிழ்ப்பதற்கும் கட்டிலில் படுத்து போர்த்திக் கொள்ளவும் உதவி செய்தான். நான் போர்வையை போர்த்திக் கொண்டதும் அவன் விரல்களை என் இடுப்புப் பகுதியில் வைத்து என் உடலில் ஒட்டிக்கொண்டிருந்த கடைசி துணியான என் உள்ளாடையை அவிழ்த்தான். அப்பொழுது அவன் விரல் தெரியாமல் என் பிறப்புறுப்பின் மையப்பகுதியை

உரசிச் சென்றது. அந்த ஸ்பரிசம் எனக்கு என்னவோ ஒரு குறுகுறுப்பை உடலில் செய்தது. அவர்கள் விளக்கை அணைத்து விட்டனர்.

ஆணுக்கும், பெண்ணுக்கும் இடையில் என்ன நடக்கு மென்று எனக்கு இதுவரை யாரும் சொன்னதில்லை. என் அம்மாகூட என்னிடம் அதெல்லாம் பேசியதில்லை. எனக்குத் தெரிந்ததெல்லாம் ஆண்களுக்கு கால்சட்டையில் முன் பக்கம் பட்டன் வைத்து தைத்து இருப்பார்கள். பெண்களுக்கு இடுப்பின் பக்கவாட்டில் இருக்கும். எங்கள் வீட்டில் அண்ணனையோ, தம்பியையோ நான் உள்ளாடை இல்லாமல் பார்த்தது இல்லை. அக்கா எங்களை கவனமாக பார்த்துக் கொள்வாள். நான் யோசித்துக் கொண்டிருக்கும்போதே யாரோ முரட்டு ஆணின் கைகள் என் உடலைத் தடவ ஆரம்பித்தது. நான் மிகவும் சின்ன வளாகவும், மென்மையானவளாகவும் இருப்பதால் அந்தக் கைகள் என்னைத் தேய்க்க எனக்கு உடல் எரிய ஆரம்பித்தது. எனக்கு இவர்கள் என்ன பாடம் சொல்லிக் கொடுக்கப்போகிறார்கள். அடுத்து என்ன நடக்கும் என்று எதுவும் புரியவில்லை. என்னால் என் கண்களைத் திறந்து என்ன நடக்கிறது என்று பார்க்க முடியவில்லை. அந்த ஆணின் விரல்கள் என்னைத் தடவும் போது என்னால் எந்த எதிர்ப்பையும் காட்ட இயலாமல் படுத்திருந்தேன். ஆனால் எனக்கு உடலில் உணர்வு மட்டும் இருக் கிறது. அந்த மனிதன் என் காதருகே வந்து, "இதுதான் உனக்கு நாங்கள் எடுக்கும் முதல் வகுப்பு. புரட்சிப் படைக்கு எதிராக நீ எதிர்ப்பு காண்பிப்பாயா என்று நாங்கள் உன் உடலை வைத்து சோதிக்கிறோம்" என்றான். நான் பதிலேதும் சொல்லவில்லை. எனக்கு என்னமோ நடக்கிறது என்று மட்டும் புரிகிறது. ஆனால் என்ன செய்வதென்று புரியவில்லை. அவனது தடிமனான விரல்களால் இன்னமும் முழு வடிவுக்கு வராத என் முலைக் காம்புகளைத் திருகினான். "ஆஹா! இப்பொழுதுதான் இதில் மொட்டு வைக்க ஆரம்பித்திருக்கிறது" என்று கூறினான். வேறு இரண்டு கைகள் என் இரு கால்களையும் விரித்து பிடித்துக் கொண்டது. அந்தக் கைகளும் என் பிறப்புறுப்பில் கையை உள் நுழைக்க முயற்சி செய்தது.

"எப்பொழுதும் புரட்சிப் படைக்கு எதிரான நடவடிக்கைகள் இதுபோன்ற அந்தரங்க இடத்தில் இருந்துதான் ஆரம்பிக்கும். அதை நான் தெளிவாகப் பார்க்க வேண்டும்" என்று இன்னொரு குரல் கேட்டது.

என் உறுப்பில் கை வைத்துப் பார்த்துவிட்டு, "சிவப்புக் கம்பளம் விரித்து இதில் திறப்பு விழா நடத்தலாம். சரியான

பக்குவத்தில் இருக்கிறது. காம்ரேட்... இயங்குங்கள். சிவப்புக் குருதிகள் பொங்கி வெளியில் வரட்டும். எல்லோருக்கும் மகிழ்ச்சி பரவட்டும்" என்று யாரோ மகிழ்ச்சி பொங்க பேசும் குரல் கேட்டது. அதன் பின் அந்த முரட்டு மனிதன் என் மீது படுத்து இயங்க ஆரம்பித்தான். பெரிய காட்டாற்றின் அலை ஒன்று என் பிறப்புறுப்பில் மோதி மோதி என் மேல் அழுத்தியது. என் உடல் பயத்தில் நடுங்கத் துவங்கியது. என் மனதிற்குள் சிவப்பு சீருடை புரட்சிப் படையில் நல்ல மனிதர்கள் மட்டும்தான் இருப்பார்கள் அவர்கள் தவறு செய்ய மாட்டார்கள். எனவே இவர்கள்கூட எனக்கு எதுவோ நல்லது செய்யவே முயற்சிக்கிறார்கள் என்று தோன்றியது.

அந்த மனிதன் சட்டென தன் இயக்கத்தை நிறுத்திவிட்டு, சூனு இந்த ஓர் இடம் உனக்காகத்தான். அண்ணன் பேச்சு மாற மாட்டேன். திறப்பு விழா நீதான் நடத்துகிறாய் என்று என் பிறப்புறுப்பில் தட்டிவிட்டு விலகினான். அவர்கள் எது குறித்து பேசிக் கொள்கிறார்கள் என்று எனக்குப் புரியவில்லை. என் உடலின் மீது எனக்கு எந்தக் கட்டுப்பாடும் இல்லாது போய்விட்டது.

அந்த இன்னொருவன் என் மீது ஏறி என் கால்களை விரித்து வைத்து எதையோ தடிமனான ஒன்றால் என் பிறப்புறுப்பை நோக்கி அழுத்தி அழுத்தி உள்ளே செலுத்தத் துவங்கினான். எனக்கு வலி அதிகமாக இருந்தது. அந்த கடினப் பொருள் எனக்குள் நுழைந்து என்னை பிளக்கத் துவங்கியது. அவன் உடனே தன் வாயை என் உதடுகளுக்குள் வைத்து உறிஞ்சத் துவங்கினான். என் உடலை எங்கெங்கோ கைகள் துழாவுகின்றன. என்னைச் சுற்றிலும் குரல்கள் கேட்கிறது. எனக்கு நடக்கும் செயலை யார் யாரோ வேடிக்கை பார்க்கிறார்கள் என்று புரிகிறது. அவர்கள் அனைவரும் சீனத் தலைவர் மாவோவின் பெயரால் சிவப்பு சீருடை அணிந்து, புரட்சியை என் பிறப்புறுப்பில் அரங்கேற்றினர். கம்யூனிச கோட்பாடுகளும், சீனப் பண்பாட்டு புரட்சியின் கொள்கைகளும் இப்படியாக என் உடலில் உருவேற்றப்பட்டன. என் முதல் அரசியல் பாடம் செம்படை சிவப்புக் காவலர்களால் எனக்கு வலிகளுடன் சொல்லித் தரப்பட்டது.

என்னுடைய வயது சரியாக பருவம் அடையும் வயது. நான் குழந்தை என்பதில் இருந்து அடுத்த பரிமாணத்திற்குள் செல்லும் துவக்கம். அது எனக்கு இயற்கையாக நடக்காமல் பத்து பேர் கூடி என்னைத் திறந்து பருவமடைய வைத்து என் சிவப்பு ரத்தத்தை வெளிக்கொணர்ந்து கொண்டாடினார்கள். அதுதான் புரட்சிப் படையின் முதல் பணி. அன்று சிவப்பு

சீருடை அணிந்த புரட்சிப் படையினர் மொத்தப்பேரும் என்னை மாறி மாறி வன்புணர்வு செய்தார்கள். ஒரு நிலைக்குமேல் எனக்கு எதுவும் தெரியவில்லை. மயங்கி விட்டேன். எத்தனை மணி நேரம் இந்தக் கொடூரம் என் மேல் நடத்தப்பட்டது என்று எனக்குத் தெரியவில்லை. இந்த வகுப்பைத்தான் என் அம்மாவிற்கும் எடுத்திருக்கிறார்கள். என் அப்பாவிற்காக அவள் குழந்தைகளைக்கூட கவனிக்க முடியாமல் இந்த வேட்டை நாய்களுக்கு பலியாகி இருக்கிறாள். அதன் பின் என் அக்கா.. இப்போது நான்....”

அந்த சம்பவத்தை என்னிடம் விவரித்துச் சொல்லும்போதே அவள் முகம் அருவெறுப்பிலும், வேதனையிலும் சுருங்கியது. நடுங்கத் துவங்கிய என் உதடுகளை மிகவும் கஷ்டப்பட்டு பற்களால் கடித்து நிறுத்தினேன். அவளை அனைத்து ஆறுதல் சொல்ல வேண்டும் போல் மனம் துடித்தது. அவளருகே என் கைகளை நீட்டினேன். அவள் என் கைகளை கோபமாகத் தட்டி விட்டாள்.

“சுற்றிலும் பேசிக்கொண்டிருந்த குரல்கள் ஓய்ந்தன. நான் ஓவென்று அழத் துவங்கினேன். இரத்த சகதியில் இருந்த என்னை யாரோ துடைத்தார்கள். யாரோ ஒரு குரல் என்னிடம் சொன்னது,

“ஹுவா இன்று முதல் முறை என்பதால் அப்படித்தான் இருக்கும். பின் உனக்கு இது மிகவும் பிடித்ததாக இருக்கும்!”

இன்னொரு குரல் என்னிடம், “அழாதே ஹுவா. புரட்சி செம்படைக்கு இன்று நீ சேவை செய்திருக்கிறாய். அதனால் விரைவில் உன் தந்தையை நாங்கள் விடுதலை செய்து விடுவோம்” என்று கூறியது.

இன்னொரு குரல், “ஹுவா, இது ஒன்றும் பாவ காரியம் இல்லை. எல்லாப் பெண்களுக்கும் நடப்பதுதான், நீ நல்ல பிள்ளையாமே. அழாதே” என்று அன்பாக என் தலையைத் தடவியது.

செயலற்றுக் கிடக்கும் கந்தலான குப்பை பொம்மை போல என்னை அள்ளித் தூக்கினார்கள். ஆனால் கடைசியாக என்னைத்தூக்கி தோளில் போடும்போது ஒரு குரல் சன்னமாக காதருகில் கேட்டது, “ஹுவா, என்னை மன்னித்து விடு” என்று. அந்தக் குரலுக்குச் சொந்தக்காரன் எவன் என்று பார்க்கத்தான் எனக்கு ஆசை.

நான் எதிர்ப்பு காட்டக்கூடாது என்பதற்காக அவர்கள் என்

சாப்பாட்டில் மயக்க மருந்து கலந்து கொடுத்து விட்டார்கள் என்று எனக்கு விவரம் தெரிந்த பின் நான் தெரிந்து கொண்டேன்.

நான்கைந்து பேர் மாறி மாறி, எலும்பை ஊடுருவும் குளிரில் என்னை வீட்டிற்கு தூக்கி வந்தனர். என்னை வீட்டு வாசலில் விட்டதும் என்னால் காலைத் தூக்கி வைக்க முடியவில்லை. இடுப்புக்கு கீழே என் பாகங்கள் எல்லாம் கழண்டு விழுவது போல ஓர் உணர்வு. ஒருவன் என்னை தூக்கிச் சென்று வீட்டுக் கதவில் சாய்த்து நிற்க வைத்துவிட்டு ஓடி விட்டான். அம்மா வெளியில் எதுவோ சப்தம் கேட்கிறதே என்று கதவைத் திறக்க, நிற்க முடியாமல் சரிந்த என்னைத் தாங்கியபடி, "என்ன ஹுவா?" என்றாள். அக்கா என்னருகில் வந்து என் நிலைமையைப் பார்த்து விட்டு "மாலை வகுப்புக்கு சென்றாயா?" என்று கேட்டாள்.

என்னால் பேசக்கூட முடியவில்லை. "ஆமாம்... பெண்களுக் கான சிறப்பு வகுப்பு..." என்று சொல்லிவிட்டு அழத் துவங்கினேன். அழுதுகொண்டே இருந்தேன். மாவோவின் மேல் புரட்சிப்படைக்கு செய்த சத்தியம் காற்றில் பறந்தது. நான் நடந்தது அத்தனையும் அம்மாவிடம் சொன்னேன்.

ஹுவா உடைந்து போய் ஓவென்று அழுதாள். நான் எழுந்து அவளை அணைத்துக் கொண்டேன். அவள் என்மேல் சாய்ந்துகொண்டு விடாமல் அழுதாள். அழுகையின் தீவிரத்தில் அவள் உடல் நடுங்கத் துவங்கியது. அவள் உடல் பலவீனமாகி துவண்டது.

அன்று அவள் அடைந்த வலி, இன்று எனக்குள் கடத்தப்பட்டு என் எலும்புகள் உடைந்து, சதையை கிழித்துக்கொண்டு வருவது போல் உடல் முழுவதும் பரவி என் நரம்புகளை முறுக்கியது. யாரையாவது ஆத்திரம் தீரும் மட்டும் அடிக்க வேண்டும் போல் தோன்றியது. சீனாவை வலிமை மிக்க நாடாக மாற்றுவேன் என்று சொன்ன மாவோவை நினைத்து ஏளனமாக சிரிக்கத்தான் தோன்றியது.

"ஹுவா, இனிமேல் நீ எதுவும் பேச வேண்டாம். உன்னால் இனி தாங்க முடியாது. நடக்கும்போது இருந்த வலியைவிட அதை நினைத்துப் பார்க்கும்போது வலி இன்னும் அதிகமாக இருக்கும் என எனக்கு தெரியும்" என்று அவளை அமைதிப்படுத்தினேன். என்னால் அடக்க இயலாமல் நானும் அவளுடன் சேர்ந்து அழுதேன். என் தம்பியின் வகுப்பில் அழுது கொண்டிருந்த மாலை வகுப்பு மாணவிகளின் அழுகுரல் என் காதில் எதிரொலித்தது.

மதியம் ஆகிவிட்டது. சிறைக்காவலர்கள் எங்கள் இருவருக்கும் உணவு எடுத்து வந்தனர். இரண்டு உணவுகளும் வேறு வேறாக

இருந்தது. நான் என் உணவை ஹுவாவிற்கு நகர்த்திவிட்டு அவளுடையதை எடுத்துக் கொண்டேன். அவள் அரைமயக்க நிலையில் இதை கவனித்தாள். சோர்வுடன் இருந்தாலும் தன் கதையைத் தொடர்ந்தாள்.

“அம்மாவும் அக்காவும் கதறி அழுது கொண்டிருக்கும்போதே வலியையும், வேதனையையும் மறக்க நான் தூங்கி விட்டேன்.

என் அண்ணன் வீட்டு வாசலில் நின்று கொண்டு யாராவது காப்பாற்றுங்கள் என் அம்மா தூக்கில் தொங்குகிறாள் என்று கத்திய சப்தம் கேட்டுதான் நான் விழித்தேன்.

“அம்மா எங்களை விட்டு போய்விட்டாயே..” என்று அக்கா அழுகிறாள். எதுவோ தொங்கிக்கொண்டிருப்பதை பிடித்துக்கொண்டு என் தம்பி அழுகிறான். என்னவென்று பார்த்தால், அம்மா வாசல் உத்திரத்தில் தூக்கு போட்டுதொங்கிக் கொண்டிருந்தாள்.

செஞ்சீனம் படைத்திட செம்படை அமைத்தவர்! பாட்டாளி வர்க்க விடுதலைக்கு பண்பாட்டுப் புரட்சியைத் தோற்று வித்த சீனத்தலைவர் மாவோவின் அவசரமான அரசியல் முடிவு களால் எங்களைப் போன்ற ஒன்றுமறியாத எத்தனையோ அன்பான குடும்பங்கள் நசுக்கப்பட்டு திசைக்கொருவராக தூக்கி எறியப்பட்டனர்.”

ஹுவா மூச்சுவிட இயலாமல் தவித்தாள். நான் அவளை என் தோளில்போட்டு அணைத்துக்கொண்டு குழந்தையை சமாதானப்படுத்துவதுபோல் மெதுவாக, “ஹுவா.. ஹுவா.. போதும் விடு” என்று கூறினேன்.

சில நிமிடங்களில் எனக்கு எதிரில் இருந்த கண்ணாடி ஜன்னலில் கைதியிடம் இடைவெளிவிட்டு அமருங்கள் என சிறு குறிப்பு எழுதிக் காண்பிக்கப்பட்டது.

அறைக்கதவை திறக்கச் சொல்லி வார்டனுக்கு சைகை காட்டினேன். ஹுவாவை அந்த அறையிலேயே விட்டுவிட்டு, சிறையின் நிர்வாக அதிகாரி அறைக்குச் சென்றேன். ஹுவாவை என் அறையில் இரண்டு நாள் தங்க அனுமதிக்க வேண்டி னேன். முதலில் முடியாது என்று சொன்னவர் நான் எதற்காக சொல்கிறேன் என்பதைப் புரிந்து கொண்டு சரி என்று கூறினார். ஆனால் ஹுவா என்னுடன் தங்கியிருக்கும் இரண்டு நாட்களில் எந்த அசம்பாவிதம் நடந்தாலும் அதற்கு நான்தான் பொறுப்பு என்று எழுதி வாங்கிக் கொண்டார். மீண்டும் ஹுவா இருக்கும் அறைக்கு வந்தால், அவள் எதிரில் இருந்த உணவு முழுவதும்

கண்ணீரால் நிரம்பி இருந்தது. அவளை என் அறைக்கு அழைத்துச் சென்றேன். அடுத்த 24மணி நேரமும் அவள் எதுவும் பேசாமல் மவுனமாகவே இருந்தாள். ஒருவேளை அவளது வலிகளை மறக்க இவ்வளவு நேரம் எடுத்துக்கொள்கிறாளோ என்று நினைத்தேன். இல்லை இன்னமும் இதைவிட அதிகமான வேதனைகள் சொல்லக் காத்திருக்கிறதோ என்று எனக்குப் புரியவில்லை. அவள் அப்பா, அம்மா இறந்த நான்கு நாட்கள் கழித்து விடுதலையாகி விட்டாராம். ஆனால் அவருக்கு அவர் குழந்தைகளை அடையாளம் தெரியவில்லை. சிறையில் அவருக்கு அவர் மனைவி இறந்த விஷயம் சொல்லப்பட்டதாம். உடனே அப்படியே சுவற்றில் சாய்ந்து உட்கார்ந்தபடி அவள் அம்மா பெயரை மட்டுமே மீண்டும் மீண்டும் சொல்லிக்கொண்டிருந்தாராம். அதிர்ச்சி தாங்காமல் அவர் மனநிலை பாதிக்கப்பட்டு சுய நினைவை இழந்து விட்டாராம்.

அவர்களது அப்பா விடுதலை ஆனதும், அவர்களுடன் அவர் வேற்று மனிதர் போலவேதான் வாழ்ந்து வந்தாராம். இருபது வருடங்கள் கழித்துதான் அவருக்கு அப்பா என்ற வார்த்தை பழக்கமாகி இருக்கிறது. யாராவது அப்பா என்று கூப்பிட்டால் திரும்பிப் பார்க்க மட்டும் அவருக்குத் தெரிகிறது. ஹுவாவின் அக்கா திருமணம் செய்து கொள்ளவில்லை. அன்று மாலை வகுப்பில் மயங்கி விழுந்து விட்டாள் என்று அக்காவை வீட்டிற்கு சீக்கிரமே அனுப்பி விட்டதன் காரணம் அவள் கர்ப்பமாகிவிட்டாள் என்பதால். புரட்சிப்படையின் தளபதி இனி அவள் வகுப்பிற்கு வரவேண்டாம் என்று ஆணையிட்டு விட்டான். அப்பொழுது அக்காவிற்கு 15 வயது. அம்மாவிற்கு அவளை மருத்துவமனைக்கு அழைத்துச் சென்று கருக்கலைப்பு செய்ய பயம். ஏனெனில் கல்யாணம் ஆகாமல் கர்ப்பமாகி விட்டவளை, முதலாளி வர்க்கத்தின் பிய்ந்த செருப்பு என்று புரட்சிப்படையினர் தண்டிப்பார்கள். அவளை அவமானப்படுத்தி தெருவில் ஊர்வலம் அழைத்துச் செல்வார்கள். யாருக்கும் தெரியாமல், மூலிகை அரைத்துக் கொடுத்து அவளது கருவை கலைத்து விடலாம் என்று முடிவுசெய்த அன்றுதான் ஹுவா வன்கொடுமைக்கு ஆளானாள்.

அம்மா சொன்ன மருந்து எங்கே கிடைக்கும் என்று அக்காவுக்கு தெரியவில்லை. முடிந்தவரை தன் வயிற்றை மறைக்கப் பார்த்தும் முடியவில்லை. அம்மா என்றோ சொன்ன ஞாபகத்தில் மூன்று விஷங்களை ஒன்றன் பின் ஒன்றாக விழுங்கி விட்டு பள்ளியில் மயங்கி விழுந்து விட்டாள் அக்கா. பள்ளி நிர்வாகம் மருத்துவமனையில் சேர்த்து இறந்து போன கருவை எடுக்க இயலாமல் அவளது கர்ப்பபையையே எடுத்து விட்டனர்

மருத்துவர்கள். அதன் பிறகு அவள் மோசமான நடத்தை கெட்டவள் என்ற பட்டத்தை சுமந்து திருமணமே செய்து கொள்ளாமல் வாழத் துவங்கி விட்டாள்.

நான் ஹு‍வனான் சிறையைவிட்டுக் கிளம்பும் முன் கடைசியாக இன்னொரு பேட்டியையும் எடுத்தேன். சில வருடங்களுக்கு பிறகு ஹு‍வாவிற்கு பள்ளியின் பொருட்களை ஒதுக்கி வைக்குமறையில், "நீ யார்?" என்று பெண்கள் குறித்த ஒரு புத்தகம் கிடைத்திருக்கிறது. அதில் பெண்களின் உடற்கூறுகள் பற்றியும், சீனாவில் பெண்களின் கற்பு நிலை பற்றிய கருத்துகள் என்ன என்பதெல்லாம் விவரமாக சொல்லப்பட்டிருந்திருக்கிறது. அதன்பின்தான் தனக்கு என்ன நடந்ததென்று அவளுக்கு தெரிந்திருக்கிறது. அவளுக்கு இளமைக்கே உரிய கனவுகளும், காதல் எண்ணங்களும் இல்லாமலே போய்விட்டது. திருமணம் செய்துகொண்டு கனவுகளுடன் முதலிரவை எதிர்கொள்ளும் பெண்ணின் மனநிலை அவளுக்கு இல்லை. பாலியல் எண்ணம் வந்தாலே, பல குரல்கள் அவள் காதில் ஒலிக்கத் துவங்கி விடும். மீண்டும் மீண்டும் மாலை வகுப்பில் அவர்கள் எடுத்த புரட்சிப் படையின் பாடங்கள் நினைவிற்கு வந்து அவளுக்கு குமட்டல் எடுக்கத் துவங்கிவிடும். ஆனால் இதையும் தாண்டி ஹு‍வாவை ஒருவன் உயிருக்கு உயிராக நேசித்தான். அவனது காதலில் மயங்கி ஹு‍வா அவனைத் திருமணம் செய்து கொண்டாள். அவன் மிகவும் அன்பானவன். சீனாவில் திருமணத்தன்று நடக்கும் முதலிரவில் பெண்ணின் பிறப்புறுப்பை இதற்கு முன்பு அவள் உடலுறவில் ஈடுபட்டிருந்தாளா என்று சந்தேகப்பட்டு சோதிக்கும் ஆண்கள் இருக்கிறார்கள். அவன் ஒருபோதும் ஹு‍வாவின் கற்பு குறித்து சந்தேகப்படவில்லை. ஆனால் தான் பள்ளியில் படிக்கையில் விளையாடும்போது அடிபட்டு அந்தப் பகுதி சிதைந்து விட்டதாக அவனிடம் அவள் கூறி விட்டாள்.

1990களுக்கு முன்பு சீன குடும்பத்தில் எல்லோரும் ஒரே அறையில் படுத்து உறங்குவதும், கணவன் மனைவிக்கு மட்டும் இடையில் ஒரு துணியால் ஆன தடுப்பைப் போட்டு மறைத்துக் கொள்வதும் பழக்கமாக இருந்தது. தம்பதியினர் இருட்டில் சின்ன சப்தம்கூட வராமல் எச்சரிக்கை உணர்வுடன் உடலுறவில் ஈடுபடுவார்கள்.

ஹு‍வாவும் அவளது கணவனும் அவர்கள் குடும்பத்துடன் ஓர் அறைக்குள் வசித்தனர். எனவே இருட்டில் யாரும் அறியாமல் ஹு‍வாவுடன் அவன் நெருங்கும் சமயங்களில் எல்லாம் அவளுக்கு குழந்தைப் பருவத்தில் நடந்த வன்கொடுமை நினைவுக்கு வந்து பயத்தில் அலறிவிடுவது வழக்கமாக இருந்திருக்கிறது. ஏன்

அவள் இப்படி நடந்து கொள்கிறாள் என்று புரியாமல் அவளது கணவன் அவளை சமாதானப்படுத்தினாலும் அவளால் விரும்பி அவனுடன் இணைய முடியவில்லை. அவனுக்கு அவள் மீது காதல் அதிகம் என்பதால் அவனது பாலியல் கனவுகளை புறந்தள்ளிவிட்டு அவளுடன் வாழலானான்.

சில வருடங்களுக்குப் பின் ஹுவா அவள் கணவனிடம் நாம் இருவரும் இணைந்து வாழ முடியாது. உடலுறவில் நான் இதுவரை உங்களால் திருப்திப்படவில்லை. எனவே நாம் பிரிந்து விடுவோம் என்றவுடன் அவன் மனம் உடைந்து சீனாவின் ஒதுக்குப்புறத்தில் உள்ள பின்தங்கிய கிராமம் ஜுஹ்பாய்க்கு சென்று விட்டான்.

ஹுனான் சிறைச்சாலையில் இரண்டு மூன்று நாட்கள் தங்கி ஹுவாவை பேட்டி எடுத்துவிட்டு மலையின் அழகை ரசித்துக் கொண்டு ஜீப்பில் போகும்போது எனக்கு மீண்டும் ஹுவாவின் குரல் காதில் ஒலித்தது.

"என் அன்பான கணவன் என்னை விட்டுப் பிரிந்து சென்றான். என் இதயமே பிடுங்கிக் கொண்டு போவது போன்ற வேதனையை அடைந்தேன். நான் யோசித்துப் பார்த்தேன். பதினோரு வயதில் நான் ஒரு ஆணை திருப்திப்படுத்த வேண்டும். இருபது வயதில் அவர்களுக்கு பைத்தியம் பிடிக்க வைக்க வேண்டும். முப்பது வயதில் அவர்கள் உயிரை அவர்கள் இழந்ததாய் தவிக்க வைக்க வேண்டும், நாற்பது வயதில்..? சில நேரங்களில் இதுபோன்ற காமுக ஆண்களுக்கு என் உடலைக் கொடுத்து அவர்கள் என்னால் முடியவில்லை என்று சொல்லும்வரை விடக்கூடாது என்று நான் யோசிப்பதுண்டு. அவர்களுக்குப் புரிய வைக்க வேண்டும் ஒரு பெண்ணைப் புணர்ந்து பெறும் இன்பம் என்றால் என்னவென்று. என்னை சிறுவயதில் துன்புறுத்திய சிவப்பு புரட்சிப் படையினரின் வீட்டை அழித்து, அவர்கள் குடும்பத்தைப் பிரித்து அவர்களைப் பழி வாங்கவேண்டும் என்று சில சமயங்களின் வெறி பிறப்பதுண்டு. எல்லா ஆண்களையும், மொத்தமாக நான் பழி வாங்க வேண்டும். அவர்களைத் துன்புறுத்த வேண்டும் என்று நான் விரும்புகிறேன். பெண் என்பதால் எனக்குக் கிடைக்கும் மதிப்பில் எனக்கு பெரிய ஒப்புதல் இல்லை. நான் நிறைய ஆண்களுடன் இருந்திருக்கிறேன். அவர்களுக்கு என்னை வைத்து உல்லாசம் கிடைக்கிறது என்றால் கிடைக்கட்டும். இந்த காரணங்களுக்காக நான் இரண்டு முறை உடல் உழைப்புச் சிறைக்கு அனுப்பப்பட்டிருக்கிறேன். அங்கு மட்டும் பெண்களுக்கு என்ன நடக்கிறது? பகலெல்லாம் வயல் வெளிகளில் வேலை செய்துவிட்டு, இரவில் அந்த விவசாயிகள் எங்கள் யோனியில்

தங்களைப் புதைக்க, வேலை செய்ய வேண்டும். இதுதான் சீனா கண்ட புரட்சி.

இரண்டு தடவை கைதாகி சிறைக்கு அனுப்பப்பட்டிருக்கிறேன். முகாமில் இருக்கும் அரசியல் பயிற்றுவிப்பாளர் என்னைத் திருத்த முடியாத பெண் குற்றவாளி என்று குறிப்பிட்டிருக்கிறார். அதுபற்றி எனக்குக் கவலையில்லை. என்னைப் பார்த்து இவள் வெட்கம் கெட்டவள் என்று யாராவது திட்டினால் அதற்காக நான் வருத்தப்படுவதில்லை. கூட்டமாக ஆண்களுக்கு முன்னால் எந்தக் கூச்சமும் இல்லாமல் நிர்வாணமாக நிற்க முடியும். உனக்கு என்ன வேணும்? வா பார்த்துக்கொள் என்று சிவப்புக் காவலர்களைப் பார்த்து சிரிக்க முடியும். வெட்கம் கெட்ட முரட்டுப் பெண்ணாக என்னை மாற்றியது யார்? எந்த சமூக அமைப்பு என் உடல் கூச்சத்தைப் போக்கி என் பெண்மையை மறக்கடித்தது? எனக்கும் என் வாழ்விற்கும் எந்த சம்பந்தமும் இல்லை. என் மன உணர்வுகளுக்கும், என் நடத்தை கெட்டதனத்துக்கும், சீனாவின் மாபெரும் புரட்சி அரசியல் மட்டுமே பொறுப்பேற்க வேண்டும். ஒன்றுமறியா ஆட்டு மந்தை மனிதக் கூட்டத்தை சேர்ந்தவர்கள் என்னைப் பற்றி கேவலமாகப் பேசும்போது, அவர்களைப் பார்த்து நக்கலாக சிரித்துவிட்டு நான் அகன்று விடுவேன். அவர்கள் மேல் நான் கோபப்படுவதும் இல்லை. எல்லா சீனர்களும் அவர்களது முகத்தைப் பற்றி மட்டுமே கவலை கொள்கிறார்கள். ஆனால் ஒருவரும் அந்த முகம் எப்படி அவர்கள் உடலுடன் ஒட்டியிருக்கிறதென்று யோசிப்பதில்லை. என் அக்காதான் என்னை நன்கு புரிந்து வைத்திருப்பவள். அவளுக்குத் தெரியும் என் பாலியல் வன்கொடுமையை மறக்க நான் எந்த எல்லைக்கும் செல்வேனென்று. இதனாலேயே என்னை மிகவும் ரசித்து என் அருகில் வந்து என்னுடன் உறவு வைத்துக் கொள்ள விரும்பும் ஆணிற்கு நான் மறுப்பு சொல்வதில்லை. வன்புணர்வில் கிழிக்கப்பட்ட என் யோனிக்கு இந்த நேசம் மிகுந்த புணர்வில் ஆறுதல் கிடைப்பதாக உணர்கிறேன்."

நான் மீண்டும் வானொலி நிலையத்துக்கு வந்ததும் இருவருக்கு நான் தொலைபேசியில் அழைத்து உரையாடினேன். ஒன்று மகப் பேறு மருத்துவர். அவளிடம் ஹுவாவின் அடங்காத பாலியல் நடத்தையை மாற்ற எதுவும் வழி இருக்கிறதா? அவளுக்கு நடந்த கொடுமையான சம்பவங்களால் பாதிக்கப்பட்ட அவள் மனநிலையை மாற்ற இயலுமா?

மருத்துவர், இதுபோன்ற கேள்விகளை இப்பொழுதுதான் முதன் முறையாக எதிர்கொள்கிறேன் என்று கூறினார். அந்தக்

காலகட்டத்தில் சீனாவில் மனநோய்க்கு எந்த சிகிச்சையும் கிடையாது. உடல் நோய்க்கு மட்டும்தான் மருத்துவம் இருந்தது.

அடுத்து நான் அழைத்தது தலைமைக் காவலரை. அவரிடம் ஹுவா ஜப்பான் நாட்டைச் சேர்ந்தவள். அதைக் காரணம்காட்டி அவளை வேறு ஏதாவது நல்ல சிறைக்கு மாற்ற இயலுமா என்று கேட்டேன்.

அப்படி ஹுவா ஜப்பானைச் சேர்ந்தவள் என்றால் அமைதியாக இருப்பது புத்திசாலித்தனம். அவளது பாலியல் குற்றங்கள், சமூக விரோதச் செயல்கள் எல்லாமே அவள் வெளிநாட்டவர் என்றால் வேறுவிதமாக திரிக்கப்பட்டு அவளுக்கு மேலும் ஆபத்தைத் தேடித்தரும். அவள் ரகசிய உளவாளி என்றுகூட அவளைச் சித்ரவதை செய்யலாம். அதனால் இதை இப்படியே விட்டு விடு என்றார்.

சீனாவின் கலாச்சார புரட்சிக் காலத்தில் வாழ்ந்த அனைவருக்கும் தெரியும், வெளிநாட்டு உடையணிந்த பெண், வெளிநாட்டு தொடர்புகள் உடைய பெண் எப்படி சமூகத்தில் இழிவாக பேசப்பட்டு அவமானப்படுத்தப்பட்டாளென்று. அந்தப் பெண்களின் தலைமுடியை தங்கள் விருப்பத்துக்கு ஏற்ப செம்படை புரட்சி சிவப்புக் காவலர்கள் வெட்டி மகிழ்வார்கள். பெண்களின் தலையை மொட்டையடிப்பது அவர்களுக்கு பொழுதுபோக்கு. அந்தப் பெண்கள் முகம் முழுவதும் உதட்டுச் சாயத்தை பூசி சாலைகளில் நடக்க விடுவார்கள். நான் ஏழு வயதாக இருக்கும்போது தெருக்களில் பெண்களை அவமானப்படுத்தி ஊர்வலம் விட்டதை பார்த்திருக்கிறேன். மறு பிறவிகளில் எனக்கு நம்பிக்கை இல்லை. இருந்தாலும், இன்னொரு பிறவி என்று ஒன்று இருந்தால் நான் பெண்ணாக பிறக்கவே கூடாது. ஏன் இந்த மனித மிருகங்களாகவும் பிறக்கக் கூடாது. அதற்கு காட்டில் வாழும் ஏதோவொரு மிருகமாகப் பிறந்து சுதந்திரமாக வாழலாம்.

நான் பல பெண்களை பேட்டி எடுத்திருந்தாலும் மறக்க முடியாத சம்பவம் ஒன்று இன்று நினைவுக்கு வருகிறது.

1989இல் மலைமேல் வாழும் விவசாயப் பெண்மணி ஒருவரை சந்தித்தேன். வறுமை அவள் முகத்தில் சுருக்கங்களாக கோடுகள் போட்டிருந்தது. கிராமத்துப் பெண்களுக்கே உரிய வெகுளித்தனம் அவள் முகத்தில் பிரதிபலித்தது. எனக்கு உணவு கொண்டுவந்து கொடுத்த அவள் கைகள் நிலத்தில் வேலை பார்த்து இறுகிப்போய், கரடுமுரடாக காணப்பட்டது. ஆனால் இவை எல்லாவற்றையும் மீறி அவள் கண்களில் ஒரு தேஜஸ்

தெரிந்தது. அவள் பேசும்போது வார்த்தைகளில் கிராமத்து வாடை இல்லை. அதைவிட குரலில் நல்ல இனிமையும், வித விதமான அதிர்வுகளும் உணர முடிந்தது. தேர்ந்த இசைப் பயிற்சியாளர்கள் குரலில்தான் இவ்வகையான அதிர்வுகள் சாத்தியம் என்பது எனக்குத் தெரியும். எனக்குப் பாட்டுப்பாட வராதே தவிர, நான் இசையை மிகவும் ரசிப்பவள். என் ரசனைக்கேற்ற பாடல்களை என் நிகழ்ச்சியில் ஒலிபரப்புவதை ரசிப்பதற்கென்றே பல நேயர்கள் காத்திருப்பார்கள். அதனால் என்னால் அந்த விவசாயப் பெண்மணியிடம் ஏதோ ஒரு தனித்துவத்தை உணர முடிந்தது. நானும் அவளும் தனிமையில் அமர்ந்திருக்கும்போது, அவளுக்கே கேட்காத குரலில் அவள் எதையோ முணுமுணுப்பதைப் பார்த்தேன். அவள் அடிக்கடி இப்படி தனிமையில் தனக்குத்தானே பேசிக்கொள்வதை நான் இரண்டு மூன்று முறை கவனித்தேன். அப்படி அவளுக்கு என்ன பிரச்சனை இருக்க முடியும். இந்த அருமையான சூழலில், நகரத்தின் பரபரப்பு இல்லாத அமைதி வாழ்வில்.... நிச்சயம் இந்த விவசாயிகள் கொடுத்து வைத்தவர்கள். இவர்கள் நிம்மதியான வாழ்விற்கு சொந்தக்காரர்கள் என்று நினைத்துக்கொண்டே அவள் பின்னால் அவளுக்கே தெரியாமல்போய் நின்றுகொண்டேன். அப்பொழுதுதான் அவள் முணுமுணுக்கவில்லை என்று புரிந்தது. எனக்குப் பிடித்த ஒரு நல்ல பாடலை பாடிக் கொண்டிருந்தாள். மிகவும் ஆச்சரியத்துடன், நகரத்துக்கு தொடர்பே இல்லாத மலைகிராமத்து பெண்மணியான நீங்கள் எப்படி இவ்வளவு அழகாக இந்த கடினமான பாடலைப் பாடுகிறீர்கள் என்று நான் அவளைக் கேட்டேன். அவள் சுற்றும் முற்றும் பார்த்துவிட்டு ரகசியக் குரலில் வேதனையுடன் கூறினாள். “தயவு செய்து நான் பாடினேன் என்று இங்கு யாரிடமும் சொல்லி விடாதீர்கள்.” மேலும் அவள் கூறியதைக் கேட்டு எனக்கு வியப்பு தாங்கவில்லை. சீனாவின் மிகப் பிரபலமான இசைக் கல்லூரியை கூறி அங்கு தான் இசையை முறையாகப் பயின்றவள் என்றாள். என்னால் நம்ப முடியவில்லை. ஓர் இசை மேதைக்கான எந்த அறிகுறியும் அவளிடம் இல்லை. ஆனால் இசை பற்றிப் பேசும்போது அவள் கண்கள் மின்னின. அந்த வயோதிகத்தை மீறி ஓர் ஆர்வம் அவள் முகத்தில் மிளிர்ந்தது.

ஒருவேளை அவள் உண்மையைத்தான் சொல்கிறாளோ என்று அவளை மேலும் விசாரித்தேன். அவள் மறைத்து வைத்திருந்த தன்னுடைய புகைப்படங்கள் சிலவற்றைக் காண்பிக்க என் சந்தேகமெல்லாம் காணாமல் போனது. அவளும் அவள் குடும்பத்தினரும் அமெரிக்காவில் சில காலம் வசித்திருந்திருக்கின்றனர். அவள் மீண்டும் சீனாவுக்கு

திரும்பி வரும்போது அவளுக்கு பத்து வயது. பெய்ஜிங்கில் உள்ள பிரபல இசைக் கல்லூரியில் சேர்ந்து அவளது இசை ஆர்வத்திற்கு பயிற்சி எடுத்திருக்கிறாள். கலாச்சார புரட்சி மற்றும் சீனப் பண்பாட்டு புரட்சியின் விளைவாக, புரட்சி செம்படையினர் இவர்கள் குடும்பத்தை அவர்களது அமெரிக்க தொடர்புகளுக்காக கைது செய்து சிறையில் அடைத்தனர். அவர்களின் ஒரே மகளான இவரை அவளது 19 வயதில் மலைமேல் இருக்கும் விவசாய நிலங்களில் பணி புரிய "உடல் உழைப்பு சிறைக்" கைதியாக, இவள் இனி வாழ்வில் பாடவே கூடாது என்ற நிபந்தனையுடன் அனுப்பியிருக்கின்றனர். மலைமேல் இருக்கும் புரட்சி செம்படையினரோ அவளை ஏழ்மையில் வாடும் விவசாயி ஒருவனுக்கு கட்டாயத் திருமணம் செய்து வைத்துவிட்டனர். சமையலுக்கு எண்ணெய்கூட வாங்க இயலாத வறுமையில் இன்றுவரை அவள் வாழ்ந்துகொண்டிருக்கிறாள். அவளுக்கு இன்று சீனாவில் என்ன மாற்றம் வந்திருக்கிறது என்று எதுவும் தெரியவில்லை. ஆனால் தன் மனதுக்கு வேதனை வரும்போதெல்லாம் மலைமேல் யாருமில்லா ஏகாந்தத்தில் அமர்ந்து ரகசியக்குரலில் தனக்கு தெரிந்த பாடல்களைப் பாடி அவளை அவளே சமாதானம் செய்துகொள்வது வழக்கமாம். நான் அவளிடம் பேசிவிட்டு கிளம்பும்போது, "இன்னமும் அந்த அமெரிக்க இராணுவ வீரர்கள் வியட்நாமில்தான் இருக்கிறார்களா?" என்று அவள் கேட்டாள்.

என் அப்பாவிற்கு தெரிந்த பெண்மணி நீண்ட நாட்களாக இந்தியாவில் வசித்தவள் சீனாவுக்குத் திரும்பிவிட்டாள். அவளுக்கு ஐம்பது வயதிருக்கும். அவள் ஆசிரியை. மிகவும் நல்லவள். எந்த மாணவனுக்காவது பணம் இல்லையென்றால் கொடுத்து உதவுவது, எல்லோரையும் அன்புடன் நடத்துவது என அருமையான பெண்மணி. அவளுக்கு இந்தக் கலாச்சார புரட்சிப் படையினரால் ஆபத்து வரும் என்று ஒருவரும் நினைக்கவில்லை. அவள் இரண்டு வருடம் மறு சீரமைப்பு என்று சித்திரவதை செய்யப்பட்டாள். இது அவளது ஆடையினால் வந்த சோகம்.

இந்த ஆசிரியை கண்ணைக் கவரும் வண்ணங்களில் உடை உடுத்துவாள். மாவோவின் சீன உடைகள் மிகவும் ஆணியல்பு கொண்டதாக இருக்கிறதென்று இவள் எப்பொழுதும் இந்தியப் பெண்கள்போல புடவை அணிந்து அதன்மேல் சீன உடையணிவாள். ஆனால் புரட்சி செம்படை காவலர்களால், அவள் தன் சொந்த நாட்டை அவமதிக்கிறாளென்றும், வெளிநாட்டு மோகத்தில் சொந்த நாட்டிற்கு எதிராக

செயல்படுகிறாள் என்று குற்றம் சாட்டப்பட்டாள். அதனால் அவளிடமிருந்து உதவி பெற்ற மாணவர்களும் பாதிக்கப்பட்டனர். அந்த ஆசிரியை அதன் பிறகு புடவைக் கட்டவே இல்லை. ஆனால் அவள் மரண ஊர்வலத்தில் இப்படி எழுதப்பட்டது. "புடவை அழகான உடை."

சீனத்தலைவர் மாவோ, 1966ஆம் ஆண்டு மே 16ஆம் நாள் பண்பாட்டுப் புரட்சியொன்றைத் தொடங்குவதாக அறிவித்தது, மாவோவின் அதிகாரத்திற்கு சவாலாக இருந்தவர்களை குறி வைத்து அமைந்தது. இத்தகையவர்களை புரட்சிக்குப் பிந்திய வகுப்புப் போராட்டம் மூலம் இனங்கண்டு நீக்க வேண்டும் என மாவோ வலியுறுத்தினார். இதுதான் சீனாவின் 'பண்பாட்டுப் புரட்சி'யின் காலம். வளமான வலிமையான சீனா உருவாகவே இந்த நடவடிக்கைகள் என்று மாவோ கூறினார். ஆனால் இக்காலத்தில்தான் சீனாவில் பரவலான சமூக, அரசியல் கிளர்ச்சிகள் சீனர்களின் இயல்பு வாழ்வை பாதிக்கும் வண்ணம் அரங்கேற்றப்பட்டன. இதனால் நாடு தழுவிய குழப்பநிலையும், பொருளாதார ஒழுங்கின்மையும் நிலவியது. 1966 லிருந்து 1976 வரையிலான காலங்கள் சீனாவை வளமான சீனாவாக மாற்றாமல், கலாச்சார சீர்திருத்தத்தின் கொடுமையான நிகழ்வுகளால் சீனாவின் இருண்ட காலமாகவே விளங்கியது.

சீனப் பெண்களின் உடை ஆண்கள் உடையில் இருந்து வடிவமைக்கப்பட்டது. பெண்களுக்கான பிரத்யேகமாக வடிவ மைக்கப்பட்ட பொருட்களைக் காண்பது அரிது. ஒப்பனைகள், அழகான உடைகள், நகைகள் போன்றவைகள் கல்வியாளர்களுக்கு மறுக்கப்பட்டது. சீர்திருத்த காலங்களின் சீனர்கள் இயல்பாகவே எதையும் எதிர்க்கும் சக்தி இல்லாதிருந்தனர். எல்லா நிலைகளிலும் மனிதன் சீர்திருத்தத்தை நினைவில்கொள்ள வேண்டியிருந்தது. முதலாளித்துவ பாலியல் விருப்பங்கள் முச்சந்திக்கு இழுத்து வரப்பட்டு தண்டனைக்கு உள்ளாக்கப்பட்டது. சிலருக்கு அவர்கள் சொந்த வாழ்க்கைக்கூட விரக்தியில் முடிந்தது. சீனாவில் பெரும்பான்மையோர் அந்த இருண்ட காலத்தில் வெறுமையான பாலியல் வாழ்வையே வாழ்ந்தனர். அதில் அதிகமானோர் பெண்களே. அவர்கள் வாழ்வில் முக்கியமாக, ஆண்கள் சிறையில் அடைக்கப்பட்டிருப்பார்கள். அல்லது இருபது வருடங்களுக்கும் மேலாக சீர்திருத்த கட்டமைப்பு பள்ளிகளுக்கு அனுப்பப்பட்டுவிடுவர். அவர்களது மனைவிகள் கைம்பெண் வாழ்வை வாழ்வார்கள்.

சீன சமூகத்துக்கு கலாச்சார சீர்திருத்தம் என்ன தீங்கு செய்ததென்று கணித்தால், இயற்கையான பாலியல் உந்துதலை

சீரழித்தது என்பதையும் கணக்கில் கொள்ள வேண்டும். சீனப் பழமொழி ஒன்று இருக்கிறது “எல்லோர் வீட்டிலும் ஒரு புத்தகம் இருக்கும். அதிலுள்ள சிறந்த பக்கங்கள் வாசிக்கப்பட்டதே இல்லை.” நிறைய சீனக்குடும்பங்கள், கலாச்சார சீர்திருத்த காலத்தில் அவர்களுக்கு என்ன கொடுமை நடந்தது என்பதை சொல்ல முன்வருவதே இல்லை. புத்தகத்தின் அந்த பக்கங்கள் கண்ணீரால் ஒன்றுடன் ஒன்று ஒட்டிக்கொண்டன. அவற்றை ஒருபோதும் திறந்து பார்க்க முடியாது. எதிர்கால தலை முறையினரும், வெளிஆட்களும் அதனுடைய மங்கலான தலைப்பையே பார்க்க இயலும். நீண்ட கால பிரிவுக்குப் பிறகு ஒன்றிணையும் குடும்பங்களின் மகிழ்ச்சியைப் பார்ப்பவர்களுக்கு, அவர்கள் பிரிந்திருந்த காலத்தில் அவர்களது வலிகளையும் வேதனைகளையும் எப்படித் தாங்கினார்கள் என்று கேட்கும் மனவலிமை கிடையாது.

பெரும்பாலும் குழந்தைகள் அதிலும் குறிப்பாக பெண் குழந்தைகள் சீனப் பண்பாட்டுப் புரட்சியால் பாதிக்கப்பட்டவர்கள். அந்த வயதுக்கே உரிய பாலியல் ஈடுபாடு இல்லாமல் வாழ்வில் விரக்தியுடன் வாழ்ந்தனர். பண்பாட்டுப் புரட்சி என்ற பெயரில் பெண் குழந்தைகள் அறியாமை, முட்டாள்தனம், தைரியமின்மை போன்ற சூழல்களில் வளர்க்கப்பட்டனர். பள்ளிகள், கல்வி நிலையங்கள், ஏன் சொந்த தாய் தந்தையர்கூட குழந்தைகளுக்கு பாலியல் குறித்த அடிப்படை அறிவைச் சொல்லிப் புரியவைக்க பண்பாட்டுப் புரட்சி தடைசெய்தது. அது மட்டுமல்ல படித்த ஆசிரியைகள் மற்றும் பெற்ற தாய்மார்கள்கூட பாலியல் குறித்த பெரிய அறிவு இல்லாமல் மழுங்கடிக்கப்பட்டனர். விவரம் புரியாமல் வளர்க்கப்பட்டதால், பெண் குழந்தைகள் உடலள வில் வளர்ச்சியடைந்ததும், மிக எளிதாக வன்புணர்வுக்கு ஆளாவதும், பாலியல் மிருக இச்சைக்கான வலையில் எளிதில் சிக்கிக்கொள்வதுமாக சீனாவின் பெண்கள் வாழ்வே உருக் குலைந்து போனது. ஹாங்க் சூ என்ற பெண் ஈயின் தொடு உணர்ச்சியில் மகிழ்ந்து போகிறாள், அவள் வாழ்வில் கிடைத்த சிலாகிக்க கூடிய உணர்வு அது மட்டும்தான். ஹுவாவின் வாழ்வை சீனப் பண்பாட்டுப் புரட்சி வன்புணர்வு செய்தது. தலைவரின் மனைவியோ நல்ல கணவனுக்கு வாழ்க்கைப்படாமல், அரசியல் கட்சியை மணந்து வேதனைப்படுகிறாள். நாற்பது வயதாகியும் சிலின் இன்னமும் தான் வளர்ந்த பெண் என்பதை உணரவில்லை. வளரும்போதே அவள் பெண்மை நசுக்கப்பட்டது.

இதில் தவறிழைத்தவர்கள், சம்பந்தப்பட்ட பெண்களின் நம்பிக்கைக்குரிய ஆசிரியர்கள், அவர்களின் நண்பர்கள், சில சம்பவங்களில் அவர்களின் சொந்த அப்பாக்கள், அண்ணன்கள்.

இவர்களெல்லாம் தங்களுக்குள் எழுந்த பாலியல் மிருக இச்சையை அடக்க முடியாமல், ஒரு பெண் உடல் வேண்டும் அது யாரென்றாலும் பரவாயில்லையென்று சுயநலமாக, தன் உடல்வெறி தணிந்தால் போதுமென்ற மனநிலையில் கொடூரமாக பெண்ணை வன்புணர்வு செய்தார்கள்.

ஆண்களின் அருவெறுப்பு நடவடிக்கைகளால் பாதிக்கப் படும் பெண் உடலால் மட்டுமல்ல, மனதாலும் அதிகம் வேதனை யடைந்து வாழ்வில் நம்பிக்கையிழந்து கனவுகளைத் தொலைத்து, மென்மையான காதலுணர்வு, பூ மலர்வதைப்போல நடக்கும் உடல் இயக்கம், புணர்வின் பரவசம் எதுவும் அறியாமல், வாழ்வை இயந்திரம்போல் வாழ்ந்து கடந்து போகிறாள். சீனப் பண்பாட்டுப் புரட்சியின்போது, செம்படையால் பாதிக்கப்பட்ட பெண்களின் கண்ணீர்க் கதைகளை கேட்கத் துவங்கினால், சுமார் இருபது வருடங்கள் ஒரே மாதிரியான கொடூர மனநிலை கொண்ட ஆண்களின் வன்புணர்வு கதைகளை மட்டுமே கேட்க வேண்டியிருக்கும். அத்தனையும் பெண்களுக்கெதிரான வன்கொடுமைகள் பற்றிய கதைகளாகவே இருக்கும்.

சீனப் பண்பாட்டு புரட்சியில் பாதிக்கப்பட்ட ஹுவா மற்றும் ஏனைய பெண்களின் வாழ்வில் கொண்டாட்டத்தையும், இளமையையும் திரும்பக் கொண்டு வர இயலாது. அவர்கள் இறக்கும் வரையிலும், இருளில் நடந்த பாலியல் வன்கொடுமையின் அடையாளங்களான நினைவுகளை, கசப்பான சம்பவங்களை சுமந்தே தீரும் கொடுமையை அனுபவித்தே ஆக வேண்டும்.

ஒருநாள் அலுவலகத்திற்கு வந்த நேயர் கடிதங்களை படித்துக்கொண்டிருந்த மேங்க்சிங் கேட்டாள், “எனக்கு ஏனென்று புரியவில்லை. ஏன் இந்த நடுத்தர வயதைத் தாண்டிய பெண்கள் ஒரே மாதிரியான பழைய பாடல்களையே விரும்பிக் கேட்கிறார்கள். ஏன் அவர்கள் தங்களைச் சுற்றி இயங்கும் உலகம் எங்கு போய்க் கொண்டிருக்கிறது? புதிதான சிந்தனைகள், புதிய இசை இவற்றை ரசிக்க மாட்டேன் என்கிறார்கள். நவீன ரசனைகளுக்குத் தக்கவாறு மாற வேண்டாமா? ச்சே! பழமைவாதிகள்” என்றாள்.

பிக் லீ தன் கையில் உள்ள பேனாவால் மேஜையில் தட்டியபடி, “ஒரு விஷயத்தை நீ நினைவில் கொள்ளவேண்டும். சீனாவில் நடுத்தர வயதுப் பெண்களுக்கு அனுபவிக்க இளமை என்ற ஒன்று இல்லாமலே இருந்தது. இளமையின் கொண்டாட்டம் அவர்கள் அறியாதது. அன்றைய விட்டுப்போன கொண்டாட்டங்கள் குறித்த ஏக்கம்தான் அந்த பழைய இசையைக் கேட்க வேண்டிய விருப்பம். இது பழமை வாதம் அல்ல. சீனாவின் சாபம்” என்றார்.

14

வேலை வேலை, என்று ஓடிக்கொண்டே இருந்ததில் வாழ்வில் நிறைய சந்தோசங்களை இழந்துவிட்டதாக உணரத் துவங்கினேன். எனக்குப் பிடித்த இசையை ரசிப்பதற்கும், எனக்கு விருப்பமான செயல்களை ரசித்து செய்வதற்கும் எனக்கான தனிப்பட்ட நேரத்திற்காக நான் ஏங்கினேன். 1995ஆம் ஆண்டு இலையுதிர்க்கால துவக்கத்தில், எனக்கு கொடுக்கப்பட்ட 'நிகழ்ச்சி மேம்பாட்டு வளர்ச்சி மற்றும் திட்ட இயக்குனர்' பதவியை ராஜினாமா செய்ய கடிதம் கொடுத்தேன். என் ராஜினாமாவுக்கான காரணங்களாக "ஒரே நேரத்தில் இரண்டு மூன்று வேலைகளை கவனிக்க எனக்கு இயலவில்லை. என்னுடைய வானொலி நிகழ்ச்சி பிரபலமாகி விட்டதால், அதற்காக நான் பேட்டி எடுப்பது, நிகழ்ச்சி ஒருங்கிணைப்பது, நேயர் கடிதங்களுக்கு பதிலளிப்பது என வேலைப்பளு அதிகமாகி விட்டது. நிகழ்ச்சி சம்பந்தமாக நான் நிறைய கூட்டங்களுக்கு செல்ல வேண்டியிருக்கிறது. நிறைய ஆட்களைச் சந்திக்க வேண்டி இருக்கிறது என்று குறிப்பிட்டிருந்தேன். எனக்கு நிறைய சீனப் பெண்களைச் சந்திக்க வேண்டும் என்ற வேட்கை நாளுக்கு நாள் அதிகமானது.

என் அதிகாரிகள் என் மனநிலை புரிந்து ராஜினாமாவை ஏற்றுக் கொள்வார்கள் என்றுதான் நினைக்கிறேன். ஒரு வேளை அவர்கள் ஒத்துக்கொள்ள

மறுத்தால் என் வேலையை முழுவதுமாக ராஜினாமா செய்வது என்ற தீர்மானமான முடிவிலும் இருந்தேன். நான் அந்த வேலையில் நீடிக்கும் வரைதான் என்னுடைய பொதுஜனத் தொடர்பையும், சமூக அமைப்புகளில் எனக்கு இருக்கும் செல்வாக்கையும், என் புகழையும் அவர்கள் பயன்படுத்திக்கொள்ள முடியும்.

நான் இவ்வாறு முடிவெடுத்ததும், என் எதிர்காலத் திட்டம் என்ன என்பது பற்றியும், இனி நான் என்ன செய்யப்போகிறேன் என்பது பற்றிய விவாதங்களும், அனுமானங்களும் களைகட்டின. எதிர்காலத்தில் பல உயரங்களை எளிதாக நான் அடைய வழி வகுக்கும் நல்ல பதவியை ராஜினாமா செய்வதன் நோக்கம் என்ன என்பதை ஒருவராலும் கணிக்க முடியவில்லை. சிலர் சொல்கிறார்கள் நான் புதிய நிறுவனத்தில் வேலைக்கு செல்ல இருக்கிறேன் என்று. வேறு சிலரோ பல்கலைக்கழகத்தில் பெரிய சம்பளத்தில் எனக்கு விரிவுரையாளர் வேலை கிடைத்திருப்பதாக ஊகித்தனர். என் நெருங்கிய நண்பர்கள் சிலரோ நான் அமெரிக்கா செல்ல இருப்பதாக அவர்களே முன் முடிவுகள் எடுத்து பேசிக் கொண்டு இருந்தனர். ஆனால் எல்லோருடைய மொத்தக் கணிப்பும் ஒரு எல்லையில் வந்து நின்று,

“சின்ரன், எது செய்தாலும் அது புதுமையானதாக தான் இருக்கும்” என்று அவர்களுக்குள் பேசிக்கொண்டனர். அவர்கள் என்ன பேசிக்கொண்டாலும், என்னை புதுமைகளைச் செய்பவளாகவும், புதிய வரலாறு படைப்பவளாகவும், செயல் வீரராகவும் யோசிக்கிறார்கள் என்ற வரையில் எனக்கு மகிழ்ச்சி தான். மக்கள் எந்த அளவு புதுமைகளின் கைகளில் சிக்கித் தவிக்கிறார்கள் என்பது இவர்கள் வார்த்தைகளில் இருந்து எனக்குத் தெளிவானது.

சீனாவில் புதுமை என்பது எப்பொழுதும், அரசியலாகத்தான் இருந்திருக்கிறது. 1950களில், சோவியத் கம்யூனிச வாழ்க்கை முறையை பின் தொடர்வதை சீன மக்கள் புதுமை என்று நினைத்தனர்.

அவர்கள் அரசியல் ஸ்லோகங்களை மூச்சு விடாமல் பேசிக் கொண்டிருந்தனர். “அமெரிக்காவை வெல்வோம். இருபது வருடங்களில் இங்கிலாந்தை முந்துவோம்” என்பது போன்ற தலைவர் மாவோவின் புதிய கட்டளைகளை எல்லோரும் நிறைவேற்ற அலைந்தனர். சீனப் பண்பாட்டுப் புரட்சி காலத்தில் புதிய அரசியல் கொள்கைகள் கிராமப்புறங்களை நோக்கி திருப்பப்பட்டன. அங்கு மீண்டும் புதிய கல்வி அனைவருக்கும் கட்டாயமாக்கப்பட்டது.

80களில் சீர்திருத்தம் மற்றும் திறந்த முதலீட்டுக்கு கொள்கை பிரகடனப்படுத்தப்பட்ட காலத்தில், மக்கள் பெருவாரியாக புதிய தொழில்களில் ஆர்வம் கொண்டனர். சுருக்கமாக சொல்வதானால், "தொழிலதிபர்" என்ற பெயர் தாங்கி வணிக அட்டைகள் நாட்டில் எங்கும் காணப்பட்டன. "ஒரு கோடி மக்களுக்கு 90 கோடி தொழிலதிபர்கள் இருக்க இன்னும் 100 கோடி தொழிலதிபர்கள் தொழில் ஆரம்பிக்கக் காத்து இருக்கிறார்கள்" என்று சீனாவின் இந்த நிலையைக் குறித்து சொல்லாடல் ஒன்று உள்ளது.

ஒரு முறை மிகப் பிரபலமான பெண் தொழிலதிபர் ஒருவரை நான் பேட்டி எடுத்தேன். அவள் செய்யும் தொழிலில் புதிய தொழில் நுட்பங்களைப் புகுத்தி புதிய வரலாறு படைத்தவள். அவளைப் பற்றி பத்திரிகைகளிலும் நான் படித்திருக்கிறேன். அவளுடைய வெற்றி குறித்தும், அவள் எப்படி இவ்வளவு பிரபலம் ஆனாள் என்பது குறித்தும் அவளிடம் பேசி தெரிந்து கொள்ள எனக்கு மிகுந்த விருப்பம் இருந்தது.

அவள் பெயர் ஜ்ஹூ டிங். அவள் எங்களது பேட்டிக்காக நான்கு நட்சத்திர ஹோட்டல் ஒன்றில் சொகுசான தனியறை ஒன்றைப் பதிவுசெய்தாள். அவள் அறைக்குள் நுழையும்போதே அவளது நடை உடை பாவனை எல்லாவற்றிலும் அவளது பணத்தின் செழுமை தெரிந்தது. புதிய நாகரீகத்தை அனுபவித்து வாழ்கிறாள் என்பது அவளின் ஒவ்வொரு செய்கையும் உணர்த்தியது. அவளது உடை காஷ்மீர்பட்டு எனப்படும் உயர் ரக துணியால் தைக்கப்பட்டிருந்தது. அவள் கழுத்து, காது, கைகளில் அணிந்து இருந்த நகைகள் அவளது ஒவ்வொரு அசைவிலும் மின்னியது. அவள் சீனாவின் மிகப்பெரிய நட்சத்திர ஹோட்டல்களில் அடிக்கடி நண்பர்களுக்கும், வணிக முதலீட்டாளர்களுக்கும் விருந்து கொடுப்பாள் என்று கேள்விப் பட்டிருக்கிறேன். அவள் அடிக்கடி விலையுயர்ந்த கார்களைக்கூட மாற்றிக் கொண்டே இருப்பாள் என்றும் அவளைப்பற்றி மிகப் பெருமையாக அனைவரும் கூறினர். ஆரோக்கிய உணவுகள் விற்கும் பெரிய நிறுவனங்களில் அவள் பொது மேலாளராக பணிபுரிகிறாள். எது எப்படியோ அவளைப் பேட்டி எடுத்த பிறகு எனக்குப் புரிந்த உண்மை, அடிப்படையில் அவள் மிகவும் வித்தியாசமான பெண்ணாக இருக்கிறாள். அவள் தன்னை மேம்போக்காக பணக்கார நவநாகரீக பெண்மணியாக காட்டிக் கொள்கிறாள்.

ஜ்ஹூ டிங் எங்களது பேட்டி ஆரம்பிக்கும் முன், பல முறை நான் என் உண்மையான உணர்வுகளை வெளிப்படையாக

பேசி நீண்ட நாட்களாகிறது என்று குறிப்பிட்டு சொல்லிக் கொண்டேயிருந்தாள். அதற்கு நான் சொன்னேன், நான் எப்பொழுதுமே பெண்களிடம் அவர்களது உண்மை கதைகளைக் கேட்பது தான் வழக்கம். ஏனெனில், உண்மை என்பது பெண்களின் உடலில் ஓடும் இரத்தம் போன்றது. அவள் என் பதிலைக் கேட்டு என்னை ஒரு நிமிடம் தீர்க்கமாகப் பார்த்தாள். பின் சொன்னாள், "உண்மை ஒருபோதும் நவீனமாக இருக்காது."

ஜ்ஹு டிங்கின் அம்மா, ஒரு பள்ளி ஆசிரியை. சீனப் பண்பாட்டு புரட்சியின் போது செம்படையினர் அவரை மிகவும் வற்புறுத்தி அரசியல் வகுப்பில் சேர்ந்து படிக்க சொன்னார்கள். அவளது அப்பாவுக்கு அட்ரீனல் சுரப்பியில் கட்டி இருக்கிறது. அவரால் உணவை எடுத்து சாப்பிடுவதுகூட கடினம். அதனால் அவர் வீட்டிலேயே இருக்கலாம் என்று செம்படையினர் அவளது அப்பாவிற்கு விதிகளைத் தளர்த்தினார்கள். பின்னாளில் செம்படையில் இருந்த ஒருவர் இவளிடம் கூறியிருக்கிறார். உன் அப்பாவை தொந்தரவு செய்வதில் எந்தப் புண்ணியமும் இல்லை. அதனால் தான் அவரைவிட்டு விட்டோமென்று. ஆனால் இதற்கு பதில் அவள் அம்மா பல வருடங்கள் சிறையில் இருந்திருக்கிறாள்.

அவள் ஆரம்பப் பாடசாலையில் படிக்கும்போது அவளது குடும்பப் பின்னணிக்காக அவளை சக மாணவர்கள் எல்லோரும் கேலி செய்திருக்கின்றனர். அவளது கைகளை பிளேடால் அறுத்துவிடுவது, அவளை கம்பு எடுத்து அடிப்பது... இதனால் சில நேரங்களில் இரத்தக் காயத்தினால்கூட அவள் அவதிப்பட்டிருக்கிறாள். அவளைத் தலையில் அடித்தாலும் சரி, கிள்ளினாலும் சரி அவள் எந்த எதிர்ப்பும் காட்டாமல் அமைதியாகவே இருப்பாள். செம்படையின் பிரச்சாரக் குழுக்கள் பள்ளி வளாகத்திற்குள் வந்து விசாரித்து கொண்டிருந்தன. அவள் எங்கே தன்னை விசாரணக்கு அழைப்பார்களோ என்ற பயத்தில் வகுப்பறையின் ஜன்னலில் நிழல் விழுந்தால்கூட நடுங்கி போவாள். சீனப் பண்பாட்டு சீர்திருத்தத்தின் முடிவில் ஜ்ஹு டிங்கின் அம்மாவை, சீர்திருத்த கருத்துகளுக்கு எதிரானவள் என்ற தவறான கணிப்பில் கைதுசெய்து விட்டதாகவும், அவள் குற்றமற்றவள் என்றும் கூறி செம்படையினர் விடுதலை செய்துவிட்டனர். எந்த தவறும் செய்யாமல் அம்மாவும் பெண்ணும் பத்து வருடம் பாதிக்கப்பட்டனர். அது மட்டுமல்ல அவளது அப்பா அனுமதிக்கப்பட்டிருந்த மருத்துவமனைக்கு செம்படையினர் சென்று, அவள் அம்மாவைப் பற்றி குறுக்கு விசாரணை செய்கிறேன் என்று அவர் சாகும்வரை விடாமல் சித்திரவதைச் செய்து கொன்று விட்டனர்.

"இன்றும் கூட ஆழ்ந்த தூக்கத்தில் என்னை யாரோ துரத்தி துரத்தி அடிப்பதுபோல் கனவு கண்டு விழிப்பதுண்டு. என் குழந்தைப் பருவத்தில் எனக்கு ஏற்பட்ட பாதிப்பு இன்றும் மனதைவிட்டு அகலவில்லை" என்று ஜ்ஹ டிங் சொல்லும்போது அவள் முகம் வேதனையில் வாடியது.

"உன் பள்ளி வாழ்க்கை அனுபவங்கள் எப்படி இருந்தது?"

சூரிய ஒளி ஜன்னலை ஊடுருவி எங்கள் இருவருக்கும் இடையே ஒளிர்ந்தது. அவள் முகத்தை சரியாக பார்க்க இயலாமல் சூரிய ஒளி கண்ணைக் கூசியது. அவள் எழுந்து ஜன்னல் திரையை மூடினாள்.

"எனக்கு நன்றாக நினைவில் இருக்கிறது. என் வகுப்பு மாணவர்கள் எப்பொழுதும் ஆர்வத்துடன் பல்கலைக்கழகத்துக்குப் போய் என் அம்மாவை செம்படையினர் கொடுமைபடுத்துவதையும், அவளை அவர்கள் குறுக்கு விசாரணை செய்வதை ஒட்டு கேட்கவும் செல்வதாகக் கூறிக்கொண்டே இருப்பார்கள். அப்பொழுதெல்லாம் நான் என்னை இழந்ததாய் தவித்து இருக்கிறேன்."

"இன்று வரை உன் வாழ்வில் பல காரணங்களுக்காக உன்னை நீ இழந்ததாய் உணர்ந்து இருப்பாய் இல்லையா?"

"ஆமாம். முதலில் என் அம்மாவிற்காக, அதன் பிறகு ஒரு ஆணுக்காக. நான் பழகும் மனிதர்கள் பலரும் என் மேல் நேசமாய் இருப்பார்கள் என்று எனக்கு உணர்த்தியவன்."

"அது உன் தனிப்பட்ட வாழ்க்கையிலா? அல்லது தொழிலிலா?"

"என் தனிப்பட்ட வாழ்க்கையில்தான்." யோசிக்காமல் சட்டென்று பதில் சொன்னாள்.

"சிலர் பாரம்பரிய பெண்களுக்கு நவீன கனவுகள் இருக்காது. அதேபோல் நாகரீகமான நவீன பெண்கள் விசுவாசமாகவும் ஒழுக்கமான வாழ்க்கை வாழ்பவர்களாகவும் இருக்க மாட்டார்கள் என்று சொல்வார்கள். இதில் எந்த பாதை உன்னுடையது என்று நினைக்கிறாய்?"

அவள் யோசித்தபடி தன விரல்களில் போட்டிருக்கும் மோதிரத்தைச் சுழற்றினாள். அப்பொழுதுதான் கவனித்தேன் அவள் விரல்களில் திருமண மோதிரம் இல்லை.

"அடிப்படையில் நான் பாரம்பரியத்தை ஏற்றுக் கொண்டு வாழ்பவள். ஆனால் உனக்கு தெரியுமா? வலுக்கட்டாயமாக என்னை திருமண பந்தத்தில் இருந்து விலக்கி வைத்து விட்டார்கள்.

என் முதல் திருமணம், சீனாவில் எல்லோருக்கும் எப்படி நடக்கிறதோ அப்படித்தான் நடந்தது. என் நண்பர்கள் எனக்கு அறிமுகம் செய்தவர் எனக்கு கணவரானார். அப்பொழுது நான் மன்ஷானில் இருந்தேன். அவர் நான்ஜிங்கி இருந்தார். நாங்கள் இருவரும் வாரம் ஒருமுறை தான் சந்தித்துக் கொள்வோம். அது வாழ்வின் வசந்த காலம். அப்பொழுது என் அம்மா சிறையிலிருந்து விடுவிக்கப்பட்டாள். நான் வேலை பார்த்துக்கொண்டிருந்தேன். என்னைச் சுற்றி இருந்தவர்கள் எல்லோரும் வாழ்க்கை குறித்த முடிவை மிகவும் யோசித்து எடு. அவசரப்படாதே என்று கூறினார்கள். எனக்கு அவர்களின் கண்டிப்பும், எச்சரிக்கையும், சீனப் பண்பாட்டு சீர்திருத்த செம்படையினரும், அரசியல் ஆட்களும் என்னைக் குறுக்கு விசாரணை செய்யும்போது கொடுத்த எச்சரிக்கைகள் போலவே தோன்றியது. அவர்கள் அனைவர் கூறியதையும் நான் எதிர்த்தேன். நானும் என் நண்பனும் திருமணம் செய்துகொள்ள முடிவு செய்தோம். அந்த சமயத்தில் அவன் விபத்தில் சிக்கி வலது கையில் விரல்களை இழந்துவிட்டான். என் குடும்பத்தினரும், உறவினர்களும், நண்பர்களும் என்னை திருமணத்திற்கு முன்பு நன்கு யோசித்து முடிவெடுக்கச் சொன்னார்கள். அவன் செயலற்ற வனாக போனதும் எங்களுக்கு நிறைய பிரச்சனைகள் வந்தது. சீனாவின் பிரபலமான காதல் கதைகள் மற்றும் உலக நாடு களின் காதல் கதைகளை அனைவருக்கும் உதாரணமாக எடுத்து சொன்னேன்." நிபந்தனை இல்லாதது காதல். இது ஒரு வகையான தியாகம் என்றுகூட வைத்துக் கொள்ளலாம். ஒருவனை மிகவும் தீவிரமாக காதலித்துவிட்டு, அவன் பிரச்சனையில் மாட்டும்போது அவனைக் கைவிடுவது எப்படி நியாயமாகும்? என்று கேட்டு அனைவர் வாயையும் அடைத்து, என் வேலையை விட்டுவிட்டு அவனைத் திருமணம் செய்துகொண்டு நான்ஜிங் சென்றுவிட்டேன்."

ஜ்ஹூ டிங் எடுத்த முடிவு குறித்து எனக்கு அவள் மேல் இரக்கம் வந்தது.

"நீ எடுத்த முடிவினால் உன்னைச் சுற்றி இருந்தவர்கள் வேண்டுமானால் நீ அப்பாவியாக இருக்கிறாயே என்று யோசித்திருக்கலாம். ஆனால் உன்னைப் பொறுத்தவரை உன் முடிவிற்கு நீ பெருமையாக உணரலாம். இன்னொன்று நேசித்த நண்பனைக் கணவனாக பெற்றதில் நீ மிகவும் மகிழ்ச்சியாகக்கூட இருந்திருப்பாய் என்றேன்."

"ஆம் சின்ரன், நீ மிகவும் சரியாக சொன்னாய். என் வாழ்வின் உண்மையான சந்தோசத்தை நான் அனுபவித்த நாட்கள் அவை. நான் முடமான மனிதனை திருமணம் செய்திருக்கிறேன் என்று

ஒருநாளும் வேதனைப்பட்டதே இல்லை. காதல் காவியத்தில் வரும் காதலியைப் போல் மயக்கத்தில் மிதந்தேன்."

அவள் ஜன்னல் திரையை சிறிது விலக்கினாள். சன்னமான சூரியக் கதிர்கள் ஜன்னலில் கசிந்து அவள் கழுத்தில் சங்கமித்தன. அது நெக்லஸில் உள்ள கற்களில் பட்டு சுவர் முழுவதும் வைரமாய் மின்னியது.

"நாங்கள் இருவரும் இணைந்து வாழத் துவங்கியதும் எல்லாம் மாறிவிட்டதை நான் உணர்ந்தேன். என் கணவர் வேலைப் பார்த்து வந்த நான்ஜிங் மெய்ஷன் இரும்பு சுரங்கத்தின் அதிகாரிகள், எனக்கு நான்ஜிங் மருத்துவமனையில் வேலை தருவதாக உறுதி கூறினார். ஆனால் அவர்கள் எனக்கு ஆரம்ப பாடசாலையில் பராமரிப்பாளர் வேலை தந்தார்கள். நான் அவர்களிடம் கேட்டதற்கு நீ இப்பொழுது தான் இந்த ஊருக்கு வந்து இருக்கிறாய். இன்னமும் உனக்கு உள்ளூர் பதிவுகள் எதுவும் இல்லை என்று கூறி, எனக்கு வர வேண்டிய சம்பள உயர்வு பணி உயர்வு எல்லாவற்றையும்கூட நிறுத்தி விட்டார்கள். நல்ல உயர்ந்த நிலையில் இருக்கும் மதிப்பிற்குரிய அதிகாரிகளும் தலைவர்களும் இப்படி தாங்கள் கொடுத்த வாக்கை காப்பாற்றாமல் ஏமாற்றுவார்கள் என்று நான் எதிர்பார்க்கவே இல்ல.

என்னுடைய புதிய வேலையைக்கூட நான் பெரிய பிரச்சனையாக எடுத்துக் கொள்ளவில்லை. ஆனால் என் கணவர் ஒரு கேவலமான பெண் பித்துபிடித்தவர் என்பது தெரிய வந்தபோது நான் அதிர்ந்து போனேன். அவருக்கு பெண்கள் என்றால் யாராக இருந்தாலும் பரவாயில்லை. வயது வித்தியாசம் இல்லாமல் வயதான பெண்களில் இருந்து சிறிய பெண் குழந்தைகள் வரை அவர் யாரையும் விட்டு வைப்பதில்லை. எந்தப் பெண் கூப்பிட்டாலும் வேறு எதைப் பற்றியும் கவலை கொள்ளாது அவளுடன் உடலுறவு கொள்வார். ஏன் சாலையில் வசிக்கும் நாடோடி பிச்சைக்கார பெண்ணுடன்கூட அவர் பாலியல் உறவு வைத்திருக்கிறார். நான் மிகவும் கலங்கி போனேன். நான் கர்ப்பமானவுடன் அவர் முற்றிலும் வீட்டுக்கு வருவதையே தவிர்த்தார். தான் வெளியில் தங்குவதற்கு ஒவ்வொரு நாளும் ஒவ்வொரு கதை சொல்வார். அவர் சொல்லும் பொய்களும் புனைவுகளும் எனக்கு அலுத்துப்போய் விட்டது.

இறுதியில் பொறுக்க இயலாமல் நான் மிகவும் கோபமாக கண்டித்து அவருக்கு எச்சரிக்கை செய்தேன். தான் அத்தனையும் நிறுத்தி விடுவதாக எனக்கு சத்தியம்செய்து கொடுத்தார். எப்பொழுதாவது இரவு அதிக நேரம் வேலை பார்க்க வேண்டியது இருக்கும் என்று கூறினார். அதையும் நான் நம்பினேன். ஒரு முறை

அவரது அலுவலக நண்பர் என்னைப் பார்க்க வந்த பொழுது என் கணவர் அதிக நேரம் இரவில் வேலை பார்க்கிறாரே என்றதற்கு அவர் அப்படி எல்லாம் ஒன்றும் இல்லை. அவனுக்கு இரவு வேலையே கிடையாது என்று கூறி விட்டார்.

என் கணவர் மாறவேயில்லை என்பது மட்டுமல்ல, பொய் சொல்லி என்னை முட்டாளாக்கி இருக்கிறார் என்பதை என்னால் பொறுத்துக்கொள்ளவே முடியவில்லை. தாங்க இயலாத கோபமும், ஆத்திரமும் வந்தது. என் மகனைப் பார்த்து கொள்ளச் சொல்லி பக்கத்து வீட்டுகாரர்களிடம் கேட்டுக்கொண்டு என் கணவரைத் தேடி ஓடினேன். கடைசியாக அவர் எந்தப் பெண்ணுடன் உறவு வைத்திருந்தார் என்று எனக்குத் தெரியும். அவள் வீட்டிற்குள் ஆவேசமாக நுழைந்தேன். வாசலில் என் கணவரின் சைக்கிள் நின்றிருந்தது. அவள் வீட்டுக் கதவைத் தட்டினேன். அவள் கதவைத் திறக்கவே இல்லை. என் ஆத்திரம் அதிகமானது. வேகமாக கதவை இடிக்கத் துவங்கினேன். அலங்கோலமாக ஆடையை அள்ளிப் போர்த்திக்கொண்டு அவள் ஜன்னலைத் திறந்து பார்த்து 'யாரது இந்த இரவில்? நேரங்கெட்ட வேளையில் வந்து கதவை இடிப்பது?' என்று கேட்டாள். இருட்டில் என் முகத்தைப் பார்த்ததும் அவள் தடுமாறிப் போய்விட்டாள். "நீயா? நீ இங்கே என்ன செய்கிறாய். அவர்... அவர் என்னுடன் இல்லை" என்று தடுமாறினாள்.

"நான் ஒன்றும் அவரை அழைத்துச் செல்ல வரவில்லை. நான் உன்னைப் பார்க்கத்தான் வந்தேன்" என்று கூறினேன்.

"என்னையா? என்னை எதற்கு நீ பார்க்க வேண்டும்? உனக்கு நான் ஒன்றும் கெடுதல் செய்யவில்லையே" என்று அவள் தயங்கினாள். நான் விடவில்லை. "கதவைத் திறக்கிறாயா? நான் உள்ளே வந்து பேசவேண்டும்" என்றேன்.

"இல்லை... இப்பொழுது முடியாது" என்று என்னை நிராகரித் தாள்.

"சரி, நான் இப்படியே சொல்கிறேன் கேள். என் கணவருடன் உன் தொடர்பை இன்னமும் தொடரலாம் என்று நினைக்காதே. அவர் குடும்பத் தலைவர். அவருக்கு மனைவி, குழந்தைகள் இருக்கிறார்கள்" என்று அமைதியாக ஆனால், மிக அழுத்தமாகச் சொன்னேன்.

"ஓஹோ... நானா உன் வீட்டுக்கு ஒவ்வொரு நாளும் ஓடி வருகிறேன். உன் கணவர்தான் என்வீடு தேடி ஓடி வருகிறார்" என்றாள் அவள் கிண்டலாக.

“என்ன சொல்ல வருகிறாய்? அவர் வந்தால் நீ வெளியில் போ என்று துரத்த மாட்டாய் அப்படித்தானே” என்று கேட்கும் போதே எனக்கு ஆத்திரம் அதிகமாகி கோபத்தில் உடல் நடுங்கத் துவங்கியது. நான் ஏதோ கொஞ்சம் மரியாதையாக பேசலாம் என்று நினைத்தால் அவளுக்கு என்ன திமிர் என்று தோன்றியது.

“என்ன ஜோக் இது? உன்னால் உன் கணவனை பிடித்து வைத்துக் கொள்ள முடியவில்லை. நீ என் வீட்டுக் கதவை வந்து இடிக்கிறாய்?” என்று கிண்டலாகச் சிரித்தாள்.

“போ... போய் வேலையைப் பார். உனக்கு கிடைக்கலேன்னு, சேர்க்கைக்கு அலையற பூனை மாதிரி வீட்டைச் சுத்தி வந்து கத்தாதே. உனக்கு திறமை இருந்தா, என்கிட்டே என்ன கிடைக்குதோ அதை நீயே உன் வீட்டுல வச்சு உன் புருசனுக்கு கொடு. நானா வேணாம்னு தடுக்கிறேன்” என்றாள் அவள் அலட்சியமாக. ஒரு தெருவோரத்து பாலியல் தொழிலாளி போல் பேசினாள். இவ்வளவுக்கும் அவள் படித்த டாக்டர்.

திடீரென்று என் கணவரின் முகம் அவளருகே ஜன்னலில் தெரிந்தது.

“எதுக்கு இப்ப இங்க வந்து சண்டை போடறே..? உனக்கு அவள் மேல என்ன பொறாமை. தேவடியா மவளே.. இரு ஆம்பளனா உனக்கு என்னான்னு காட்டறேன்” என்று சொல்லி விட்டு கையில் ஒரு பிரம்புடன் கதவைத் திறந்து வந்து, என் தலைமுடியை ஒரு கையில் பிடித்துக்கொண்டு என்னை அடிக்கத் துவங்கினார். அவளோ “இன்னொரு முறை அவள் நம்பள வந்து என்னான்னு கேள்வி கேட்கக்கூடாது. நீ இப்பவே இதுக்கு ஒரு முடிவு கட்டு!” என்று என் கணவருக்கு கட்டளையிட அவர் இன்னமும் என்னை ஆக்ரோசமாக அடிக்கத் துவங்கினார்.

அக்கம் பக்கத்து மனிதர்கள் எல்லோரும் அவரவர் வீட்டை விட்டு வெளியில் வந்து வேடிக்கை பார்க்கத் துவங்கினர். என்னை தரையில் போட்டு மிதித்துக்கொண்டு மிருகத்தை அடிப்பது போல் ஆக்ரோசமாக அடித்துக் கொண்டிருக்கும் என் கணவரை யாரும் பிடித்து நிறுத்தத் தயாராக இல்லை. கடைசியில் போலீஸ் வந்தது. அதற்கு அங்கு இருந்த ஒரு வயதான பெண்மணி சொன்னாள்: “கணவன் மனைவி சண்டைக்கு போலீஸ் ஏன் மூக்கை நுழைக்கிறது” என்று.

அசையக்கூட முடியாத நிலையில் இருந்த என்னை மருத்துவமனையில் சேர்த்தார்கள். இருபத்தி இரண்டு பிரம்புத் துண்டுகளை டாக்டர்கள் என் உடலிலிருந்து எடுத்தனர். அங்கிருந்த நர்ஸ் என் நிலைமையைப் பார்த்துவிட்டு உள்ளூர்

செய்தித்தாளுக்கு கடிதம் எழுதிவிட்டாள். மருத்துவமனையில் நான் கட்டுகளுடன் இருந்த என் புகைப்படம் இரண்டு நாட்கள் கழித்து பத்திரிக்கைகளில் வெளியாகியது. சீனாவில் பெண்கள் என்ன விதமான மரியாதையுடன் நடத்தப்படுகிறார்கள் என்று பெரிய கட்டுரையையே எழுதி விட்டார்கள். அதைப் படித்துவிட்டு நிறையப் பெண்கள் என் மீது அனுதாபப்பட்டு பழங்கள், பரிசுகளுடன் மருத்துவமனைக்கு பார்க்க வந்துவிட்டனர்.

நான் சிலவாரங்கள் கழித்து மருத்துவமனையில் இருந்து வந்ததும் இந்தக் கட்டுரையை படித்துப் பார்த்தால், நீண்ட நாட்களாக என் கணவர் என்னை சித்ரவதை செய்ததாக அதில் எழுதி இருந்தது. இது ஏன் இப்படி மிகைப்படுத்தி எழுதப் பட்டது என்று எனக்குப் புரியவில்லை. என் கதையை வைத்து எங்கெங்கோ பாதிக்கப்படும் பெண்களையும் காக்கும் முயற்சியில் அந்த நிருபர் இப்படி எழுதினாரா தெரியாது. ஆனால், இந்தக் கட்டுரை என் கணவரை தலைமறைவாகச் செய்துவிட்டது."

"அந்தக் கட்டுரைக்கு நீ மறுப்பு எழுதவில்லையா?"

"இல்லை. எனக்கு ஒன்றும் புரியவில்லை. இப்பொழுது தான் முதல் முறையாக என்னைப் பற்றி செய்தித்தாளில் வருகிறது. அது மட்டுமல்ல என் ஆழ்மனதில் நான் உண்மையிலேயே அந்த நிருபருக்கு நன்றி கூறினேன். அந்தக் கட்டுரை சாதாரணமாக வந்திருந்தால், என் கணவரை வீட்டுக் காவலில் மட்டும்தான் வைத்திருப்பார்கள். இதில் பெண்ணுக்கு என்ன பெரிய நியாயம் கிடைத்து விட முடியும்?

சில நேரங்களில் நான் நினைத்துக் கொள்வதுண்டு. இது ஒன்றும் அத்தனை மோசமானது இல்லை. பழங்காலத்தில் நான் பிறந்திருந்தால் என் நிலைமை இன்னமும் மோசமாக அல்லவா இருந்திருக்கும். பள்ளிக்கு போவதைப் பற்றி யோசித்திருக்க மாட்டோம். என் கணவன் தின்றுவிட்டுப் போட்ட மிச்ச மீதிகளைத் தின்று உயிர் வாழ்ந்திருக்க வேண்டும். ஐயோ... நினைத்துப் பார்க்கவே கொடுமையாக இருக்கிறது."

"சோர்ந்து போகாமல் உன்னை நீ சவுகரியமாக பார்த்துக் கொண்டு வெற்றிகரமான பெண்ணாக தலைநிமிர்ந்து நிற்கிறாயே. அது நிச்சயம் பாராட்டப்பட வேண்டியதுதான்" என்று மிகவும் உணர்வுப்பூர்வமாக சொன்னேன்.

இவளைப் போலவே நெஞ்சுரம் எல்லா சீனப் பெண்களுக்கும் வாய்த்து விட்டால் நன்றாக இருக்கும். ஆனால் சீனப் பெண்கள் பெரும்பாலும் தங்கள் நிலைமைக்கு தாங்களே ஆறுதல்

சொல்லிக்கொண்டு முடங்கிப்போய் விடுகிறார்களே என்று எனக்குள் நானே சொல்லிக் கொண்டேன்.

"என் கணவர் என்னிடம் சொன்னார். அதிக படிப்பு என்னைக் கெடுத்துவிட்டதாம்." சொல்லி விட்டு அவள் சிரித்தாள்.

"உன்னைப் பற்றி நான் இன்னொரு செய்தி படித்தேன். யாரையோ கொலை செய்ய முயற்சி செய்ததாக..."

நான் கேள்வியை முடிக்கும் முன் அவள் வேகமாகக் கேட்டாள்.

"நீ அதை நம்புகிறாயா சின்ரன்?"

"முதலில் அதை உன்னை சந்திக்க வரும்முன் செய்தியாகப் படித்தேன். இப்பொழுது உன்னுடன் பேசிய பின் அதை நான் நம்பவில்லை. உண்மையில் என்ன நடந்தது?" என்று கேட்டேன்.

"அந்தச் செய்தி பிரசுரமான பின்புதான் நான் ஊடகத்தின் அதிகாரம் என்ன என்று புரிந்து கொண்டேன். என்ன நடந்தது என்ற உண்மையை நான் சொன்னால் என்னை யாரும் நம்பவில்லை. மக்களுக்கு செய்தித்தாளில் வரும் செய்திகளே உண்மையானவை." அவள் வார்த்தையில் சோர்வு தெரிந்தது. அவள் மிகுந்த பரபரப்புடன் என்னிடம் தொடர்ந்து சொன்னாள்.

"நான் கடவுளை நம்புகிறேன். பொய் சொல்பவர்கள் கடவுளின் தண்டனையில் இருந்து தப்ப முடியாது. பொய்யர்கள் மின்னல் தாக்கி இறந்து போவார்கள். நிச்சயம்..."

"இல்லை ஜ்ஹூ டிங். நான் உன்னை நம்புகிறேன். நீ என்ன நடந்தது என்று சொல்" என்றேன். அவளது தவிப்பு எனக்குப் புரிந்தது.

"இனி இந்த மனிதனுடன் குடும்பம் நடத்தமுடியாது என்று நான் விவாகரத்து செய்ய முடிவு செய்தேன். ஆனால் என் கணவர் என்னிடம் கெஞ்ச ஆரம்பித்து விட்டார். எனக்கு கடைசியாக ஒரு வாய்ப்புக்கொடு. நான் முடமானவன். தனியாக நான் எப்படி வாழ்வேன். நீ இல்லாத வாழ்வை என்னால் நினைத்துக்கூட பார்க்க முடியவில்லை என்றவுடன் மனம் சிறிது கலங்கியது. நான் அவரை மிகவும் தீவிரமாக காதலித்து அனைவரையும் எதிர்த்து திருமணம் செய்தவள். உள்ளுக்குள் அவர் மீதான காதல் இன்னமும் இருப்பதால்தான் இன்னொரு பெண்ணுடன் அவரை என்னால் ஏற்க முடியவில்லை என்று எனக்கு நன்றாகவே புரிகிறது. அவரது வேண்டுகோளை ஏற்று விவாகரத்து கேட்கும் எண்ணத்தை மாற்றிக்கொண்டேன். ஆனால் அவர் முழுவதும்

மாறி விடுவாரா என்பதில் எனக்கு அவ்வளவு நம்பிக்கை இல்லை. ஆனால் நான் இல்லையென்றால் அவர் வாழ்க்கை மிகவும் கஷ்டம் என்பதை நானும் உணர்ந்துதான் இருந்தேன். ஒரு நாள் வழக்கத்தைவிட சீக்கிரமே அலுவலகத்தில் இருந்து வந்துவிட்டேன்.

வீட்டிற்குள் நுழைந்ததும் என் படுக்கையறையில் என் கணவர் இன்னொரு பெண்ணுடன் இருப்பதை நேருக்கு நேர் பார்த்து விட்டேன். என் உடலின் மொத்த இரத்தமும் சூடாகி தலைக்கு ஏறியது. என் படுக்கையில், என் இடத்தில் என் கணவருடன் இன்னொரு பெண்ணா... ஆத்திரத்தில் ராட்சசி போல் கத்தினேன். “ஏய் யார் நீ? என் வீட்டில் தேவடியாத்தனம் செய்கிறாய்? வெளியே போ” என்று கூறிக்கொண்டே பதட்டத்துடன் தேடிய தில் சமையலறையில் கரி வெட்டும் பெரிய கத்தி கைக்கு கிடைத்தது. பைத்தியக்காரி போல் கத்திக்கொண்டே அவள் மீது பாய்ந்தேன். அவள் அரைகுறையாக தன் துணிகளை அள்ளிக் கொண்டு வெளியில் ஓடினாள். நான் கத்தியைத் தூக்கி என் கணவர்மீது விட்டெறிந்தேன். அவர் சட்டென்று தலையை குனிந்துகொண்டு, மீண்டும் என்னை நோக்கி பாய்ந்து அடிக்க வந்தார். உடனே பக்கத்தில் தொங்கிய அவரது தோலால் ஆன பெல்ட்டை கையில் எடுத்து சுழற்றிக்கொண்டே உங்கள் இருவரையும் என்ன செய்கிறேன் பாருங்கள் என்று சொல்லிக் கொண்டே, வீட்டைவிட்டு வெளியில் ஓடிய பெண்ணை துரத்தித் துரத்தி அடித்தபடியே அருகில் இருந்த காவல் நிலையம் வரை சென்றேன். நான் கத்திக்கொண்டே அவளை அடிக்க அவளோ இனி உன் கணவனை நான் திரும்பிக்கூட பார்க்க மாட்டேன்... என்னை விட்டுவிடு என்று அழுதபடியே ஓடினாள். காவல் நிலையத்திற்குள் நுழைந்ததும் தான் தாமதம், அவள் ஓவென்று அழுதுகொண்டே அங்கிருந்த காவலர் ஒருவரிடம் என்னை அடிக்கிறார்கள் என்று புகார் சொன்னாள். எனக்குத் தெரியாது, அந்தக் காவல் நிலையத்தில் அவளது கள்ளக் காதலன்தான் போலீசாக இருக்கிறான் என்று.

அந்தப் போலீஸ் என்னைப் பிடித்து, என் கையை முறுக்கி பின்னால் வைத்து “சப்தம் போடாதே” என்று மிரட்டினான். நான் விடாமல் கத்தினேன்.

“அந்தப் பெண் என் வீட்டில் என் கணவனுடன் தவறான உறவில் ஈடுபட்டாள். அது உங்களுக்குத் தெரியுமா?” என்றேன்.

நான் சொன்னதைக் கேட்டதும் அங்கு கூடியிருந்த அத்தனை போலீஸ்காரர்களும் அதிர்ச்சியடைந்தனர்.

உனக்குத் தெரியும் இல்லையா. அந்தக் காலத்தில் பாலியல் குற்றங்கள் மிகவும் கடுமையான தண்டனைக்குரிய குற்றம் என்று. குற்றம் நிரூபிக்கப்பட்டால் மூன்று வருடத்திற்கு மேல் சிறை தண்டனை அனுபவிக்க வேண்டும் என்ற எனக்கு தெரிந்த சட்டத்தை எடுத்துச் சொன்னதும் அந்தப் போலீஸ் என்னை விட்டுவிட்டு, "நீ சொன்னதுக்கு என்ன ஆதாரம் இருக்கிறது?" என்று கேட்டார்.

நான் அந்தப் போலீஸ் கேட்ட கேள்விக்கு பதில் சொல்லாமல், "நான் நிரூபித்தால் அவளுக்கு நீ என்ன தண்டனை கொடுப்பாய்" என்று கேட்டேன்.

ஆனால் அவர் எனக்கு நேரிடையான பதிலைச் சொல்லாமல், "நீ மட்டும் ஆதாரத்துடன் நிரூபிக்காவிட்டால், நீ பொய் குற்றம் சாட்டினாய் என்றும் கொலை முயற்சி செய்தாய் என்றும் உன்னைக் கடுமையாக தண்டிக்க வேண்டி இருக்கும்" என்றார்.

"எனக்கு மூன்று மணி நேரம் அவகாசம் கொடுங்கள். நான் ஆதாரத்துடன் நிரூபிக்கிறேன். அப்படி என்னால் முடியவில்லை என்றால் நானே வந்து உங்கள் சிறையில் அடைபட்டுக் கொள்கிறேன்" என்று கோபமாக சொன்னேன்.

அங்கு இருந்த தலைமைக் காவலர் சிறிது வயதானவர். "உன்னுடன் நான் ஒரு போலீசை அனுப்பி வைக்கறேன். ஆதாரத்துடன் வா" என்று என்னை அனுப்பினார்.

என் கணவர் சோபாவில் உட்கார்ந்து சிகரட் புகைத்துக் கொண்டிருந்தார். நானும் போலீஸ்காரரும் வீட்டிற்குள் நுழைத் தோம். அவர் என்னை என்ன என்பது போல் பார்த்தார். நான் அவரைக் கண்டுகொள்ளாமல் நேரே என் படுக்கை அறை, கழிவறை என எல்லா இடத்திலும் தேடினேன். எந்த ஆதாரமும் கிடைக்கவில்லை. கடைசியில் சமையலறையின் குப்பைத் தொட்டியைப் பார்த்தேன். அதில் பெண்ணின் இரண்டு உள்ளாடைகள் கிடைத்தது. இரண்டிலும் விந்து ஒட்டிக் கொண்டு பிசுபிசுப்பாய் இருந்தது. போலீஸ்காரர் என் கையில் உள்ளதைப் பார்த்துவிட்டு சரி என்று தலையாட்டினார். என் கணவர் நடுங்க ஆரம்பித்து விட்டார்.

"நீ என்ன செய்கிறாய் என்று புரிகிறதா? என்று கேட்டார்."

"நன்றாகப் புரிகிறது. உங்கள் இருவரையும் கையும் களவுமாக பிடித்திருக்கிறேன். இருவரையும் சிறையில் போடும்வரை ஓய மாட்டேன்" என்று கத்தினேன்.

"நீ அப்படி செய்தால், என் வாழ்க்கை முழுவதும் பாழாகி

விடும்" என்று கெஞ்சினார். நான் அவர் பேச்சை காதில் வாங்கிக் கொள்ளவே இல்லை.

நான் ஆதாரத்துடன் போலீஸ் நிலையம் சென்றதும் அந்த தலைமைக் காவலர், "உங்களிடம் கொஞ்சம் தனியாக பேச வேண்டும்" என்றார்.

"நீங்கள் என்னுடன் என்ன பேச வேண்டும்?" என்று கேட்டேன். எனக்கு அவர் மேல் சந்தேகம் வந்தது.

அந்த தலைமைக் காவலர் என்னிடம் வந்து, "நீ குற்றம்சாட்டும் பெண் என்னுடைய மனைவியின் தங்கை. அவளுக்கு வயதுக்கு வந்த இரண்டு பெண்கள் இருக்கின்றனர். இவள் காமவெறி பிடித்தவள். அவள் பாலியல் குற்றத்திற்காக சிறை சென்றால் அவள் குடும்பம் முழுவதும் சீரழிந்து விடும்."

"அப்படியென்றால் என் நிலைமை என்ன? நான் எதற்கு அவளுக்கு விட்டுக்கொடுக்க வேண்டும்" என்று கோபத்துடன் கேட்டேன்.

அந்தப் போலீஸ்காரர் என்னிடம் மிகவும் நிதானமாக, அன்புடன் பேசத் துவங்கினார். "நாடு இப்பொழுதிருக்கும் நிலைமையில் உனக்கு விவாகரத்து கேட்டால் கிடைக்காது. ஆனால் நாங்கள், உள்ளூர் போலீஸ் நினைத்தால் உன் கணவர் மீது இருக்கும் குற்றச்சாட்டுகளை வைத்து கோர்ட்டுக்கு கடிதம் கொடுத்து உடனே உனக்கு விவாகரத்து வாங்கிக் கொடுத்துவிட முடியும். என்ன சொல்கிறாய் புத்திசாலித்தனமாக முடிவு செய்" என்றார்.

அவர் பேச்சு நடைமுறை உண்மையை எனக்கு தெளிவாகப் புரியவைத்தது. நான் ஏதாவது வழியில் சீக்கிரம் விவாகரத்து வாங்கி, விலகிவிட வேண்டும் என்று யோசித்தேன். அதனால் என்னிடம் இருந்த ஆதாரமான உள்ளாடைகளை அவர்களிடம் ஒப்படைத்துவிட்டு, அதற்கு எந்த ரசீதும் வாங்கிக்கொள்ளவில்லை. அவர்களை நம்பி கோர்ட்டில் விவாகரத்து முறையீடு செய்தேன். அதில் உள்ளூர் போலீஸ் நிலையத்தில், என் கணவர் குறித்த குற்றப்பத்திரிக்கை இருக்கிறது என்று குறிப்பிட்டிருந்தேன்.

இரண்டு வாரங்கள் கழித்து கோர்ட்டில் இருந்து எனக்குத் தகவல் வந்தது. உள்ளூர் காவல் நிலையத்தில் நான் குறிப்பிட்டது போல் எந்த தகவலும் இல்லை. அதனால் விவாகரத்து மறுக்கப் படுகிறதென்று."

விவரம் தெரியாத மனிதர்கள் அகப்பட்டால் போலீஸ் எவ்வளவு மன உளைச்சல் கொடுக்கும் என்பது எனக்கு

நன்றாகவே தெரியும். காவலதிகாரம் தனக்கென்று ஒரு நியாயம் வைத்துக் கொண்டு செயல்படும். எனவே அந்தக் காவலதிகாரிகள் இவளை ஏமாற்றியதில் எனக்கொன்றும் வியப்பில்லை. மிகவும் சிக்கலாகி இருக்கவேண்டிய குற்றத்தை, மிகவும் அறிவுப்பூர்வமாக அணுகி முடித்திருக்கிறார் அந்தத் தலைமை போலீஸ்காரர். ஆனால் ஜ்ஹு டிங் போன்ற படித்தவர்களும் ஏன் போலீசில் இப்படி ஏமாறுகிறார்கள் என்றுதான் எனக்குப் புரியவில்லை.

"உனக்கு நடந்த அநியாத்தை நீ எந்த அரசு அலுவலகத்திலும் சென்று முறையிடவில்லையா?" என்று கேட்டேன்.

"முறையிடுவதா? எங்கு சென்று? அதிகார துஷ்பிரயோகம் நாடு முழுவதும் நடக்கும்போது எங்கு நியாயம் கிடைக்கும். அதற்குள் போலீஸ் நிலையத்தில் சொன்ன தகவலை வைத்து பத்திரிகைகள் "மனைவியின் பழிவாங்கும் நடவடிக்கை" என்று என்னைப் பற்றி வேறுவிதமாக மாற்றி எழுதிவிட்டது. நான் மிகவும் மூர்க்கமான பெண், கணவனின் ரத்தத்தைக் குடிக்க அலைகிறேன் என்பதுபோல் எழுதிவிட்டனர். நான் மீண்டும் சென்று அந்த உள்ளூர் காவலதிகாரிகளின் காலில் விழத் தயாராக இல்லை.

பத்திரிகையில் செய்தி வந்ததும், நான் வசிக்கும் வீடு என் கணவர் வேலை பார்க்கும் நிறுவனத்திற்கு சொந்தமானது என்பதால், என்னை வீட்டை காலி செய்யச் சொல்லி விட்டார்கள். நான் என் மகனுடன் மீண்டும் என் அம்மா வசிக்கும் இடத்திற்கே வந்துவிட்டேன்" என்று அவள் எந்த உணர்ச்சியும் இல்லாமல் விரக்தியுடன் கூறினாலும், என்னைப்போன்ற இன்னொரு பத்திரிக்கை நிருபர் அதிகாரத்திற்கு துணைபோய் பொய்யான கட்டுரை எழுதினார் என்பதை கேட்கும்போது எனக்கு மிகவும் அவமனமாக இருந்தது.

"இவ்வளவு பிரச்சனைகளைச் சந்தித்திருக்கிறாய். உனக்கு ஒரு பெண் அதிகாரி கூடவா உதவவில்லை?" என்று நான் கேட்டதும் அவள் வாய்விட்டுச் சிரித்து விட்டாள்.

"என்னை வீட்டைக் காலி செய்யச் சொன்னதும், முதலில் எங்கள் தொழிற்சங்கத் தலைவர், ஐம்பது வயது நிரம்பிய பெண்மணி, எனக்கு உதவி செய்வார் என்று அவரை சந்தித்தேன். அவளோ என்னை மேலும் கீழும் பார்த்துவிட்டு, "நீ பார்க்க நன்றாகத்தான் இருக்கிறாய். வீடு, வேலை இருக்கிற வசதியான ஆணை பிடிப்பது உனக்கு சிரமமாக இருக்காது. அப்படி யாரையாவது பிடித்துவிட வேண்டியதுதானே. ஏன் இவ்வளவு

சிரமப்படுகிறாய்” என்று கேட்டாள் என்றாள்.” என்னால் அவள் கூறியதை நம்ப முடியவில்லை.

“தொழிலாளர்களுக்கு உதவி செய்யவேண்டிய பொறுப்பில் இருக்கும், தொழிற்சங்கத் தலைவரா அப்படி சொன்னார். அதுவும் பெண்?” என்றேன் ஆச்சரியமாக.

“அவள் சொன்னதை நான் மாற்றாமல் வரிக்கு வரி உன்னிடம் சொல்லி இருக்கிறேன். நீ வாழும் உலகம் வேறு சின்ரன். யதார்த்த வாழ்வு மிகவும் கொடுமையானது” என்று அவள் சொன்னது எனக்கும் சரி என்றுதான் பட்டது. “ஜ்ஹா டிங் நீ அடிப்படையில் மிகவும் மென்மையானவளாகத்தான் இருக்கிறாய்.” என்றேன்.

“ஆம், என் நண்பர்கள் எல்லோரும் சொல்வார்கள். ஜ்ஹா டிங் நீ வார்த்தைகளில்தான் கத்தி வைத்திருக்கிறாய். உள்ளத்தில் மென்மையாக மாவுபோல் இருக்கிறாய் என்பார்கள். என்னுடைய இந்த சுபாவத்தினாலேயே நான் மிகவும் எளிதில் மற்றவர்களின் அன்பில் உருகி விடுகிறேன். என்ன செய்வது.”

“ அதன் பிறகு நீ வேறு திருமணம் செய்து கொள்ளவில்லையா?”

என் கேள்விக்கு அவள் உடனடியாக பதில் சொல்லாமல் என்னைப் பார்த்தாள்.

“செய்து கொண்டேன். மீண்டும் அதே தவறைச் செய்தேன். காதலித்து மணந்து கொண்டேன். அப்பொழுது என் விவாகரத்து கோர்ட்டில் இருந்த நேரம். என் கணவரை நான் நேருக்கு நேர் பார்க்க விரும்பவில்லை. எனக்கு வீடும் இல்லை. அதனால் வேலை முடிந்த பின்பும், நான் அலுவலகத்திலேயே அமர்ந்து செய்தித்தாள்கள் படித்துக்கொண்டிருப்பது வழக்கம். இரவாகி விட்டால், அலுவலகத்தில் ஓய்வெடுக்கும் பெரிய வராந்தா இருக்கிறது. அதில் போய் படுத்துக்கொள்வேன். நான் எங்காவது தனியாக வீடு எடுத்துத் தங்கினால் என் கணவர் தேடிவந்து என்னை அடிப்பாரோ என்று பயம் வேறு இருந்தது. அப்பொழுது அலுவலகத்தில் வேலைபார்த்த இளம் ஆசிரியர் வீ ஹாய். அவர் பக்கத்து ஊரில் வசிப்பவர். அதனால் அவர் இரவுகளில் அலுவலகத்திலேயே தங்கிவிடுவது வழக்கம். நான் அவரை பெரிதாகக் கவனித்தது இல்லை. ஆனால் அவர் என்னைப் பற்றி கேள்விப்பட்டு இருக்கிறார். அதுமட்டுமல்ல நான் அறியாமல் தினமும் என்னை அவரது அறையில் இருந்து கவனித்துக் கொண்டு இருந்திருக்கிறார். வழக்கம் போல் நான் படித்துக் கொண்டிருந்தேன். வீ ஹாய் திடீரென்று என் அருகில் வந்து என் கையை இறுகப் பிடித்துக்கொண்டு, “உன் கஷ்டம் எனக்கு மிகவும் வேதனையாக இருக்கிறது நான் உன்னை நன்றாக

பார்த்துக்கொள்வேன். நீ மகிழ்ச்சியாக இருக்க வேண்டும் என்பது தான் என் ஆசை" என்று சொல்லும்போதே அவன் கண்களில் கண்ணீர் வழிந்தோடியது.

அவன் அழுதுகொண்டு இருந்த அந்தக்காட்சி இன்னமும் என் மனதைவிட்டு அகலவில்லை. அப்பொழுது எனக்கு விவாகரத்துகூட கிடைக்கவில்லை. ஆனால் வீ ஹாயும் நானும் இணைந்து வாழ ஆரம்பித்துவிட்டோம். அதன் பயனாக நான் அனுபவித்த மனக்கசப்புகளும் அநேகம்.

வீ ஹாய் என்னைவிட ஒன்பது வயது சின்னவன். எங்கள் இருவரைப் பற்றியும் நிறைய வதந்திகள் வெளிவந்தன. எனக்கு கொஞ்சம் பயமாக இருந்தது. எனக்கு ஏற்கனேவே மோசமான பெண் என்ற பெயர் இருக்கிறது. எனக்கு விவாகரத்தும் கிடைத்துவிட்டது என்னுடைய நல்ல நேரம் என்றுதான் சொல்ல வேண்டும். அது பொருளாதார சீர்திருத்தம் துவங்கிய நேரம். எல்லோரும் பரபரவென்று சம்பாதிக்கும் ஆசையில் ஓடிக் கொண்டிருந்தார்கள். ஒருவருக்கும் வதந்திகளை நின்று கேட்கவோ, அடுத்தவர் வாழ்க்கையில் மூக்கை நுழைப்பதற்கோ நேரமில்லை.

வீ ஹாய் தான் சொன்னது போலவே என்னை மிகவும் நன்றாகப் பார்த்துக் கொண்டான். சின்ன விஷயம் கூட எனக்கு வேதனை தந்து விடக்கூடாது என்று மிகவும் கவனமாக இருந்தான். இன்னும் சொல்லப்போனால் அவன் அன்பில் நான் மூழ்கி காணாமல் போனேன். என் மகன்கூட எனக்கு இரண்டாம் பட்சம்தான் என்றாகி விட்டது.

நாங்கள் இணைந்து வாழஆரம்பித்து ஒரு வருடம் கழித்து, எங்கள் அலுவலகத்தின் தொழிற்சங்கத் தலைவரும், நிர்வாகியும் என் வீட்டிற்கு வந்தனர். எவ்வளவு சீக்கிரம் முடியுமோ அவ்வளவு சீக்கிரம் நீங்கள் இருவரும் திருமணம் செய்துகொண்டு அலுவலகத்தில் உங்கள் திருமண சான்றிதழை அதிகாரப்பூர்வமாக பதிவு செய்யுங்கள். இல்லாவிடில் உங்களுக்கு பிரச்சனையாகி விடும் என்று கூறினார். அவன் மீது எனக்கு இருந்த தீவிர காதலும், நாங்கள் ஒருவருக்கொருவர் நன்கு புரிந்துகொண்டவர் களாதலால் ஊர்மக்கள் எங்களைப் பற்றி என்ன பேசினாலும் கவலையில்லை. ஆனாலும் அரசாங்கத்தில் சில விதிமுறைகள் சொல்கிறார்கள் எனும்போது அதை செய்வதில் எங்கள் இருவருக் கும் எந்தத் தயக்கமும் இல்லை. ஒரு வருடத்திற்கும் மேலாக நாங்கள் ஒன்றாக வசித்துவிட்டதால், திருமணம் என்பது எங்களுக்கு ஒரு சம்பிரதாயம் அவ்வளவே. திருமணத்திற்காக நாங்கள் எதுவும் விசேச அக்கறை எடுத்துக் கொள்ளவில்லை.

அலுவலகத்தில் பதிவுசெய்யச் சொல்லிக் கேட்டு திருமணத்தை பதிவுசெய்து விட்டோம் அவ்வளவுதான்.

திங்கட்கிழமை எங்கள் அலுவலகத்தில் உங்கள் திருமண சான்றிதழ் வந்துவிட்டது. வந்து பெற்றுக்கொள்ளுங்கள் என்று தகவல் கூறினர். அன்று எங்கள் இருவருக்கும் வேலைப்பளு அதிகம் இருந்ததால், நாங்கள் போக இயலவில்லை. அடுத்த நாள் நான் சென்று வாங்கிவிட்டு, வீ ஹாய்யை தொலைபேசியில் அழைத்து நீ வாங்கி விட்டாயா என்று கேட்டேன். இன்று வாங்கி விடுவேன் என்று சொன்னான். ஆனால் புதன்கிழமை ஆகியும் வீ ஹாய் தனது சான்றிதழை வாங்கவில்லை. இன்று நீ வாங்கி வந்தால்தான் நாம் அதைப் பதிவுசெய்ய இயலும் என்று கூறினேன். ஆனால் மூன்று மணிக்கு வீ ஹாய் என்னைத் தொலைபேசியில் அழைத்து மிகவும் அவசரமாக உன் அம்மாவைப் பார்க்க நான் மான்ஷான் சென்று வருகிறேன் என்று கூறினார். நான் உடனே அம்மாவுக்கு ஏதோ உடல்நிலை சரியில்லை போலிருக்கிறது என்று உடனடியாக அலுவலகத்திற்கு விடுமுறை சொல்லிவிட்டு அம்மாவைப் பார்க்கச் சென்றேன். அவள் என்னைப் பார்த்ததும் வியப்புடன் உங்கள் இருவருக்கும் என்னவாயிற்று? வீ ஹாய் தொலைபேசியில் அழைத்து, தான் வருவதாகச் சொன்னார். இப்பொழுது நீ வந்திருக்கிறாய் என்று கேட்டாள். எனக்கு ஒன்றும் புரியவில்லை. அன்றிரவு வரை பேருந்து நிலையத்திற்கு சென்று வீ ஹாய் வருகிறாரா என்று தேடினேன். அவர் வரவில்லை.

எனக்குப் பயம் வந்துவிட்டது. வீ ஹாய்க்கு ஏதாவது ஆகிவிட்டதா? என்று பதட்டம் அதிகமாகி நாங்கள் தங்கி இருந்த வீட்டிற்கு திரும்பினேன். வீட்டை நெருங்கும்போது ஜன்னல் வழியே வீட்டிற்குள் விளக்கு வெளிச்சம் தெரிந்தது. எனக்கு உடனே இருதயம் வேகமாக துடிக்க ஆரம்பித்தது. வீ ஹாயை காணாத அந்த நிமிடங்களில்தான் எனக்குப் புரிந்தது. நான் அவனை எவ்வளவு நேசிக்கிறேன் என்று. ஆனால் வீடு பூட்டியிருந்தது. வீட்டைத் திறந்து உள்ளே சென்று பார்த்தேன். வீ ஹாயுடைய துணிகள், அவனது பொருட்கள் எதுவும் இல்லாமல் வீடு காலியாக இருந்தது...” பேசிக்கொண்டு இருக்கும்போது அவளது உதடு துடித்தது. மிகவும் சிரமப்பட்டு தன் வேதனையை அடக்கிக்கொள்ள முயற்சித்தாள்.

“வீ ஹாய் எந்தக் கடிதமும் எழுதி வைக்காமல் போய் விட்டாரா?” என்று கேட்டேன்.

“ஆமாம், என்னிடம் ஒரு வார்த்தைக்கூட சொல்லாமல் நான் திருமணம் செய்துகொள்ள வேண்டும் என்றவுடன் ஓடி விட்டான். என்னை ஒரு வருடம் பொய் சொல்லி ஏமாற்றி

இருக்கிறான். எனக்கு என்ன செய்வதென்று புரியவில்லை. ஆனால் அவன் இல்லாமல் வாழ்வது என்பதை நினைத்து பார்க்கக்கூட முடியவில்லை. என் வாழ்வே அஸ்தமனமாகி விட்டது என்று நினைத்தேன். எவ்வளவு நேரம் மயங்கி கீழே கிடந்தேன் என்று தெரியாது. கண் விழித்துப் பார்க்கும்போது எங்கு திரும்பினாலும் அவன் முகமே வந்து நின்றது. எழுந்து எல்லாக் கதவையும் சாத்தினேன். கேஸ் சிலிண்டரை திருகி வீடு முழுக்க நிறைத்தேன். கையில் தீப்பெட்டி எடுத்து கொளுத்த முயற்சிக்கும்போது என் அம்மாவின் குரல் வெளியில் கேட்டது. "அவசரப்படாதே. இந்த உலகில் இன்னமும் வாழ வழி இருக்கிறது. உனக்கு மகன் இருக்கிறான். அவன் தாய் இல்லாமல் தவிக்கக் கூடாது. கதவைத்திற" என்று கதவை இடித்தாள். சிலிண்டரில் இருந்து வந்த கேஸ் நுரையீரலை நிறைத்து மயக்கம் வந்து அப்படியே மயங்கி விழுந்துவிட்டேன். நான் மீண்டும் கண் விழித்துப் பார்க்கும்போது என் மகனும் அம்மாவும் என் கையைப் பிடித்துகொண்டு அழுது கொண்டிருந்தனர். நான் இருவரிடமும் மன்னிப்புக் கேட்டேன். இனி இந்த வேலையில் தொடரக்கூடாது என்று வேலையை ராஜினாமா செய்தேன். அம்மாவுடன் வந்து வசிக்க ஆரம்பித்தேன். ஆரோக்கிய உணவு நிறுவனங்களில் விற்பனை பிரதிநிதியாக சேர்ந்தேன். படிப்படி யாக முன்னேறி இன்று பிரபலமான பெண்மணியாகி விட்டேன். அன்று என்னைப் பற்றி எழுதிய அதே பத்திரிக்கைகள் இன்று நான் பேட்டி தருவேனா என்று காத்திருக்கின்றன. இன்று எனக்கு பணத்தேவைகள் எதுவும் இல்லை. இன்று வாழ்க்கையில் எனக்கு எந்தத் தேவைகளும் இல்லை.

ஷாங்காயின் மிகப்பெரிய வர்த்தக நிறுவனத்தின் நிர்வாக இயக்குனர் என்னை சந்தித்து, "நீ ஆண்களால் வஞ்சிக்கப்பட்டாய் என்று கேள்விப்பட்டேன். எனக்கு உன்னைப் போன்ற மிகவும் திறமையான பெண் மனைவியாக வேண்டும் என்று ஆசை. ஆனால் என்ன செய்ய நான் ஆண்மை இல்லாதவன் என்று என்னிடம் பேசினார். எனக்கு அந்த திருமண ஒப்பந்தம் பிடித்திருந்தது. சரி என்று சொல்லி விட்டேன். இனி நான் என் நிறுவனத்தில் மட்டும் வேலைசெய்தால் போதும். கவலை இல்லாத வாழ்க்கை ஆனால் அங்கும் விதி விளையாடியது. என்னுடைய வர்த்தக பயிற்சிக் கூட்டத்திற்கு வீ ஹாய் வந்திருந்தான். அவனைப் பார்த்ததும் எனக்கு சகலமும் மறந்து விட்டது. அவன் மிகவும் இளைத்துப் போய் இருந்தான். எது என்னை இயக்கியது என்று தெரியவில்லை. நான் யார், எவ்வளவு வெற்றிகரமான பெண்மணி என்பதெல்லாம் எனக்கு மறந்துவிட்டது. இன்னமும் நான் அவனை நேசிக்கிறேன் என்று புரிந்தது. அவனும் என் அருகில்

வந்து உன்னைவிட்டுப் போனபின்பு நான் மிகவும் சிரமப்பட்டு விட்டேன். என்னிடம் பழகிய அத்தனை பெண்களும் அன்பு இல்லாமல், செயற்கையாகத்தான் பழகினார்கள். உன்னைப் போல் யாரும் இல்லை. நாம் இருவரும் சேர்ந்து வாழலாமா என்று கேட்டான். இப்பொழுது நாங்கள் இருவரும் ஒன்றாக புதியவீடு ஒன்று எடுத்து வாழ்ந்து கொண்டிருக்கிறோம். இது இன்னும் எத்தனை நாள் என்று தெரியாது. என்னை வைத்து தன் வாழ்க்கையை முன்னேற்றிகொண்டு வீ ஹாய் என்னைவிட்டு விலகிப் போனாலும் ஆச்சரியம் இல்லை. ஆனால் அந்தக் கடைசிநொடி வரையிலும் நான் அவனை விடாமல் காதலிப்பேன். எனக்கு இனி அவனுடன் வாழக் கிடைத்த ஒவ்வொரு நொடியும் பரிசுதானே" என்று கூறிவிட்டுச் சிரித்தாள். சிரிக்கும்போது அவள் கண்களில் நீர் சுரந்து கன்னத்தில் வழிந்தது.

ஜிங்க்யி 45 வருடங்கள் காதலனுக்காக காத்திருந்ததும், ஜ்ஹாு டிங் தன்னை ஏமாற்றி விட்டுப் போனவனை மீண்டும் பார்த்ததும், அவனது துரோகத்தை மறந்து அவனுடன் இணைந்ததும் காதலினால் என்று நினைக்கும்போது அந்தக் காதல் எவ்வளவு வலிமையானது என்பது குறித்து எனக்கு ஆச்சரியமாக இருந்தது.

ஜ்ஹாு டிங் சட்டென்று எழுந்து கொண்டாள். "நேரமாகி விட்டது. எனக்கு ஆறு மணிக்கு மூன்று பேரை சந்திக்க வேண்டியிருக்கிறது. இவ்வளவு பொறுமையாக என் கதையை கேட்டதற்கு நன்றி" என்று கூறிவிட்டுக் கிளம்பினாள்.

"உன் இதயத்தின் வடுக்கள் காதலின் மென்மையில் மறைந்து போயிருக்கும் என்று நம்புகிறேன்" என்று கூறிவிட்டு நானும் ஹோட்டலைவிட்டு வெளியே வந்தேன். சூரியன் அஸ்தமனம் ஆகியிருந்தது. விடியலின்போது எவ்வளவு உற்சாகமும், மகிழ்ச்சியும் மனதை நிறைக்கிறது. அதுவே நாள் முடியும்போது ஏன் இப்படி மனம் சோர்ந்து போகிறது? பெண்களின் காதலின் அனுபவமும் அப்படிதான். பெரும்பாலானோர், வெற்றிகரமான சீனப் பெண்கள் அனைவரும் பணம்தான் தங்களது நோக்கமாக இருப்பார்கள் என்று நினைத்துக்கொண்டிருக்கின்றனர். ஒரு சிலருக்கு மட்டும்தான் தெரியும், இன்றைக்கு அவர்கள் வெற்றிகர மாக திகழ்வதற்கு அவர்கள் எவ்வளவு வேதனையைக் கடந்து வந்திருப்பார்கள் என்பது.

15

*1995*இல் ஒரு கணக்கெடுப்பின்படி, சீனாவின் வளமான பகுதிகளில் வசிக்கும் நான்கு துறையை சேர்ந்தவர்களுக்கு ஆயுட்காலம் மிகக் குறைவாக இருக்கும் என்று தெரியவந்தது. அவர்கள், ரசாயனத் தொழிற்சாலையில் வேலை பார்ப்பவர்கள், நீண்ட தூரம் பயணம் மேற்கொள்ளும் டிரைவர்கள், காவல் துறையில் வேலைபார்ப்போர் மற்றும் பத்திரிக்கைகாரர்கள். ரசாயனத் தொழிற்சாலைகளில் வேலைபார்ப்போர் மற்றும் நீண்ட தூர பயணம் மேற்கொள்ளும் டிரைவர்கள் போதிய பாதுகாப்பு நடவடிக்கை இல்லாமல் அவதியுறுகிறார்கள். சீனக் காவல்துறையில் வேலை பார்ப்பவர்கள்தான் உலகி லேயே கடினமான வேலைப்பளுவுடன், மனநிம்மதி இல்லாமல் பணியில் ஈடுபடுபவர்கள். நிலையில்லாத நீதித்துறை அமைப்பும், அந்த நீதித்துறையை கட்டுப்படுத்தும் அதிகாரம் கொண்ட அரசியல் அமைப்பு, இவற்றின் கீழ் காவல்துறை இருப்பதனால் பெரும்பாலான குற்றவாளிகள் தங்கள் அரசியல் செல்வாக்கைப் பயன்படுத்தி தண்டனையில் இருந்து தப்பிப்பது மட்டுமல்ல, தன் மேல் குற்றம் சுமத்திய காவலதிகாரி மேல் பழிவாங்கும் செயலில் ஈடுபட்டு அவரை சீரழிப்பதும் சீனாவில் மிகச் சாதாரணமான நிகழ்வுகள். காவலதிகாரிகள் தங்களுக்கு தெரிந்த உண்மைகளுக்கும், தங்களுக்கு கொடுக்கப்படும் கட்டளைகளுக்கும் இடையில் ஊசலாடிக்கொண்டே தங்கள் பணியைச் செய்ய வேண்டி இருக்கிறது.

இதனால் அவர்களுக்கு ஏற்படும் மனஉளைச்சல், பணியில் நிச்சயமின்மை, விரக்தி இவற்றால் பாதிக்கப்பட்டு அவர்களுக்கு ஆயுள் குறைந்து சீக்கிரமே மரணமடைகிறார்கள். ஆனால் அதிக சலுகைகள் பெற்று செல்வாக்காக வாழும் பத்திரிக் கையாளர்களும் இதே வரிசையில் எப்படி இடம் பிடித்தார்கள்?

சீனாவின் பத்திரிகைக்காரர்கள் அதிர்ச்சி தரும் பல சம்பவங்களுக்கும், பயங்கரவாதங்களுக்கும் பார்வையாளர்களாக இருக்கின்றனர். எது எப்படி இருந்தாலும், நாட்டை ஆளும் சர்வ வல்லமை படைத்த அரசியல் சாசனமே ஊடகத்தையும், தினசரி செய்திகளையும் ஆள்கிறது. இதில் தாங்கள் கண்டறிந்த உண்மை களை வெளிப்படுத்த வடிகால் இல்லாமல் பத்திரிகையாளர்கள் தவிக்கிறார்கள். பெரும்பாலும் எல்லா செய்திகளிலும் தாங்கள் அறிந்ததை மறைத்து, வேறு விதமாக உண்மைக்குப்புறம்பான செய்திகளை எழுதவே அவர்கள் அனுமதிக்கப்படுகிறார்கள்.

உணர்ச்சியில்லாத, அரசியல் அதிகாரத்தால் நடந்த திருமண பந்தத்தில் இருக்கும் பெண்களை நான் பேட்டி எடுக்கும்போது, பிரசவத்திற்கு பின்பு குடிக்க சூப்போ, சாப்பிட முட்டையோகூட இல்லாமல் வறுமையில் தவித்ததைப் பார்த்திருக்கிறேன். சில பெண்கள் எங்கள் வானொலி நிலையத்தில் நாங்கள் வைத்துள்ள தானியங்கி தொலைபேசியில் பேசி தங்கள் குரல்களை பதிவு செய்து வைக்கும்போது தங்கள் கணவர்கள் தங்களை எப்படி அடித்துக் கொடுமைப்படுத்துகிறார்கள் என்பதை விவரிக்கும் போது உடம்பே நடுங்கிப்போகும். ஆனால் அந்தக் கொடூர கணவர்கள் அரசியல் அதிகாரத்தில் இருப்பதால், இவர்களால் இந்த வன்கொடுமைகள் பற்றி பேசவும் முடியாது. அதைக் கேட்டுவிட்டு மனம் கொதித்துப் போனாலும், என்னாலும் அரசியல் அதிகாரத்தை எதிர்த்து ஒன்றும் செய்ய முடியாமல், வானொலி நிலையத்தின் நிர்வாகவிதிகளுக்கு கட்டுப்பட்டு அவர்களுக்கு எந்த உதவியும் செய்ய இயலாமல் அமைதியாகி விடுவேன். பின்பு என் தனியறையில் உட்கார்ந்து அவர்களை நினைத்து அழுவேன். மனவலி தீரும் மட்டும்... கண்ணீர் வற்றிப் போகுமட்டும் அழுவேன்... அது மட்டும்தான் என்னால் சுதந்திரமாக செய்ய முடிந்தது.

சீனா தனது அந்நிய முதலீட்டு கொள்கையின் விதிமுறைகளை தளர்த்தியதும், பல நாட்கள் பட்டினியில் இருந்த குழந்தை உணவு கிடைத்ததும் அவசரஅவசரமாக உணவை அள்ளி விழுங்குமே அதுபோன்று பரபரத்து நின்றது. அதன்பிறகு உலகநாடுகள் பழையவற்றைக் களைந்து புதுப்பொலிவுடன் மகிழ்ச்சியாக வாழ்வைக் கொண்டாடும் சீனாவைப் பார்த்தன.

எங்கும் பசிக்கான கூக்குரலே இல்லை எனலாம். அளவுக்கு மீறி தின்றுவிட்டு செரிக்காமல் வயிற்று வலியில் அவஸ்தைப்படுவதைப் போன்றதொரு சமூக வலியை பத்திரிக்கையாளர்கள் உணர்ந்தனர். ஊடக பத்திரிக்கையாளர்களுக்கு அவர்கள் உடல் மட்டுமேதான் சொந்தமே தவிர, அவர்கள் மூளையை அவர்கள் விருப்பப்படி பயன்படுத்திக்கொள்ள அனுமதி இல்லை. என்ன அவர்களுக்கு தெரியுமோ அதற்கும், என்ன சொல்ல அவர்களுக்கு அனுமதி வழங்கப்பட்டிருக்கிறதோ அதற்கும் இடையில் சிக்கிக்கொண்டு, வேதனையில் உடலும் மனமும் பாதிக்கப்பட்டு சங்கடங்களுக்கு உள்ளாகி சுதந்திரமின்றி சாகிறார்கள். இது போன்றதொரு மோதல்தான். நான், மிகவும் நேசித்த என் பத்திரிக்கைத் தொழிலை விட்டு என்னை விலகும்படி செய்தது.

1996ஆம் வருடம் இலையுதிர்காலத்தில் ஒருநாள் கட்சி மாநாட்டில் கலந்துகொண்டு திரும்புகையில் ஓல்டு சென் என்னிடம் வறுமை ஒழிப்புக் குழுக்கள் வட மேற்கு சீனா, தென் மேற்கு சீனா மற்றும் ஏனைய வறுமையான பொருளாதாரத்தில் பின்தங்கி இருக்கும் இடங்களுக்கு அனுப்பப்பட்டிருக்கின்றன என்று கூறினார். நாட்டின் மிக முக்கியமான இந்த வேலையை ச்செய்ய நியமிக்கப்பட்டிருக்கும் இக்குழுக்களை கண்காணிப்பதற்கு நல்ல அரசு ஊழியர்கள் இல்லாததால் திறமையான பத்திரிக்கை யாளர்களை அரசாங்கம் இந்தப் பணியில் ஈடுபடுத்த இருக்கிறது. அதில் ஓல்டு சென் இந்தக் கண்காணிப்பு அதிகாரியாக பணியை ஏற்றுக் கொண்டு பழைய ராணுவதளப் பகுதியில் சாதாரண மக்களின் வாழ்கையின் இன்றைய நிலை என்ன என்று ஆராய இருப்பதாக என்னிடம் கூறினார். சீனப் பண்பாட்டு புரட்சிக்கு பின்பு, அனைவரும் மறந்து போன பகுதி இது என்பது ஓல்டு சென் என்னிடம் கூறியது.

சீனப் பெண்கள் குறித்த என் ஆராய்ச்சியை தொடர இதை எனக்குக் கிடைத்த மிகப்பெரிய வாய்ப்பாகக் கருதி, நானும் உடனே ஒரு குழுவுடன் இணைந்து கொள்ள விருப்பம் தெரிவித்தேன். வட மேற்கு பகுதிக்கு செல்லும் குழுவுடன் இணைந்து பணியாற்ற எனக்கு பணி ஒதுக்கப்பட்டிருந்தது. சரியாக சொல்வதானால் மத்திய சீனாவின் ஷியான் பகுதிக்குத்தான் நாங்கள் சென்றோம். சீனாவில் வட மேற்கு என்று கேட்டாலே, பெரும்பாலான சீனர்கள் குறிப்பிடுவது மத்திய சீனாவைத்தான். நாட்டின் மேற்கு திசையின் பாலைவனங்கள் அவர்கள் மனதில் வரைபடமாகக்கூட பதியவில்லை.

பயணத்திற்காக என் பொருட்களை எடுத்து வைக்கும்போது

சில பொருட்களை கவனமாக நான் தவிர்த்தேன். அவை வழக்க மாக நான் பேட்டிகளுக்கு உபயோகப்படுத்தும் பொருட்கள்தான். அவை என் பேட்டிகளுக்கு மிகவும் உறுதுணையாக இருக்கும். இருந்தாலும் அவற்றை நான் வேண்டாம் என்று தவிர்த்தேன். அதற்கு முக்கியமாக இரண்டு காரணங்கள், முதலாவது, நாங்கள் பயணம் செய்யப்போவது மலை பிரதேசங்களின் உள்ளே இருக்கும் மலைக்காடுகளுக்குள். அந்த இடங்களுக்கு போக்குவரத்து கிடையாது. அவரவர் பொருட்களை அவரவரே தூக்கிக் கொண்டு தான் நடக்க வேண்டும். என்னால் அப்படி நடக்க முடியாது. ஆனால் கண்டிப்பாக என்னுடன் பயணம் செய்யும் சக நண்பர்கள் என் பொருட்களை சுமக்க முயற்சிப்பார்கள். அந்த சிரமமான காரியத்தை நான் யார் முதுகிலும் சுமத்த விரும்பவில்லை. எனவே, என் பொருட்களை எவ்வளவு குறைவாக எடுத்துச் செல்ல முடியுமோ அவ்வளவு குறைவாக எடுத்துச் செல்வது என்று முடிவு செய்துவிட்டேன்.

இரண்டாவது காரணம், நாங்கள் வேலை பார்க்க இருக்கும் பகுதி சீனாவின் மிகவும் பிற்படுத்தப்பட்ட பகுதி. அந்தப் பகுதி களில் உள்ள மக்களுக்கும் நவீன உலகிற்கும் ஒரு புள்ளிகூட அறிமுகம் இல்லை. அவர்களுக்கு எதிரே அலங்கார, ஆடம்பர நவீனப் பொருட்களுடன் நான் சென்றால் அவர்களுக்கும் எனக்கும் இடையே ஒரு அந்நியத் தன்மை வந்து விடும். அவர்கள் முன்பு என் பகட்டான வாழ்வைப் பறைசாற்ற விரும்பவில்லை. அவர்களுடன் ஒருத்தியாகவே எந்த சலுகையும் இல்லாமல் வாழ்ந்தால்தான் என்னால் உண்மை விவரங்கள் சேகரிக்க முடியும்.

நாங்கள் முதலில் சென்ற இடம் ஷியான். அங்கு மூன்று குழுக்களாகப் பிரிந்துசென்றோம். என்னுடன் இரண்டு ஆண் பத்திரிக்கையாளர்களும், மருத்துவர் ஒருவரும் மற்றும் அரசாங்கத் தின் சார்பில் எங்களுக்கு வழிகாட்ட ஓர் அரசு ஊழியரும் சென்றிருந்தோம். மிகவும் சிரமப்பட்டு எப்படியும் நாங்கள் குறிப்பிட்ட இடத்தை அடைந்துவிடுவது என்ற வைராக்கியத்துடன் பயணப்பட்டு அந்த மலை உச்சியை அடைந்தோம். நாங்கள் மிகவும் மோசமான பாதையைக் கடந்து வந்தோம் என்று நான் நினைக்கவேயில்லை. அந்த இடம் நாங்கள் நினைத்ததைவிட மிகவும் மோசமான வறுமையில் இருந்தது. செல்வமும், வறுமையும் எண்ணற்ற பல அளவுகளில் உள்ளது. அது உலகில் வேறு வேறு விதமாக வெளிப்படுத்தப்படுகிறது. நாங்கள் போகும் வழியில் எங்களைச் சுற்றி மாறிமாறி உருவான காட்சிகள் அதை எங்களுக்கு மிகவும் எளிமையாக விளக்கியது. நாங்கள்

நகரத்தைவிட்டு புறப்பட்டபோது எங்களைச் சுற்றிலும் உயரமான கட்டடங்கள் சீறிக்கொண்டு சாலைகளில் போகும் விதவிதமான வாகனங்கள் தென்பட்டன. அதன் பிறகு எங்கள் பயணத்தின் இலக்கான மலை கிராமத்தை நெருங்க நெருங்க சளசளவென்று பேசிக்கொள்ளும் மனிதக் குரல்கள், பளிச்சென்ற வண்ணங்கள் எல்லாம் மறைந்துபோய் செங்கற்களால் கட்டப்பட்ட தாழ்வான குடிசைகள், மண் குடிசைகள், தூசியை சுமந்து செல்லும் மேகங்கள், அழுக்கான சாம்பல் நிற உடை உடுத்திய விவசாயிகள் என உருமாறின. இன்னமும் உள்ளே பயணிக்க மக்கள் வாழ்வதற்கான எந்த அடையாளமோ, தடயங்களோ காண்பதுகூட அரிதாக இருந்தது. எங்கும் மவுனம் சூழ்ந்து இருக்க காற்றின் சப்தமும் பறவைகளின் குரல்களும் மட்டுமே அந்தப் பிரதேசத்தில் எதிரொலித்தது. மஞ்சள் நிற பூமி வேகமாக சுழன்று தன்னை சுற்றி தூசிப்படலத்தினால் சூறாவளியை அந்தப் பிரதேசத்தில் உருவாக்கி இருந்தது. நாங்கள் தெளிவாக பார்க்க இயலாமல் கண்ணை இறுக மூடிக்கொண்டு ஒற்றைக் கண்ணால் பார்த்தோம். எங்கள் குழு அந்தப் பிரதேசத்திற்கு வந்த நோக்கம், வறுமையில் வாடும் ஏழைகளுக்கு அவர்கள் இடத்திலேயே சென்று சேவை செய்வோம் என்பதுதான். ஆனால், யதார்த்தம் வேறு மாதிரி இருந்தது. நாங்கள் மிகவும் மோசமான பிரச்சனை ஒன்றை சந்திப்போம். ஐயோ... என்று யோசித்து முடிவதற்குள் அதையும் விட அதி தீவிரமான இன்னொன்று எங்கள் எதிரில் நிற்கும். குறிப்பிட்டு சொல்வதனால் நான் இந்தப் பயணத்தில் கண்டது போன்றதொரு வறுமையை வேறு எங்கும் கண்டதே இல்லை. கொடுமை!

இரண்டரை நாட்கள் இராணுவ ஜீப்பில் குலுங்கிக் குலுங்கி இடைவிடாது பயணம் செய்த பிறகு, எங்கள் வழிகாட்டியாக வந்த அரசு ஊழியர் ஒரு வழியாக நாங்கள் சேர வேண்டிய இடத்திற்கு வந்துவிட்டோம் என்று கூறினார். அந்தப் பிரதே சத்தைப் பார்த்ததும் நாங்கள் அனைவரும் முதலில் அவர் எங்களைத் தவறான இடத்திற்கு அழைத்து வந்து விட்டார் என்றே நினைத்தோம். அந்த மலையில் அந்தக் கிராமம் மட்டும் தனித்து விடப்பட்டிருந்தது. கிட்டத்தட்ட பூமியின் இன்னொரு தனிப்பட்ட பிரதேசத்திற்குள் பிரவேசித்து விட்டதைப் போல ஓர் உணர்வு. நாங்கள் பயணித்த ஜீப் மலையில் முறுக்கு போல் சுற்றிச் சுற்றி போடப்பட்டிருந்த சாலையில் சுற்றிவந்து, அதை விட பெரிய வேறொரு மலையில் எங்களைக் கொண்டு வந்து சேர்த்துவிட்டது. அந்தப் பிரதேசம் முழுவதும் மரங்களோ, செடிகளோ இல்லாது உயரமான மலைகளும் அதை ஒட்டி ஆரம்பிக்கும் பாலைவனமுமாக வறட்சியாக காணப்பட்டது.

நாங்கள் அந்த இடத்தை மிகவும் உன்னிப்பாக பார்க்க, அங்கே ஆதி மனிதன் வாழ்ந்ததைப் போன்ற குகை வாசஸ் தலங்கள் இருப்பதைக் கண்டோம். அந்த இடத்திற்குப் பெயர் கத்தும் மலை *(shouting hills)*.இது மிகவும் பின்தங்கிய குக்கிராமம். இந்த இடத்தை நீங்கள் பூகோள வரைபடத்தில் தேடினாலும் கிடைக்காது. அந்தக் கிராமத்தின் வினோதமான பெயரைக் கேட்க எனக்கு மிகவும் ஆச்சரியமாக இருந்தது. பூமியில் ஒவ்வொரு இடத்திற்கும் அந்தப் பெயர் வந்ததற்கு ஏதோ ஒரு காரணம் இருக்கும். இந்தக் கிராமத்தின் பெயர்க் காரணம் என்னவாக இருக்கும் என்று மனம் ஆராய துவங்கியது.

எங்கள் ஜீப்பின் சப்தம் கேட்டு தவறிப்போய் ஒன்று இரண்டு கிராமத்து மனிதர்கள் எட்டிப் பார்த்தனர். அவர்களும் எங்கள் ஜீப்பை சுற்றிக்கொண்டு, “ஹை! எண்ணெய் குதிரைடா” என்றும், “இந்தக் குதிரை ஓட வாள் எங்க இருக்கு” என்றும் அவர்களுக்குள் கிசுகிசுவென்று பேசிக் கொண்டனர். ஓரிரு குழந்தைகள் ஜீப்பை விநோதமாக பார்த்துக்கொண்டு, ஒரு விரலால் அருகில் வந்து தொட்டுவிட்டு ஓடி பின்னால் ஒளிந்து கொண்டு தங்களுக்குள் சிரித்துகொண்டனர். நான் அவர்களிடம் பேசி இது குதிரையில்லை என்று புரிய வைக்க எண்ணினேன். ஆனால் அதற்குள் ஒருவர் அந்தக் கிராமத்துத் தலைவர் என்று அறிமுகம் செய்துகொண்டு எங்களை அழைத்து செல்ல வந்து விட்டார். அந்தக் கிராமத்தின் முக்கியமான அலுவலகம் என்று அந்த இடத்தை சொன்னார்கள். அது ஒரு மலைக்குகை. உள்ளே இருள் தன் கரிய நிறத்தை முழுவதுமாக நிறைத்திருந்தது. உள்ளே ஏற்றப்பட்டு இருந்த மெழுகுவர்த்தி தன்னால் முடிந்த அளவு ஒளியைக் கொடுத்து அந்த மலைக்குகையை வெளிச்சமாக்க முயன்று கொண்டிருந்தது.

சின்ன கிண்ணத்தில் வேக வைத்த முட்டையும், மிளகாய் போட்டு செய்த பொரியல், வெள்ளை நிற பிரட் துண்டுகள் சில எங்களுக்கு சாப்பிட கொடுத்தார்கள். அவர்களின் பேச்சு சீன மொழியிலேயே வேறுபட்டதாக இருந்தது. நாங்கள் பேசும் சீன மொழிக்கும், அவர்கள் பேசும் சீன மொழிக்கும் இருந்த உச்சரிப்பு தன்மைகூட வேறுபட்டிருந்தது. என்னால் அவர்கள் பேசுவதை அவ்வளவு எளிதில் புரிந்துகொள்ள முடியவில்லை. இரண்டு ஆண் பத்திரிக்கையாளர்களுக்கும் தங்குவதற்கு ஒரே குகை ஒதுக்கப் பட்டிருந்தது. எனக்கும் இன்னொரு சின்ன பெண்ணிற்கும் ஒரு குகை ஒதுக்கப்பட்டது. மெழுகுவர்த்தி வெளிச்சத்தில் என்னால் அந்தக் குகையை முழுமையாக பார்க்க இயலவில்லை. ஆனால் எங்களுக்கு போர்த்திக்கொள்ள கொடுக்கப்பட்ட போர்வை ரம்மியமான சூரியனில் காய்ந்த

வாசத்தை சுமந்திருந்தது. எனக்கு துணையாக குகைக்குள் வருகிறேன் என்று சொன்ன கிராமத்து மனிதர்களை வேண்டாம் என்று மறுத்துவிட்டு குகைக்குள் நுழைந்து என் பையைத் திறந்தேன். என்னுடன் தங்க இருக்கும் சின்ன பெண்ணிடம் நான் முகம் கை கால் எங்கு கழுவலாம் என்று கேட்க நினைத்தேன். ஆனால் அதற்குள் அவள் தன் படுக்கையில் படுத்து விட்டாள். அப்பொழுதுதான் எனக்கு எங்கள் வழிகாட்டி அரசு அலுவலர் சொன்னது நினைவிற்கு வந்தது. இங்கு தண்ணீர் பிரச்சனை அதிகம் உள்ளது. இந்த மலை கிராமத்தில் தண்ணீர் மிகவும் அரிதான பொக்கிஷம் போன்றது.

வேறு வழியில்லாமல், உடை மாற்றிக்கொண்டு எனக்காக போடப்பட்டிருந்த படுக்கையில் சென்று படுத்துக் கொண்டேன். என் அருகில் இருந்த பெண்ணுடன் ஏதாவது பேசலாம் என்று நினைத்தேன். ஆனால் அதற்குள் அவள் தூங்கி இருந்தாள். சின்னதாக குறட்டை சப்தம்கூட வந்தது. அவளுக்கு தன்னுடன் இருக்கும் புதிய விருந்தினர் குறித்த எந்த அக்கறையும் இருந்தாற் போல தெரியவில்லை. என்னைப் பற்றி எதுவும் தெரிந்து கொள்ளவும் முயற்சிக்கவில்லை. இப்படி ஒருவர் தன் பக்கத்தில் இருக்கிறார் என்ற உணர்வுகூட இல்லாமல் தூங்கிவிட்டாள். எனக்கும் பயணக் களைப்பு இருந்தது. தூக்க மாத்திரைகளை போட்டுக்கொண்டேன். அப்பொழுதுதான் புது இடத்தில் தொந்தரவு இல்லாமல் தூக்கம் வரும்.

என்னுடைய சக பத்திரிகையாளர் தோழிகளுக்கு புதிய இடத்தில் நான் மாத்திரைகளைப் போட்டுவிட்டு நிம்மதியாக தூங்கி எழுந்திருப்பது குறித்து எப்பொழுதுமே பொறாமை அதிகம். என்னைப் போலவே அவர்களும் மாத்திரை போட்டு தூங்க முயற்சித்தும் முடியவில்லை. தங்கள் வீட்டைவிட்டு வெளியேறி எந்தப் புது இடத்தில் தூங்க வேண்டும் என்றாலும் அவர்களுக்குத் தூக்கமின்மை என்ற வியாதி அவஸ்தைக்குள்ளாக்கும். அதனாலேயே அவர்கள் நீண்ட தூரம் பயணப்பட்டு பேட்டி எடுக்க வேண்டும் என்றால் போக மாட்டார்கள். அவர்கள் என்னிடம் "நீதான் பத்திரிகை உலகத்துக்காவே படைக்கப்பட்டவள். உனக்கு பயணங்கள் ஒரு பிரச்சனையாகவே இருப்பதில்லை" என்பார்கள். என்னென்னவோ சிந்தனைகளுக்குள் சிக்குண்டு தூங்கி போனேன். சூரியன் கசிந்து ஒளியாகி குகைக்குள் வந்து என் தூக்கத்தைக் கலைத்து விட்டான். நான் குகைக்குள்ளே அந்தச் சின்னப் பெண் இருக்கிறாளா என்று தேடினேன். அவள் அதற்குள் எனக்கான காலை உணவு தயார் செய்து விட்டிருந்தாள்.

வானும் பூமியும் ஒனறாக கலந்து ஒன்றிணைந்தது. இன்னமும் சூரியன் தன் விடியலைத் துவக்கவில்லை. ஆனால் அதற்குள் எல்லா இடங்களிலும் சூரிய வெளிச்சம் போர்த்திகொண்டிருந்தது. மஞ்சள் நிற சாம்பல் பூத்தது போன்ற வெறுமையான அந்த பூமியை முற்றிலும் தங்கமாக மின்ன வைத்துக் கொண்டிருந்தது சூரியன். இப்படி ஒரு வித்தியாசமான விடியலை வேறு எங்கும் நான் கண்டதில்லை.

இந்த அதிசய விடியலை அரசாங்கம் சீனாவின் சுற்றுலாவின் சிறப்புகளுள் ஒன்றாக அறிவித்தால், இந்த இடத்தின் ஏழ்மையை எளிதாக விரட்டிவிட இயலுமே என்று எனக்குள் நானே நினைத்துக் கொண்டேன். இந்த விடியலும், குகை வாசமும் நிச்சயமாக புதிய அனுபவம்தான். இதை சுற்றுலா தளமாக்க இயலாததன் முக்கிய காரணம், இங்கு தண்ணீர் இல்லாதது தான். இங்கு கிராமத்து மனிதர்களின் அன்றாடத் தேவைகளுக்கே தண்ணீர் கிடையாது.

அந்த சின்னப் பெண் சமைக்கும் அடுப்பில் இருந்து காற்றில் கலந்து பறந்த தீப்பொறி என் பகற்கனவை கலைத்தது. அவள் சமைப்பதற்கு வரட்டி உபயோகித்ததால், அந்தப் புகை மூக்கில் ஏறி கமறல் எடுத்தது. இரண்டு மூன்று பெரிய கற்களைச் சுற்றி அடுக்கி இடையில் நெருப்பை மூட்டி அதன் மேல் பாத்திரத்தை வைத்து சமைத்துக் கொண்டிருந்தாள். அவள் பெயர் 'நியூர்' என்றாள். குளிர்காலங்களில் சமையலுக்கு நெருப்பு வேண்டும் என்றால் அவர்கள் நம்பி இருப்பது மாட்டு சாணத்தை தட்டி காய வைத்து தயாரிக்கும் வரட்டி மட்டும்தான். பெரும்பாலும் வீட்டு விசேசங்கள், கருமாதி காரியங்கள் அல்லது யாரவது புதிய விருந்தினர் அந்த கிராமத்திற்கு வந்தால் அவர்கள் வரட்டி பயன்படுத்தி சமைப்பது நட்பைக் கொண்டாடுவது போன்றதாம்.

சாதாரணமாக அவர்கள் சமையலுக்கு பயன்படுத்துவது கோரைப் புற்களின் காய்ந்த வேர்களை. அங்கு விவசாய வேலையில் ஆண்கள்தான் ஈடுபடுகிறார்கள் என்பதால் அவர்களுக்கு உணவில் முதலிடம் கொடுக்கப்படுகிறது. மற்றபடி பெண்களும், குழந்தைகளும் கோதுமையின் துகள்களை கஞ்சியாக வைத்துக் குடித்து பசியாறிக் கொள்கின்றனர். பட்டினிகள் அவர்களுக்கு பழகிப் போய்விட்டதால் தினமும் உணவு சமைத்து சாப்பிட வேண்டும் என்பதே அவர்களுக்கு வழக்கத்தில் இல்லாதிருக்கிறது.

அந்தக் கிராமத்தைப் பொருத்தவரை பெண்ணுக்கான அதிகபட்ச முக்கியத்துவம் வாய்ந்த நிகழ்வு, கொண்டாட்டம் எல்லாமே அவளுக்கு ஆண் குழந்தை பிறக்கும் அன்றுதான்.

அன்று அவளுக்கு நீரில் முட்டைகளைப் போட்டு கலக்கி ஒரு கிண்ணம் முழுக்க குடிக்கக் கொடுப்பார்களாம். அதுதான் மகிழ்ச்சியின் உச்சம்.

அவள் பேசிக்கொண்டே எனக்கு கஞ்சி தயாரித்துக் கொடுத்தாள். முதல் நாள் அவள் கொடுத்த கஞ்சியைக் குடித்துவிட்டு எங்கள் குழுவினர் வேலையைப் பார்க்க கிளம்பினோம்.

அந்தக் கிராமத்துத் தலைவர்களை சந்தித்துப் பேசும்போது இந்தக் கத்தும் மலையின் பெண்களைச் சந்தித்து அவர்களின் கதையை நான் எழுத வேண்டும் என்று கேட்டேன். அந்தக் கிராமத்துத் தலைவர்களுக்கு தங்கள் பெயரைக்கூட எழுதத் தெரியாது. ஆனால் பண்பாகப் பழகும் நல்ல குணம் எல்லோரிடமும் இருந்தது. அவர்கள் என் வேண்டுகோளைக் கேட்டதும் தலையை ஆட்டிக் கொண்டே மறுத்தனர். அவர்களின் தலைவர் என்னிடம் "பெண்களைப் பற்றி சொல்ல என்ன இருக்கிறது?" என்று கேட்டார்.

நான் விடாப்பிடியாக இருந்தேன். அவர்களைப் பொருத்த வரை நானும்கூட எதையாவது புதுமையாக சொல்லி ஆண்களை ஈர்க்கநினைக்கும் இன்னொரு பெண் அவ்வளவுதான். அவர்களது அணுகுமுறையையும், ஆண் திமிரையும் நான் பொருட்படுத்தவே இல்லை. என்னுடைய இத்தனை வருட பத்திரிக்கை அனுபவத்தில் தெரிந்துகொண்டது என்னவென்றால், மற்றவர்களுக்கு நம் மீது வரும் மதிப்பீடுகளுக்கு செவி சாய்த்துக்கொண்டிருப்பதைத் தவிர, நாம் பேட்டி எடுக்க வந்தவர்களை நெருங்குவது எப்படி என்று யோசித்து செயல்படுவதுதான்.

முதன் முதலாக கத்தும் மலை என்று பெயரைக் கேட்டதுமே எனக்குள் இனம் புரியாததோர் உணர்வு ஏற்பட்டது. நான் இந்தப் பிரதேசத்திற்கு வர வேண்டும் என்பதுகூட முன்னரே முடிவு செய்யப்பட்ட ஒன்றோ என்று தோன்றியது.

கத்தும் மலை பாலைவனம் ஆரம்பிக்கும் நிலப்பகுதியினை ஒட்டி அமைந்துள்ளது. அந்தப் பிரதேசம் முழுவதும் மஞ்சள் நிறத்திலான நிலப்பகுதியும், கற்களும், மணலும் நிறைந்த இடமாகக் காணப்பட்டது. எங்கு திரும்பினாலும் சிறிய புற்களைக்கூட பார்க்க முடியவில்லை. எப்பொழுதாவது சில வண்டுகள் ரீங்காரமிட்டுக்கொண்டே அந்த இடத்தைக் கடந்து போகின்றன. ஆண்டு முழுவதும் காற்று அந்தப் பகுதியில் கொஞ்சம்கூட ஓய்வில்லாமல் வீசிக்கொண்டே இருக்கிறது. ஆயிரம் ஆண்டுகளாக இந்த இயக்கம் தொடர்ந்துகொண்டே இருக்கிறது. கத்தும் மலையின் மேல் விவசாய வேலையில்

ஈடுபட்டு இருப்பவர்கள் தொலைவில் இருப்பவர்களுடன் சப்தமாக பேசி தொடர்பு கொள்வார்கள். அதனால் அக்கிராமத்து மக்கள் ஒத்த குரல் கொண்டவர்களாகவும், சப்தமாக பேசும் குணம் உள்ளவர்களாகவும் இருக்கின்றனர். இதனால்தான் இந்த கிராமத்துக்கு கத்தும் மலை என்று பெயர் வந்ததா என்று யாராலும் அறுதியிட்டுக் கூற இயலவில்லை. ஆனால் இதுதான் காரணமாக இருக்கக் கூடும் என்று நான் நினைக்கிறேன். நவீன சீனாவில் இருந்து முற்றிலுமாக மவுனமாக ஒதுங்கி நிற்கிறது கத்தும் மலை.

கிராமத்தில் இருக்கும் மலைக்குகைக்குள் வசித்துக்கொண்டு சுமார் இருபது அல்லது முப்பது குடும்பங்கள், மூன்று அல்லது நான்கு குடும்ப பெயர்கள் தாங்கி வாழ்ந்து வருகின்றனர். பெண்கள் முற்றிலும் அவர்களின் பயன்பாட்டுப் பொருளாகவே மதிக்கப்படுகின்றனர். அவர்கள் நல்ல இனப்பெருக்க கருவிகளாக பயன்படுத்தப்படுகின்றனர். அது மட்டுமல்லாது, கிராமத்து ஆண்களுக்கு மிகவும் மதிப்பு வாய்ந்த வர்த்தக பொருட்களும் இங்கே பெண்கள்தான். இரண்டு அல்லது மூன்று பெண் குழந்தைகளைக் கொடுத்துவிட்டு பக்கத்து கிராமத்தில் இருந்து ஒரு பெண்ணை பண்டமாற்று முறையில் திருமணம் செய்து கொள்ள இங்கு எந்த ஆணும் தயக்கம் காட்டுவதே இல்லை. பக்கத்து கிராமத்தில் இருந்து பெண்களை பண்டமாற்று முறையில் திருமணம் செய்துகொள்வதும், இங்கு உள்ளவர்களின் மனைவிகளைப் பக்கத்து கிராமத்தில் கேட்டால் கொடுத்து விடுவதும், அவர்கள் மனைவியை இவர்கள் அழைத்து வந்து வாழ்க்கை நடத்துவதும் இங்கு நடைமுறை வழக்கமாகவே உள்ளது. பெரும்பாலான பெண்கள் பக்கத்து கிராமத்தில் இருந்து இங்கே வாழ்ந்து பிள்ளை பெறுவதற்காக வந்தவர்கள்தான். அதே போல் பக்கத்து ஊரில் இருந்து வந்து இவர்களின் பெண் குழந்தைகளைக் கேட்டால் இல்லையென்று சொல்ல இயலாது. பெண் பிள்ளைகளை வாங்க வருபவர் கிழவனாக இருந்தாலும், இந்தத் தாய்களுக்கு மறுப்பு சொல்ல உரிமை கிடையாது. ஆண்கள் எந்தவிதமான சங்கடங்களும் இல்லாமல் பதினோரு, பன்னி ரண்டு வயதில் இருக்கும் பெண் குழந்தைகளை இப்படி அனுப்பி விடுகின்றனர். கத்தும் மலையில் வசிக்கும் பெண்களுக்கு எந்த விதமான சுதந்திரமும் கிடையாது. அவர்களுக்கு சொத்தில் உரிமையும் கிடையாது. அவர்கள் அங்கு சமைக்க பயன்படும் வரட்டி போன்று, அன்றாட வாழ்வின் பயன்பாட்டு பொருள் அவ்வளவே.

நாகரீக உலகில் எங்குமே நடக்காத வழக்கமாக இங்கு ஒரு பெண்ணை ஏழு எட்டு ஆண்கள்கூட பகிர்ந்து பயன்படுத்திக்

கொள்கிறார்கள். சில குடும்பங்களில் ஏழு எட்டு ஆண்கள் மட்டுமே வாரிசாக இருப்பார்கள். பண்டமாற்றுக்கு அவர்கள் குடும்பத்தில் பெண் இல்லை என்றால் அவர்கள் குடும்பத்துக்கு பொதுவாக ஒரு பெண்ணை அழைத்து வந்து குடும்பத்தில் உள்ள எல்லா ஆண்களும் அவளை உடலுறவுக்கு உபயோகித்துக் கொள்வார்கள். குடும்பத்துக்கு ஒரு பெண் போதும் என்று அழைத்து வரும் ஆண்கள் அதை மிகவும் சவுகரியமான விசயமாகவே இங்கு கருதுகிறார்கள். அந்தப் பெண் அவர்கள் எல்லோருக்கும் சமைப்பது வீட்டை பார்த்து கொள்வது என்று எல்லா வேலைகளையும் செய்து விடுவாள். இரவில் அவர்கள் அனைவரும், வரிசையாக விடியும் வரை அவளை மாற்றி மாற்றி பயன்படுத்திக் கொள்வார்கள். அனைவருக்கும் ஒவ்வொரு மனைவி என்றால் குடும்பத்தில் இன்னும் ஐந்து பேருக்கு உணவு படுக்க இடம் என்று நிறைய செலவாகும். ஒரு பெண் என்றால் அவர்களுக்கு செலவு மிச்சம் என்பது இக்கிராமத்து ஆண்களின் நிலைப்பாடு. பெண்களுக்கு என்று சில உணர்ச்சிகள் இருக்கும் என்று இவர்கள் கொஞ்சம்கூட சிந்திப்பதே இல்லை.

அந்தப் பெண்ணிற்கு குழந்தை பிறந்தால், அந்த குழந்தையும் பெரியப்பா, சித்தப்பா என்று கூப்பிடுமே தவிர அதற்கு ஒரு அப்பாவை அடையாளப்படுத்த மாட்டார்கள். இது சட்டத்துக்கு புறம்பான நடவடிக்கை என்று சொன்னாலும்கூட அவர்கள் அதைப் பொருட்படுத்துவது இல்லை. இந்த வழக்கம் அவர்கள் முன்னோரில் இருந்து பரம்பரைப் பரம்பரையாக தொடர்ந்து வருகிறது. அதேபோல் பக்கத்து கிராமங்களில் இருந்து வரும் பெண்களும், இந்தக் கிராமத்துக்கு வந்ததும் அவர்களது சொந்த கிராமத்தை சுத்தமாக மறந்து விடுகின்றனர். தங்களுக்கு அம்மா, அப்பா, சகோதர சகோதரிகள், உறவினர்கள் சொந்தக் கிராமத்தில் இருக்கிறார்கள் என்பது இவர்களுக்கு உணர்விலேயே இல்லை. இந்தக் கிராமத்திலேயே பல நூற்றாண்டுகளாக வாழ்ந்து வருவது போல் மொத்தமாக மாறி விடுகின்றனர்.

நான் அந்தக் கிராமத்திற்குள் சென்ற சில நாட்களில் கவனித்தது, சில குழந்தைகள் தாங்கள் வசிக்கும் குகையை விட்டு வெளியில் வராமல் அதனுள்ளேயே அம்மாவுக்கு உதவியாக இருப்பது, உள்ளேயே விளையாடிக்கொள்வதுமாக இருக்கிறார்கள். அதே வீட்டைச் சேர்ந்த வேறு குழந்தைகள் வெளியில் விளையாடிக்கொண்டிருப்பார்கள். இது ஏன் என்று தெரிந்துகொள்ள ஆராய்ந்தேன். அதற்கு காரணம் குழந்தைகளுக்கு போட்டுக்கொள்ள துணிகள் கிடையாது என்பதுதான் என்று தெரிய வந்ததும் நான் அடைந்த வேதனையை எப்படி வார்த் தைகளில் விவரிப்பது? இங்கு குடும்பத்தில் துணி எடுப்பது

என்பது சொத்து வாங்குவதுபோல அவ்வளவு சிரமமானது. நான்கு வருடத்திற்கு ஒரு முறை பெரிய அளவில் ஓர் ஆடை வாங்கி விடுகிறார்கள். அது ஆணுக்கான ஆடை. முதலில் அதை ஆணுக்குத்தான் அணிவிக்கிறார்கள். அதன் பின் அந்த வீட்டில் இருக்கும் குழந்தைகள் அதை மாற்றி மாற்றி போட்டுக் கொள்கிறார்கள். ஆடை இல்லாத குழந்தைகள் வளர்ந்த பெண் பிள்ளைகளாக இருந்தால், வீட்டில் இருக்கும் படுக்கையில் போர்வையை உடல் முழுக்க போர்த்திக்கொண்டு அமர்ந்து விடுகிறார்கள். நான் பார்த்த ஒரு வீட்டில் எட்டுக் குழந்தைகள். அந்த அம்மா அடுத்த குழந்தையை வயிற்றில் சுமந்து கொண்டு இருக்கிறாள். நிறைமாத கர்ப்பிணி. அந்தக் குழந்தைகள் அனைவரும் படுக்கையில் நெருக்கமாக உட்கார்ந்து கொண்டு ஒரே போர்வையை தங்களை சுற்றி போர்த்திக் கொண்டு அமர்ந்திருந்தார்கள். ஆனால் அவர்களுக்குள் சோகம் இல்லை. அவர்கள் மிகவும் மகிழ்ச்சியாக ஒருவருக்கொருவர் சிரித்து பேசிக் கொண்டிருந்தனர். அப்போது அவர்கள் துணி போட்டுக் கொண்டு வெளியில் போகும்போது என்ன நடந்தது என்று தகவல் பரிமாறிக்கொண்டனர். இதுதான் வாழ்க்கை என்று தெரிந்ததும், வாழ்க்கையின் தேவைகளுக்காக ஓடாமல் இருப்பதை மிகவும் மகிழ்ச்சியாக ஏற்றுக்கொண்டு நிறைவாக வாழும் அவர்களது மனநிலை போற்றத் தக்கதே. எல்லா வசதிகளுடனும் வாழ்ந்து அதற்கு பழகிவிட்ட நாம் இவர்கள் இதெல்லாம் இல்லாமல் எப்படி வாழ்கிறார்கள் என்று ஆச்சரியமும், பரிதாபமுமாக அவர்கள் குறித்து இரக்கப்படுகிறோம். இதில் நாம்தான் பாவம் என்று எனக்குத் தோன்றுகிறது.

இங்கு வாழும் பெண்களும் சரி, சிறிய பெண் குழந்தைகளும் சரி எப்பொழுதும் ஆண் குழந்தைகள் பற்றியும், கிராமத்து ஆண்களைப் பற்றியும் மட்டுமே பேசுகின்றனர். இல்லாவிடில் யார் வீட்டில் திருமணம், யார் வீட்டில் யார் இறந்து விட்டார் என்று இதைத்தாண்டி அவர்களுக்கு பேசி சிரிக்க எதுவும் விசயம் இல்லவே இல்லை. நானும் எவ்வளவோ பேசிப் பார்த்தேன். பெண்களின் அழகு, அவர்கள் மேனியை எப்படி பாதுகாப்பது என்பது குறித்து அவர்களுக்கு எதுவுமே தெரியவில்லை. தங்கள் முகம் எப்படி இருக்கிறது என்று தெரிந்து கொள்ளக்கூட அவர்களுக்கு ஆர்வம் இல்லை. என் முகம்தானே நீங்கள் பார்க்கிறீர்கள் அதை நாங்கள் ஏன் பார்க்க வேண்டும்? என்று அவர்கள் திருப்பிக் கேட்கும்போது என்னிடம் அதற்குப் பதில் இல்லை. சீனாவில் உங்களைத் தாண்டி ஓர் உலகம் இயங்கிக் கொண்டிருக்கிறது. அதில் பெண்கள் இப்படி உடை உடுத்துகிறார்கள், இப்படி தலையலங்காரம் செய்து

கொள்கிறார்கள் என்றெல்லாம் வெளி உலகைப் பற்றிய அறிவை அவர்களுக்கு எடுத்துச் சொல்ல எனக்கும் தைரியம் இல்லை. அவர்கள் வெள்ளை உலகத்தில் அவர்கள் தேவதைகளாக உலவட்டுமே!

அந்தக் கிராமத்தில் பெண்கள் வயதுக்கு வந்த மறுநாளில் இருந்து அவர்களின் நடை மிக விநோதமாக மாறி விடுவதை நான் கவனித்தேன். அவர்கள் மட்டுமல்ல வேறு சில பெண்களும்கூட சமயத்தில் அதுபோன்ற வித்தியாசமான நடையை நடக்கிறார்கள். அதாவது அவர்கள் தங்கள் கால்களை நன்றாக அகட்டி வைத்துக் கொண்டு, ஒவ்வொரு அடியையும் முன் நோக்கி வைக்கும்போது இடுப்பை வளைத்து ஊஞ்சலாடுவதுபோல், மாற்றி மாற்றி வைத்து மிகவும் நிதானமாக நடந்து செல்கிறார்கள். அவர்களுக்கு என்ன ஆயிற்று என்று எனக்குக் கவலையாக இருந்தது. இது எதனால் என்று தெரிந்ததும் எனக்கு அதிர்ச்சியானது. சின்னக் குழந்தைகள் இப்படி நடப்பதில்லை. ஏன் இவர்கள் இப்படி நடக்கிறார்கள் என்று யாரிடம் கேட்பது என்று புரியவில்லை. நான் நடந்து செல்லும்போது சில கற்குவியல்கள் காணப்பட்டது. அது ஏதோ அடையாளத்துக்கு அப்படி கற்களை அடுக்கி வைத்திருக்கிறார்கள் என்று தோன்றியது. மெதுவாக கற்களை நகர்த்திப் பார்த்தேன். அதனுள் கருத்த இலைகளும், செந்நிற இலைகளும் மறைத்து வைக்கப்பட்டிருந்தன. அந்த ஊரில் மரம் செடி கொடிகளே கிடையாது. ஆங்காங்கே இருக்கும் மலைகளில் குகைகள் இருக்கின்றன. இதில் இந்த இலைகள் எங்கிருந்து வந்தன என்பது எனக்குப் புதிராக இருந்தது. அந்த இலைகள் 10 செமீ நீளமும், 5 செமீ அகலமும் இருந்தன. அது ஒரே அளவாக வெட்டப்பட்ட இலைகள். அந்த இலைகளை கையால் அடித்து பதப்படுத்தப்பட்டது போல் தெரிந்தது. சில இலைகள், மற்ற இலைகளைவிட கொஞ்சம் தடிமனாக இருந்தன. அந்த இலைகளில் இருந்து ஒரு விதமான கவுச்சி நாற்றம் வந்தது. கெட்டுப்போன மீன் மேல் இருந்து வரும் துர்நாற்றம் போல் இருந்தது. சில இலைகள் சூரிய வெளிச்சத்தில் காய்ந்து போய், பாறைகளின் பாரத்தினால், சலவை செய்யப்பட்டது போல் காணப்பபட்டது. அவை இலைகளாக இருந்தாலும் லேசில் உடையக் கூடியதாக இல்லாமல் கடினமாக இருந்தது. அவற்றின் மேல் இருந்தும் இந்தக் கவுச்சி வாடை அடித்தது. இதுபோன்ற அமைப்பில் இதற்கு முன் நான் இலைகளைப் பார்த்ததில்லை. இதை எதற்காக இங்கு உபயோகிக்கிறார்கள் என்று நான் தெரிந்து கொள்ள அங்கு இருந்த சில கிராமத்து மனிதர்களிடம் கேட்டேன்.

எதிரில் வந்த கிராமத்து மனிதர் ஒருவரிடம் அந்த இலையை காட்டி கேட்டவுடன், அவர் அதைப் பார்த்துவிட்டு மிக அலட் சியமாக இது பெண்களுடையது என்று கூறி வேறு எதுவும் பேசாமல் அகன்றுபோய் விட்டார். அங்கு விளையாடிக் கொண்டிருந்த சிறுவர்களிடம் கேட்டதற்கு, அது என்னவென்று தெரியாது. ஆனால் அதை நாங்கள் தொடக்கூடாது என்று அம்மாவும் அப்பாவும் சொல்லி இருக்கிறார்கள் என்றார்கள். நான் ஒரு பெண்ணிடம் கேட்டேன் அவள் எதுவும் பதில் சொல்லாமல் தன் தலையைக் குனிந்து கொண்டாள். எனக்கு ஒன்றுமே புரியவில்லை. ஏன் இதில் என்ன ரகசியம் இருக்க முடியும்? ஏன் ஒருவரும் பதில் சொல்ல மாட்டேன் என்கிறார்கள் என்று குழப்பத்துடன் நியூரிடம் கேட்டேன்.

அவள் இது பற்றி எனக்கு விவரம் தெரியவில்லை. ஆனால் என் பாட்டிக்கு தெரியும் என்று அவளுடைய பாட்டியிடம் அழைத்துச் சென்றாள். அவள் பாட்டி என்றதும் நான் மிகவும் வயதான பெண்மணியை சந்திக்க செல்கிறேன் என்று நினைத்தால், அந்த பாட்டி நடுத்தர வயதுப் பெண்மணியாக இருந்தாள். மிகக் சிறிய வயதிலேயே திருமணம் முடிந்து குழந்தைகளை பெற்று விட்டதால், அந்த ஊரில் அவள் அனுபவம் பெற்ற பெண்மணியாக மதிக்கப்படுகிறாள்.

அந்த இலைகள் பெண்கள் அவர்கள் மாதவிலக்கு நாட் களில், உதிரப் போக்கிற்காக உபயோகிக்கும் இலைகள் என்று கூறினாள். எனக்கு அதிர்ச்சியில் வாயடைத்துப் போனது. கத்தும் மலையில், ஒரு பெண் வயதிற்கு வந்து விட்டாலோ அல்லது புதிதாக திருமணம் ஆகி வந்தாலோ இந்த இலைகளில் பத்து இலைகள் அவளுக்கு சீதனமாக அந்தக் கிராமத்தின் அனுபவம் வாய்ந்த மூத்த பெண்களோ, அல்லது அந்தப் பெண்ணின் தாயோ கொடுப்பது வழக்கமாம்.

இந்த இலைகளை மிக தொலைவில் உள்ள கிராமத்தில் இருந்து எடுத்து வர வேண்டுமாம். வயதில் மூத்த பெண்கள் இளைய பெண்களுக்கு இந்த இலைகளை எப்படி உபயோகிக்க வேண்டும் என்று சொல்லிக் கொடுப்பார்களாம். கற்றாழை இலைகள் போல் இருக்கும் அந்த இலைகளை முதலில் ஒரே வடிவாக நறுக்கிக் கொள்கிறார்கள். பின் அதன்மேல் குத்தூசி வைத்து குத்தி நிறைய துளைகளைப் போட்டுக் கொள்கிறார்கள். அப்பொழுதுதான் அவை நிறைய ஈரத்தை உறிந்து எடுக்கும். அந்த இலையை கைகளில் தொடுவதற்கு பிளாஸ்டிக் பொருள் போன்று இருக்கிறது. அந்த இலையின் நரம்புகளும் மிகவும் தடிமனாக இருக்கிறது. அவை மாதவிலக்கின் இரத்தத்தை உள்இழுத்து

ஏழு அல்லது எட்டு ஆண்கள்கூட எந்த கவலையுமில்லாமல் வலிமையாக புணர்கிறார்கள். இப்படி கர்ப்பிணி பெண்ணை உடலுறவு கொள்கிறீர்களே உங்களுக்கு பாவமாக இல்லையா என்று கேட்டதற்கு, "நாங்கள் நசுக்க நசுக்க எதிர்த்து வளரும் குழந்தைதான் பிறந்த பின்பு வலிமையாக இருக்கும். அதனால் சாதாரண நாட்களைவிட இந்த நாட்களில்தான் பெண்களை அதிகமாக புணர வேண்டும்" என்று கூறுகிறார்கள். இதைக் கேட்டதும் எனக்கு அதிர்ச்சியாகவில்லை. பெண்ணின் பிறப்புறுப்பினுள் ஆணின் வேகமான இயக்கம் நிச்சயம் கருவில் இருக்கும் குழந்தையைச் சென்றடையும். அங்கேயே அந்தக் குழந்தைக்கு எதிர்ப்பு உணர்வையும், எதுவுமில்லாத சூழலிலும் தன்னைப் பாதுகாத்து கொள்ளும் சாமர்த்தியத்தையும் இவர்கள் கருவில் இருக்கும் குழந்தைக்கே விதைக்கிறார்கள் என்றே தோன்றுகிறது. கத்தும் மலையில் பிறந்து பிழைத்து வளர குழந்தைகளுக்கு சிறப்பு தகுதிகள் தேவையாகத்தான் இருக்கிறது. ஆனால் இந்த கொடூரமான வன்புணர்வினால் பாதிக்கப்படுவது அந்த நிறைமாத கர்ப்பிணியே. இந்த வன்புணர்வின் வேகமான இயக்கத்தினால், இந்த பயமில்லாத சுயமறியாத கிராமத்து பெண்களின் கரு சிதைந்தும் போகிறது. வலிமையில்லாத குழந்தை அது வெளியேறி விட்டது என்று இவர்கள் அதற்காக மகிழ்கிறார்களே தவிர சோர்ந்து போவதில்லை. ஆண்கள் மட்டுமல்ல பெண்களும் தான்.

அன்று நான் நீண்ட நேரம் விழித்திருந்தேன். என் கண்களில் கண்ணீர் வழிந்துகொண்டே இருந்தது. நான் வாழும் அதே காலத்தில் வாழும் இந்த பெண்களின் வாழ்விற்கும், என் வாழ்விற்குமான ஒப்பீட்டை யோசிக்கும்போது மனம் அதிர்ந்து போனது. இந்தப் பெண்களின் வலிக்காக நான் வேதனைப்படும் அதே நேரம், இது எனக்கு பழக்கமில்லாததால் வலியாக தெரிகிறது. வலிகளில் பழகி தன் உடம்பை பற்றிய உணர்வே இல்லாது மனத்தை வேறு எல்லையில் வைத்துக்கொண்டு இயங்கிக் கொண்டிருக்கும் இப்பெண்களுக்கு அது வலியாக தோன்றாது என்று என்னை நானே அமைதிப்படுத்திக்கொண்டேன். கத்தும் மலையின் பெண்களுக்கு நவீன சமூகம் பற்றி எதுவும் தெரியாது. நாம் சொன்னாலும் புரியாது. பெண்கள் உரிமைக்கான விழிப்புணர்வு குறித்து அவர்களுக்கு தெரியாமல் இருப்பது எனக்கு சிறிது ஆறுதலாக இருந்தது. அந்தப் பெண்களின் அறியாமையில் தான் அவர்கள் மகிழ்ச்சி இருக்கிறது. வெளி உலக வாழ்வைக் குறித்து அவர்களுக்கு சொல்லி புரியவைப்பது, அவர்கள் தோலை உரித்து எடுத்துவிட்டு அதில் பல ஆயிரம் ஊசிகளை வைத்து குத்துவது போன்ற கொடுமையானது. நான் கத்தும் மலையைவிட்டு

வெளியேறும் போது, நான் கொடுத்த சானிடரி நாப்கினை அந்தப் பெண்ணின் பத்து வயது மகன் தன் இடுப்பில் செருகிக்கொண்டு, வெயிலில் வியர்க்கும்போது துடைத்துக்கொள்ளும் துண்டுபோல் பயன்படுத்திக்கொண்டிருப்பதைப் பார்த்தேன். நான் கத்தும் மலைக்கு செல்லும் முன் சீனப்பெண்களின் அத்தனை இனக் குழுக்களையும் ஒன்றிணைத்து, அவை ஒவ்வொன்றையும் அதன் தனிச்சிறப்புகளுடன் வளரச் செய்து, காலத்திற்கு ஏற்றாற் போல் வாழ்க்கை முறையிலும், மனநிலையிலும் மாற்றம் கொண்டு வர வேண்டும் என்று நினைத்திருந்தேன். ஆனால் இரண்டு வாரம் அவர்களுடன் வாழ்ந்து, அங்கு இருக்கும் பாட்டிகள், மனைவிகள், சிறுமிகள், மகள்கள் என்று அனைத்துத் தரப்பு பெண்களுடனும் நெருங்கிப் பழகி தெரிந்துகொண்ட விவரங்கள் அவர்கள் கற்கால மனிதர்களின் மனநிலையில்தான் இன்னமும் இருக்கிறார்கள். நவீன சீனாவில் வாழும் பழமைவாதிகள் அவர்கள். அவர்களின் நிலை எனக்கு மிகவும் கவலையை அளித்தது. வேதனையாக இருந்தது. நான் அவர்களை ஊடுருவி சென்று வரலாற்றின் பக்கங்களில் பதிந்து இருக்கும் அவர்களைப் பிரித்தெடுக்க இயலுமா என்ன? இல்லை இவர்கள் தங்களை உணர்ந்து வெளியில் வரும் வரை வரலாறுதான் காத்திருக்குமா என்ன?

எது எப்படியோ எங்களது பயணத்தினால் நவீன சீனாவின் கண்களுக்கு புலப்படாமல் இருந்த புதிய இனத்தை அடையாளம் கண்டிருக்கிறோம். ஏதோ ஒன்றிற்கான துவக்கமாக நான் இருக்கிறேன் என்ற அளவில் எனக்கு மிகவும் திருப்தியாக இருந்தது. இந்த துவக்கம் அப்படியே நின்றுவிடாமல் தொடரும் என்ற நம்பிக்கையும் எனக்கு இருக்கிறது. ஒருவேளை அது கத்தும் மலையின் பெண்களுக்கு பயனாக இருந்தாலும் இருக்கக்கூடும். அது விரைவிலேயே நடக்கும் என்று நான் நம்புகிறேன்.

பிக் லீ நான் கத்தும் மலையின் பெண்கள் குறித்து சொன்ன அனைத்தையும் கேட்டுவிட்டு, "அந்தப் பெண்கள் மகிழ்ச்சியாக இருக்கிறார்களா?" என்று கேட்டார்.

உடனே என் சக அலுவலகத் தோழி, "கிண்டல் பண்ணாதீர்கள் பிக் லீ, இப்படி ஒரு சூழலில் எப்படி அந்தப் பெண்கள் மகிழ்வாக வாழ முடியும்?" என்று அவரிடம் கோபமாக கேட்டாள்.

அதற்கு நான் பதில் சொன்னேன். என் வானொலி நிகழ்ச்சிக் காகவும், பத்திரிக்கை பேட்டிக்காகவும் கடந்த பத்து வருடங்களாக நான் பெண்களை சந்தித்து வருகிறேன். இத்தனை வருடங்களில் நான் சந்தித்த அத்தனை பெண்களிலும் கத்தும் மலையின் பெண்கள் மட்டும்தான், கவலை இல்லாமல் தங்கள் அன்றாட

வாழ்வை மிகவும் அற்புதமாகக் கொண்டாடி வாழ்கிறார்கள் என்றேன். அவர்கள் அவர்களுக்கு இருப்பதை வைத்து மகிழ்ச்சியாக வாழ்கிறார்கள். அவர்கள் தங்களுக்கு பாலியல் சுதந்திரமோ தேர்வோ இல்லையே என்று கவலை கொள்ளவில்லை. அதைவிட பல கணவர்கள் ஒன்றாகக்கூடி ஒரே பெண்ணைப் புணர்வதை அந்த வலியை அவள் தனது பெண்மையின் வெற்றியாகக் கருதுகிறாள். நாம்தான் குழப்பங்களைச் சுமந்து, தேவையில்லாமல் நம்மைக் குழப்பிக்கொண்டு அமைதியை இழந்து தவிக்கிறோம்" என்றேன்.